अत्यंत सूक्ष्म निरीक्षण आणि घट्ट विणीतून आकारास आलेल्या या कथा अस्वस्थ करणाऱ्या व झपाटून टाकणाऱ्या आहेत. प्रेमाच्या तऱ्हेवाईकपणाविषयी भाष्य करत असतानाच त्या आपल्याला प्रेमाच्या अनेकविध अर्थांचे आणि नि:शब्द संकेतांचे स्मरण करून देतात. या कथांत ओतप्रोत भरलेली मानवता आणि त्यांच्यातील प्रेमाच्या सूक्ष्म छटा अनुभवण्यासाठी त्या अवश्य वाचा.

– उर्वशी बुटालिया

'Love Stories # 1 to 14' या इंग्रजी पुस्तकाचा अनुवाद

प्रेमकथा

स्त्री-पुरुष नात्यातील सूक्ष्म कंगोरे टिपणाऱ्या प्रेमकथा

लेखक
ॲनी झैदी

अनुवाद
मुग्धा शुक्रे

मेहता पब्लिशिंग हाऊस

✆ +91 020-24476924 / 24460313 / Mob. No. 9545000513
Email : production@mehtapublishinghouse.com
Website : www.mehtapublishinghouse.com

LOVE STORIES # 1 TO 14 by ANNIE ZAIDI

Published in Arrangement with HarperCollins Publishers India Limited.
Translated into Marathi Language by Mugdha Shukre

प्रेमकथा / अनुवादित कथासंग्रह

अनुवाद : मुग्धा शुक्रे
Email : author@mehtapublishinghouse.com
मराठी अनुवादाचे व प्रकाशनाचे हक्क : मेहता पब्लिशिंग हाऊस, पुणे.
प्रकाशक : सुनील अनिल मेहता, मेहता पब्लिशिंग हाऊस,
१९४१, सदाशिव पेठ, माडीवाले कॉलनी, पुणे ४११०३०.
मुद्रक : पार्कसन्स ग्राफिक्स
अक्षरजुळणी : स्मिता टाईपसेटर्स ११२०, सदाशिव पेठ, पुणे ३०.
मुखपृष्ठ : फाल्गुन ग्राफिक्स
प्रथमावृत्ती : मे, २०१८
किंमत : ₹ ३२०
P Book ISBN 9789387789517

माझी आजी, सफदरी (ऊर्फ शहेनास)
आणि
आजोबा जावेद यांच्यासाठी–
ज्यांनी मला कुठलेही प्रश्न न विचारता,
माझ्यावर हळुवार नि:संशय प्रेम केलं,
आपल्या परीने...

अनुक्रमणिका

ती जिची उद्घोषणा केली गेली होती

सत्तावन्न वर्षांची होती ती. अठ्ठावन्नच्या काठावर उभी. 'आता लवकरच आपण निवृत्त होणार' या विचारांनी तिच्या मनात निराशा दाटून यायची.

कार्यालयातलं हे तिचं शेवटचं वर्ष होतं आणि ती जाणून होती– आपण आता निरोप समारंभाचे मानकरी आहोत. कोणतीही कार्यकालीन वाढ मिळणं नाही. अर्थात, तीही मागे लागणार नव्हतीच. त्यांनी जर तिला एखादं वर्ष थांबायला सांगितलं असतं तर... निदान सहा महिने... परंतु, बहुधा त्यांनी अगोदरच पर्यायी व्यवस्था केलेली होती, नव्हे... तिला तशी खात्री होती. तिच्या कामाबद्दल त्यांनी चांगलं मत दिलं असतं. नव्या ठिकाणी तिची शिफारस केली असती. दुसऱ्या कार्यालयात काम मिळवणं अशक्य नव्हतं. अनेक प्रकारच्या नवनवीन कंपन्या असतात आणि त्यांनाही कोणी ना कोणी हवेच असते ना– कॉल्स करण्यासाठी, कॉल्स घेण्यासाठी, इनव्हॉइसेस लिहिण्यासाठी, फायलिंगसाठी. तरुण लोकांना हे सगळं अवगत नसतं. तशी ती पगारासाठी काम करणार नव्हती. पण निदान थोडं-फार काम करायला काहीच हरकत नव्हती.

तिने बरेच पैसे मागे टाकले होते. त्यामुळे ना पैशांची अडचण होती, ना आता काय करावं याची काळजी. कुठेही जाण्याची घाई नाही, काहीही करण्याची सक्ती नाही, हेही छानच असणार होतं. वयाच्या पस्तिसाव्या वर्षापासून याहून कोणत्याही वेगळ्या गोष्टींची मनस्वी ओढ तिला नव्हती.

आरामात न्याहारी, त्यानंतर जेवणापूर्वी 'टुडे'चं वाचन आणि मग संध्याकाळी करण्यासाठी एखादी नवी रेसिपी शोधून काढायची. घरभर नाइटगाऊनमध्ये फिरण्यासाठी आणि येता-जाता आरशात दिसणाऱ्या स्वत:च्या विस्कटलेल्या अवतारावर नजर टाकण्यासाठी ती आतूर झाली होती. स्वयंपाकघरापासून बाल्कनी, बाथरूम, सोफासेट– असं सगळीकडे घरभर भिरभिरत छोट्या-छोट्या आनंददायी गोष्टी करण्याची तिची इच्छा होती. तिला टीव्ही पाहायचा होता. ओ यस! हे सगळं करायला तिला खूप

खूप आवडणार होतं.

खासकरून तिचे शेजारी त्यांच्या कामासाठी ऑफिसमध्ये, शाळा-कॉलेजात जाण्यासाठी किंवा इतरत्र जाण्यासाठी बाहेर पडल्यानंतर असं करायला तिला जास्त आवडेल. त्यामुळे ती दिवसभरात केव्हाही मोठ्या आवाजात संगीत ऐकू शकेल. रविवारी दुपारी असं संगीत ऐकणं, ही तिच्यासाठी सर्वांत आनंदाची गोष्ट होती. पण ती तसं करू शकत नसे. शेजारीपाजारी कुरकुर करत आणि त्यातूनही तिने आवाज कमी करायला नकार दिलाच, तर तेही मोठ्या आवाजातील साठच्या दशकातील लोकप्रिय गाण्यांना टक्कर देण्यासाठी क्रिकेट कॉमेंट्री लावत. 'याहूऽऽ' सारख्या गाण्यांना प्रतिसाद म्हणून सर्वोच्च आवाजात क्रिकेट कॉमेंट्री लावत. क्रिकेटव्यतिरिक्त इतर काहीही त्यांच्या गावी नव्हतं; संगीत तर मुळीच नाही.

लोक बाहेर गेलेले असतील आणि ती घरीच असेल, तेव्हा ती तिच्या इच्छेप्रमाणे संगीत ऐकू शकत असे. अशा वेळी ऑफिसला जायला उशीर झाला तरी तिला काळजी वाटत नसे. रोज तिच्या घरापासून ऑफिसपर्यंतचं अंतर पार करण्यासाठी तिला कराव्या लागणाऱ्या अंतहीन, क्षुद्र प्रवासाशिवायही अनेक वाईट गोष्टी तिच्या आयुष्यात होत्या. नऊ तास ऑफिसच्या खुर्चीला चिकटून घेणं, तिच्याकडे दुर्लक्ष करणाऱ्या वा तिच्यावर ओरडणाऱ्या लोकांशी कामाविषयी बोलणं, ज्यांना वरिष्ठांशी परस्पर बोलायचं असायचं अशा अनोळखी लोकांना उर्मटपणे थांबवणं– वगैरे वगैरे. ते लोक तिच्याकडे अशा पद्धतीने पाहत, जणू काही आगाऊ भेट न ठरवता वरिष्ठांना भेटण्याच्या त्यांच्या आनंदापासून ती त्यांना वंचित करते आहे. अन्याय्य वागणूक मिळाल्याच्या भावनेने नाराज झालेले, दोषारोप करणारे असे चेहरे! कोणाला त्यांची आठवण येईल? जर 'त्याचा' विचार नसता, तर निवृत्त होण्याच्या कल्पनेने तिला आनंद झाला असता. जर ती घराबाहेर पडली नाही; ऑफिसला गेली नाही, तर ती त्याला कशी काय भेटणार होती?

ही एक गंभीर समस्या होती. गेली अकरा वर्षं ती याच समस्येवर उत्तर शोधत होती. काही तरी उपाय निश्चित असायला हवा. फक्त ऑफिसला जात नाही, या एका कारणासाठी लोक त्यांच्या आयुष्यातून त्यांचं ज्यांच्यावर प्रेम आहे अशा लोकांना वजा करत नाहीत.

तिचा रोजचा कंटाळवाणा प्रवास तसाच सुरू ठेवणं, हा एक पर्याय तिच्यासमोर होता. रोजप्रमाणे ९.१० ची लोकल ती घेऊ शकत होती, ज्या वेळी बहुधा तो असायचाच. कधी कधी तो ८.२२ लाही असायचा. असं असलं तरी, जसजसा तिच्या निवृत्तीचा दिवस समीप येत होता, तसतसा एका भयंकर प्रश्नाने तिचा पिच्छा पुरवला होता. जर तोही निवृत्त होणार असेल तर? मग ते दोघे एकमेकांच्या संपर्कात कसे काय राहणार होते?

आतापर्यंत तिने त्याच्या निवृत्तीच्या शक्यतेचा कधी विचारच केला नव्हता. तोही विशिष्ट वयाला पोहोचला असेल... त्याची शिणलेली अंगकाठी, काहीसा सुकलेला-सैलावलेला चेहरा. कामातून सुटका करणाऱ्या या दिवसाची तोसुद्धा वाट पाहत असेल, असा काही विचारच तिच्या मनाला शिवला नव्हता.

गेली बारा वर्षं आपल्या इच्छेनुरूप, इच्छेप्रमाणे त्याचं वय ठरवण्याचा आनंद ती पुरेपूर उपभोगत आली होती. त्यामुळे की काय, पण आता त्याच्या निवृत्तीचा विचार काहीसा अविश्वसनीय वाटत होता. पहिली दोन वर्षं तिने त्याला पस्तीसवर स्थिर ठेवलं होतं. तिचं अनुमान होतं की, तो त्यापेक्षाही तरुण असावा. स्टेशनवर अनाउन्समेंट करणाऱ्या त्याच्या आवाजावरून तरी तो तरुण असावा, असंच प्रतीत होत होतं. वेळेवर उद्‌भवलेल्या सूचना देतानाचा त्याचा बावरलेला, रेल्वे प्लॅटफॉर्म नंबर किंवा वेळ सांगताना त्याचा अडखळणारा आवाज अन् माइकपासून दूर होण्याची त्याची उघड घाई यावरून त्याचं वय प्रतीत होत होतं.

तिने त्याचा आवाज पहिल्यांदा ऐकला होता, त्याच क्षणी तिने त्याच्या व्यक्तित्वाची कल्पना केली होती. त्याच्या आवाजाला एक नकळतशी कोमल किनार होती. बहुधा, ऐन वेळी त्याच्यावर ही कामगिरी सोपविली असणार. त्याला बोलायला सांगितलेलं असणार; त्यामुळेही असेल कदाचित, पण एका दमात बोलून टाकताना त्याचा आवाज टिपेला पोहोचायचा.

तो बोलताना त्याला स्वत:चा आवाज ऐकू येत असावा कदाचित आणि म्हणूनच त्याला अधिक अवघडल्यासारखं वाटत असणार. कारण तो चुकीच्या ठिकाणी वाक्य तोडायचा, चुकीच्या अक्षरांवर जोर द्यायचा. त्यामुळे त्या निवेदनातले चढ-उतार चुकायचे. स्त्रियांच्या डब्यातील काही बायकांनी या गोष्टीवर खिदळायला सुरुवात केली होती. त्यांचा सगळ्यांचा अंदाज होता की, ही व्यक्ती अनाउन्समेंट्स करण्यासाठी सरावलेली नसावी. त्यांच्या कामावर जाता-येतानाच्या प्रवासादरम्यान कानांवर पडणाऱ्या अनाउन्समेंट्स या बहुधा एखाद्या स्त्रीच्या आत्मविश्वासपूर्ण, सौम्य आवाजातील असत– ज्यामुळे झोपी गेलेल्या प्रवाशांच्या निद्रेत यत्किंचितही व्यत्यय येत नसे.

त्या दिवशी काही तरी चुकलं होतं खरं. सिग्नल काम करत नसावेत किंवा पुन्हा कोणी तरी रुळावर पडलं असावं. असं झालं की, प्रत्येक जण सुस्कारे टाकायचा. बोटांच्या, पायांच्या अस्वस्थ हालचाली करायचा आणि तोंडाने च्च् आवाज करायचा. एकदा तर एक ट्रेन तीन तास मध्येच कुठे तरी थांबली होती. कोणालाही त्याचं कारण माहीत नव्हतं. काही प्रवाशांच्या गटाने खाली उड्या मारल्या आणि जोराने ओरडायला सुरुवात केली, रेल्वेचालकाला मारहाण केली. त्यांतल्या काही लोकांना नंतर अटकसुद्धा झाली होती. ते सगळं फार भीतिदायक

होतं. पण त्यानंतर रेल्वे व्यवस्थापकाने अनाउन्समेंट नियमित करायला सुरुवात केली होती. प्रत्येक डब्यात स्पीकर्सची व्यवस्था केली होती. जर काही बिघाड झाला, तर तशी सूचना दिली जाई. शिवाय, दुरुस्ती करून पूर्ववत् होण्यासाठी अंदाजे किती वेळ लागेल, हेही सांगितलं जाई.

अर्थात, सांगितल्यापेक्षा जास्त वेळ नेहमीच लागायचा. पण तरीही अशा वेळी नेमकं काय झालंय, हे एखाद्या मानवी आवाजात ऐकणं आश्वासक वाटत असे. अडखळत का होईना– पण कुणीतरी तुम्हाला प्रत्यक्षात दिलासा देतंय, ही भावनाच खूप आश्वासक असते. दुरुस्ती व्हायची. कुणीही काही कायमचं अडकून पडायचं नाही. जिथे कुठे जायचं असेल तिथे प्रत्येक जण लवकरच पोहोचायचा. तिला या अनाउन्समेन्ट्स आवडायच्या. प्रत्येक वेळी ट्रेनला उशीर झाला की, ती त्या आवाजाची नोंद घ्यायची. आवाज कसा वाटला, नेमके शब्द काय होते, निवेदक कोण असावा वगैरे. ती ऑफिसमध्ये हे पुन्हा सांगायची. तिच्या वयाच्या बायका ऐकण्यासाठी गोळा होत. ती काय सांगते आहे, हे त्यांना अचूक समजायचं. त्या येत असलेल्या ट्रेनमधल्या आवाजाबाबतदेखील काहीबाही सांगायच्या. अनाउसमेन्ट्सभोवती छोट्या गोष्टी गुंफल्या जायच्या.

परंतु, त्यांतल्या बहुसंख्य स्त्रिया निवृत्त झाल्या होत्या किंवा सोडून गेल्या होत्या. आताच्या तरुण स्त्रियांना रेल्वे अनाउन्समेन्ट आणि त्यांचे आवाज याबद्दल काही सांगणं, हा तिला मूर्खपणाच वाटे. अर्थात, त्याच्या आवाजाचा ती कधीच उल्लेख करायची नाही– अगदी तिच्या जुन्या मैत्रिणींशीही बोलतानाही नाही. तो खास होता, त्यामुळे त्याला कोणाशीही वाटून घेणं तिला आवडत नसे.

तो इतका खास का आहे, हे तिला स्पष्ट करता आलं नसतं. कदाचित, पहिल्या वेळी उशिरा सुटणाऱ्या गाड्यांचं वेळापत्रक त्याने ज्या पद्धतीने जाहीर केलं होतं, त्यामुळे असेल. श्वास न घेता, घाईने – शब्दांची शर्यत लावून केलेली अनाउन्समेन्ट– तीदेखील तीन वेगवेगळ्या भाषांमध्ये; मराठी, हिंदी, इंग्लिश. त्याच्या इंग्लिश उच्चारांवर मराठीचा प्रभाव होता. रद्द झालेल्या ट्रेन्स जाहीर करण्याच्या वेळी त्याचा आवाज नैराश्याने फाटायचा, 'प्रवाशांनो, कृपया लक्ष द्या... प्रवाशांनोऽऽ'

स्वतःबद्दल पूर्णतया आत्मविश्वास न वाटणाऱ्या एका तरुण माणसाची प्रतिमा तिने रेखाटली होती. असा एखादा– जो राखाडी पँट्स आणि मिश्र सुती कापडाचे शर्ट्स, निळ्या-पांढऱ्या रंगातले घालून कामावर येत असावा. त्याचे डोळे मोठे असू शकतात. जर त्याने चश्मा घातला, तर ते आणखी मोठे दिसतील. नर्व्हस झाल्यावर त्याच्या डोळ्यांची वेगाने उघडझाप होत असावी. बहुधा माइकसमोर येण्यापूर्वी त्या अनाउन्समेन्ट्स त्याला स्वतःच्या हस्ताक्षरात लिहाव्या लागत असतील. त्याचा आवाज ऐकून तरी असंच वाटायचं आणि त्या लहान, नर्व्हस

पुरुषासाठी तिच्या मनात कणव उत्पन्न व्हायची.

गेल्या अनेक वर्षांत ती जास्त चांगल्या प्रकारे आवाज ओळखायला शिकली होती. ती कान देऊन ऐकत असे. तिच्या मार्गावर बहुतेक तीन लेडी अनाउन्सर्स, एक थोडा प्रौढ-खर्जातला वाटणारा आवाज असलेला पुरुष आणि त्याव्यतिरिक्त तो होता. त्याचा आवाज सार्वजनिक सूचना करण्यासाठी अगदीच न शोभणारा होता. तो ऐकून त्याच्या आवाजाच्या मूर्खतेचा प्रत्यय यावा म्हणून ते त्याला अनाउन्समेन्ट करायला लावत असावेत का? ते त्याला हसत असतील का? या सगळ्या प्रकाराची पुरेशी कल्पना ती करू शकत होती. कार्यालयीन सहकारी हे शाळेतल्या लहान मुलांसारखे असतात. निरागसतेने क्रूर वागणारे. म्हणूनच तर ती आपल्या सहकाऱ्यांशीही त्याच्याबद्दल कधीच बोलली नव्हती. एकाकडून दुसऱ्याला सांगितलं जाणार आणि मग त्यांना थांबवणं अशक्य. दरम्यानच्या काळात अनाउन्समेन्ट्स वारंवार केल्या जाऊ लागल्या होत्या. कोणी तरी येणाऱ्या स्टेशनचं नाव जाहीर करायचा, त्यानंतर पुढच्या स्टेशनचं नावही सांगितलं जायचं. याच काळात तो आवाज ओळखण्याची अंत:प्रेरणा तिने विकसित केली होती. अनाउन्समेंट यंत्रणेची सुरुवातीची खरखर ऐकायला येई, मायक्रोफोन बंद केला जाई आणि पुन्हा सुरू केला जाई. प्रत्यक्ष बोलायला सुरुवात होण्याच्या दोन क्षण अगोदरच ती अंदाज करत असे– आता तो असेल की नाही!

दहांतल्या नऊ वेळा तिचा अंदाज अचूक यायचा.

त्यामुळे ती आनंदित व्हायची. लाजेने गोरीमोरी व्हायची. त्याला अचूक ओळखण्याची, रेडिओलहरींच्या शांततेतून त्याला वेगळं करण्याची तिची ही क्षमता तिला माहिती नसलेलं असं त्याचं नाव ती कुजबुजायची. तिच्या मनात विचार येत, 'बघ, तो तूच होतास. मला माहीत होतं, तो तूच असणार आहेस.'

ती लहानपणी खेळायची तशा खेळासारखंच होतं हे. कोणी तरी हळूच तुमच्यामागून येऊन त्याच्या तळव्यांनी तुमचे डोळे झाकणार आणि ते कोण आहे हे तुम्ही ओळखायचं. कधी कधी तुम्ही युक्ती वापराव्यात– अंगठी, मनगटातलं कडं/ बांगडी, एखादी खूण, नखांची लांबी– त्यातून काही अंदाज लागतो आहे का, हे पाहायचं किंवा एखाद्याच्या शरीराचा गंध किंवा शरीराचं तापमानसुद्धा. मात्र तुमचा मुख्य भरवसा असतो तो तुमच्या अंत:प्रेरणेवर. आपला अंदाज अचूक येण्यातला तो उत्सुक आनंद तिला आजही आठवला. तसंच आपल्याला कोणी तरी अचूक ओळखण्याची तेवढी जवळून ओळखण्याची वाटलेली निकड. जेव्हा ती स्वत: निवडलेल्या जवळच्या मैत्रिणीचे डोळे झाकायची आणि मैत्रिणीने बरोबर अचूक केला की, तिला समाधान व परिपूर्णता वाटायची. मैत्रिणीने पुन:पुन्हा ओळखण्यातूनच खास मैत्रीचा बंध जाणवायचा.

आणि आताची ती जवळजवळ प्रत्येक वेळी तिचा अंदाज अचूक येत होता. याचा काही तरी अर्थ नक्कीच असणार, नाही का? उत्सुक आनंदाने तिला ग्रासल्यामुळेच तिने ८.२२ ची ट्रेन पकडण्याचा संकल्प केला. याच ट्रेनवर ती बहुतेक वेळा त्याचा आवाज ऐकत असे.

तिच्यासाठी ८.२२ ची ट्रेन पकडणं फारसं सोईचं नव्हतं. ८.१६ ची ट्रेन घेतली, तर ती तिच्या स्टॉपरवरच थांबायची. ८.२२ ची ट्रेन तिच्या स्टॉपच्या पुढे जाणारी होती. तिला गर्दीही जास्त असायची आणि तिला पुढे ऑफिसमध्ये जाण्यासाठी शेअरऑटो घ्यायला वेळही कमी मिळायचा. पण या क्षुल्लक तडजोडी होत्या. तुम्हाला काही ना काही तडजोड करावीच लागणार, होय ना? आपण ज्या लोकांबरोबर काही खास बंध शेअर करतो, त्यांच्यासाठी थोडा-फार त्याग प्रत्येक जण करतच असतो.

आपण ज्याच्यावर प्रेम करतोय त्याच्यासाठी काही त्याग करतोय, या नुसत्या विचारांनीच तिच्या हृदयाची धडधड वाढली. एवढी की, हातातलं दैनिक– ज्यामधील कोडं ती सोडवत होती ते– बाजूला करून स्वत:ची नाडी हातात धरून बसली. तिच्या हृदयाची स्पंदनं वाढल्यामुळे ती निस्तेज दिसू लागली. एक क्षण तिला असंही वाटे की, आता आपल्याला हार्ट अॅटॅक येणार. ती आता पन्नाशीकडे झुकली होती आणि आजकाल तरुण वयात लोकांना ब्रेन आणि हार्ट अॅटॅक येत असल्याचं तिच्याही कानावर आलं होतं.

तिने खोलवर श्वास घेतला आणि स्वत:ला शांत राहायला समजावलं. समोर बसलेल्या एका कॉलेज विद्यार्थिनीने काळजीने पुढे केलेली पाण्याची बाटली तिने स्वीकारली. शिवाय, उठून ट्रेनच्या दरवाजाकडे चालताना तिने सावकाश जाण्याची काळजी घेतली. हो, उगाच काही व्हायला नको! पण ती चक्कर येऊन कोसळली नाही किंवा तिला आजारी असल्यासारखंही वाटलं नाही. वास्तविक, जेव्हा तिने पुन:पुन्हा त्याचा आवाज ऐकला, तिच्या स्टॉपचं नाव जाहीर करताना; तेव्हा तिला चिमणीसारखं हलकं, आनंदी वाटलं. उत्साहाने गाणं गात भरारी घ्यावी, असं वाटलं.

त्या दिवसानंतर रोजच्या येण्या-जाण्याच्या प्रवासाचे कष्ट जाणवेनासे झाले... ती सकाळी लवकर उठायची. विरुद्ध दिशेला जाणारी ट्रेन पकडायची. ती ट्रेन पूर्ण रिकामी होऊन तिची ८.२२ ची स्पेशल ट्रेन व्हायची. काही मिनिटांसाठी त्या जवळजवळ रिकाम्या डब्यामध्ये ती पाय पसरून बसू शकत असे. अशा वेळेस ती डोळे मिटून घेई. हलकेच जाणवणाऱ्या घामासारखी तरल उत्सुकता तिच्या त्वचेवर रेंगाळत राही.

अर्थातच असली बालिश, मूर्ख दिवास्वप्नं रंगवण्याचं वय तिने केव्हाच मागं टाकलं होतं. तिने अशी कल्पना कधीच केली नाही की, त्याचा आवाज तिच्या

एकटीचा आहे. तो जो एकामागोमाग एक अनाउन्समेंट करतो आहे. वेळ, प्लॅटफॉर्म, स्टेशनचं नाव या फक्त तिच्या फायद्यासाठी आहेत. त्याला आपल्यामधील खास अनुबंधाची अद्याप काहीच कल्पना नाही, हेही ती जाणून होती. पण त्यामुळे काही विशेष फरक पडत नव्हता.

काही वर्षांपूर्वी तिच्या सर्वांत धाकट्या बहिणीने एकदाचं लग्न केलं आणि ती घराबाहेर पडली. जणू काही तिचं स्वत:चं घर आता मोठं झाल्यासारखं वाटत होतं. त्यानं दीर्घ श्वास घेऊन हात-पाय ताणल्यामुळे तिने सुटकेचा श्वास सोडला आणि तिच्या बहिणीच्या अप्रिय अस्तित्वाच्या खुणा मिटवून टाकल्या. संत-गुरूंच्या तसबिरी, फोटो, जास्वंदाची नकली फुलं आणि कोणा आनंदाच्या प्रसंगी त्यांच्याकडे आलेल्या अभ्यागताने आणलेल्या चॉकलेट्सची जुनी खोकी– हे सगळं नष्ट केलं. जेव्हा सगळं घर स्वच्छ झालं आणि नकोशा गोष्टी कचराकुंडीत गेल्या, तेव्हा तिला जाणवलं– आपण पुन्हा मोकळा श्वास घेतो आहोत. ती एकटी होती, मुक्त होती आणि कोणाला माहीत असो वा नसो– पण ती प्रेमात होती.

रात्री उशिरा तिच्या घरातला प्राचीन पंखा आणि त्याचा जुन्या पद्धतीचा चीड आणणारा मोठ्ठा आवाज यांच्या सोबतीने ती स्वत:शीच विचार करायची... त्याचं नाव काय असेल, तो कसा दिसत असेल, हे शोधून काढणं तितकंसं अवघड नव्हतं... रेल्वेत काम करणारी एक मुलगी तिच्या ओळखीची होती.

प्रत्येक शनिवारी ती मुलगी तिच्याबरोबरच ट्रेन पकडायची. त्या दोघींमध्ये एकदा बोलणंही झालं होतं आणि अजूनही त्यांनी एकमेकींना पाहिलं, तर त्या हसून मान तुकवत होत्या. या सगळ्या गोष्टी कशा प्रकारे चालतात, कोणत्या ट्रेनसाठी कोण अनाउन्समेंट करतो, त्यांचं कार्यालय कुठे आहे, त्यांच्या कामाच्या शिफ्ट्सचं नियोजन कशा प्रकारे केलं जातं वगैरे गोष्टी ती सहज जाणून घेऊ शकत होती.

ऑफिसमधून रजा घेऊन ती सहजच रेल्वे ऑफिसमध्ये जाऊ शकली असती. कदाचित तिने त्याच्या खोलीत डोकावून पाहिलं, नेमक्या ८.२२ च्या ट्रेनला अनाउन्समेन्ट करण्यासाठी कोणता चेहरा मायक्रोफोनसमोर येतो तो आवाज अर्थातच ती लगेचच ओळखेल आणि त्यानंतर कदाचित तो आपल्या खुर्चीत मागे टेकून बसेल किंवा उठून उभा राहील आणि शिपायाला हाक मारेल किंवा तो एक कप चहा घेण्यासाठी बाहेर पडेल कदाचित... अशा वेळी ती त्याचा चेहरा न्याहाळू शकते.

या प्रसंगाची उजळणी तिने मनात वारंवार केली होती. त्याला मिशादेखील असू शकतात. फार मोठ्या नाहीत; तर फक्त चौकोनी जबड्याला सममित करण्यासाठी, उठावदार रंग आणण्यासाठी आवश्यक तेवढी बारीक, नीटनेटकी मिशी.

पुढच्या शनिवारी तिला ती रेल्वेतली मैत्रीण दिसली. गर्दीत बाजूला सारून ती त्या मुलीच्या शेजारी उभी राहिली. त्यांनी नेहमीसारखंच संभाषण केलं : उशीर,

आई-वडील, लहान मुलं, चिक्कू, हेअरक्लिप्स... अशा गोष्टींवर. त्यानंतर पुढचं स्टेशन जवळ येऊ लागलं आणि तशी अनाउन्समेन्ट केली गेली. तिने फट्कन विचारलं, "कोण आहे हे? म्हणजे, मला विचारायचंय तूदेखील अशा अनाउन्समेन्ट्स करतेस का?" ती रेल्वेवाली मुलगी मोठ्याने हसली, "मी? मी फक्त तिकीट काऊंटरवर काम करते."

बस, तेवढंच. विषय पुढे न्यायला तिला शब्द सापडले नाहीत. अनाउन्सर्स, त्यांची जागा, त्यांच्या वेळा याबाबतचे प्रश्न विचारत राहणं तिला जमलं नाही. शिवाय हे कळलं तर त्यात तेवढी गंमत राहणार नाही, हे ती स्वत:ला पटवून सांगू लागली. जर तिला त्याचं नाव-पत्ता कळला, तो कसा दिसतो हे कळलं; तर त्याच्यासमोर जाऊन त्याच्याशी बोलण्याचा मोह अनावर होईल. तिच्या भावनांना त्याने प्रतिसाद द्यावा, असंही वाटायला लागेल.

तिची इच्छा होती की, तिच्या उपस्थितीतच त्याने स्वागत करावं. ती ज्या ओढीने त्याचा विचार करते, तेवढ्याच ओढीने त्यानेही तिचा विचार करावा. ती ओढ तिला सकाळी लवकर उठायला लावते, गैरसोईच्या ट्रेन्स पकडायला लावते... फक्त त्याचा आवाज ऐकण्यासाठी. तिला वाटायचं, त्यानेही फक्त प्लॅटफॉर्मवरून घाईने जाणारी ती नजरेस पडावी म्हणून सगळे प्लॅटफॉर्म पिंजून काढावेत. त्याने तिची मनीषा धरावी. समोरासमोर भेट झाल्यानंतर तिची वाट पाहावी आणि अचानक गाठ पडते आहे, असं भासवावं. जसे रेल्वे प्लॅटफॉर्म्सवर मित्र एकमेकांसमोर येत राहतात, तसं. ती कोणतीही अपेक्षा करत नव्हती, त्यामुळे हे प्रकरण सुरळीत चाललं होतं. एकदा का तिने त्याचा माग काढला, त्याच्यापर्यंत पोहोचली की; तिचं अपेक्षा करणं सुरू होणार होतं. ते मात्र अगदी अपरिहार्य असेल. ते रोखणं तिला शक्य होईल का? त्यापेक्षा फार तपशिलात न जाणंच उत्तम होईल.

असंही असू शकेल की– तो विवाहित असेल, त्याला मुलंही असतील कदाचित. त्याच्या आवाजावरून अंदाज करायचा, तर तो किमान सदतीस-अडतीस वर्षांचा तरी असावा. तो विवाहित आहे हे तिला कळलं, तर सगळ्याच गोष्टी संपतील. तिची मन:स्थिती ढळले. ते तिला नकोसं होतं. त्याला न शोधणंच तिने पसंत केलं.

आणि तरीही त्या आवाजाची ओढ वाढतच चालली होती. तिच्या रक्तातल्या त्या स्पंदनांची तीव्रता अशी होती की, त्या ओढीला आता चेहरा हवा होता– त्या आवाजाशी मेळ जुळणारा. त्या आवाजाला एक संदेश दिला की, ती एका परिपूर्ण माणसाचा विचार करू शकली असती.

मग त्या आवाजाशी जुळेल असा चेहरा शोधायचा तिने निश्चय केला. सुरुवातीला तिला दर दिवशी एक नवा चेहरा सापडायचा. सकाळच्या वेळी तिच्या

डोक्यात त्या दिवशी करण्याच्या कामांचा गुंता असायचा. ती गडबड आणि त्यामुळे पोटातली कधीच स्वस्थ न बसलेली गुडगुड याच्यामुळे इतर विचार तिच्या मनात येत नसत. पण दिवसभराचं सगळं काम संपलं की, ती आपलं मन मोकळं सोडायची. ऑफिसच्या बाहेरच ती एक सँडविच विकत घ्यायची. इतर लोकांना रिक्षा-टॅक्सी पकडायची घाई असायची. समुद्रकिनाऱ्याला लागून असलेल्या रस्त्यावरून निवांतपणे चालत स्टेशनवर पोहोचायची. स्टेशनवरही ती स्लो ट्रेनची वाट पाहायची आणि असं वाट पाहत असताना येणाऱ्या-जाणाऱ्या पुरुषांचे चेहरे बारकाईने न्याहाळायची. तो कसा दिसत असावा, या तिच्या कल्पनेशी जुळेल अशा पुरुषांची ती निवड करायची. चाळिशीच्या आसपास वय असणारा, कारकून दर्जाचा. सर्वसामान्य पुरुष सरकारी कर्मचारी जशा प्रकारचे कपडे घालेल तसा पोशाख केलेला, स्वस्तातली मिश्र सुती पँट... अर्ध्या बाह्यांचा रेघारेघांचा शर्ट आणि स्टील पट्ट्याचं घड्याळ.

त्याच्या बाबतीत किती तरी शक्यता असणं हे किती गंमतीचं होतं ना! एखाद्याला वाटेल, हे विशिष्ट प्रकारचे लोक गर्दीने भरलेल्या प्लॅटफॉर्मवर स्वत:तच विरघळून जातात; ज्यामुळे प्रत्येक स्वतंत्र व्यक्ती अनामिकतेचं वस्त्र पांघरल्याइतकी गूढ वाटते. मात्र ती जेवढ्या बारकाईने त्यांच्याकडे पाहू लागायची, तेवढे अधिकाधिक फरक तिला सापडत राहायचे.

काही पुरुष तिथे असे होते, जे फक्त करड्या रंगाचे शर्ट्स घालायचे. काही जण नेटकी दाढी राखायचे आणि स्वत:च्याच चेहऱ्यावरून सतत हात फिरवायचे. तिला ते आवडत असल्याने पुढच्या अनेक महिन्यांसाठी तिने आपल्या त्या स्वप्नाच्या राजकुमाराला तेच रूप बहाल केलं होतं. नेटकी दाढी आणि आटोपशीर ढेरी असलेल्या पुरुषांना तिची नजर शोधत राहायची. विशेषत: पँटमध्ये शर्ट न खोचणारे पुरुष तिला जास्त आवडत असत. हे म्हणजे काहीसं स्वत:ला झोकून देणं, काहीसा शिष्टपणा... बेल्टवर सैलसर दोन्ही टोकं लटकणारा, छोटंसं सुटलेलं पोट झाकणारा शर्ट... तिला खूप हवंहवंसं वाटायचं. त्या सगळ्यांमध्ये एक ठरावीक पुरुष होता. तो तिचीच ट्रेन घ्यायचा आणि त्याच्या एकंदरीत आविर्भावांवरून त्याला कुठेही जाण्याची घाई नाहीये, असंच वाटायचं. बऱ्याचदा तो त्याची ट्रेन सोडून द्यायचा. जर तो स्टॉलवर गाजराचा ज्यूस घेत असेल किंवा त्याच्या हातातल्या सायंकालीन वृत्तपत्रात खूपच गुंगून गेला असेल, तर धावती ट्रेन पकडण्याची फिकीर करत नसे.

लेडीज डब्याच्या खिडकीतून ती या माणसाचं निरीक्षण करायची. जेवढं शक्य आहे तेवढ्या शेवटच्या क्षणापर्यंत तो गाडीत चढत नसे. याचा अर्थ त्याला बसायला जागा मिळणार नाही, हे उघड होतं. पण त्याला ही काळजी नसावी. कदाचित ज्यांच्यासाठी घाई करावी असं स्वत:चं कुटुंब त्याला नसावं किंवा

दिवसभर टेबलाजवळ बसल्यानंतर आता त्याला उभं राहण्याचीच गरज वाटत असावी किंवा कदाचित चेहऱ्यावर येणारा गार वारा त्याला आवडत असावा. म्हणून त्याने उघड्या दारासमोर उभं राहणं पसंत केलं असावं. बरेचसे मूर्ख कॉलेज विद्यार्थी तसेच उभे राहत.

परंतु चार महिन्यांनंतर अचानक तो गायब झाला. तिला परत कधीच दिसला नाही. कदाचित त्याने आपला मार्ग बदलला असेल. नवं घर? किंवा नवी नोकरी?

तथापि, त्या आरामशीर गृहस्थाच्या तशा गायब होण्याची तिला विशेष फिकीर वाटली नाही. त्या आवाजाचा मालक हे तिचं प्रेम होतं आणि तो आवाज अजूनही तिच्याबरोबरच होता. तिला फक्त त्याच्यासाठी नवा चेहरा शोधावा लागणार होता, एवढंच.

स्टेशनवर खाद्य पदार्थांचा स्टॉल चालवणारा एक माणूस होता. कोरीव बारीक मिशा असलेला. साधारण त्याच्या वयाचा– पस्तिशीतला. उंच, सडपातळसा. खरं तर वडापाव, सामोसे, लाडू, पेस्ट्रीज यांनी घेरलेला तो लठ्ठ असेल– अशीच कोणाचीही कल्पना होईल, पण तो सडपातळ राहिला होता.

बस, तिने ठरवलं– तिचा प्रिय आवाजाचा मालकदेखील असाच बारीक मिशा असलेला, अल्प आहार घेणारा असेल. तिला स्वत:लाही खाण्याची विशेष आवड नव्हती आणि तोही तसाच असेल– जगण्यापुरतंच खाणारा... या विचारांनी तिला आनंद व्हायचा. अशा पुरुषाला पुस्तकं वाचायला आवडतील किंवा संगीत ऐकायला किंवा नुसतंच लोकांचं निरीक्षण करायला आवडेल.

तो स्नॅक्स स्टॉलचा मालक अर्थातच कुठेही गायब झाला नाही, कारण त्याला स्टॉल चालवायचा होता. पण वर्षभरातच त्याच्या क्षुद्र मिश्यांचा आणि सडपातळ बांध्याचा तिला कंटाळा आला. तिचे डोळे नव्या शोधात भिरभिरत राहिले. त्यानंतर तिने स्वच्छ दाढी केलेल्या, काळ्या-पांढऱ्या केसांच्या एका पुरुषाची निवड केली. तो चाळिशीच्या आसपास असेल. दिसायला फारसा देखणा नव्हता, पण त्याच्या डोळ्यांत काही तरी होतं. फिकट तपकिरी रंगाचे, खोल. त्या डोळ्यांनी तिला खेचून घेतलं होतं. निद्रानाशाचा त्रास असावा, अशी काळी वर्तुळं त्याच्या डोळ्यांभोवती होती. एवढ्या घाम आणणाऱ्या उन्हाळ्यातही तो रोज कॉड्राय जॅकेट बाळगायचा. अगदी रोज. विचित्रच सवय होती. कदाचित तो एअरकंडिशन्ड ऑफिसमध्ये काम करत असावा. तिनेदेखील आपल्या टेबलच्या कुलूपबंद ड्रॉव्हरमध्ये एक शाल ठेवलेली होती.

त्यांच्यातलं असं छोटंसं साम्य तिला आनंदित करून गेलं आणि तिने त्याचं निरीक्षण करायला सुरुवात केली.

तो पुरुष संवेदनशील होता. ती नजर काढून घेईपर्यंत तोही तिच्याकडे पाहत

राही. तथापि, त्याने तिच्याशी बोलण्याचा प्रयत्न कधीही केला नाही. बहुतेक दिवशी तो तिच्याकडे नजर टाके. जणू काही त्याला माहितीये, हे तिला कळावं म्हणून. त्यानंतर पुन्हा तो रुळांचं निरीक्षण करण्याच्या त्याच्या कामात गुंग होई.

आजकाल तिला तो आवाज थकल्यासारखा वाटू लागला होता. तिने अधिक बारकाईने लक्ष दिलं होतं– तो आवाज थकलेला होता किंवा आता प्रौढत्वाकडे झुकला होता. काहीसा खरबरीत, टिपेचा, कमी नर्व्हस वाटत होता. पण प्रौढ नक्कीच. तिने तो आवाज शोधल्याला आता चार वर्षं झाली होती.

म्हातारं होण्याच्या विचाराने दचकायला झालं.

सुरकुतणारी त्वचा आणि गळणारे केस यात काय आनंद असणार? तो म्हातारा होत जातोय. त्याचे केस पांढरे होताहेत. रेल्वे ब्रिज चढता-उतरताना त्याला धाप लागते आहे. त्याचं पोट अशक्त होतंय, जे तेलकट पदार्थ किंवा जास्त उकळलेला चहा सहन करू शकत नाही. या नुसत्या विचारांनीच तिच्या हृदयात कळ उठली. आपल्या सरलेल्या तारुण्याचा, रेल्वेच्या वेळा आणि स्टेशनची नावं याची अनाउन्समेन्ट्स करण्यात गेलेल्या आयुष्याचा त्याने शोक करायला हवा– या विचारांनी त्या रात्री ती रडलीही. गेल्या चार वर्षांत दाखवण्यासारखं त्याच्याजवळ काय होतं?

त्याला नक्कीच त्रास असणार. आरशात बघणं त्याला कठीण जात असणार... तिच्या मनात विचार आला. दर दिवशी त्या साउंड सिस्टीमसमोर उभं राहण्याला तो वैतागला असणार. त्याचं उरलेलं सगळं आयुष्य यातच जाणार, या विचाराने तिला काळजी वाटली. त्याला बढती मिळू शकत नाही का? रेल्वेची एक मोठ्ठी यादी आणि दर मिनिटाला येणारे अपडेट्स. कोणता सिग्नल तुटला आहे, कुठे ओव्हरहेड वायर पडल्यामुळे प्रवाशाचा मृत्यू झाला आहे वगैरे, याव्यतिरिक्त दुसरं काही नाहीच. वेळोवेळी क्षमा मागून आणि ठरावीक अनाउन्समेन्ट करून गैरसोय होणाऱ्या कोणत्या प्रवाशांच्या समूहाचं सांत्वन करत राहायचं, हे ठरवत राहायचं. त्याच्या कामाच्या या एकसुरीपणामुळे तो मनातल्या मनात कोमेजून जात असणार. या विचाराने तिचा संताप झाला.

त्या आठवड्यात तिने पश्चिम रेल्वेच्या प्रमुखांची भेट घेतली आणि रेल्वे कर्मचाऱ्यांबाबत माहिती विचारली. प्रथम त्यांना अपमानास्पद वाटलं, नंतर ते काळजीत पडल्यासारखे दिसले. ती एखाद्या सरकारी संस्थेशी किंवा प्रेसशी किंवा एखाद्या स्वतंत्र संस्थेशी संबंधित आहे का, अशी त्यांनी तिच्याकडे विचारणा केली. त्यांना काहीही सांगण्यास तिने नकार दिला. ती वारंवार म्हणत राहिली, "मी या देशाची नागरिक आहे. एक रेल्वेप्रवासी आहे. मला हे विचारण्याचा अधिकार नाही का?"

माहितीचा अधिकार अंतर्गत काम पाहणारी कोणी तरी उत्साही व्यक्ती असावी, असा त्या ऑफिसरने स्वत:चा समज करून घेतला. विचारलेली माहिती गोपनीय नव्हती, तसंच कोणती विशिष्ट नावं किंवा प्रसंगांचा उल्लेख होण्याची शक्यता नव्हती. म्हणून त्यांनी तिला सहकार्य करायचं ठरवलं. त्यांच्याकडे माहिती पुस्तिका उपलब्ध नव्हती. तथापि, त्यांनी फ्लो-चार्टद्वारे समजावण्याचा प्रयत्न केला. त्या पदावरील व्यक्तींच्या नावापेक्षा त्यांच्या पदांमध्ये जास्त रुची दिसली. एका अनाउन्सरला बढतीनंतर कोणतं पद मिळू शकतं, हेच ती सारखं विचारत होती. प्रमोशन मिळायला किती वर्षं लागतात?

तिचा प्रेमी ट्रॅफिक कंट्रोलर होऊ शकतो, या निष्कर्षाप्रत ती एका तासानंतर आली. तिला त्याचा आनंद वाटला. फक्त 'अनाउन्सर' म्हणून त्याचा विचार करणं तिला खचितच आवडत नव्हतं. हवाई वाहतूक नियंत्रकाप्रमाणेच रेल्वे वाहतूक नियंत्रकाचं पद महत्त्वाचं वाटत होतं. त्याच्या कामामुळे मोठ्या दुर्घटना घडण्यापासून थांबू शकणार होत्या. तिला बरं वाटलं. तो काही अनाकलनीय आलेख तपासून पाहतो आहे. विचारात पडलेला तिचा चेहरा, येणाऱ्या रेल्वेच्या लुकलुकत्या राक्षसी डोळ्यांकडे रोखून पाहत तो त्यांना थांबण्याचा, पुढे जाण्याचा, जागेवरून न हलण्याचा हुकूम देतो आहे– अशी तिने कल्पना केली. जणू काही त्या रेल्वे म्हणजे राक्षसी आकाराची पाळीव कुत्री आहेत!

तिने नव्या चेहऱ्याची निवड केली. तंदुरुस्त जबडा, छोटे व वर झुकलेले काळे डोळे. तो फारसा उंच नसावा. काहीसा बसका बांधा, पण मजबूत खांदे. त्याची इच्छा असेल तेव्हा तो वेगवान हालचाली करू शकतो, असा. त्याची छाती रुंद असेल आणि डोक्यावर भरपूर काळे केस.

एकदा असा पुरुष तिला दिसला. ती संध्याकाळी उशिरा ट्रेन पकडण्यासाठी धावत होती, तेव्हा तिला तो दिसला. या वेळी ती विरुद्ध दिशेला चाललेली होती. समुद्राजवळ असेल त्या क्लबमध्ये तिला जायचं होतं तिथे तिच्या निवृत्त होणाऱ्या बॉससाठी निरोपाची पार्टी आयोजित करण्यात आली होती. परंतु या अधिकृत पार्टीनंतर तिथे दुसरी अनाधिकृत पार्टीही होती. त्यांच्या ऑफिसमधल्या निवडक पाच जणांना बॉसने त्याच्याबरोबर ड्रिंक्स पार्टीचं निमंत्रण दिलं होतं.

त्या निवडक पाच जणांपैकी एक असणं खूपच सन्मानाचं होतं. ते अपेक्षितही होतं. तिने सर्वाधिक काळ त्यांच्या सेवेत काम केलेलं होतं. शिवाय बरेच जुने लोक निवृत्त झालेले होते आणि नवे चेहरे, नव्या निष्ठा, त्याच्या काळात अस्तित्वात नसलेल्या नवनव्या गोष्टींविषयीचे संभाषण या सगळ्याबाबत बॉस चिंतित होता. ती हे समजू शकत होती आणि म्हणूनच जुन्या गोष्टींबद्दल बोलायची. तिचा इंटरव्ह्यू, तिची पहिली पगारवाढ– आता ती वाढ किती क्षुल्लक वाटते. परंतु तेव्हा तिला

स्वत:चा सन्मान झाल्यासारखं वाटलं होतं वगैरे. स्वत:च्या कामाच्या शेवटच्या दिवसांत तिच्याशी असं बोलताना बॉसला आनंद होई. आपल्या जुन्या बॉसप्रति तिला निश्चितच आपुलकी होती. त्याच्या निरोप समारंभासाठी क्लबमध्ये जाऊन पार्टीचा आनंद घेत आहोत, असं ती दाखवणार होती. बॉसच्या बायकोने निरोपादाखल काही भेटवस्तूदेखील आणल्या होत्या. तोंडात पिवळं फूल धरलेलं पोर्सिलिनचं कुत्र्याचं पिल्लू तिला भेट मिळालं.

ती एक शांत आणि गहिवरून टाकणारी संध्याकाळ होती. जेवण संपायला रात्रीचे अकरा वाजून गेले. बॉस आणि त्याची बायको तिच्याबाबत आस्थेने वागत होते. एवढ्या रात्री तिने एकटीने घरी जाण्यात काही अडचण तर नाही ना, असं त्यांनी विचारलं. तिने खांदे उडवले आणि हसली. उंच आवाजातलं किणकिणत हसून ती म्हणाली, ''मी जाऊ शकेन.'' त्यासाठी हे शहर कधीच झोपत नाही; नाही का?

त्यांना हे माहीत नसावं. त्यांच्या भागात अंधार पडल्यानंतर शांत असायचं आणि त्यांनी कधीच सार्वजनिक वाहतूकव्यवस्थेचा वापर केलेला नव्हता. बॉसची बायको तिचा उल्लेख 'मुलगी' असा करत होती. तिच्यासाठी टॅक्सी आणायला कोणाला तरी पाठवावं का, असं तिने विचारलं. तिने आपली मान जोराने नकारार्थी हलवली. तिला ट्रेनमध्ये जास्त सुरक्षित वाटेल, असं ती म्हणाली. ट्रेनमध्ये नेहमीच कोणी ना कोणी तुमच्यासोबत असतं.

ट्रेन निघण्याच्या बेतात असताना ती स्टेशनवर पोहोचली. मग ती धावतच ट्रेनच्या दिशेने निघाली. स्त्रियांचा डबा गाठणं शक्य न झाल्याने समोर आलेल्या डब्यात ती शिरली. तो पुरुषांचा फर्स्ट क्लासचा डबा होता.

अनेक जागा रिकाम्या असूनही तो दाराशी उभा होता. आणखी पुरुष आत शिरले. इतरांना ढकलून त्यांनी जागा मिळवल्या. पण याने तसं काही केलं नाही. जेव्हा इतर पुरुष बाकीच्या सहप्रवाशांना– ज्यामध्ये तिच्यासारख्या स्त्रियांचाही समावेश होता– धक्के देत होते, तेव्हा त्याने ज्या पद्धतीने त्यांच्याकडे पाहिलं, त्यासाठी तो तिला खूप आवडला. दोन स्टॉपनंतर तो उतरून गेला.

तिने त्या पुरुषाला परत कधीही पाहिलं नाही, परंतु त्याचा चेहरा आणि बांधा तिच्या धूसर स्मरणात राहिला. तिच्या आवडत्या आवाजासाठी तो पुरुष तिला अतिशय योग्य वाटला, म्हणून तिने तो चेहरा आणि शरीर ठरवून टाकलं. अनेक वर्षं तो बदलण्याची तिला गरज वाटली नाही.

तथापि, त्या व्यक्तिमत्त्वातून ती काही गोष्टी वजा करत राहिली, काही गोष्टींची भर घालत राहिली. पाच वर्षांनंतर तिने त्याच्या डोक्यावरचे केस थोडे कमी केले. एकदा तर तिने त्याच्या चेहऱ्याला थोडीशी विरळ-अव्यवस्थित दाढी चिकटवली,

ज्यामुळे त्याचा चेहरा पारोसा दिसू लागला. तिने कल्पना केली– त्याच्या अशा दिसण्याने त्याच्या नव्या बॉसने त्याला ती दाढी काढून टाकायला सांगितली. तिने ती दाढी काढून टाकली; पण त्याच वेळी त्या चेहऱ्याला हनुवटीखाली एक रागीट, कुढा चरबीचा थर चिकटवून टाकला. जेव्हा शहरात व्हायरल फ्लूची साथ आली आणि तिच्या परिचयातली प्रत्येक तिसरी व्यक्ती तापाने आजारी पडली, तेव्हा त्याच्या स्थूल शरीराचे चार-पाच किलो वजन तिने कमी केले. त्याचा आवाज मात्र एवढी सगळी वर्षं आहे तसाच राहिला आहे. सरणाऱ्या प्रत्येक वर्षासरशी त्यातला आत्मविश्वास वाढत होता.

सहा वर्षांनंतर ती काविळीने आजारी पडली. दहा दिवस अंथरुणाला खिळून होती. तेव्हा ती कल्पना करायची... तो तिच्या उशाशी बसून आहे, तिच्यासाठी मोसंबीचा रस काढतो आहे, स्पंजिंग करण्यासाठी गरम पाण्यात भिजवलेला टॉवेल आणून देतो आहे. एके दिवशी संध्याकाळी तिला वाटलं, तो तिच्याजवळ बसून तिच्या कानाशी आपला चेहरा आणून कुजबुजतो आहे– 'तुला माहितीये, मी या अनाउन्समेन्ट्स का करतो ते? तशी मला काही गरज नाहीये, पण तरीही मी करतो. तुला माहितीये मी का करतो ते, माहितीये ना?'

तिला माहीत होतं. अर्थातच, तिच्यासाठी!

आजपर्यंत ती असमाधानी कधीच नव्हती. आता ती शक्य तितक्या उशिरापर्यंत ऑफिसात थांबू लागली आणि त्यानंतरही करड्या समुद्राच्या काठाने चालत-चालत लांबचा रस्ता घेऊ लागली.

तिला रिकाम्या घरात परतायची घाई नसायची. आजपर्यंत एकटीने राहायला तिची काहीच हरकत नव्हती, पण आता तिला त्याचा त्रास वाटत होता. तिच्या घरातला बिछाना, खुर्ची, मिक्सर, ज्युसर, टॉवेल सगळ्या गोष्टींवर त्याच्या हाताळण्याच्या खुणा असल्यासारखं वाटायचं. जणू काही तो तिथेच, तिच्याबरोबर राहत होता. नुकताच घराबाहेर पडला आहे आणि परत यायचंच विसरून गेलाय.

तिच्या एकाकीपणाची तीव्रता असह्य होती. शांततेचीही भीती वाटू लागली होती. शेजारच्या घरातून झिरपणारे आवाज–मुलांचे, संगीताचे, टीव्ही, प्रेशर कुकरच्या शिट्ट्यांचे आवाज... तिच्या घरातली शांतता तिला हानिकारक वाटायची. या सगळ्यात नवी भर पडली होती, ती तिच्या शेजारच्यांच्या नव्या कुत्र्याची.

तो एक मोठ्ठा, ताकदवान कुत्रा होता. त्याला एकट्याला ठेवून घरातले बाहेर गेले असले की तो विव्हळायचा, भुंकायचा. नखांनी दारावर ओरखडायचा. त्याचं ते सौम्य, अत्यंत दुःखी विव्हळणं ऐकून तिच्या मानेवरचे मागचे केस ताठ व्हायचे. जमिनीवर दाणदाण पाय आपटावेत, त्यांच्या डोअरबेलवर हात दाबून धरावा, कुत्र्यावर आणि त्याच्या मालकावर किंचाळावं, तिची झोपमोड करण्याबद्दल चांगलं

ओरडावं, कायदेशीर कारवाईची धमकी द्यावी– असं तिला अनेकदा वाटलं. पण प्रत्यक्षात ती तसं कधीही करू शकली नाही. त्याऐवजी ती रात्रभर जागी राहायची. आणखी नवे आवाज टिपत राहायची.

ती त्या कुत्र्याचं विव्हळणं, त्याच्या श्वासोच्छ्वासाचे आवाज, त्याचं जमिनीवर शेपटी आपटणं, इतरांचं लक्ष वेधून घेण्यासाठी हुंकारणं... हे सगळं एक महिनाभर ऐकत राहिली आणि त्यानंतर तिने ठरवलं, तिलादेखील कुत्रं पाळायची गरज आहे. तिच्या घरातही थोडे-फार दागिने होते आणि आजकाल काय काय गोष्टी कानांवर येतात. स्वतःच्या घरातदेखील कोणी सुरक्षित राहिलेलं नाही. त्याशिवाय तिला वाटे– त्याला शिकवल्यानंतर लगेचच त्याने शेजाऱ्यांच्या दारावर नखांनी ओरखडे काढावेत. त्यांच्या दाराबाहेर विव्हळावं. तसा तिने निश्चय केला होता.

तिला आठवलं की, तिच्या पूर्वीच्या बॉसनं कुत्रं पाळलं होतं. म्हणून तिने त्याच्या घरी फोन केला आणि तिला कुत्रा कुठे मिळू शकेल याची विचारणा केली. तिला काही दिवस वाट पाहायला सांगितलं गेलं. त्यानंतर तिच्या सत्तावन्नाव्या वाढदिवशी तिच्या बॉसने आणि त्याच्या बायकोने तिला त्यांच्या घरी येण्याचं आमंत्रण दिलं.

त्यांनी तिला ट्यूना सँडविचेस खाऊ घातले. गाजराचा केक कापायला लावला आणि तिच्यासाठी 'हॅपी बर्थडे'चे सूर आळवले. तिला निरोप देताना त्या निवृत्त जोडप्याने तिच्या हातात एक बास्केट दिली. त्या बास्केटला आतून सुती जाड कापड लावलेलं होतं आणि आत एक दुधाची बाटली अन् सोनेरी केसाळ कुत्र्याचं पिल्लू होतं.

बाजारात घ्यायला गेलं तर कुत्र्याची किंमत दहा-पंधरा हजारसुद्धा असू शकते याची तिला जाणीव होती. एवढी मौल्यवान भेट तिला कधीच मिळालेली नव्हती. याची परतफेड म्हणून ख्रिसमसच्या सुट्टीत किमान शंभर कुकीज तयार करून त्यांना भेट द्यायच्या असं तिनं ठरवलं. या मधल्या काळात कोणी तरी नवं तिच्या आयुष्यात आलं होतं.

कुत्र्याचं नाव ठेवणं अवघड होतं. तिला तिच्या प्रियतम आवाजावरून त्याचं नाव ठेवायचं होतं. पण तिला त्याचंसुद्धा नाव माहीत नव्हतं. त्याच्याशी या ना त्या प्रकारे साम्य दाखवणारी नावं, तिला त्याच्याशी जोडणारी नावं यांचा तिने विचार करून पाहिला... पण असं काहीच नव्हतं. फक्त ट्रेन एवढी एकच गोष्ट त्या दोघांना जोडणारी होती. म्हणून मग तिने त्या पिल्लाचं नाव ठेवलं– 'झुकझुक'.

झुकझुकची काळजी घेणं अवघड होतं. ऑफिसला जाताना त्याला एकट्याला सोडून जाणं तिच्या जिवावर येई. सुरुवातीला दोन दिवस तिने कामावरून सुट्टी घेतली आणि नंतरही तिच्या मनात मुदतपूर्व निवृत्तीचे विचार घोळू लागले.

शेवटी आणखी काही महिन्यांतच ऑफिस तिची निवृत्ती आनंदाने साजरं करणार होतंच. त्यामुळे तिच्या निवृत्तिपश्चात मिळणाऱ्या फायद्यावरही काही परिणाम होणार नव्हता.

आणि तेव्हाच अचानक तिच्या लक्षात आलं, आता खूपच थोडे महिने राहिले आहेत– तिच्या प्रियकराबरोबर प्रवास करण्याचे खूपच थोडे महिने.

उरलेली सगळी संध्याकाळ ती उदास होती. त्या रात्री आपल्या उशीत डोकं खुपसून ती रडत होती, तेव्हा उत्सुकतेने झुकझुक तिच्याजवळ आला. तिने त्याला आपल्या बिछान्यात झोपू दिलं.

दुसऱ्या दिवशी सकाळी तिने त्या पिल्लाला बांधून ठेवलं. त्याच्यासाठी एका बशीत दूध ओतून ठेवलं. दुसऱ्या बाऊलमध्ये पाणी ठेवलं, तर वर्तमानपत्राच्या घडीवर भात आणि उकडलेले बटाटे कुस्करून ठेवले. त्यानंतर ती ऑफिसला गेली. ऑफिसमध्येही ती स्फुंदत डोळे पुसत होती. काही जणांनी आस्थेने तिच्या तब्येतीबाबत चिंता दर्शविली. तिच्या नव्या बॉसने तिला अत्यंत कोरडेपणाने सांगितलं की, सर्दी असल्यास तिने ऑफिसला येऊ नये. आजारी लोक ऑफिसमधील इतरांनाही आजारी करू शकतात. तिचे तरुण सहकारी तिच्या पाठीमागे कुजबुजत होते. तिच्या वयासाठी हे कष्ट जास्तच होतात. खरं तर तिने आता काम करणं सोडून द्यावं, घरी आराम करावा. तसंही एवढ्या पैशांचं ती काय करणार आहे? ती एक एकाकी वृद्ध स्त्री आहे. ज्यांच्यावर पैसे खर्च करावेत किंवा ज्यांच्यासाठी पैसे मागे ठेवावेत, असंही तिला कोणी नाही; मग कशाला?

तिला शक्य आहे तेवढे दिवस काम करण्याचा तिचा संकल्प या गोष्टींमुळे पक्का झाला.

दिवसातले दहा तास एकट्याने राहण्याची त्या कुत्र्याच्या पिल्लाला आठवडाभरातच सवय झाली. ती घरी परत यायची तेव्हा घरात कुत्र्याच्या लघवीचा वास येत असायचा. पण निदान प्लॅस्टिक गिळण्याचा प्रयत्न कर किंवा स्वत:च्या मानेभोवती गुंडाळलेल्या दोरीमध्ये स्वत:ला अडकवून घे, असले मूर्खासारखे प्रकार काही त्याने कधी केले नाहीत.

झुकझुक शांत-सौम्य प्रवृत्तीचा होता. ती संध्याकाळी त्याला बागेत फिरायला घेऊन जायची, तेव्हाही तो कधी भुंकायचा नाही किंवा त्याची शेपटी हलवायचा नाही. बाकीची कुत्री– बहुतेक रस्त्यावरची– वेड्यासारखी भुंकत राहत. ती घाबरून तरी आपण काही चूक तर केली नाही ना, याचा विचार करत राही. तिच्या इतर सर्व चुकांबाबत उलटसुलट विचार तिच्या मनात येत. जसं की - तिच्या बहिणींना आधार देणं, सर्वांत लहान बहिणीच्या लग्नाला विरोध करणं... दक्षिणेकडच्या एका माणसाला, जो तिला इथून दूर मिरीच्या शेतात राहायला नेणार होता, त्याला

दिलेला नकार... वगैरे.

पण तिचा प्रियकर अजूनही तिच्याबरोबर होता. अजूनही वाऱ्याच्या झुळुकीबरोबर त्याचं अस्तित्व जाणवे. त्याचा आवाज हवेत गुंजत राही. त्याचे उबदार बाहू, पॉलिस्टरच्या बाह्या आणि तेल लावून व्यवस्थित बसवलेले केस ती अनुभवू शकत असे; फक्त तिने डोळे मिटून त्याचा आवाज ऐकायला हवा. पण हे असं आणखी किती दिवस राहील?

निवृत्तीची वेळ जवळ आली होती तसतशी ती जास्तच अधीर होत गेली. आपण ऑफिसला येण्या-जाण्याचा प्रवास असाच सुरू ठेवावा, असाही विचार तिच्या मनात आला. रेल्वेपास तितकासा महागही नव्हता. ती शहराच्या दुसऱ्या टोकापर्यंत जाणारी रेल्वे घेईल आणि त्याच मार्गावरून परत येईल. कदाचित ती झुकझुकलाही आपल्याबरोबर आणेल. अनाउन्समेंट ऐकत-ऐकत ते दोघेही एकत्र प्रवास करतील. खरंच, हेच छान होईल. ती त्या पिल्लाला मोठ्या बागेत किंवा समुद्रकिनाऱ्यावर घेऊन जाऊ शकते. एकदा का तो मोठा झाला की, कदाचित खेळायला-पळायला जास्त मोठ्या जागेची गरज भासेल. कदाचित समुद्रात पोहायला-देखील त्याला जास्त आवडेल. अर्थातच सकाळच्या गर्दीच्या प्रहरानंतरच त्याला घेऊन जाणं शक्य होईल. तसंही सकाळची ८.२२ ची ट्रेन पकडणं आजकाल अशक्य होत चाललंय.

पण एकदा का ती निवृत्त झाली की नव्या मार्गाबद्दल, नव्या अनाउन्समेन्ट प्रकाराबद्दल जाणून घ्यायला तिच्याकडे वेळच वेळ असेल. झुकझुकसाठी अस्तर लावलेली बास्केट तयार करायला हवी, म्हणजे त्याला नेणं सोईचं होईल. कदाचित ती फक्त आठवड्यातले दोन-तीन दिवसच जाऊ शकेल किंवा साप्ताहिक सुट्टीच्या दिवशी, जेव्हा ट्रेन रिकाम्या असतात.

एका शनिवारी संध्याकाळी टेस्ट राउंड घेण्याचं तिने ठरवलं. झुकझुकला बास्केटमध्ये झाकून १०.४० ची ट्रेन तिने पकडली. तेव्हाच्या अनाउन्समेन्ट एका स्त्रीने केल्या. ती पुढच्याच स्टेशनवर उतरली. पुढच्या ट्रेनची वाट पाहत राहिली आणि आल्यानंतर तिच्यात चढली. पुन्हा एकदा स्त्री आवाजात अनाउन्समेन्ट्स करणारा आवाज पुरुषाचा होता, पण तो तिच्या प्रियकराचा नव्हता.

ती दुःखी झाली. शेवटच्या स्टॉपवर उतरल्यानंतर तिने समुद्रकिनाऱ्यावर जाणारी बस पकडली. लाटांना पाहून पिलू खूपच आनंदून गेलं. ती मात्र एका जुन्या बेडशीटवर बसून विचार करत राहिली.

त्या रात्री ती अंथरुणावर पडून होती. स्वत:ला शांत व्हायला सांगत होती. तिच्याजवळ एक स्पष्टीकरणही तयार होतं– कदाचित तो शनिवारी कामावर येत नसेल किंवा वेगळ्या शिफ्टमध्ये काम करत असेल. हा नवा पॅटर्न समजून

घेण्यासाठी तिला आणखी बरेच कष्ट घ्यावे लागतील, एवढंच काय ते.

पुढच्या गुरुवारी तिने कामावरून सुटी घेतली. पुन्हा एकदा झुकझुकला बास्केटमध्ये ठेवलं आणि १०.३४ ची ट्रेन पकडली. पण त्याचा आवाज ऐकायला आलाच नाही. तिने परतीची ट्रेन घेतली आणि त्यानंतर शहराच्या विरुद्ध टोकाला जाणारी दुसरी ट्रेन पकडली. कुठेही त्याचा आवाज ऐकायला आला नाही.

सकाळी इतक्या लवकर तो अदृश्य कसा काय होऊ शकतो? रेल्वे कर्मचारी सकाळी फक्त ८ ते १० दरम्यान नक्कीच काम करत नसणार!

आणि तो तसं करत असेल, तर काय? खरोखरच तो फक्त सकाळी गर्दीच्या वेळीच काम करत असेल तर? तिने या दिशेने विचार करायला सुरुवात केली. कदाचित तो ४ ते १० च्या शिफ्टमध्ये काम करत असावा. सकाळच्या पहिल्या ट्रेन्स पहाटे ४ च्या आसपास सुरू होतात. नक्कीच, असं असू शकतं.

दुसऱ्या दिवशी ती नेहमीपेक्षा खूपच लवकर स्टेशनवर गेली. सकाळी ७ वाजता तिला खिडकीजवळ आरामात बसायला मिळालं. आता कानांत प्राण आणून अनाउन्समेन्ट ऐकण्यासाठी ती सज्ज होती. पण... तो दुसऱ्याच पुरुषाचा आवाज होता, बराच तरुण आवाज.

उसळी मारत पृष्ठभागावर येणाऱ्या व्हेलसारखी वेदना तिच्या शरीरभर उसळली. तिच्या पोटात काही तरी सुटलं. मोठ्या प्रयासाने तिने न्याहारीचे घास गिळले. तेव्हापासून प्रत्येक सकाळी ती वेगवेगळ्या ट्रेन्स पकडण्यासाठी घाईघाईने बाहेर पडू लागली. तिच्या प्रियकराचा आवाज ऐकण्यासाठी चिंतातूर, तिने सकाळी लवकरच्या ट्रेन्स घेतल्या. उशिराच्या ट्रेन्स, बऱ्याच उशिराच्या ट्रेन्स घेऊन पाहिल्या आणि साप्ताहिक सुटीच्या दिवशी पूर्ण दिवसभर एकाच रूटच्या ट्रेनमध्ये ती जात-येत राहिली. परंतु ८.२२ जलदचा अपवाद वगळता इतरत्र कुठेही तिला तो सापडला नाही.

कोणताही रेल्वे कर्मचारी रोज फक्त एक अनाउन्समेंट करून गायब कसा काय होऊ शकतो? नक्कीच, ते त्याला यापेक्षा जास्त काम करायला लावत असतील. नक्कीच तो फक्त एकाच ट्रेनवर लक्ष ठेवून नसणार. ऑफिसमध्ये ती फारच शांत, स्थिर बसून राहायची. मधूनच आश्चर्याने डोकं हलवायची, 'आता याचा विचार करू नकोस', ती स्वत:ला समजावायची– 'आता कामाची वेळ आहे, तुझं काम कर.' ती हे मोठ्याने बोलत आहे, हे तिला कळायचं नाही. ती रागाने बोलत आहे असं ऐकणाऱ्याला वाटायचं, हेही तिला कळायचं नाही. पूर्ण दिवस श्वासागणिक ती काही तरी पुटपुटतेय, हेही तिला कळायचं नाही.

ऑफिसमधले सहकारी तिच्याशी दयाबुद्धीने वागू लागले होते. ते तिला चॉकलेट्स देऊ करत. तिच्या दंडाला वा पाठीवर थोपटून सांत्वन देत. कधी कधी

डोक्यावरदेखील थोपटत, स्पर्श करत. जणू काही ती बालवाडीत नव्याने जाणारी लहान मुलगी आहे किंवा ते नर्सच्या भूमिकेत आहेत आणि ती हॉस्पिटलमधली जुनी, व्याधिग्रस्त पेशंट आहे. प्रत्येकाने अचानक हे गृहीत धरलं की, ते तिला स्पर्श करू शकतात. जसं– ती आणि झुकझुक बाहेर फिरायला जात तेव्हा अनोळखी लोकही खाली वाकून झुकझुकच्या डोक्यावर सहज थोपटत असत.

ती तिच्या सहकाऱ्यांपासून तुटक राहू लागली. परंतु 'मला एकटीला राहू द्या' हे त्यांना सांगायचा तिला धीर झाला नाही. त्यांच्या तोंडातून चुकचुकल्याचा आवाज ऐकायला येऊ लागला. आपलं ऑफिसमधलं अस्तित्व आता ओझं होऊ पाहत आहे, हे तिला कळून चुकलं होतं. जरा जास्तच. कारण आता ती कधीही येऊ लागली होती, पूर्वपरवानगी न घेताच रजा घेत होती. हे सगळं शेवटाच्या किती जवळ होतं आणि ती अत्यंत घाबरलेली होती.

तिचा नवा बॉस वैतागला होता, पण त्यानेदेखील तिला शेवटपर्यंत राहू दिलं. ठरलेल्या दिवशी सगळं काही अपेक्षेप्रमाणेच होतं. निळ्या ऑर्चिडच्या फुलांचा गुच्छ, पिझ्झा, पेस्ट्रीज आणि फँटाची पार्टी, बरोबर खारवलेले वेफर्स. या मेन्यूत कधीच बदल झालेला नाही. ज्या स्त्रीचा निरोप समारंभ आहे तिला वेफर्स आणि असं फसफसणारं पेय कधीच आवडलं नाही, या गोष्टीचीही कोणालाच आठवण राहिली नाही. तसं ते लक्षात ठेवण्याची पर्वा कोणालाच नव्हती. तथापि, कोणाला तरी त्यांच्या नव्या बॉससाठी नारळपाणी आणायचं मात्र सुचलं होतं, कारण तो म्हणे ऑरगॅनिक डाएटवर होता.

मनाने ती पूर्ण निरोप समारंभात नव्हतीच. भेटवस्तू काय आहे, हे पाहण्यासाठी तिला त्यावर गुंडाळलेला चमकदार कागद दूर करायचीही गरज नव्हती. महिला कर्मचाऱ्यांसाठी नेहमी दिली जाणारी ती भेट होती. पेस्टल शेड्समधली सेमी सिल्क शाल.

कोणीही काहीही अनपेक्षित केलं नाही, हीही सुटकेचीच बाब होती. तिला काळजी वाटत होती– कदाचित ती रडेल आणि इतर सर्व तिच्याभोवती कोंडाळं करतील, ज्यामुळे तिला राग येईल. त्या संध्याकाळी तिला स्वत:चा आब राखून वागायचं होतं. परंतु तिला आपलं वय झालंय, असं वाटत राहिलं. ती नर्व्हस होती. उभं राहून-राहून तिचे पाय आणि पाठ दुखत होती. तिची हाडं बरीच नाजूक झालीयेत हे ती जाणून होती. जेव्हा तिथल्या काचेच्या एका फिरत्या दरवाजावरच्या स्वत:च्या प्रतिमेवर तिची नजर पडली, तेव्हा स्वत:च्या केसांतली वाढती पांढरी झाक आणि पुढे वाकलेले खांदे पाहून ती दचकली.

८.२२ ची ट्रेन ती कशी काय पकडणार होती? आणखी किती दिवस ती हे निभावून नेऊ शकेल?

घरात दुरुस्तीची वाट पाहणाऱ्या ज्या काही गोष्टी–यंत्रं होती, ती तिने दुरुस्त करून घेतली. काही दिवस तिने तिच्या मनात येईल तसे घालवले. प्रत्येक स्नायूला आराम दिला. दिवसभर तिच्या आसपास असण्याची झुकझुकलाही सवय होत होती. ती त्याच्याशी बोलायची, तेव्हा तो भुंकायलाही शिकला होता. त्याला जेवायला द्यावं लागे, म्हणून तरी ती स्वयंपाक करत होती. त्याच्यासाठी उकडलेलं चिकन ती स्वत:साठीही दोन पावांमध्ये ठेवून खाण्यासाठी वापरत असे. असे ब्रेड रोल्स ती न्याहारीसाठी एक आणि जेवणासाठी एक, केचपमध्ये बुडवून खायची.

संध्याकाळी ती कुत्र्याच्या पिल्लाला फिरायला न्यायची. बऱ्याचदा ते हायवेपर्यंत चालत जात. तिथपर्यंत पाठलाग करताना रस्त्यावरची कुत्रीही थकून जात आणि माघारी फिरत. वाहतुकीचे डोळे दिपवणारे प्रकाशझोत आणि वेगाने धावणाऱ्या कार्स पाहून झुकझुक आनंदून जाई. तो वेड्यासारखा भुंकत राही आणि त्याची ती उत्सुकता पाहून तिलाही आनंद व्हायचा. आता लवकरच नाताळ येईल– तिने स्वत:ला आठवण करून दिली. तिला तिचे वृद्ध बॉस आणि त्यांच्या बायकोसाठी शंभर कुकीज बनवायच्या होत्या. असाच आठवडा गेला.

शनिवारी सकाळी ती तिच्या घराबाहेर पडली. ८.२२ ची फास्ट ट्रेन तिने पकडली. गर्दी होतीच. त्या आवाजाची ती वाट पाहत राहिली. तिला आश्वस्त करत तो आवाज अद्यापही होता– थोडा वयस्कर, अधिक धीट, चुका न करणारा.

ती तिच्या स्टेशनवर उतरली आणि स्नॅक्स स्टॉलजवळ रेंगाळत राहिली. तिथे खाणाऱ्या पुरुषांचं निरीक्षण करू लागली. ती खास करून त्या आवाजाला शोभतील अशाच पुरुषांकडे पाहत होती. असे पुरुष ज्यांचे खांदे पुढे झुकायला सुरुवात झाली आहे... आनंदी, स्थूल पोटाचे पुरुष– ज्यांच्या पँटवर पट्टा जेमतेम मापात बसतो आहे– असे.

ती त्यांच्याकडे रागाने पाहत होती. तो असू शकेल अशा पुरुषाला धरावं आणि एक ठेवून द्यावी, असं तिला वाटत होतं. तिला असं अधीर करण्यासाठी, तिची अशी अवस्था करण्यासाठी तिला त्याला मारायचं होतं. का तो असे खेळ खेळतोय? तिने या वयात ८.२२ ची ट्रेन पकडावी, अशी तर त्याची अपेक्षा नाही ना? मग तो इतर ट्रेनमध्ये अनाउन्समेंट्स का करत नाही?

बराच वेळ ती प्लॅटफॉर्मवर उभी राहिली. इंडिकेटर्सकडे चिंतायुक्त नजर टाकणाऱ्या पुरुषांना निरखत राहिली. एक -एक करून ते सर्व जण रेल्वेत चढले. गायब झाले.

पुढे काय करावं, हे तिला माहीत नव्हतं. खरं तर करण्यासारखं काही नव्हतंच. तिने विरुद्ध बाजूच्या प्लॅटफॉर्मवर जावं आणि परत घराकडे जाणारी ट्रेन पकडावी, हेच खरं. तरीही ती रेंगाळत राहिली. काही तरी घडण्याची वाट पाहत राहिली.

तिथेच एक तरुण मुलगी होती. ती बाकावर बसून शांतपणे वाट पाहत होती. कोणाची? तिने जवळ जाऊन पाहिलं, तर ती मुलगी निश्चल होती. तिच्या भेगाळलेल्या ओठांव्यतिरिक्त इतर कशाची हालचाल होत नव्हती.

बाकीच्या बायका छोट्या-छोट्या घोळक्यांमध्ये उभ्या होत्या आणि डोळ्यांच्या कोपऱ्यातून तिच्याकडे पाहत होत्या. ती मुलगी बऱ्याच दिवसांत स्नान न केल्यासारखी दिसत होती. तिचा दुर्गंध स्पष्ट जाणवत होता आणि एकसुरात चाललेल्या तिच्या पुटपुटण्याचा कंटाळवाणा आवाज कोणालाही भीती वाटेल असाच होता. ज्यांनी तिच्या जवळ जाण्याचा प्रयत्न केला किंवा त्या बाकावर बसण्याची तयारी दर्शविली, त्या प्रत्येकाला त्या कुजबुजण्याची भीती वाटली आणि ते दूर झाले.

ती तिथं गेली आणि त्या बाकावर बसली. ती मुलगी काय बोलते आहे हे ऐकता यावं, म्हणून ती तिच्या बाजूला झुकली. सारखी-सारखी ती एकच गोष्ट पुटपुटत होती, ‘‘मी तुला सांगितलं होतं. तुला माहीत नव्हतं? तुला आवडलं नाही? जेव्हा मी तुला काही सांगते, तू का विसरतोस?’’

...आणि उत्तर मिळालं. तिला आठवलं– जेव्हा ती काविळीने आजारी पडली होती, जेव्हा ती स्वत:च्या पायांवर उभी राहू शकत नव्हती एवढी अशक्त झाली होती; तेव्हा तो तिच्याजवळ आला होता, तिच्या उशाशी बसला होता. त्यानेच तर तिला उबदार टॉवेल्स दिले होते आणि मग तिच्या कानांत हळुवार कुजबुजला होता, ‘तुला माहितीये का ते, हो ना?’

अर्थात, तिला कळलं होतं. त्याने अगोदरच सगळं स्पष्ट केलं नव्हतं का? त्याने तिला सांगितलं होतं– त्याचा आवाज तिच्यासाठी होता. तो फक्त तिच्यासाठी अनाउन्समेन्ट्स करत होता. इतर ट्रेनमध्ये तिला तो सापडला नाही, यात नवल ते काय? त्या तिच्यासाठी नव्हत्याच, त्या इतरांसाठी होत्या. मग इतर ट्रेन्समध्ये तो त्या लोकांसाठी अनाउन्समेन्ट्स कसा काय करणार होता?

तिने त्याला अधिक चांगल्या प्रकारे समजून घ्यायला हवं होतं. त्याने सांगितल्यानंतर तिने लक्षात ठेवायला हवं होतं. मग गेले काही महिने तिला जो त्रास सहन करावा लागला, तो करावा लागला नसता. तिने त्याचं ऐकायला हवं होतं. लक्षात ठेवायला हवं होतं, त्यावर विश्वास ठेवायला हवा होता. प्रेमी जीवांमध्ये विश्वासच तर असतो ना?

आता ती शांत झाली. विरुद्ध बाजूच्या प्लॅटफॉर्मकडे जायला निघाली. जेव्हा ती घरी जाण्यासाठीच्या ट्रेनची वाट पाहत उभी होती, तेव्हा तिच्यासमोरून एक पुरुष गेला. पन्नाशीच्या वयाचा, हातात जुनी-पुराणी ब्रीफकेस घेतलेला. तो भराभर चालत तिच्यासमोरून गेला. त्याने आपल्या डोक्यावरचे बरेचसे केस गमावलेले होते. पण ती उणीव झाकण्याच्या प्रयत्नात उरलेले सगळे केस टक्कल झाकतील

अशा प्रकारे विंचरले होते. ते विरळ, तेलकट केस ती केविलवाणी उणीव जास्तच अधोरेखित करत होते. तिला गंमत वाटली आणि खुद्‌कन हसू आलं.

तो माणूस मागे वळला. त्याला एका गालावर मोल होता आणि त्याच्या मिशा बारीक, कोरीव होत्या. आटोपशीर ढेरी, रेघारेघांचा शर्ट, स्वप्नातली पॉलिस्टर पँट... 'निवृत्तीच्या जवळ पोहोचलेला सरकारी कर्मचारी' असा शिक्का त्याच्या अंगोपांगी होता.

ट्रेन आली आणि गेलीदेखील. ती त्या ट्रेनमध्ये चढली नाही, तसाच तोही चढला नाही.

त्याला कुठे जाण्याची घाई असावी असं त्याच्याकडे पाहून वाटत नव्हतं. तिने पुढचीही ट्रेन सोडून दिली. एक संपूर्ण तास ती तिथेच त्या माणसाचं निरीक्षण करत उभी राहिली. तोही तिथेच उभा होता. ब्रीफकेस काखेत अडकवून आणि सायंकालीन वृत्तपत्र वाचत होता. त्यानंतर तो स्नॅक्स स्टॉलकडे गेला. त्याने एक कटिंग चहा घेतला. रगडा पॅटीस खाल्लं. त्याच्या मागोमाग तीदेखील स्टॉलवर गेली. तिने स्वत:साठी सामोसा-पाव घेतला.

त्याने पेपरस्टॉलवरून दुसरं वृत्तपत्र विकत घेतलं आणि तेही वाचून काढलं. पहिल्या पानापासून शेवटच्या पानापर्यंत– मधल्या पाहिजेतच्या, प्रॉपर्टीच्या, नोकरीच्या जाहिरातींच्या बारीक चौकटींसह. या भरगच्च चौकटीशेजारीच एक रशियन मॉडेल मैत्रीचा प्रस्ताव देत होती. शेवटी एक स्लो ट्रेन अडखळत-अडखळत प्लॅटफॉर्मवर लागली. त्याने ही ट्रेन घेतली. आत शिरता-शिरता त्याच्या खांद्यावरून मागे तिच्याकडे नजर टाकली.

ती ५.५५ ची स्लो ट्रेन होती. तिने तो मार्ग लिहून घेतला आणि ट्रेन दृष्टिआड होईपर्यंत तिथेच उभी राहिली. त्यानंतर तिने घरी जाणारी पुढची ट्रेन पकडली.

◆

जी संपून गेली

तिने सुरुवात केली होती. नेहमी तीच करायची. बऱ्याचदा ती निश्चय करायची की, आज रात्री असं होणार नाही. त्याला हवं असेल, तर त्याला पुढाकार घेऊ दे. पण प्रत्येक रात्री त्याला हवंय की नको, हे कळून येईपर्यंत तिला धीर धरवत नसे. आपसूकच ती त्याच्याजवळ जायची.

तिच्या स्वत:च्या काही पद्धती होत्या. छोट्या-छोट्या गोष्टी. ती त्याच्या कॉलरवर हात फिरवून पाही. जणू काही आतून ती स्वच्छ आहे ना,हे तपासून पाहते आहे. मग झटकून पुन्हा सारखी करे. आता त्याचा गंभीर चेहरा थोडासा सैलावल्यासारखा होई. तो खाली तिच्याकडे पाहत गोड हसे. तो हसताना ती कधीच त्याच्या डोळ्यांत पाहायची नाही, अन्यथा तिचा श्वास अडकलाच म्हणून समजा. त्याच्या हसण्याने ती किती सहजपणे स्वत:ला हरवून बसते, बावरून जाते; हे तो पाहतोय, या विचाराने आजही तिला लज्जित व्हायला होई. म्हणूनच मग ती त्याच्या कॉलरची दोन्ही टोकं दोन हातांत धरून त्याच्याशी बोलायला सुरुवात करे. त्याचा आजचा दिवस कसा होता, हे त्याला विचारे. चेहऱ्यावरचं हसू तसंच ठेवून तो तिला सांगायचा– दिवस ठीक होता. त्यांची मीटिंगही लवकर संपली, पण मीटिंग संपल्यानंतर मुलांना सामोसे खाण्याची लहर आली. जशी काही संध्याकाळी त्या दोघांना यायची, तशी. त्याच्या बोलण्यातला कोणता तरी शब्द उचलून ती पुन:पुन्हा तोच उच्चारत राही, जसं की– 'सामोसा' हा शब्द. बोलता-बोलता तिची बोटं त्याच्या शर्टची बटणं सोडवत.

त्याचा सगळा चेहरा हास्यात बुडून जाई. ते हास्य– जे आपल्याकडे आहे याची त्याला जाणीव नव्हती. कधी कधी तो तिला उचलून घेई आणि तसंच बेडपर्यंत घेऊन जाई. कधी तिच्या बोटांशी खेळत तिला विचारायचा, ती काही शोधते आहे का? निरागसपणे वर त्याच्याकडे पाहत ती म्हणे– नाही. का?

मग तो सगळ्या संभव गोष्टींची यादीच करायचा. त्याच्या शर्टची बटणं

सोडवत असताना जी शोधणं शक्य आहे अशा गोष्टींची यादी. ती पुन्हा बटणं लावायला सुरुवात करे किंवा त्याच्यापासून दूर होई. त्यानंतर तो तिला उचलून घेऊन बेडवर जाई.

लवकरच हे सगळं संपेल. पण हे असं संपणार आहे हे त्यांना माहीत नव्हतं, तेव्हा हे किती मुलायम होतं... अगदी ती नुकत्याच बनवायला शिकलेल्या चॉकलेट मूससारखं! त्याला वेस्टर्न डेझर्ट्सची, वेस्टर्न फूडची आवड होती. स्वयंपाक ही त्यांच्यासाठी साधी-सोपी गोष्ट होती. स्वयंपाकात काय बनवायचं, तर भारतीय जेवण, पाश्चिमात्य जेवण, चायनीज जेवण. तो त्यांचा एक अस्पष्टसा संकेत होता. स्मूथ स्टफ्ड ऑम्लेट्स, स्मूथ व्हिप्ड क्रीम, त्याच्याबरोबर आंबड-गोड स्ट्रॉबेरीचे काप, स्मूथ मूसेस... या गोष्टी करणं सोपं होतं आणि त्याच्यासाठी ती हे सगळं बनवायला शिकली होती.

रविवारी दुपारी तो जेवण बनवायचा. वरणभातासारखं सोपं काही तरी आणि ती मजेत खायची. कधी कधी त्याच्या मांडीवर बसून. त्याला जेवण भरवलेलं आवडायचं नाही म्हणून तिने तसे प्रयत्न करणं थांबवलं होतं. पण तीच सतत जवळ असणं त्याला आवडायचं. रविवारी त्याला ती त्याच्या आसपास, त्याच्याजवळ सतत हवी असे.

तीही त्याच्या समीप राहायची. दुपारच्या वेळी त्याच्याशेजारी पहुडलेली ती, त्या दोघांच्या उशांच्या मधल्या जागेत त्याच्या कुरळ्या केसांच्या बटा त्या दोघांमध्ये येऊ नयेत म्हणून, ती मात्र तिचे सरळ केस एका खांद्यावरून पुढे घ्यायची. ती तिथे पडून राहायची, वर पंख्याकडे किंवा वरच्या शेल्फकडे किंवा कधीही गेलेली नव्हती अशा ठिकाणांहून त्याने आणलेल्या पडद्यांकडे पाहत. तो पुस्तक हातात घ्यायचा, पण वाचायचा मात्र नाही. हळूहळू तिची बोटं त्याच्या केसांचे कुरळे वळण शोधत. त्या कुरळ्या बटा ती आपल्या बोटाभोवती गोल-गोल गुंडाळायची आणि मग हलकेच ओढायची. ती आता केस ओढणार, हे त्याला अगोदरच कळायचं. तो वळून तिच्याकडे पाहायचा. चेहरा गंभीर. कधी कधी त्याला अजिबात चांगलं वाटत नाहीये अशा नजरेने तो तिच्याकडे पाहायचा आणि पापणीही न लवता ती त्याच्या नजरेला नजर द्यायची. जणू काही त्याला सांगायची– 'तुला आवडत नसेल तरी मी काही तुला घाबरत नाही' आणि मग मात्र त्याला पुस्तक बाजूला ठेवावंच लागे.

लवकरच हे सगळं संपेल. हे सगळं इतक्या लवकर होईल, असा विचार तिने कधीच केला नव्हता. हा नाही-तरी दुसरा नेहमी तिच्या मनात यायचा. रात्री तो उशिरा घरी आला. त्याच्या चेहऱ्यावरचं हसू– खोटं-खोटं हसणं. वास्तवात ते नाहीच आहे. असं झालं तर काय होईल? किंवा त्याच्या मीटिंग्ज खूप उशिरापर्यंत लांबू लागल्या आहेत किंवा तिला टाळण्यासाठी तो बाल्कनीत जाऊन फोनवर बोलू

लागला आहे. किंवा तिने शहराबाहेरच्या टेकडीवर एक काचेच्या भिंती असलेलं घर बांधलं आणि तिथल्या बेडरूमला लावायच्या पडद्यांचा पोत कसा असेल याबद्दल ती अखंड बोलत असताना तो तिच्यावर खेकसला आणि त्याने त्या घराचा चक्काचूर केला, तर? तर, ती काय करेल?

लांबच्या लांब दुपारी ती एकटी पडलेली असायची तेव्हा, जेव्हा ती बेडशीट्स बदलायची कव्हर्स घड्या घालून ठेवायची तेव्हा, किंवा टीव्हीवरची धूळ झटकायची, लायब्ररीतून डीव्हीडी येऊन यायची तेव्हा... तिने या सगळ्या शक्यतांचा विचार केला होता. पण अशा रेंगाळत राहणाऱ्या, सत्यानाश करू शकणाऱ्या पर्यायाचा तिने कधीच विचार केला नव्हता.

गेले काही दिवस तिने त्या गोष्टीकडे पाहणं टाळलं होतं. लांबवलं होतं. कित्येक दिवसांपासून तिथे गाठ होती. काहीशी विचित्र होती. आपल्याला न कळलेल्या विनोदासारखं ती ते समजून घेण्याचा प्रयत्न करत होती. डॉक्टरांचे डोळे दयाळू होते. दुःखी डोळे म्हणायला हवं. त्या हलकेच तिच्या खांद्यावर थोपटत होत्या. जणू थोपटण्यातून तिच्या आकलनशक्तीची उणीव त्या झटकून टाकत होत्या. काही तरी बरंचसं दुर्मीळ असं– दहा हजार केसेसमागे एखादी केस– तिच्या बाबतीत घडलं होतं. पाच-सहा वेगवेगळ्या पर्यायांचा तपास करण्यात आला होता. कारण परदेशात ते पर्याय तपासून पाहिले गेले होते. काही तरी २० टक्के किंवा ३० टक्के शक्यता असेल. ती लक्षपूर्वक ऐकत होती. कानांत प्राण आणून. शाळेच्या उन्हाळी सुटीत केली नसतील एवढी झटपट गणितं सोडवत होती. शाळेत असताना १० रुपयांत किती आइस्क्रीम विकत घेता येतील आणि सहा भावंडांमध्ये ती कशी वाटावी लागतील– अशी गणितं ती सोडवायची.

पहिल्यांदा ती आपल्या दुखण्याचं परीक्षण करायला गेली होती, तेव्हाच्या त्या पहिल्या भेटीतलं तिला एवढंच आठवत होतं की, आजार दुर्मीळ आहे. 'या गोळ्या जेवणानंतर दिवसातून तीन वेळा घ्या' यासारखा सोपा इलाज चालणार नव्हता. किंवा 'ही खूप सोपी पद्धत आहे. आपल्याकडे दुर्बिणीची सुविधा उपलब्ध आहे' यासारखाही उपाय नव्हता. हातातली प्लॅस्टिक फाइल या हातातून त्या हातात करत तिच्या कडांवरून तिने अंगठा फिरवून पाहिला होता. फाइल उघडून त्यातल्या रिपोर्टवर नजर टाकली होती. त्या रिपोर्टमध्ये लिहिलेले HCB, RBC आणि LCG चे आकडे– किती असायला हवेत आणि किती आहेत हे तिथे बाजूला लिहिलेल्या आकड्यांवरून लक्षात येत होतं.

डॉक्टर तिला म्हणत होते की, उद्या तुम्ही तुमच्या कुटुंबातील कोणाला तरी बरोबर घेऊन आलात तर... आणि शिवाय येताना भरपूर पाणी प्यायला हवं. तिने पुन्हा एकदा डॉक्टरांच्या दुःखी डोळ्यांकडे पाहिलं आणि तिच्या मनात आलं –

डॉक्टरांचं लग्न झालेलं असेल ना? लग्नाच्या समारंभात लाल लिपस्टिक आणि लाल गुलाबांचे मोठ्ठे हार आणले असतील का? आणि त्यांच्या नवऱ्याचे केस कुरळे असतील का?

त्यानंतर ती घरी आली. आजारी असताना ती नेहमी करायची तशी आता पाठीवर पडून राहिली. ते प्लॅस्टिक फोल्डर तिनं ड्रॉवरमध्ये ठेवून दिलं. 'फाइल चांगलीच जाडजूड होणार आहे तर...! तिने स्वत:शीच विचार केला. बहुधा होईलच. अजून तिने बाहेरून आल्यानंतर साडी बदललेली नव्हती. का कोण जाणे, पण सैलसर कपडे घालण्याचा विचार तिला मानवला नाही. आजारी लोक ढगळ कपडे घालतात.

काही महिन्यांपासून तिने जीन्स घालणं सोडून दिलं होतं. स्वत:हूनच तो त्यावर हसलाही होता. हे काय नवीनच खूळ? त्याने विचारलं होतं. पण तिला साडीत पाहून त्याचे डोळे सुखावले होते. साडीचा पोत, तिचं शरीराला हळुवार लपेटणं, पोट, कमरेजवळच अंगप्रदर्शन करणारी ती नेसण्याची पद्धत... या सगळ्यांना त्याच्या डोळ्यांनी पसंत दिली होती. एका क्षणात तिचं सौंदर्य उमलून आलं होतं. त्यानंतर साडी ही सोपी, रोजची गोष्ट झाली होती. स्लीव्हलेस ब्लाऊझमधले उघडे बाहू, ए-लाइन पेटीकोट्स, तलम साड्या. घरभर तिचा असा वावर. उठली की पदर पडायचा, मग तो सावरायचा. सारखा करायचा. हे सगळंच खूप रोमँटिक होतं. तिला भातुकली खेळत असल्यासारखं वाटत होतं. फरक इतकाच की, आता ती छोटी मुलगी नव्हती. ती स्वत:च बाहुलीच्या लग्नातली बाहुली झालेली होती. स्वत:ची प्रतिमा पाहण्यासाठी ती वरचेवर थबकून त्या बेडमागे असलेल्या आरशावर नजर टाकायची. स्वत:लाच डोळा घालायची. सुंदरतेचं हे नववस्त्र– जे तिच्या शरीराला अतिशय सहजतेने लपेटून होतं– त्यामुळे ती नुसती सुंदर दिसत होती असं नाही, तर सौंदर्याच्या सगळ्या परिमाणांवर अग्रमानांकित वाटत होती. जणू काही सौंदर्याने तिला आपल्या तळहातावर उचलून धरलंय, तिच्या मूळ बांध्यात कुठेही फेरफार न करता चहूबाजूंनी तिला स्पर्श करत.

पण हे सगळं लवकरच संपेल. आता तिला कळलंच होतं, तर ती जास्तच अधीर झाली होती. तिला फार तर आठवडाभरात किंवा आठवड्याच्या शेवटी– वीकेन्डला सगळं संपावं, असं वाटत होतं. पण अर्थातच तसं होणार नाही. त्यासाठी महिने लागतील. असे महिने ज्यातं हॉस्पिटलमध्ये दाखल होणं. तिथले ते लांबलचक कॉरिडॉर, त्या प्रकाशमान करणाऱ्या ट्यूब्ज, निर्जंतुकीकरणासाठी वापरण्यात येणाऱ्या तिथल्या केमिकलचा वास, धातूच्या कचरापेटीत पडलेले कापसाचे बोळे– असं सगळं काही असेल. अनोळखी भाषेत बोलणाऱ्या आवाजांची कुजबूज आणि खूप लोक. तिला एकटीलाच दु:खं नाहीत याची जाणीव करून देणारे लोक. दुर्मीळ

असलं तरीसुद्धा आपल्या अंतर्गत संस्थेत यत्किंचित घोळ न समजलेला विनोद. फक्त पोटात बाजूने छोटीशी गाठ आहे, एवढंच.

त्या दिवशी तो घरी तिच्याकडे आला तोच दु:खी होऊन. ज्या पद्धतीने तो डोअरबेलसमोर नुसताच उभा राहिला होता, ते तिला खूप वेगळं वाटलं. त्याची कार घराच्या पार्किंगच्या आवारात शिरल्याचा आवाज कानांवर येताच तिला कळायचं – आता कोणत्याही क्षणी डोअरबेल वाजणार. आताही ती त्याच अपेक्षेत होती. हा त्यांचा नित्यक्रम होता. कारचा आवाज येताच धावत ती खिडकीजवळ जायची, त्या अगोदर तिने आरशात स्वत:वर नजर टाकलेली असे. आणि मग ती खिडकीतून खाली डोकावून पाहायची. त्याने दाराजवळ उभं राहून वर तिच्याकडे पाहिलं. त्यांची नजरानजर झाली की, त्या क्षणी धावत जिना उतरून खाली जाऊन ती त्याच्यासाठी दार उघडत असे.

त्या दिवशी ती हे करू शकली नाही. ती बिछान्यावर पाठ टेकवून पडलेली होती. कधी दारावरची घंटा वाजते आणि कधी मी स्वत:ला बिछान्यातून बाहेर ओढत खिडकीजवळ जाते, याची वाट पाहत होती. पण ती घंटा वाजलीच नाही. तिने स्वत:ला बिछान्याबाहेर कसंबसं ओढलं आणि खिडकीजवळ गेली. तिथला पडदा बाजूला करून तिनं पाहिलं, तर तो खाली उभा होता. दारावरची बेल वाजवायचं विसरून तसाच उभा होता. त्याने वर पाहिलं. त्याच्या चेहऱ्याकडे नजर जाताक्षणी ती धावत खाली गेली. त्याच्यासाठी दार उघडलं.

तो घरात आला, पण चुंबन-आलिंगन काहीच नाही. सरळ हॉलमध्ये गेला आणि सोफ्यावर जाऊन बसला. जणू काही तो काही तरी घडण्याची प्रतीक्षा करतो आहे. जसं की, तो एखाद्या मंत्राच्या प्रभावाखाली आहे आणि ती मंत्रमुग्धता तिने मोडावी अशी त्याची अपेक्षा आहे. तो अगदी रडण्याच्या बेतात आहे. मात्र न रडण्याचा त्याने निश्चय केला आहे.

एक क्षण तिला वाटलं, याला माहिती झालंय... कसं कोण जाणे, पण त्याने ते शोधलंय. डॉक्टरांना फोन केला असेल तेव्हा किंवा तिला घ्यायला हॉस्पिटलमध्ये आला, तेव्हा त्याने प्रश्न विचारले असतील. पण दुसऱ्याच क्षणी ती शांत झाली. असं असूच शकत नाही. तिच्या मनात तिचा आजार हा गहन प्रश्न बनलाय म्हणून तिच्या डोक्यात तसा विचार आला असावा. नक्कीच काही तरी वेगळं घडलंय.

ती सोफ्यामागे जाऊन उभी राहिली, त्याच्या डोक्यावर हात ठेवून. काही क्षण तिने हात तसेच ठेवले. नंतर हळूहळू त्याच्या कुरळ्या केसांतून बोटं फिरवायला सुरुवात केली. त्याचे खांद्यापर्यंतचे केस एकत्रित बांधणारा काळा हेअरबँड काढून ते मोकळे केले. त्याच्या शर्टच्या कॉलरमध्ये हात नेऊन त्याच्या काहीशा उष्ण, घामट मानेला हलकासा मसाज करू लागली. ॲडम्स ॲपलवर अंगठ्याने दाब

दिला– एकदा, दोनदा, तीनदा. त्याने तिच्या अंगठ्यावर बोट ठेवल्यानंतर तिने त्याच्या मानेवर दाबणं थांबवलं. ती थोडीशी पुढे झुकली. त्याचं डोकं किंचित मागे ओढून आपल्या पोटाशी धरलं. आतली वेदना ठसठसली. तिने त्याच्या डोळ्यांवर आपली बोटं दाबून धरली.

"माझी नोकरी गेली..!" तो म्हणाला. सोफ्यामागून पुढे येत ती त्याच्या मांडीवर बसली. "ठीक आहे." त्याला भीती वाटत होती. आपण बहुधा आता रडणार... तिलाही तीच भीती वाटत होती. जर तो रडायला लागला आणि तिनेही रडायला सुरुवात केली, तर दुसऱ्या क्षणाला गुपित हे गुपित राहणार नाही, हे तिला माहीत होतं. म्हणूनच तिने त्याच्या चेहऱ्यावर ओठ टेकले. त्याला आपले अश्रू परतवून लावण्याचा अवधी दिला. तिच्या ओठांच्या स्पर्शाने त्याचा चेहरा चॉकलेट मूससारखा मऊ झाला. तिथली कठोरता तिच्या स्पर्शाने वितळली आणि तो कोलमडण्यापासून बचावला.

हे सगळं लवकरच संपेल, पण अजून संपलेलं नाही... तिने स्वत:ला आठवण करून दिली. हे हिरव्या-निळ्या प्लॅस्टिक फोल्डरमधल्या जाड फाइलमध्ये बंदिस्त व्हायला नकोय. जाड फाइल अजून जाड होईल, पण हे तिथे जाऊन संपायला नकोय. म्हणून मग तिने ते फोल्डर ठेवलेल्या ड्रॉव्हरला कुलूप लावून टाकलं आणि तिथून पुढचा प्रत्येक दिवस त्यांच्या रविवार दुपारसारखा करून टाकला. तो काही फोन कॉल्स करायचा. बराच वेळ फोनवर बोलत राहायचा. ती आपल्या शिफॉन साडीत लपेटलेल्या कमरेवर हात ठेवत मोठ्याने पुटपुटायची की, काही लोक अगदीच निरुपयोगी कसे आहेत.

कधी कधी हीच गोष्ट ती तोंडात एखादा मोठा टोमॅटो धरून बोलायची. त्याला हसू येई. मग तो स्वत: स्पेशल चीज ऑम्लेट बनवण्याचा प्रस्ताव मांडे. त्याचा तो प्रस्ताव ऐकून ती टाळ्या वाजवायची आणि वॉल्ट्झ नृत्याची पावलं टाकू लागायची. या अगोदर तिने घरात कधीच वॉल्ट्झ नृत्य केलं नव्हतं. तिला करताना किमान त्याने पाहिलं नव्हतं. तो आश्चर्याने तिच्याकडे पाहत राही आणि मग तो त्याला वॉल्ट्झ कसा करायचा हे माहीत नसताना स्वत: दोन्ही हात पसरून तिच्याबरोबर नृत्य करायची तयारी दाखवे. ती त्याच्या बाहूत नृत्य करू लागे. नृत्यावेळी दोघे परस्परांच्या एवढे निकट असत की, संपूर्ण आयुष्यभर तिच्या समीप श्वास घेत तसंच थांबायलाही त्याची काहीच हरकत नव्हती. या प्रकारात ऑम्लेट आपल्या आपणच तयार होऊन जायचं.

मग त्याने तिच्या साड्यांमध्ये रुची दाखवायला सुरुवात केली. ती तयार होत असताना तो कपाटाच्या बाजूला उभा राही. तिनं टॉवेल अंगाभोवती गुंडाळलेला असे, तर तो त्याच्या शॉर्ट्स व टी-शर्टमध्ये. आणि प्रत्येक वेळी तिने एखादी साडी

हातात घेतली की तो नाक मुरडी. असं करता-करता शेवटी ती वैतागायची. मग तो तिला नव्या साड्या खरेदी करायचं कबूल करायचा. आत्ता घालायला म्हणून मग तो त्याच्या शॉर्ट्स आणि टी-शर्टचा दुसरा सेट तिच्या पुढ्यात टाकायचा. ती हसायची आणि त्याने दिलेले कपडे घालायची. गंमत म्हणजे, अशा वेळेस तिला ते आजारी माणसाच्या ढगळ कपड्यांसारखे अजिबात वाटायचे नाहीत.

असे दोन आठवडे सरले. तो त्याचा नोटीस काळातला पगार घेण्यासाठी पुन्हा ऑफिसमध्ये गेला होता. त्याने प्रॉव्हिडंड फंड काढून घेण्यासाठीचा फॉर्मदेखील भरला. त्यांची ती संध्याकाळ हसरी-आनंदी करण्यासाठी पैशांची तेवढी आवकही पुरेशी होती. तिथून पुढे त्याला फ्री-लान्सिंगचं काम मिळू लागलं. तो कामाची निवड करू शकत होता. हळूहळू तो तणावमुक्त झाला. ऑफिसला जायचं नाहीये, ही कल्पनाच एवढी आकर्षक होती की, त्याने नव्या नोकरीचा शोध घेण्याचीही पर्वा केली नाही आणि याशिवाय तिचा मोह होताच. तिची ती निर्व्याज बडबड... तीन बाजूंनी काचेच्या भिंती असलेली बेडरूम... त्या बेडरूमचे जाड-सुंदर पडदे... तिथून दिसणारं डोंगर-टेकड्यांचं दृश्य– यावर ती बोलत राहायची. तिथे जाग येईल ती पक्ष्यांच्या किलबिलाटाने आणि घरात येणारा भरपूर सूर्यप्रकाश. तिच्या त्या स्वप्नरंजनावर तो विनोदाने म्हणायचा, "त्या डोंगर-टेकड्यांच्या सभोवती राहणारे लोक तुझ्या बेडरूमच्या काचेच्या भिंतीतून कसे डोकावून पाहतील... मग काय करशील तू?" ती ओठांचा चंबू करून म्हणे, "ठीक आहे. असं असेल तर आपण त्यांच्या नेहमी स्मरणात राहील असं काही तरी त्यांना देऊ." तो आनंदाने मनमुराद हसता-हसता तिला उचलून बेडवर घेऊन जाई.

त्यानंतर एक दिवस अचानक त्याला तिच्या पोटातल्या गाठीची आठवण झाली. त्याने तिला विचारलं– त्याचं काय झालं? गाठ पडली ठकाठका– असं म्हणत तिने सारं हसण्यावारी नेलं. विषय बदलला. परंतु दुपारच्या जेवणानंतर त्याने तिला पुन्हा त्या वेदनेबद्दल आणि त्यासाठी डॉक्टरांकडे जाण्याबाबत विचारणा केली. तिने सांगितलं, "आता तिचं काहीही दुखत नाहीये."

"तू हॉस्पिटलमध्ये तरी गेली होतीस का?" त्याने विचारलं.

"नाही." ती उत्तरली.

आणि त्यानंतर वातावरणातला उत्साह ओसरला. जेव्हा केव्हा ती खोटं बोलायची, त्याला कळायचं. तो तिची लबाडी पकडायचा आणि मग 'लुच्ची, लुच्ची' म्हणून तिला चिडवायचा. ती लाडिकपणे ओठांत जीभ घोळवायची आणि शेवटी खरं काय ते त्याला सांगायची. अर्थात, खोटं का बोलावं लागलं याची अर्धा डझन कारणं पुढे करायची. या वेळी तिने बोलून दाखवण्याअगोदरच त्याला खोटेपणाचा संशय आला. खोटं बोलल्यानंतर नेहमी ती जशी अपराधी भाव

बाळगायची, तसा भाव आता त्याला तिच्यामध्ये कुठेच जाणवला नाही. तिने त्याच्या नजरेला नजर दिली नाही किंवा तो रागावला तर नाही हे पापण्यांआडून चोरटेपणाने पाहण्याचाही प्रयत्न केला नाही.

म्हणूनच तो विचारात बुडाला. एकटाच बाहेर फिरायला गेला. एकदा त्याला वाटलंही– स्वत:च हॉस्पिटलमध्ये जावं, ती कोणत्या डॉक्टरांना भेटली होती, ते काय म्हणाले होते हे शोधून काढावं. पण मग आपल्याच बायकोच्या माघारी तिची अशी चौकशी करणं त्याला गैर वाटलं. म्हणून मग तो घरी परत आला आणि रात्री उशिरापर्यंत टीव्हीवर क्रिकेटची मॅच पाहत बसला.

तिला काळजी वाटत होती. पण तो बेडवर आला, तेव्हा तिने गाढ झोपेत असल्याचं नाटक केलं; जेणेकरून तिला त्याच्याशी बोलावं लागू नये.

आणि त्यानंतर त्याला तो कुलूपबंद ड्रॉव्हर दिसला. त्याने तो जोरजोराने हलवून पाहिला. आजपर्यंत त्यांच्या घरात काहीच कुलपात ठेवलेलं नव्हतं. तिच्या कपाटातला चोरकप्पा... ज्यामध्ये ती आपली सोन्याची कर्णभूषणे आणि चांदीचे पैंजण ठेवायची, त्या कप्प्यालाही कुलूप नव्हतं. त्याने एका वाकवलेल्या हेअरपिनने ते कुलूप उघडायचा प्रयत्न केला. त्यानंतर छोटा स्क्रू ड्रायव्हर वापरून पाहिला. मग तो स्वयंपाकघरात गेला, जिथे ती पास्त्यामध्ये घालण्यासाठी बीन्स आणि मक्याचे दाणे परतत होती. कारण त्यानेच आज वेस्टर्न मेन्यूची शिफारस केली होती. तो तिच्याजवळ गेला आणि त्याने आपल्या बाहूंत तिला वेढून घेतले. त्याच्या छातीवर डोकं टेकवून ती मागे रेलली. त्याचे हात तिच्या मानेवर फिरून तिच्या गळ्याभोवतीच्या सोनसाखळीकडे गेले– जी ती नेहमी गळ्यात घालायची. त्या नाजूक चेनला हृदयाचा आकाराचं छोटं पदक होतं. तिच्या पोटाजवळ, दोन्ही खांद्यांजवळ, खाली कमरेजवळ जिथे साडी खोचलेली होती तिथे त्याला ओलसरपणा जाणवला. स्वयंपाकघरात दुपारी काम करताना तिचे सुती कपडे घामेजले होते. तिच्या कमरेला चांदीचा छल्ला लटकत होता. पण त्या छल्ल्यालादेखील एकही किल्ली लटकलेली नव्हती.

त्याचे हात तिच्या हातांवरून हळुवारपणे सरकत तिच्या मनगटांशी गेले तशा तिच्या हातांतल्या काचेच्या बांगड्या किणकिणल्या. त्या नाजूक किणकिणीसह त्याने बांगड्या चाचपल्या. तिथे सेफ्टिपिन्स होत्या, पण किल्ली नव्हती. अचानक त्याने तिला दूर केलं. तिचं गुपित तीव्रतेने जाणून घेण्याविषयी त्याची जी उलघाल चालली होती, त्याबद्दल त्याला स्वत:चाच राग आला. पण तरीही संध्याकाळी जेव्हा ती अंघोळीला गेली, तेव्हा त्याने तिची पर्स उघडली आणि तिथे त्याला ड्रॉव्हरची किल्ली दिसली.

टॉवेलमध्ये स्वत:ला गुंडाळून ती बाथरूमबाहेर आली. कपाटातून शर्ट घेण्यासाठी

ती कपाटाकडे गेली, पण तो तिथे उभा होता. तिच्याकडेच पाहत होता– जणू काही तिचीच वाट पाहत होता. त्याची नजर स्थिर होती! त्याच्या डोळ्यांत मायेचा, प्रेमाचा लवलेशही जाणवत नव्हता.

तिने त्याच्याकडे पाहिलं– वरपासून खालपर्यंत. ती त्याला समजून घेण्याचा प्रयत्न करत होती. असेच काही क्षण गेल्यावर त्याच्या हातातल्या प्लॅस्टिक फोल्डरकडे तिचं लक्ष गेलं. तो ते हातामध्ये सावकाश फिरवत होता. त्याच्या कडांवरून बोटं फिरत होता.

ती त्याच्या दिशेने एक पाऊल पुढे गेली. तो म्हणाला, "काय? काय?" ती म्हणाली, "काही नाही रे." त्याने पुन्हा विचारलं, "काय आहे हे?" तिने मान हलवली.

ती तत्परतेने त्याच्या समीप गेली आणि तिने त्याच्या चेहऱ्याला स्पर्श केला. त्याच्या ओठांना, हनुवटीला स्पर्श केला. स्वतःच्या बोटांभोवती त्याचे केस गुंडाळले आणि त्याची कानाची पाळी बोटांत धरली. आत्तापर्यंतच्या आयुष्यात प्रथमच त्याने तिला दूर लोटलं. तिच्या पोटावर हाताने दाब देऊन त्याने तिला ढकललं. फार जोरात नाही, पण तरीही ती दोन पावलं मागे ढकलली गेली आणि तिथे असलेल्या बेडच्या कोपऱ्यावर बसली. तो खोलीतच उभा राहिला, काही वेळ खिडकीतून बाहेर पाहत राहिला. मग त्याने ते फोल्डर परत त्याच्या जागेवर ठेवून दिलं आणि बाहेर जाऊन सोफ्यावर बसला.

तिला काहीच सुचेना. त्याने असं ढकलून दिलं तर काय करायचं याचा तिने कधी विचारच केलेला नव्हता. आता तसं घडलं होतं आणि ती सुन्न झाली होती. तशीच टॉवेल गुंडाळलेली ती सूर्यास्तापर्यंत तिथेच बसून राहिली. काहीही स्पष्ट दिसू नये एवढं अंधारून आलं होतं. तिने कपडे केले आणि ती स्वयंपाकघरात गेली. तिने ताट वाढून घेतलं आणि त्याच्याकडे घेऊन गेली. तो तिच्याकडे पाहायलाही तयार नव्हता.

शेवटी ती बेडरूममध्ये गेली आणि पडून राहिली. तिथेच त्याची वाट पाहत राहिली. पहाटे कधी तरी तो बेडरूममध्ये आला. तिच्या बाजूला पडून राहिला. शरीर ताठरलेलं. तिला स्पर्श करण्यासाठी किंवा पांघरुणाचं टोक ओढून स्वतःला पांघरून घेण्यासाठी म्हणूनही त्याने काहीच हालचाल केली नाही. तो तसाच आतल्या आत धुमसत पडून राहिला. त्या वेळेपर्यंत ती खरोखरच झोपी गेली होती. तिला जेव्हा जाग आली आणि तो शेजारी झोपलेला दिसला, तेव्हा त्याचं चुंबन घेण्यासाठी ती त्या कुशीवर वळली; परंतु तो अगोदरच जागा झाला होता. तिला स्पर्श न करू देता तो जागीच उठून बसला.

तो बेडरूममधून बाहेर गेला. ती तशीच पडून राहिली. उघड्या दरवाजातून

तिला त्याचे फोनवर बोलण्याचे आवाज येत होते. पहिला फोन डॉक्टरांना होता. "काय झालंय? कितपत गंभीर आहे? मला स्पष्ट करून सांगा." त्यानंतर त्याच्या विमा एजंटला. कागदपत्रांवर सही करण्यापूर्वी ते काळजीपूर्वक वाचण्याची त्याने पर्वा केली नव्हती. "कधी मिळतील? किती मिळतील? मला स्पष्ट करून सांग." त्यानंतर त्याच्या वेगवेगळ्या वरिष्ठांना फोन झाले. ते खूश आहेत का? आणखी काम आहे का? नाही, नाही... त्याच्यासाठी फ्री-लान्सिंगचाच पर्याय सर्वोत्तम आहे. त्याला फ्री-लान्सिंग काम करण्याचीच गरज आहे. तो जास्त काम करायला तयार आहे, एवढंच त्याने सांगितलं.

तो पुन्हा बेडरूममध्ये आला आणि त्याने तिला उठायला सांगितलं. ती उठून बसली. तो म्हणाला, "आवरून तयार हो. आपण बाहेर जातोय."

"कुठे?" तिने विचारलं.

"डॉक्टरांकडे." तो उत्तरला.

"नको, नाही" ती म्हणाली.

तिला वाटलं, चिडून तो तिला मारेल. ती पुन्हा म्हणाली, "नको."

त्याला तिला मारावंसं वाटतच होतं. तिला गच्च पकडावं आणि एवढं जोरजोराने हलवावं की, तिचे दात निखळवेत. त्याला मुठींनी तिचे सुजलेले डोळे चोळावेत असं वाटत होतं. शेवटी ती उघडपणे म्हणाली, "हे सगळं लवकर संपणार आहे. मला दुखवू नकोस." तिच्या स्वरात आर्जव होतं.

आणि मग तो रडायला लागला. तिथे भिंतीला टेकून उभा राहिला. चेहऱ्यावरून आसवांचे ओघळ वाहत होते. ती धावत त्याच्याकडे केली. हात पुढे करून ओंजळीत त्याचा चेहरा धरला. त्याने तिचे हात झिडकारले. तिने पुन्हा एकदा प्रयत्न केला. त्याच्या शरीरावर कोपर दाबून, मिठीत जाऊन ऊब मिळवण्याचा प्रयत्न केला. त्याने तिला दूर लोटलं. ती मागे धडपडली. कसा तरी तोल सावरत नितंबांवर पडण्यापासून बचावली. एखादं नुकताच चालायला शिकलेलं लहान मूल पडता–पडता सावरतं, तशी.

तिनेदेखील रडायला सुरुवात केली. पुन्हा दुप्पट जोमाने प्रयत्न केला. अश्रूंच्या पडद्याआडून हात पुढे करत, डोळे उघडझाप करून पाहण्याचा प्रयत्न करत त्याला जवळ घेण्याचा प्रयत्न केला. जणू एखादी बाहुलीच सजीव झाली असावी! प्रत्येक वेळी त्याने तिचे हात झिडकारले. "नको रे... नको रे." ती म्हणाली आणि तो म्हणाला, "तू नको."

"काय नको? मी काय केलंय?" तिने विचारलं.

बधिर-सुन्न झाल्यागत जणू त्याने तिचं बोलणं ऐकलं नसावं. "का नको?" तो सतत म्हणत राहिला. "नको, असं नको करूस." तिला एकदम थकल्यासारखं

वाटलं. स्वत:ला कसं तरी ओढत ती बेडरूममध्ये गेली आणि डोळे बंद करून बेडवर पडून राहिली.

आलेला थकवा खरा होता आणि अचानक आला होता. आजकाल तिला तसा थकवा यायला सुरुवात झाली होती. जणू काही तिच्या शरीरातील प्रत्येक अवयव झिजला होता. जणू तिची प्रत्येक नस, प्रत्येक पेशी त्यांच्या क्षमतेपेक्षा जास्त वापरण्यात आली होती. आणि तिचं सगळं शरीर तिच्याकडे झोपेची याचना करीत होतं. तिच्या डोळ्यांखाली अंधारलेल्या नव्या चंद्रकोरींनी स्वत:साठी जागा केली होती. पहाटेला रात्र चिकटून असावी, तशी. त्यामुळे तिला कधीच संपूर्ण जागं झाल्यासारखं वाटायचं नाही.

तिनं डोळे पुसले आणि स्फुंदणं थांबवलं. सगळी सकाळ ती तशीच पडून राहिली. उठली नाही किंवा तो काय करतोय हेही डोळे उघडून पाहिलं नाही. सकाळच्या मध्यावर केव्हा तरी त्याने स्वत:ला सावरलं. तो बेडजवळ आला. तिला तिथे डोळे बंद करून, चेहरा निश्चल ठेवून पडलेलं त्याने पाहिलं. काही वेळ रूममध्ये फेऱ्या मारल्या. त्यानंतर तो तिच्याशेजारी पडून राहिला आणि तेव्हाच अचानक त्याच्या डोक्यात आलं. नेहमी तीच पुढे होती. तिनेच नेहमी पुढाकार घेतला. तिने त्याला अगोदर स्पर्श केल्याशिवाय त्याने कधीही पुढे होऊन तिला स्पर्श केला नव्हता. तिच्याबरोबर या गोष्टींची सुरुवात कशी करायची, हे त्याला माहीत आहे, याबाबतदेखील त्याची खात्री नव्हती. ती नेहमीच त्याला काहीशी अस्पर्श, काहीशी त्याच्या आवाक्याबाहेरची वाटली होती. पहिल्या वेळीदेखील तिला स्पर्श करायला तो घाबरलेलाच होता. अगदी जेव्हा तीच पुढे झुकली आणि त्याच्या ओठांवर आपले ओठ टेकवले, तेव्हा कुठे तिला स्पर्श करण्याचा त्याला धीर झाला होता.

आतादेखील जेव्हा ती डोळे मिटून स्वस्थ पडून आहे, तरी तिला स्पर्श करण्याचं धैर्य त्याच्याजवळ नव्हतं. ती एवढी निश्चल पडून होती, त्याला सहन होईना. जर ती हललीच नाही, जर तिने डोळे उघडलेच नाहीत तर – तिने सगळं काही ठीक करावं, अशी त्याची अपेक्षा. पण तिने तसं केलं नाही तर? जर ती हे ठीक करू शकली नाही तर.

आणि मग त्याने तिचं नाव उच्चारलं– हळूच, स्वत:शी कुजबुजल्यासारखं. दोनदा, हळुवारपणे. ती झोपली आहे की नाही हे तपासण्यासाठी जसा तो मध्यरात्री उच्चारायचा, तसं. तिने डोळे उघडले नाहीत. त्याच्या हृदयाचा आकार क्षणाक्षणाला वाढत होता. आता कोणत्याही क्षणी ते या बेडवर फुटून जाईल, असं वाटत होतं आणि तसं व्हावं, हीच त्याची इच्छा होती. कदाचित त्यामुळे सगळं ठीक होईल. त्याने तिचं नाव पुन:पुन्हा उच्चारून पाहिलं. ते तसं ऐकायला त्याला काहीसं विचित्र

वाटत होतं. सकाळच्या कोवळ्या सूर्यप्रकाशात थकून, डोकं ठणकत असताना तिचं नाव उच्चारणं. डोकं दुखण्याचा विचार मनात आल्याबरोबर त्याला प्रकर्षाने जाणवलं– तिच्या वेदनेबाबत आपण विचारलंच नाही. तिला खूप दुखतंय का? तिला जो काही आजार आहे, तो खूप क्लेशकारक आहे का?

या विचारांनी त्याच्या डोळ्यांत अश्रू पुन्हा तरळले. छातीत आलेले कढ आणि डोळ्यांतली आसवं दोन्ही त्यानं आवंढ्यांसरशी दूर केली.

त्याने तिच्या खांद्याला स्पर्श केला. तिने हात वर उचलला आणि त्याचा हात झिडकारला. त्याने आपला हात काढून घेतला. एका क्षणानंतर त्याने पुन्हा तिला स्पर्श केला. या वेळी त्याने आपला हात तिच्या केसांत नेला. ते बोटांवर गुंडाळत गुंडाळत केसांची वेटोळी करत राहिला. त्याने पुन्हा तिला हाक मारली. ती त्याच्याकडे वळली आणि तिने आपला चेहरा त्याच्या छातीत लपवला. थकून जाईपर्यंत ती रडत राहिली.

त्या दिवशी त्याने बेडवरच तिच्यासाठी कॉफी व टोस्ट आणले आणि त्यानंतर दररोजच आणत राहिला. हे सगळं लवकरच संपेल... पण ते याविषयी बोलायचे नाहीत. तो सरळ विचार करू शकत नव्हता. त्यामुळे तो फारसं काम करायचा नाही. कामाची डेडलाइन ठरवताना ती त्याला 'हो' म्हणायला भाग पाडायची आणि जेव्हा तो स्वत:तच हरवून कशाकडेही न बघता सोफ्यावर बसून राहायचा, तेव्हा कुठूनशी येऊन ती त्याच्या मांडीवर बसायची. त्याच्या कॉलरच्या आतून हात फिरवायची. तिची मनगटं गच्च धरून तो तिला स्वत:च्या शरीरावर ओढून घ्यायचा. जणू काही तिचं शरीर हे एक जादूचं कवच असावं– ज्यामुळे भयंकर राक्षस, भीतिदायक ड्रॅगन्स दूर पळवून लावता येतील.

नंतर तिला बाहेर जायला आवडेल का, असं त्याने एके दिवशी विचारलं. लाँग ड्राइव्हवर. पिकनिक बास्केट, ब्लँकेट्स असा जामानिमा घेऊन ते दूरवरच्या एका टेकडीकडे गेले. जिथे ते पूर्वीही एकदा गेलेले होते. तिथे तसं काचेचं घर नव्हतं किंवा फ्रेंच विंडोज असलेली घरंही नव्हती. वर जाण्याच्या रस्त्यावर काही झोपड्या तेवढ्या होत्या.

अर्धा चढ चढून गेल्यावर तो थांबला. तिथल्या एका शेतकऱ्याला त्याने त्याची दोराची बाज आणि झाडाजवळचं शाकारलेलं खोपटं तात्पुरतं वापरायला मागितलं. त्याबदल्यात चांगले पैसे देऊ केले. त्यानंतर तो पुन्हा कारजवळ गेला. सामानाच्या सगळ्या पिशव्या स्वत:च्या पाठीवर लादल्या. तिला स्वत:च्या हातांवर उचलून घेतलं आणि त्या बाजेजवळ घेऊन आला.

आसपासचे चौकस शेतकरी या निर्लज्ज स्त्री-पुरुषाकडे पाहण्यासाठी थांबत होते. उभयतांची बोटे एकमेकांच्या केसांत गुंतलेली होती, ओठांवर अनाकलनीय

हास्य होतं आणि संधिप्रकाशामध्ये त्यांचे चेहरे गरम लाल मेणासमान चमकत होते. पण जेमतेम मिनिटभर थांबून ते लोकदेखील तिथून निघून गेले. कारण यापेक्षा अधिक काळ त्या दोघांकडे पाहत राहणं त्यांना सहन होईनासं झालं.

◆

ती जी पूर्णत्वाला गेली

स्वत:चाच श्वास स्वत:ला ऐकू येण्यासाठी तो कसा रोखून धरायचा, हे तो रेस्टहाउसमध्ये शिकला होता. त्याने आयुष्यात शिकलेल्या गोष्टींपैकी ही सर्वांत महत्त्वाची गोष्ट होती. एखाद्या भुकेलेल्या तान्हुल्याने आईचा स्तन ज्या असोशीने प्यावा, त्याच असोशीने आपल्या फुप्फुसांना सकाळच्या थंड हवेची झुळूक अन् दुपारच्या उबदार हवेचा प्रवाह आपल्यात शोषून घेताना अनुभवणं, ही खूपच महत्त्वाची गोष्ट होती. हे खरं आयुष्य होतं.

एवढी मूलभूत गोष्ट आपण आपल्या आयुष्यात याअगोदर कशी काय शिकलो नाही, म्हणून त्याला स्वत:लाच मूर्खासारखं वाटत होतं. परंतु बऱ्याच गोष्टी जेव्हा शिकायला हव्यात तेव्हाच तुम्ही शिकता, असं होत नाही.

श्वासोच्छ्वास हा एक तीव्र शारीर अनुभव निघाला. त्याने अपेक्षा केली होती, तशी ती ध्यानात्मक, उजळवून टाकणारी प्रक्रिया नव्हती. मात्र तिने त्याला अजिबात सावध केलं नव्हतं. हा अनुभव किती मादक असू शकतो, याबाबत काही सांगितलं नव्हतं. श्वासाबाबतची असोशी पुन:प्रत्ययाने जागी करणं त्याच्यासाठी किती आवश्यक आहे, हे ती जाणून होती. (हे तिला कसं कळलं असेल?) म्हणून तिने त्याच्यासाठी या उपचारांची योजना केली होती.

तिच्या त्या योजनेनेच त्याला इथे आणलं होतं. या रेस्टहाउसमध्ये ती– त्याची नवी डॉक्टर, जवळची मैत्रीण, मार्गदर्शक आणि जिच्याबद्दल तो सतत विचार करत असतो अशी स्त्री. (हा शब्द तिच्यासाठी वापरताना तो काहीसा अडखळला; परंतु टूलबॉक्स उघडताच हाताशी येणाऱ्या मोडक्या जॅकसारखा तो शब्द त्याच्या डोळ्यांत वारंवार उसळत होता.)

तीसुद्धा बरोबर येईल का?... त्याच्या मनात विचार आला होता. नव्हे, तिने स्वत:हून तसं सुचवलं नाही म्हणून त्याला आश्चर्य वाटलं होतं. रात्री ऐकू येणारे जंगलातले आवाज, चंदेरी-रुपेरी कुऱ्हाडीसारखी भासणारी रात्र, धूळ, पाण्याचे थेंब

जसे जथ्याने घुसतात तसे घरात घुसणारे किडे... याबाबत तिने बोलायला सुरुवात केली. तेव्हा तिनेसुद्धा बरोबर यावं, असं त्याने जवळजवळ सुचवलंच होतं. जमिनीवर मरून पडलेल्या किड्यांच्या रूपात रात्र आपली छाप सोडून जाते. जोपर्यंत दुसऱ्या दिवशी सकाळी रेस्टहाउसचा नोकर झाडूने ती प्रेतं गोळा करत नाही, तोपर्यंत ही छाप पुसून टाकता येत नाही–ती वर्णन करत होती. दररोजचा विविध मनोरंजनाचा खेळ असावा तसे मृत्यू आणि जीवन, समाधान आणि सौंदर्य यांचा जंगलात खेळ चालतो... ती पुढे म्हणाली होती.

आणि तसाच खेळ होत होता. ती म्हणाली होती, अगदी तसंच हे सगळं वाटत होतं. हेच सगळं तिने त्याच्यासाठी सुचवलं होतं. डॉक्टरांच्या हुकमावरून 'जंगलातल्या रेस्टहाउसमध्ये तीन रात्रींचा मुक्काम, हसत, त्याच्याकडे तर्जनी रोखत तिने आदेश दिला होता. डाव्या हाताच्या बोटात अंगठी नाहीये. त्याने मनाशी नोंद घेतली होती आणि जवळजवळ सुचवलंच की, तिनेही बरोबर यावं. हसत-खेळत तो म्हणू शकत होता, 'जर त्याची तब्येत जास्तच बिघडली आणि त्याला तातडीने उपचारांची गरज भासली तर? मग त्याची डॉक्टर आसपास नको का?'

हे सगळं बोलताना तक्रारीचा सूर नेमका कसा लावावा (ती कशी या गोष्टी पुरेशा गांभीर्याने घेत नाहीये याबद्दल तक्रार करणारा), याबद्दल तो मनाशी विचार करत असतानाच त्याला आठवलं–अजूनही त्याच्या डाव्या हाताच्या अनामिकेत अंगठी आहे. आता तिला काही अर्थ उरलेला नसला तरीही आहे, हे खरं.

शिवाय त्याने थोडासा मालकीहक्क दाखवलाच. तिच्याबाबतीत तर एवढं काही बिघडत नाही. या व्यवसायात एवढं चालतं. शहराबाहेर ट्रिपला तिने त्याच्याबरोबर यावं असं त्याने सुचवणं तिला विसंगत वाटलं तरी ती तक्रार करणार नाही. फार तर दुर्लक्ष करेल. चाळिशीच्या जवळ पोहोचलेल्या निरुपद्रवी आजारी माणसाच्या तक्रारीला/ नाराजीला कसं हाताळावं, हे समजण्याइतक्या वयाची ती नक्कीच आहे. पण तिला अशा विसंगत सूचनांचा सामना करावा लागेल इतक्या टोकापर्यंत गोष्टी न्यायच्याच कशाला?

तिची सहज अनौपचारिकता फ्लर्टिंगच्या किती तरी अलीकडे थांबणारी होती. खरं तर जेव्हा तिने विचारलं, "हा 'तू' आहेस का?" तेव्हा तिच्या शब्दांतून काही तरी डोकावत होतं. नेमकं त्याला सांगता येणार नाही, पण तिच्या शब्दांमध्ये काही तरी लपलेलं आहे, हे जाणवलं मात्र. ते काही तरी झाकण्याचीही ती पर्वा करत नाहीये याचा त्याला त्रास होत होता. त्याच्या नजरेत तिची नजर गुंतून राहील, एवढंही ती त्याच्याकडे पाहत नव्हती. वाक्य अर्धवट सोडून खाली स्वत:च्या हाताकडे, टेबलाकडे किंवा दाराकडेही पाहत नव्हती. तो तिच्याकडेच पाहत होता म्हणून तिने हसणं टाळलं फक्त. पण काही तरी होतं नक्की. तिलासुद्धा ते माहीत

होतं. त्या दोघांमध्ये असं काही तरी होतं, जे फक्त त्या दोघांचंच होतं.

तरीही ती त्याच्या टाइपची स्त्री नव्हती. त्याला काळ्या-सावळ्या स्त्रिया आवडत. पण बायको निवडायची वेळ आली, तेव्हा त्याने मध्यम मार्ग पत्करला होता. काळी म्हणता येणार नाही इतपत गोरी आणि तरीही त्याला हवी तशी डस्की, कॉलेजकन्येसारखी सहज मैत्री होईल अशी बायको त्याने निवडली होती – जिने लग्नानंतर मातृत्वाचा स्वीकार सहजतेने केला होता. जी महत्त्वाकांक्षी होती, पण वैयक्तिक महत्त्वाकांक्षेने प्रेरित होऊन तिचा पाठपुरावा करेल एवढी महत्त्वाकांक्षीही नव्हती. तिला आसक्ती होती, तीही तो ज्याबाबत बेफिकीर राहू शकतो अशा गोष्टींची आणि आसक्ती होती ती बहुतांश त्याला स्वत:ला तसंच असायला हवं होतं. काही तरी अतृप्त असं सतत जाणवत राहणं त्याच्यासाठी आवश्यक होतं. त्याने एकदा कबुलीदेखील दिली होती की – त्याच्या आत्म्याच्या खोल गाभ्यात गाडली गेलेली एक भूक आहे, जी त्याला सातत्याने गुंतवून ठेवते आणि तो गुंतलेला होता. त्याचं लग्न ही त्याची सर्वांत खासगी निर्मिती आहे. अशी गोष्ट - जी त्याने फक्त स्वत:साठी निर्माण केली आहे, असं तो त्याच्या मित्रांना आवडीने सांगत असे. एखाद्या पॉश लाइफस्टाइल स्टोअरमध्ये चौकोनी धातूच्या झाकणांनी बंद होताना आवाज करणारी, ॲल्युमिनिअमची मोठी पांढरी पेटी असावी; तसं काहीसं त्याचं लग्न होतं. जणू आपल्या खूप परिचयाच्या गोष्टी-ज्यांच्यापासून दुरावण्याचा विचारही आपल्याला सहन होणार नाही, असं काहीसं. जसं की- आपल्या किचनमधलं एखादं वापरून काळं झालेलं फ्राइंग पॅन किंवा एक आर्टफिल्म जी एवढी सामान्य, साधी आणि म्हणूनच कोणालाही न कळलेली. तो आवडीने सांगत असे, त्याचं लग्न ही काही प्रेक्षणीय गोष्ट नाही. ज्याबाबतीत त्याने जगाला कळवायला हवं, अशीही ही बाब नाही. त्याने फक्त स्वत:साठी तयार केलेली एकमेव आर्टफिल्म आहे -फक्त त्याच्यासाठी!

परंतु हल्ली त्याच्या बायकोने ठरवलं होतं की, हे एवढंच पुरेसं नाहीये. ही गोष्ट - जी प्रेक्षणीय नव्हती ती - वास्तवत: एक कोरडी, पोकळ, रूढी आहे. एक फोटो अल्बम, एक सोय. बस, एवढंच. त्याच्या बायकोला एक सोय बनून राहणं नको होतं. मुलाबाबत परस्परसंमतीने काही ठरवता येईल. त्याच्या कस्टडीवरून भांडणं नकोत. तो कितीही वेळा भेटायला आला तरी तिला चालणार होतं. त्याला आवडेल तितक्या वेळा किंवा तो किती व्यग्र असतो हे पाहता, त्याला जो काही वेळ देता येईल तितक्या वेळा-असं म्हणायला हवं. त्याची बायको उपरोधाने असंच म्हणाली होती.

त्याला एकदम तोंडात मारल्यासारखं वाटलं होतं. हे खरं आहे की, त्याला स्वत:मध्ये नेहमी एक रिकामेपण जाणवत असे. परंतु त्याने त्या रिकामेपणामुळे

त्याच्या घराचं निर्वात पोकळीमध्ये रूपांतर कधीही होऊ दिलं नव्हतं. त्याला पक्की खात्री होती, त्याने त्याच्या कामामुळे त्याच्या लग्नाची गुणवत्ता कधीही कमी होऊ दिली नव्हती. त्याने प्रेम आणि विश्वासाच्या अभेद्य खडकांनी त्याचं घर मजबूत केलं होतं. त्याने सुट्ट्या घेतल्या होत्या. प्रत्येक गोष्ट तो सूर्यप्रकाशातच रंगवत असे. एकदाही तो घराबाहेर विनाकारण राहिलेला नव्हता. त्याच्या कामाच्या चाहत्या असणाऱ्या अनेक श्रीमंत, सुंदर, उत्सुक स्त्रिया असतानाही तो एकदाही घराबाहेर राहिला नव्हता. दिसायला चांगला आणि तरीही कलाकाराचं मनस्वीपण नसलेला, अशी त्याची प्रसिद्धी असतानादेखील एकदाही नाही. आणि तरीही त्याची बायको-ती त्याच्यासाठी कोणीही नसल्याबद्दल, काहीच अर्थपूर्ण नसल्याबद्दल, तिच्या हरवलेल्या दु:खी मौल्यवान वर्षांबद्दल बोलत होती.

त्याने तिच्याशी वाद घालण्याचा प्रयत्न केला. काम कमी करण्याचं वचन दिलं. त्यांचं घर वाचवण्यासाठी हवं ते करायला तयार होता तो. त्याच्या बायकोने खांदे उडवले होते. तिचं बरोबरही असेल कदाचित- कोणी सांगावं? पण ज्या क्षणी तिने आंतरिक एकाकीपणाबद्दल बोलायला सुरुवात केली, तेव्हाच त्याच्या घरची विभक्ती अधोरेखित झाली.

तो बेडच्या त्याच्या बाजूला अजूनही अंगाचं मुटकुळं करून झोपत होता. बायकोला स्पर्श करण्याचा त्याला धीर होत नसे. मधेच रात्री केव्हा तरी तो उठून बसायचा. त्याच्या स्वप्नात तो तिच्याजवळ सरकलाय आणि उबदार शरीरापाशी अडखळलाय, असं त्याला वाटायचं. मग तो घाबरून जागा व्हायचा. जागाच राहायचा. असं असूनही त्याने हॉलमध्ये खाण्याचा किंवा सोफ्यावर झोपण्याचा प्रस्ताव तिच्यासमोर मांडला नव्हता. त्याच्या बायकोनेही त्याला तसं करण्याबद्दल विचारलं नव्हतं आणि जोपर्यंत ते दोघे एकाच बेडवर झोपत होते तोपर्यंत - कोणी सांगावं, अजूनही गोष्टी बदलू शकतात... त्याने स्वत:ला सांगितलं.

जर त्याच्या बायकोची बेड सोडण्याची इच्छा नाही, तर त्याने तरी का सोडावा?

आणि म्हणूनच त्याने, त्याच्या विचारांचा नव्याने केंद्रबिंदू झालेल्या त्याच्या तत्त्वज्ञ डॉक्टरला त्याच्याबरोबर रेस्टहाउसमध्ये थकलेल्या हृदयावर जादूई उपचार करणाऱ्या या ठिकाणी सोबत येण्यासाठी विचारणं काहीसं गैर आहे, याची स्वत:ला आठवण करून दिली. खरंतर ती इथे असती, तर किती छान झालं असतं! तिच्याबरोबर झोपता यावं म्हणून नाही, तर फक्त गप्पा मारण्यासाठी.

पण तिचा गैरसमज होईल... त्याने स्वत:ला समजावलं. शिवाय तो तिला मैत्रीण म्हणू शकतो याचीही त्याला खात्री नव्हती. त्याला तिच्याबद्दल जे वाटत होतं, ते तसं मैत्र म्हणता येणार नाही. मैत्री काही तरी वेगळी असते. मित्रांना तुम्ही ओळखता. तुमच्याकडे वेळ असेल, एखाद्या बिअरच्या ग्लाससोबत गप्पा मारायचा

मूड असेल; तेव्हा तुम्ही त्यांना बोलावून घेऊ शकता. ही स्त्री त्या व्याख्येत बसणारी नव्हती. आपल्या करिअरला पुढे नेण्यासाठी त्याची मदत विनासंकोच घेत तिने त्याच्या आयुष्यात शिरकाव केला होता.

त्याला अशा लोकांचा राग यायचा. आता तो 'कोणी तरी' झाला होता म्हणून अनेक लोक त्याला फोन करायचे. त्याला भेटण्याची इच्छा प्रदर्शित करायचे. जुनी ओळख नव्याने उजळवू पाहायचे. त्याने आपलं काम पाहावं, त्यावर स्वत:चं मत मांडावं, त्याच्याशी व्यावसायिक संबंध जुळावेत म्हणून प्रयत्न करायचे. त्याने आपल्या शोज्‌ना उपस्थित राहावं, अशी त्यांची इच्छा असायची. थोडक्यात काय-तर जे सोन्याचं भांडं त्याने स्वत:साठी शोधलं होतं आणि ज्यात तो आकंठ बुडालेला होता, त्या भांड्यापर्यंत त्याच्या मदतीने पोहोचता यावं, हेच त्यांना हवं होतं. या अपेक्षा, मागण्या. प्रत्येकाला काही तरी हवं असायचं. जसं की - ही मुलगी. तिलाही त्याला भेटायचं होतं. त्याला आपलं काम दाखवण्यासाठी भेटायचं होतं.

ही स्त्री –वास्तविक ती फार लहान नव्हती. पण हा तिच्या वयाचा प्रश्न नव्हता. तिची नजर – ती एका स्त्रीची नजर होती. त्याव्यतिरिक्त ती एखाद्या लहान मुलीसारखी दिसायची. जणू कॉलेजमधून नुकतीच बाहेर पडली असावी, अशी. तिच्या ओठांवर – गालांवर असलेला ताजेपणा, फेडेड जीन्स, काहीशी जुन्या फॅशनची जंक ज्वेलरी, चप्पल, शबनम.

मात्र तिच्या डोक्यात ती एक स्त्रीच होती. तेवढं त्यालाही कळत होतं आणि हेही जाणवत होतं की – ती एक स्त्री आहे याच दृष्टीने त्याने तिच्याकडे पाहावं, अशी तिची इच्छा आहे. त्याने रुची दाखवावी, हे तिलाही हवं होतं. त्याने आपला पोर्टफोलिओ पाहावा, यशाच्या सोनेरी मार्गावर आपल्याला न्यावं... एक लकी ब्रेक, योग्य संधी द्यावी, अशी तिची इच्छा आहे याची त्याने स्वत:ला आठवण करून दिली. इतर अनेकांप्रमाणेच तिलाही हेच हवं होतं. शेवटी, हा शो-बिझनेस आहे!

त्या पहिल्या भेटीच्या वेळी... दहा आठवडे घालवून तिने त्याची पुरेशी माहिती मिळवली, पाठलाग केला. अनेक मित्र-मैत्रिणी–परिचितांमार्फत त्याच्यापर्यंत पोहोचण्याचा प्रयत्न केला. त्यांच्याकडून तिला हवे ते फोन नंबर्स, पत्ते पुरवले गेले. अशा दहा आठवड्यांच्या परिश्रमानंतर त्यांची भेट होत होती. तेव्हा तिने त्याच्या डोळ्यांत डोकावून पाहिलं आणि ती आपल्या गुबगुबीत खुर्चीवर मागे रेलून बसली. तिने फक्त त्याच्याकडे पाहिलं आणि विचारलं, "तू ठीक आहेस ना?"

त्याच्या कपाळावर आठ्यांचं जाळं उमटलं. "हो, अर्थातच. का?" एखाद्या अनोळखी व्यक्तीने असा प्रश्न विचारल्यावर तुम्ही याव्यतिरिक्त आणखी काय म्हणू शकता?

ती म्हणाली, तुझं डोकं दुखत असल्यासारखं तू तुझी बोटं तुझ्या कपाळावरून

सारखी फिरवतो आहेस. तुझं डोकं दुखतंय का? "नाही तर! तो उत्तरला." "मला वाटतंच मला ही नवी सवय लागलीये बहुधा."

आणि त्यानंतर एकदम अचानक पुढे झुकून ती म्हणाली होती. "तुला तसं करण्याची काहीच गरज नाहीये. तिकडे लक्ष देऊ नकोस." "त्याने काहीच न कळल्यासारखा चेहरा केला. गोंधळलेला. मी कशाकडे लक्ष द्यायचं नाहीये?"

"माझ्या कामाकडे. जर तुला वाटत असेल की, आता हे तू ते करू शकत नाही किंवा तू करावंसं म्हणून तुझ्यावर दबाव आणला जातोय असं तुला वाटत असेल; कोणातरी मित्रावर उपकार करण्यासाठी म्हणून तुला हे करावं लागत असेल - तर काही घाई नाहीये. म्हणजे मला म्हणायचंय आत्ताच तू ते नको पाहूस, पुन्हा कधी" तरी... ते तेवढं महत्त्वाचं नाही.

त्यानंतर पुन्हा ती तिच्या खुर्चीवर मागे रेलून बसली आणि तिची नजर त्याच्या नजरेत गुंतली.

तेव्हा पहिल्यांदाच त्याने तिच्याकडे नीट पाहिलं. अनेक महिने पाठपुरावा केल्यानंतर आपल्याकडे आलेली संधी लोक अशीच दूर लोटत नाहीत. ते तसेच बसून राहत नाहीत - त्याने काही तरी बोलण्याची वाट पाहत किंवा काही तरी वेगळंच बोलायची इच्छा असूनही नेमकं तेच न बोलता. पण ती त्या सगळ्यांपेक्षा वेगळी होती.

कदाचित त्याचा निर्णय होण्याची ती वाट पाहत होती. तिच्याकडे पाहून हसून 'नाही' म्हणण्याची. तिची दखल घेण्याची किंवा तिला झटकून टाकण्याची किंवा त्याने तिच्यासमोर काही प्रस्ताव मांडावा आणि तिला संधी द्यावी वा तिच्या कामात रुची दाखवण्याचं खोटं नाटक सोडून द्यावं - यापैकी काही तरी त्याने करावं याची ती वाट पाहत होती.

ती काळजीपूर्वक बसली होती. मांडीवर एकात एक गुंफलेले हात, बाहेर काढलेले कोपर खुर्चीच्या हातांवर विसावलेले. त्याने तिला सांगितलं, सध्या त्याला पुरेशी झोप मिळत नाहीये. तो नक्कीच तिचं काम बघणार आहे. पण काही काळानंतर, आत्ता नाही. हे सांगताना त्याचा आवाज शक्य तेवढा सौम्य होता. नेमके शब्द शोधायला त्याला अवघड जात होतं. पण त्याचा आवाज फसवा नव्हता. तो खरंखरं, मनापासून बोलत होता. ती म्हणाली, "मला वाटतं मी तुम्हाला नंतर फोन करावा."

फोन करण्यापूर्वी तिने दहा दिवसांचा अवधी घेतला. ते सगळे दिवस तो झोपलाच नाही. रात्री त्याच्या बायकोशेजारी बेडवरदेखील नाही. त्याच्या स्टुडिओमध्ये इतर सर्व जण गेल्यानंतर तास-दोन तास मागे थांबून तो बसल्याजागी झोप घेत असे. तो आता जास्तीत जास्त वेळ स्टुडिओत घालवू लागला होता. नंतर

मित्रांबरोबर बाहेर जायचा. दारू घ्यायचा. तो स्वत:ला एक प्रश्न वारंवार विचारायचा- त्याच्याबाबत हे असं कसं झालं? का? त्याने काहीही वाईट केलं नव्हतं, ज्याची शिक्षा त्याला मिळावी. तो एक चांगला नवरा, चांगला बाप होता. मग का?

त्याचे तीनपैकी दोन मित्र घटस्फोटित होते आणि परस्परांपासून वेगळे राहत होते. राहिलेल्या एकाला लग्न करण्याची कधीच फिकीर नव्हती. त्या सगळ्यांनी त्याच्या पाठीवर थोपटलं, त्यांची डोकी हलवली आणि नि:श्वास टाकत म्हटले - या बायका! त्यांनी स्वत:च्या दु:खद कहाण्या सांगितल्या. यापूर्वी ज्यांचा उल्लेख केला नव्हता, अशा त्यांना दुखावणाऱ्या छोट्या-छोट्या गोष्टी सांगितल्या. कशा प्रकारे त्यांना स्वत:च्या घरातून बाहेर पडावं लागलं. मुलाचा सांभाळ करण्यापासून परावृत्त केलं गेलं. पैशांची अडचण, वाढते खर्च, मुलं आणि पुन्हा एखाद्या स्त्रीला पटवणं, तिचं प्रियाराधन करणं-याबाबत त्यांचं साचलेलं दु:ख त्यांनी बोलून दाखवलं. विशेषत: इतक्या वर्षांनंतरच्या आरामदायी सहजीवनानंतर पुन्हा एखाद्या स्त्रीला भेटणं, तिचं प्रियाराधन करणं याबाबत मनात येणारे नकोसे भाव!

त्यांना माहीत आहे, हे दु:ख त्यांनीही ते पचवलं आहे. एकमेकांकडे पाहून ते कसंनुसं हसले आणि म्हणाले, ''मित्रा आमच्याकडेही तो सदरा आहे.''

पण त्याने विचार केला... नाही, त्यांना माझ्या दु:खाची पुरेशी कल्पना नाही. हे किती भयंकर क्लेशकारक आहे याची जाणीव नाहीये. वेदना आणि दु:खाइतकंच नात्यातलं अपयश त्याला सलतंय. त्याला वाटायचं - तो एकनिष्ठ, एका स्त्रीला समर्पित पुरुष आहे; मग काहीही होवो. परंतु एखाद्या स्त्रीने स्वत:ची त्याच्यापासून सुटका करून घ्यावी अशा प्रकारात तो मोडेल, असं त्याला कधीही वाटलं नव्हतं.

एखाद्या स्त्रीबाबतीत तो कधीच अपयशी झाला नव्हता, असं नव्हतं; परंतु जेव्हा त्याचं लग्न झालं तेव्हा त्याला वाटलं, आता अपयशाचा प्रश्नच नाही. आता फक्त सुखी सहजीवन. आणि आज त्याचं काय झालंय पाहा! असं असतं आयुष्य - शक्य तेवढ्या सर्व मार्गांनी तुम्हाला अपयशाकडे नेणारं.

एके रात्री त्याच्या बायकोने टिप्पणी केली, मुलासाठी तरी त्या दोघांनी हा प्रकार कमी क्लेशकारक करायला हवा. त्याने तिलाच विचारलं - मी काय करावं, अशी तुझी इच्छा आहे? मुळात हे असं होऊ शकतं हा विचारच मनात न आल्याने त्याने काहीही ठरवलं नाहीये. त्यावर त्याच्या बायकोने चांगलंच प्रत्युत्तर दिलं. तो कसा असंवेदनशील आहे, कसा मॅन्युपलेटिव्ह आहे - हेच त्याला ठणकावून सांगितलं.

पुढच्या सकाळीच फोन आला, तो तिचा होता. ती म्हणाली, ''हाय! दहा दिवसांपूर्वी आपण भेटलो होतो. मी तुम्हाला फोन करायचा, असं ठरलं होतं. तुमच्या लक्षात आहे, मी कोण आहे ते?''

दहा दिवस थांबून मग फोन करणं ही तिच्या बाजूने स्मार्ट चाल होती, असा

विचार केल्याचं त्याला आठवत होतं. फक्त आठवडाभर वाट पाहणं जरा उतावीळपणाचं दिसलं असतं. तसंच त्याचा वेळ आणि अनेकांना त्याच्याकडून हवा असलेला वेळ याचा विचार करता तसं करणं, त्याचा अनादर करण्यासारखं होता. दोन आठवडे वाट पाहणं खूपच अवघड होतं. तो तिला विसरू शकत होता. दहा दिवस तसे सुरक्षित होते - तिच्या कामाकडे पाहायला त्याला वेळ झाला नाही, असं म्हणायला. वेळ त्याला परवानगी देऊ शकतो. त्याचबरोबर ठीक आहे. तशी काही घाई नाही; पण परत तुम्हाला केव्हा फोन करू, असं बोलायला तिलाही मोकळीक मिळू शकते.

दहा दिवसांनी फोन करण्यामागे असलेलं तिचं हे गणित लक्षात येताच त्याला हसू आलं.

त्याने अजूनपर्यंत तिच्या कामाकडे पाहिलेलंच नाहीये, हे त्याने तिच्याजवळ कबूल केलं. पण तो पाहील. तिला अजून काही दिवसांनी फोन करायला जमेल का? त्याने विचारलं. त्यानंतर तीन दिवसांनी तिने फोन केला होता. त्याला तिचं काम आवडलं होतं, परंतु त्याने तसं उघड-उघड सांगितलं नाही. तिने एका विशिष्ट कॉफीशॉपमध्ये त्याला भेटायला यावं, असं त्याने सुचवलं. त्याच हॉटेलच्या बारमध्ये त्याने आपल्या तीन जिवलग मित्रांना भेटायचं ठरवलं होतं. त्याचा प्लॅन होता की, काही वेळ कॉफीशॉपमध्ये तिच्याबरोबर गप्पा मारण्यात घालवावा आणि त्यानंतर पुन्हा बारमध्ये मित्रांबरोबर बसावं. यामुळे सगळ्या गोष्टी आपापल्या जागी योग्य होतील. त्याच्या आयुष्यातील इतर सर्व गोष्टी- ज्यामध्ये तो गुंतलेला आहे, त्यांच्यासह तो तिला आपल्या आयुष्यात आणेल.

भेटीच्या ठरलेल्या वेळी काहीशा अपेक्षेने, त्याला धडधडत होतं ते कशामुळे? तो सारखा आपल्या सेलफोनकडे बघत होता ते कशासाठी, हे त्याला स्पष्ट करता आलं नसतं. पण त्याच्या एका मित्राच्या हे लक्षात आलं. तो म्हणाला, "आता मला पाच मिनिटांसाठी गायब व्हायला हवं" आणि त्यानंतर मिनिटभरातच त्याचा फोन वाजला.

कॉफीशॉपमध्ये आल्यानंतर काही सेकंद ती तशीच उभी राहिली. टेबल्स आणि त्यांच्या आजूबाजूला बसलेल्यांच्या चेहऱ्यांवरून तिने झरझर नजर फिरवली. एखाद्या कॉलेजकन्येप्रमाणे तिने डोक्याला रंगीत रुमाल बांधलेला होता. आजूबाजूला पाहण्यासाठी तिचं मान वळवणं, तिच्या चेहऱ्यावरचे काहीसे हरवल्यासारखे भाव यामुळे ती तिच्या वयापेक्षा जास्त तरुण वाटत होती. त्यानंतर त्या दोघांची नजरानजर होताच उमलून आलेलं तिचं हसू... एका स्त्रीने पुरुषाशी नजरानजर होताच त्याच्या डोळ्यांतून स्वत:साठी आणलेलं हसू होतं ते.

"तुमचं काम आशादायक आहे, चांगलं आहे." तो म्हणाला होता. "खरंच?"

तिने आनंदाने विचारलं होतं. ''होय तर, मला आवडलंय ते.'' त्याने उत्तर दिलं. ''मला फार आनंद वाटतो आहे.'' ती उत्तरली होती. त्यानंतर काही वेळ शांततेत गेला.

पुढे तिने विचारलं होतं, ''पुन्हा तुमचं डोकं दुखतंय का?'' त्याने त्याचं दुखरं कपाळ चोळणं थांबवलं होतं. ''अजूनही झोपेचा प्रश्न तसाच आहे?'' त्याने खांदे उडवले.

तोच एक क्षण होता, ज्या क्षणी ती खेळकर झाली. तिने आपली तर्जनी पुढे केली आणि त्याच्या डोळ्यांखालच्या काळ्या वर्तुळांना स्पर्श केला. तिथली मलूल त्वचा खाली ओढली - डॉक्टर करतात तसं. ''तोंड उघड पाहू आणि मला तुझी जीभ दाखव,'' ती म्हणाली होती.

तोही तिच्याशी खेळकरपणे वागला होता. त्याने 'आ' करून आपलं तोंड उघडलं होतं. तिने त्याचं मनगट आपल्या बोटांच्या चिमटीत धरून थेट कानाजवळ नेलं होतं. जणू काही त्याच्या नाडीचे ठोके ती ऐकते आहे. त्यानंतर तिने त्याच्याकडे बोटाने निर्देश करून म्हटले होतं की, काही तरी समस्या आहे. देअर इज सम प्रॉब्लेम.

तो हसला होता. ''ओह नो! ही समस्या दूर करता येणार नाही का?''

''येईलही कदाचित'', जर तुम्ही तुमच्या डॉक्टरांचं ऐकलंत,'' त्यांच्या हुकमांचं तंतोतंत पालन केलंत तरच!'' असं म्हणून तिने झटक्यात पेन काढलं आणि पेपर नॅपकिन ओढून घेऊन त्यावरच एक लांबलचक प्रिस्क्रिप्शन लिहिलं होतं.

''हे घे'' तो पेपर उत्साहात त्याच्या हातात ठेवून तिने म्हटले होते. त्या प्रिस्क्रिप्शनमध्ये लिहिले होते –

१) तीन रात्रींसाठी लाल माती जंगलातील रेस्टहाउसमध्ये राहायला जा. तिथे श्वासोच्छ्वास, जेवण आणि झोप याव्यतिरिक्त काहीही करू नका. (मी तिथली व्यवस्था करेन.)

२) परदेशी फिरायला जा. सोबत एखादा शांत, निरुपद्रवी, निरपेक्षित मित्र असल्यास उत्तम. तिथे आवडतील त्या सर्व गोष्टी पाहा.

३) खूप मसाज करून घ्या. मसाजनंतर झोपण्याचा प्रयत्न करा आणि पुढल्या मसाजसाठी झोपेतून वेळेवर उठा.

४) सकाळच्या नीरव शांततेत चहाचा आस्वाद घ्या. पंधरा मिनिटांसाठी वर्तमानपत्राचे वाचन करा.

५) खरेदीचा आनंद लुटा. उठावदार रंगांच्या वस्तूंची खरेदी करा. सजीव गोष्टींची आवड असल्यास स्वत:साठी फूल किंवा कुंडीत लावलेली रोपे खरेदी करा.

६) तुमच्या कपाळावर, ''नाकाच्या पट्टीवर दोन्ही बाजूने अमृतांजन लावून शांत पडून राहा. तुमचे डोळे चुरचुरतील, कदाचित डोळ्यांत पाणीही येईल; पण

काळजी करू नका. अश्रूंचे कोणतेही निगेटिव्ह साइड इफेक्ट्स नसतात.

तो हे सर्व मोठ्याने वाचत होता, तेव्हा ती मधे-मधे बोलत होती. डोसबद्दल सूचना देत होती – पहिला कोर्स तीन दिवसांचा असायला हवा. तो संपल्यानंतर दुसरा दोन आठवड्यांसाठी आणि त्यानंतर तिसरा दिवसातून दोनदा, जोपर्यंत काही सुधारणा जाणवत नाही. चौथ्या क्रमांकाचा डोस सकाळी न्याहारीपूर्वी एकदा. पाचवा कोर्स जेव्हा केव्हा गरज वाटेल तेव्हा वेदनामुक्तीसाठी घ्यायला हरकत नाही. सहावा आणि शेवटचा कोर्स हा त्या त्या वेळेपुरता. तात्पुरता उपचार म्हणून जो मी आत्ता तुमच्यावर करणार आहे.''

तिने आपल्या पर्समधून छोटी चपटी डबी बाहेर काढली आणि ती त्याच्याकडे सरकवली.

तो हसला होता. त्याने त्या प्रिस्क्रिप्शनची काळजीपूर्वक घडी केली होती आणि अमृतांजनच्या छोट्या गोल चपट्या डबीसह आपल्या पाकिटात ठेवून दिली होती.

पूर्ण संध्याकाळभर तो गालातल्या गालात हसत होता. त्याच्या मित्रांनी त्याच्या पाठीवर थोपटत विचारलंही होतं की, तो एवढा आनंदी का दिसतो आहे? त्याने प्रिस्क्रिपशनविषयी त्यांना सांगितलं. ''किती वेगळी आहे ही मुलगी.'' तो म्हणाला होता. ''देवानेच तुझ्याकडे पाठवली आहे.'' त्याचे मित्र म्हणाले होते. तुला बरं करून दाखवायचा प्रस्ताव देते आहे! हे किती छान आहे ना! तिची भूमिका त्यातून उघडपणे व्यक्त होते आहे, नाही का?''

परंतु त्याने आपलं डोकं हलवलं. ''छे, ती हुशार आहे, प्रतिभासंपन्न आहे. महत्त्वाकांक्षी आहे.'' एवढंच. त्या रात्री तो कसाबसा झोपला होता. त्यातही फक्त तीन तासांसाठीच तो यशस्वी झाला. त्यानंतर एका विचित्र स्वप्नाने त्याला जाग आली. त्या स्वप्नात एका अनोळखी स्त्रीने भरलेली बॅग उघडून त्यातली खडीसाखर त्याच्यासमोर धरली.

तीन दिवस काढणं तितकंसं अवघड नाही. त्याने ठरवलं - त्याच्या क्षमता किमान पातळीवर वापरण्यासाठीदेखील त्याला शांततेची आणि झोपेची नितांत गरज होती. म्हणून मग 'नेमून दिलेल्या औषधांच्या उपचारांच्या यादीतील पहिला कोर्स घ्यायचं मी ठरवलंय, हे' हे सांगण्यासाठी त्याने तिला फोन केला. त्याचबरोबर या डॉक्टरांची फी किती द्यावी, या संदर्भातही त्याने विचारणा केली.

ती हसली होती आणि लाल मातीबद्दल बडबडत सुटली होती. सुटीच्या मोहिमेवर गेलेले लोक करतात, त्या सर्व गोष्टी न करण्याबाबत तिने त्याला बजावलं होतं. एक उपचार म्हणून तिथे राहा - हॉस्पिटलमध्ये राहिल्यासारखं; जंगलसफारीवर गेल्यासारखं नाही. ती बरोबर येईल का, हे विचारण्याचा मोह त्याने कष्टपूर्वक आवरला होता. त्याचं लग्न अपयशी होणार नाही, अशी दुबळी आशा अजूनही

त्याच्या हृदयात कोपऱ्यात अंग चोरून होती. त्याने पॅकिंग केलं, स्वत:चं तिकीट आरक्षित केलं. जंगलातील रेस्टहाउसमध्ये आपण एक उन्मुक्त लेखक आहोत, असं दाखवून त्याने स्वत:चा परिचय दिला. तिथल्या एका मध्यम श्रेणीतल्या अधिकाऱ्याने त्याला आवश्यक त्या सूचना दिल्या आणि त्याच्यासाठी रेस्टहाउस उघडून दिलं. एक वयस्कर वेटर-कम-केअरटेकर-कम-प्यून त्याच्यासाठी दिवसातून तीनदा जेवण, दोनदा टी-पॉट, महागड्या चायना कपबशा अशा सरंजामासह चहा घेऊन यायचा.

या सगळ्यासाठी त्याला येणारा खर्च अत्यल्प होता, या गोष्टीनेच त्याचा उत्साह द्विगुणित झाला होता. दिवसातील काही वेळ तो त्याच्या खोलीबाहेरील व्हरांड्यात उभा राहायचा, खोल श्वास घ्यायचा आणि मग हसत सुटायचा.

स्वत:च्याच श्वासाचा आवाज ऐकणं त्याला शांत-सुखकारक वाटायचं. श्वासोच्छ्वास करण्यासारखी साधी गोष्ट आपल्याला किती आवडते आहे, हा शोध त्याला अचंबित करून गेला. किमान एवढं तरी तिथं होतंच. परंतु तिथल्या रात्री मात्र अवघड होत्या. पहिल्या रात्री तो सारखा कूस बदलत जागा होता. उशिरा कधी तरी त्याला झोप लागली. दुसऱ्या रात्रीही स्वच्छ पांढऱ्या शुभ्र चादरीवर बोट फिरवत तो तिचा पोत अनुभवत पडून राहिला. तिचे भास निर्माण करणाऱ्या आपल्या मनाला तो थांबवू शकत नव्हता. तिने ज्या पद्धतीने त्याला तोंड उघडायला सांगून आत डोकावलं होतं त्यावर - तो कपाळाला आठ्या घालून, डोळे आकुंचित करून विचार करत होता. काय विचित्र मुलगी आहे! त्याच्या मनात विचार आला. मुलगी नाही, स्त्री. त्याने स्वत:च दुरुस्ती केली आणि शेवटी जेव्हा त्याला झोप लागली, तेव्हा त्याच स्त्रीने त्याला हृदयाशी घट्ट धरलं होतं.

पुढचा संपूर्ण दिवस तो जंगलात भटकत राहिला. जीप सफारीचे प्रस्ताव धुडकावून लावत पायी चालत राहिला. असं कसं माझ्या मनात आलं? दुसऱ्या स्त्रीच्या बाहुपाशात झोपल्याचा विचार मनात आल्याच्या आठवणी–अल्पकाळ दोलायमान झालेल्या त्याच्या निष्ठेच्या आठवणी विसरण्याचा प्रयत्न करत राहिला. संध्याकाळपर्यंत थकून गेला आणि बसल्या-बसल्या व्हरांड्यातील आरामखुर्चीवरच झोपी गेला, ते थेट रात्री म्हातारबाबा त्याच्या जेवणाचा ट्रे घेऊन येईपर्यंत झोपलेलाच होता.

त्याने तिथेच उघड्यावर ट्रे मांडीवर ठेवून जेवण घेतलं. परतलेल्या कोबीचा आणि वांग्याच्या भज्यांच्या कुरकुरीतपणाचा तिथल्या किड्यांशी काही तरी संबंध आहे, असं त्याला खातरीने वाटतंय - असं तो म्हातारबाबांना म्हणाला. तेव्हा त्यांच्या चेहऱ्यावरचे भाव बघून तो हसला.

तिसऱ्या रात्रीदेखील तो जेव्हा झोपण्यासाठी अंथरुणावर पडला, तेव्हा कल्पनेच्या

साम्राज्यात त्याने स्वत:ला तिच्या बाहुपाशात पाहिलं. त्या कल्पनेच्या प्रतिमा त्याच्या मनात एवढ्या स्पष्ट होत्या की, तिच्या मनगटाजवळची नस आणि तिच्यातून येणारी स्पंदने तो त्याच्या गालाजवळ अनुभवत होता. त्याने स्वत:ला बजावलं - हे फक्त विचार आहेत, कल्पना आहेतः यांना काहीही अर्थ नाही. त्याचं जगच कल्पनेतलं आहे. कल्पना करणं हा त्याचा छंद आहे. व्यावसायिक धोका. स्वप्न. त्या स्वप्नांभोवती गुंफलेल्या गोष्टी. त्या संदर्भात तुमच्या डोक्यात शिजलेले विचार आणि मग हेच खरं आहे यावर हळूहळू तुमचा बसू लागलेला विश्वास याबाबत त्याला जाणीव होती. पण तुम्ही कशाची कल्पना करता या गोष्टीचा वास्तव आयुष्यात तुम्ही वडील म्हणून, नवरा म्हणून जे काही जगत असता त्याच्याशी सुतराम संबंध नसतो. तुला अधिक सृजनशील होण्याची गरज नाहीये - त्याने स्वत:ला बजावलं. ही काही एखादी परिकथा नाही. अजून एका दिवसानंतर घरी जावंस आणि आपल्या कुटुंबाला एकत्रित ठेवायचा प्रयत्न करावास, हे बरं.

फ्रिजवर डकवलेली चिठ्ठी घरी त्याची वाट पाहत होती. त्याची बायको आणि छोटं मूल त्याच्या आई-वडिलांना भेटायला गेले होते. कारण त्याला काहीसा मोकळेपणा, स्वत:साठीच काही वेळ हवा आहे, असं तिला वाटलं. ही चिठ्ठी लिहिताना बायकोच्या चेहऱ्यावर कसे त्रासिक भाव उमटले असतील याची तो कल्पना करू शकत होता. यावरून एवढं तर कळत होतंच की, तिलाही या सगळ्यापासून दूर राहण्यासाठी थोडा वेळ हवा होता.

अर्थातच त्यांच्या मुलाशी बोलण्यासाठी तो फोन करू शकतो. घरातल्या बाकीच्या इतर गोष्टींची काळजी करायची त्याला गरज नाही. फक्त तो आज घरी जेवणार आहे किंवा नाही, हे त्याला नोकरमाणसांना सांगावं लागेल - एवढंच काय ते. त्या दोघांमध्ये नेमकं काय बिनसत गेलं, हे त्याच्या आई-वडिलांना सावकाश, सौम्य रीतीने आणि कसं सांगता येईल.

डोळ्यांपुढे अंधारी येईलशी डोकेदुखी उपटली. एखाद्या पिंजऱ्यातल्या जनावरासारखा तो घरात फेऱ्या मारू लागला. काही तरी तोडण्यासाठी त्याचे हात शिवशिवत होते. अखेरीस त्याने काही चायना प्लेट्सचे तुकडे केले. सिंकमध्ये जोरात फेकले. पण तरीही त्याला बरं वाटलं नाही. फ्रिजमधून थंड पाण्याची बाटली काढून त्याने ती संपवलीही. पण त्यामुळे डोकेदुखी अधिकच वाढली. थकव्यामुळे आणि वेदनेमुळे त्याला दु:खाने उसासे टाकावेसे, कण्हावंसं वाटत होतं.

त्याने आपले डोळे बंद करून घेतले आणि रेस्टहाउसच्या जंगलाच्या शांत आठवणी जागवल्या. त्याला समजून घेणाऱ्या दुसऱ्या स्त्रीच्या बाहुपाशात असल्याचं जे स्वप्न त्याने पाहिलं होतं, त्या स्वप्नामधलं आभासी सुख आठवू लागला. तिचे

विचार मनात येताच त्याला अमृतांजनची आठवण झाली. त्याने ते बाहेर काढलं आणि त्याच्या कपाळावर नाकाच्या उभ्या रेषेच्या दोन्ही बाजूला असलेल्या उंचवट्यावर चोळलं. काही सेकंदांतच त्याचे डोळे चुरचुरू लागले. त्याने गालावर वाहणारे, उशी ओली करणारे ते ओघळ टिपून टाकले. कोणतीही पूर्वसूचना न देता त्याचे हुंदके बाहेर पडले. त्याला मोडून टाकणारे ते हुंदके, त्याच्या मनातील त्यांच्या अस्तित्वाबद्दल तो पूर्ण अनभिज्ञ होता.

त्याच्या बायकोला फोन करण्यासाठी त्याने सकाळ होण्याची वाट पाहिली. त्याच्या आई-वडिलांना सगळं सांगितलंय. ती म्हणाली, असमाधान, असंतुष्टता ही फक्त तिच्या बाजूने आहे, तो लग्नाबाबत समाधानी आहे... हे तिने त्यांच्याजवळ कबूल केल्याचंही तिने सांगितलं. थोडक्यात - काय तर तुझी बाजू स्वच्छ ठेवली आहे, हेच त्याची बायको त्याला आडवळणाने सांगत होती. यानंतर आता ती तिच्या कुटुंबीयांना, त्याच्या सासू-सासऱ्यांना भेटायला जाईल. एवढं सांगून तिने फोन त्यांच्या मुलीकडे दिला. त्याच्या निरागस, गोड बोलण्याने तो उन्मळून खाली बसला आणि पुन्हा एकदा हुंदके देत रडू लागला.

तो दिवस असाच गेला. त्यानंतर दुसरा... पुढे तिसरा. त्याने घराबाहेर पडायचं ठरवलं. त्याने कोणाला तरी भेटायला हवं, कुठे तरी दुसरीकडे जायला हवं. त्याला कोणाला फोन करावासा वाटतो आहे, हे त्याला कळत होतं. पण कसा करावा, हे कळत नव्हतं. फोन करून तो काय बोलेल? तो कसं काय तिला सांगेल की, आता तो त्याच्या आयुष्यातली 'दुसरी स्त्री' म्हणून तिचा विचार करतो आहे?

ती -जिच्याबरोबर त्याने स्वप्नात बेड शेअर केला होता. एक क्षण त्याला वाटलं, तिला हे माहीत असावं आणि जर तिला माहीत असेल तर काय?

अर्थातच तिला वाटेल. तो एक प्रथितयश कलाकार आहे. तरुण स्त्रियांच्या कामाला प्रसिद्धी देण्याच्या, त्यांच्याबरोबर संयुक्तपणे काम करण्याच्या मोबदल्यात तो त्यांच्याकडून शरीरसंबंधाची अपेक्षा करतो आहे. सगळे जण असंच तर करतात.

ते दोघे एकत्र झोपले आहेत, अशी कल्पना केल्यानंतर प्रत्येक वेळी त्याला शांत झोप लागली - असं तिला सांगायचा त्याने प्रयत्न केला; तर तो सर्वाधिक चारित्र्यहीन, नीतिहीन आहे असे तिला वाटेल. जो आपली दुःखं किंवा आपलं खोटं आजारपण सांगून तिची सहानुभूती मिळवतो आणि नंतर त्याच जोरावर तिच्याशी शारीरिक जवळीक साधण्याचा प्रयत्न करतो आहे. पुरुष नेहमी असंच करत आलेले आहेत. जर त्याने त्याच्या घरात उद्भवलेली समस्या तिच्याकडे स्पष्ट केली, त्याचं लग्न मोडतंय असं तिला सांगितलं; तरी तिला वाटेल, हे त्याचं काही तरी गुप्त कारस्थान आहे. शक्यतो, विवाहित पुरुष दुसऱ्या स्त्रीला पटवण्याच्या प्रक्रियेत असतात, तेव्हा सामान्यतः ते असंच करतात.

पण जाऊ दे; असं असूनही त्याने तिला सगळं सांगितलंच, तर काय होईल? ती त्याच्या आरोग्यासाठी फायदेशीर आहे, हे त्याने तिला सांगितल्यानंतर ती काय म्हणेल? कदाचित तिला आश्चर्य वाटेल. आताच त्याचं एकीबरोबरचं सहजीवन मोडून पडलं आहे आणि तो लगेचच दुसऱ्या स्त्रीशी शारीरिक सहवासाची अपेक्षा करतो आहे? त्याने चार-पाच महिन्यांपासून आपल्या बायकोला स्पर्शही केलेला नाही, हे तो तिला सांगू शकेल?

पण तो शरीरसंबंधांची अपेक्षा करतो आहे असं तिला वाटावं, अशी त्याची इच्छा नव्हती. त्याने स्वत:ला तिच्याबरोबर उत्कट प्रणय करताना कल्पनेतदेखील पाहिलं नव्हतं. ती त्याच्या कुशीत, त्याच्या अंगावर हात टाकून एखाद्या लहान मुलीसारखी झोपली आहे - असं स्वप्न त्याने पाहिलं होतं. कदाचित हे त्या असंबद्ध, विचित्र मानसशास्त्रीय कार्यकारणभावांपैकी असावं. म्हणजे, तुमची असुरक्षितता व असहायता, एकटं सोडून गेल्याची भावना यामधून प्रकट होत असावी - एखाद्या लहान मुलागत. बहुधा त्याला कोणीतरी त्याची काळजी घ्यायला हवी असावी किंवा कदाचित त्याला आपल्या मुलीची आठवण येत असावी किंवा आपल्या आईची. शक्यता आहे. हा सगळा त्याच्या डोक्यातला विचारांचा गोंधळही असू शकतो. परंतु त्याला अगोदरच एक साधी-प्रेमळ आई आहे आणि तो तिची कधीही भेट घेऊ शकतो. कदाचित त्याला एखादी गुंतागुंतीच्या स्वभावाची आई हवी असेल, जी त्याच्या गुंतागुंतीच्या भावना समजून घेऊ शकेल.

आपल्या डोक्यातले विचार घालविण्यासाठी त्याने डोकं हलवलं. या गोंधळात तो जितका कमी खोलात जाईल तेवढं चांगलंच आहे. त्याला ती स्त्री हवी आहे, एवढंच काय ते त्याला माहीत होतं. कदाचित मैत्रिणीप्रमाणे, जिला तो एका मोकळ्या मिठीची विचारणा करू शकेल. सहज सांगू शकेल - त्याला कोणी तरी घट्ट जवळ धरण्याची गरज आहे. नाही का? प्रयत्न करायला काय हरकत आहे? त्यामुळे काही नुकसान होणार नाही. याउलट, कधीही प्रयत्नच केला नाही आणि नंतर तो का केला नाही यावर स्पष्टीकरण देण्याची वेळ आली, तर मात्र तोटा होईल. बहुधा त्याने तिला कामाच्या संदर्भात फोन करावा. त्याच्या मनात एक नवा प्रोजेक्ट आकाराला येतो आहे, असं तो तिला सांगू शकतो. यावर तिचा प्रतिसाद कसा असेल, याच्याही अर्धा डझन शक्यता होत्या. त्याच्याबरोबर काम करण्याची संधी मिळते आहे, म्हणून तिला कृतज्ञ वाटू शकते. ती आनंदाने उड्या मारत, धावत येऊ शकते. त्याला फक्त फोन उचलून तिचा नंबर फिरवावा लागेल. पण जर त्याने तिला कामावर घेतलं आणि त्यानंतर तिला मिठीत येण्याबद्दल विचारलं, तर तिला फसवल्यासारखं तर वाटणार नाही?

म्हणून मग त्याने तिला फोन करायचा नाही, असं ठरवलं आणि आणखी थोडा

बाम घेऊन तो स्वत:च्या कपाळावर चोळला. दिवे मालवून झोपण्याची तयारी केली. त्याला झोप लागण्याच्या मिनिटभर आधी त्याने मनातच एक दृश्य उभं केलं, जिथे ती बेडरूममध्ये चालत आली. तिने स्वत:ला बेडवर झोकून दिलं. पायातले सँडल्स उडवून लावले आणि त्याच्याकडे पाहून हसली. त्यानंतर तिने स्वत:च्या हाताने त्याच्या कपाळावर हलकासा मसाज करायला सुरुवात केली. तिच्या बोटांच्या स्पर्शाने तो झोपी गेला.

दोन दिवसांनंतर तिचा टेक्स्ट मेसेज आला. पहिल्या मेडिकेशन कोर्सची किती मदत झाली, हे जाणून घेण्यासाठी. त्यानेही मेसेज करत तत्परतेने उत्तर दिलं- पहिल्या कोर्सचा उपयोग झाला, परंतु सध्या सहाव्या उपचार-पर्यायाचा वापर करण्यासाठी मन उद्युक्त करतंय आहे. पाचवा कोर्स का नाही? तिने मेसेज करत विचारलं. त्याने प्रत्युत्तरादाखल म्हटलं -किरकोळ खरेदी थेरपी मी एकट्याने कधीच करत नाही. माझ्या मनात तसा भयगंड आहे. मग जवळजवळ एक तास तिच्याकडून काहीच उत्तर आलं नाही. पण त्यानंतर तिचा मेसेज आला - पेशंट्सना दवाखान्याबाहेर डॉक्टरांनी सोबत करणं, ही क्वचित घडणारी गोष्ट आहे. परंतु या वेळी ती त्याला मदत करेल -विशेषत: तिला स्वत:साठीही उपचारांची गरज वाटते आहे म्हणून.

शहरात भेट घ्यावी, ही त्याचीच कल्पना होती. त्याच्या परिचयाचे कोणीही शहरात राहत नव्हते आणि परिचयाच्या लोकांचा सामना करण्याची त्याची इच्छा नव्हती. मांडीवर मासिक ठेवून ती मॉलच्या पायऱ्यांवर बेफिकीरपणे हातपाय पसरून सैलावून बसली होती.

त्याने रेघारेघांचं, पन्नास वेगवेगळे रंग असल्यासारखं दिसणारं एक पुलओव्हर विकत घेतलं. एक रेशमी अस्तर असलेलं निळ्या रंगाचं जॅकेट आणि पशिमनाप्रमाणे मऊसूत टी-शर्ट विकत घेतला. त्या टी-शर्टचा पोत-स्पर्श त्याला कळावा म्हणून तिने तो त्याच्या गालांवर किंचितसा घासला. याव्यतिरिक्त त्याच्या खरेदीमध्ये तिने त्याला कोणतंच मार्गदर्शन केलं नाही. त्याऐवजी ती त्याच्यामागोमाग पुरुष विभागात गेली. त्याने एखादी वस्तू उचलल्यानंतर ती आवडली असल्यास संमती, नाही तर आपला खालचा ओठ दातांखाली चावत नापसंती दर्शवली.

तिला कशाची खरेदी करायची आहे, हे त्याने तिला विचारलं; परंतु ती त्याला कॅश काउंटरकडे घेऊन गेली. त्यानंतर ती त्याला बाहेर रस्त्याच्या दुसऱ्या बाजूला असलेल्या उघड्यावरच्या बाजारात घेऊन गेली. तिथे तिने पाच स्कर्ट्स, चपलांचे तीन जोड, दोन शर्ट्स आणि जवळजवळ पारदर्शक एक ड्रेस खरेदी केला. तो ड्रेस ती कधीच घालणार नाही असं तिने म्हणताच त्याने विचारलं, "का नाही?" ती म्हणाली, "तो खूप, खूप खूपच... मला वाटतं," "त्या ड्रेससाठी माझं वय जरा जास्तच आहे!" त्याने डोळे वळवत म्हटलं, "तू तर अजूनही मुलगीच आहेस."

“नाही हं, मी तशी नाहीये” ती म्हणाली.

ते दोघे चहा घ्यायला गेले. ते एक औपचारिक ठिकाण होतं. करकरीत कापडाचे टेबलक्लॉथ, पांढरे शुभ्र मेन्यूकार्ड्स आणि व्यवस्थित आटोपशीर ढेरीचे वेटर्स. तिने चहा, छोटे सामोसे आणि त्याच्या अंगठ्याएवढ्या लांबीचे ब्रेडरोल्स मागवले. त्याने तिला तिच्या शाळा-कॉलेजबद्दल, पोर्टफोलिओ बनवण्यासाठी आलेल्या खर्चाबद्दल प्रश्न विचारले. तिने त्याला सगळं सांगितलं. परंतु तिचे शब्द फारच तुटक होते; जणू काही स्वत:बद्दल जास्त काही उघड करायला ती नाखूश होती.

त्याला प्रेमाबाबत -प्रेमभंगाबाबत काही विचारायचं होतं. ती ही डॉक्टरची भूमिका करायला कशी शिकली, याबद्दल विचारायचं होतं. अशा सौम्य रंगाच्या डोळ्यांची, डोळ्यांमधल्या गोलाकार भागाभोवती दु:खाची वर्तुळं असलेली व्यक्ती बनण्यासाठी तिला किती काळ लागला? तिच्या आयुष्यात कोणी पुरुष आहे का, हे त्याला विचारायचं होतं.

परंतु त्याने तसं विचारलं नाही. शक्यतो तसा कोणी पुरुष नसावा, हे त्यानेच ठरवलं. ती जर दुसऱ्या कोणाच्या प्रेमात असली असती, तर ती त्याच्या डोळ्यांत एवढ्या निर्भीडपणे कशी काय पाहू शकते? याउलट, ती एक विवाहिता असणं उपयोगाचं नसू शकेल, त्याच्यासारखंच. त्याला कसं काय कळणार? चहाचा आस्वाद घेत दोघेही शांत बसून होते. जणू काही लग्नाला बरीच वर्षं झालेलं जोडपं त्यांच्या आठवड्यातल्या बाहेर जेवणाच्या कार्यक्रमानुसार रेस्टॉरंटमध्ये आलं असावं आणि दैनंदिन आयुष्यातली गंमत, तपशील यापलीकडे एकमेकांना सांगण्यासारखं त्यांच्याकडे विशेष काही नसावं. एकमेकांना आकर्षित करणारे दृष्टिक्षेप, स्पर्श- असलं काहीही नाही. ते इतर टेबलांजवळ बसलेल्या बाकीच्या लोकांकडे पाहत होते. तिथे लावलेल्या जाझच्या जोरकस संगीताचा आनंद घेत होते. तिची नजर एका छोट्या मुलावर होती. त्याच्या मागे-मागे फिरत होती. तो मुलगा टेबलांच्या मधून पळत होता. अनोळखी लोकांचे हात पकडत होता. अचानक तिने विचारलं, “तुला मुलं आहेत?”

डोळे - भुवयांचं आकुंचन करत त्याने म्हटलं, “हो, एक आहे. का?” एक तिने पुनरुच्चार केला. “मुलगी?”

“तुला कसं काय माहीत?” “तू मुलीच्या बाबांसारखा दिसतोस.” “म्हणजे कसा?” “हे मला नाही माहिती पण तू मुलग्याच्या वडिलांसारखा अजिबात वाटत नाहीस. मुलाचे बाबा? हो, असे बाबा जे आपल्या लहानग्या मुलाबरोबर फुटबॉल किंवा क्रिकेट खेळतात आणि टीव्हीवर खेळ पाहताना आपल्या मुलाला टाळ्या देतात. मी माझ्या मुलीच्या हातावर टाळी देतो. ते वेगळं. अरेच्चा, ते कसं काय

वेगळं? ते वेगळंच आहे. पण कसं? तुला नाही कळणार. मी विचारतो आहे. तसं स्पष्ट करून नाही सांगता येत. मला वाटतं तू काय बोलते आहेस हे तुलाच कळत नाहीये. तिचा चेहरा स्तब्ध, शांत वाटत होता. चेहऱ्यावर व्यस्त रेषा अपारदर्शक. मनातलं चेहऱ्यावर दिसू न देणारा. मला वाटतं ती म्हणाली, ''मला कळणार नाही.''

त्याने तिच्या बोटांवर नजर फिरवली. सगळी दहा बोटं, अनालंकृत. तू, त्याने काही तरी विचारायला सुरुवात केली आणि थांबला. तू, त्याने काळजीपूर्वक शब्दांची निवड केली. तू मुलांना जन्माला घालण्याबाबत विचार करत आहेस का?

तिने तिच्या भुवया उंचावल्या. मी विवाहित नाहीये. ती म्हणाली आणि काही क्षणांच्या शांततेनंतर तिने विचारले, ''निघू या?''

पुढचे काही क्षण टेबलाच्या त्या बाजूला बसलेल्या तिच्या बोटांना स्पर्श करण्याची अतोनात ऊर्मी त्याला जाणवत होती. त्याने तसं केलं नाही. त्याऐवजी त्याने तिला तिच्या घरी सोडण्याचा प्रस्ताव ठेवला. ती म्हणाली, ''तशी गरज नाही. तुला खूप लांबचा रस्ता घ्यावा लागेल.'' ''मला लाँग ड्राइव्ह्ज आवडतात.'' तो उत्तरला.

तो गजबजलेला भाग होता. तिच्या कॉलनीबाहेर असलेल्या बाजारात उघडझाप करणाऱ्या रंगीत दिव्यांचे प्रकाशकिरण पसरलेले होते. गोंधळ-गडबडीचे आवाज येत होते. लोक दुकानाबाहेरच्या जागेवर, फुटपाथवर थुंकत होते, कुत्री इतस्तत: फिरत होती. त्याने तिच्या घराच्या इमारतीजवळ गाडी थांबवली. इंजीन शांत होत असताना, काही तरी बोलण्याचा तो विचार करत होता. तेवढ्यात सीटबेल्ट काढत तिनेच शांततेचा भंग केला.

तू खरोखरच इतका चांगला आहेस की, तुला आज माझ्यासाठी विशेष प्रयत्न करावे लागले?

त्याने भुवया उंचावल्या. ''आपण चांगली व्यक्ती आहोत असा स्वत:बद्दल विचार करायला मला आवडेल.'' पण क्षणभर थांबून तो पुढे म्हणाला, ''आज मात्र मी तसे खास प्रयत्न केले.''

ती गाडीतून खाली उतरली आणि त्याच्या बाजूला चालत आली, खिडकीवर हाताने टॅप केलं. त्याने काचा खाली केल्या. ती काही क्षण तिथेच उभी राहिली, बोटांनी खिडक्यांच्या वरच्या बाजूला आधार घेत कारला टेकून शेवटी ती म्हणाली, ''थँक्यू.''

खिडकीच्या काचांच्या कडांवर दाबलेली तिची अस्वस्थ बोटं... तिला आणखी काही तरी बोलायचं असावं. आपणही काही तरी बोलायला हवंय, हे त्याला कळत होतं. ते नुसतंच नाही, ''थँक्यू'' असंच काही तरी असेल तरीही. हे असे क्षण होते,

ज्या वेळी तुम्ही काय म्हणताय हे महत्त्वाचं ठरत नाही; कारण त्यातून नक्कीच काही तरी जास्त प्रतीत होणार असतं. पण त्याला काहीच सुचलं नाही. म्हणून त्याने नुसतीच मान हलवली. ती कारपासून दूर झाली.

एका वेड्या क्षणासाठी त्याच्या मनात विचार आला-तिला विचारावं का, डिनरला बाहेर जाऊ या का? त्याने घड्याळाकडे पाहिलं. आपण किती दमलेले आहोत, हा विचार केला. दिवसेंदिवस आपण प्रौढत्वाकडे अधिकाधिक झुकतो आहोत आणि ती किती तरुण दिसते आहे! तिथे उभी. मूड नसल्याचं चिन्ह तिच्या चेहऱ्याच्या कोपऱ्यातून लटकतंय. हे सगळंच खूप मूर्खपणाचं! केवळ सिद्धान्तात्मक अंदाजे होतंय. नाही, त्याला या सगळ्याचा असा गुंता होणं परवडणारं नाही. त्याच्या आयुष्यात असल्या गोंधळाला थारा नाही. तिच्याकडे न बघताच त्याने निरोपादाखल हात हलवला.

त्याच रात्री बायको गावाहून परत आली. जेव्हा तो घरी परतला, तेव्हा त्याची मुलगी त्याची वाट पाहत होती. ती झोपाळलेली. खूप दिवसांत तो दृष्टीस न पडल्याने काहीशी दुर्मुखलेली होती. त्यामुळे तिची कुरकुर चालली होती. तिला पाहताच त्याने ताबडतोब आपल्या हातातले नव्याने खरेदी केलेले कपडे जमिनीवर टाकले. एका हाताने तिला वर उचलून घेतले आणि दुसऱ्या हाताने बूट-मोजे काढून टाकले. मुलीला छातीशी धरून, तिला झोप लागेपर्यंत तो घरभर फिरत राहिला. त्याने तिला तिच्या बेडवर झोपवलं आणि नंतर नाराजी, अनुत्साह यांच्या संमिश्र भावनेने स्वतःच्या बेडरूममध्ये गेला. त्याच्या बायकोने खरेदीच्या पिशव्या पाहिल्या होत्या. त्याने एवढ्या वर्षांत-जेव्हापासून ते एकत्र आहेत तेव्हापासून आतापर्यंत एकदाही स्वतःसाठी खरेदी केली नव्हती. सुरुवातीच्या वर्षांत त्याची आई त्याची खरेदी करत असे. त्यानंतर गर्लफ्रेंड आणि नंतर बायको. आता त्याच्या हातातल्या शॉपिंग बॅग्ज हेच दर्शवत होत्या की, त्याने तिच्याशिवाय जगण्याचं शिकून घेतलं आहे. तिच्या डोळ्यांत अश्रू तरळले.

अश्रूंचा सामना करण्यासाठी तो तयार नव्हता. तो तिच्याकडे पाहत बेडवर बसला. शेवटी तो फरशीवर-जिथे त्याची बायको विमनस्क बसून स्फुंदत होती तिथे जाऊन बसला. त्याने तिचे दोन्ही तळवे हातांत घेऊन त्यावर ओठ टेकले. या स्पर्शात वासनेचा संदर्भही नव्हता. तो तिला असं स्फुंदून रडताना पाहू शकत नव्हता. एवढंच, परंतु ज्या क्षणी त्याने तिला स्पर्श केला, त्या क्षणी ती शांत झाल्यासारखी वाटली. तिने त्याचे तळहात आपल्या ओठांपाशी धरले.

बस... एवढासा वेळ लागला त्या दोघांना एकमेकांच्या बाहुपाशात विसावून एकमेकांत हरवून जायला. जणू काही क्षणांच्या विलंबानेसुद्धा घडलेली गोष्ट अशक्यप्राय झाली असती. मीलनानंतर त्याच्या खांद्यावर डोकं टेकवून, त्याला

बिलगून ती शांत झोपी गेली.

तो मात्र झोपू शकला नाही. अशाही स्थितीत जराही हालचाल केली नाही- आपल्या हालचालीमुळे बायकोची झोपमोड होईल अशी काळजी वाटली म्हणून नाही, तर ती जागी झाली तर दोघांमध्ये काही तरी बोलणं होईल याची भीती वाटत होती म्हणून! सकाळ होता-होता केव्हातरी त्याचे डोळे झोपेने जडावले, तेव्हा त्या दुसऱ्या स्त्रीच्या प्रतिमेने प्रवेश केला. तो तिला स्पष्ट पाहू शकत होता. कारच्या दरवाजावर रेलून उभी असलेली ती... तिची नजर त्याच्या डोळ्यांत गुंतलेली.

तो तट्‌कन उठून बसला. असं चालणार नाही-हे अजिबात चालणार नाही. त्याने स्वत:लाच पुन:पुन्हा बजावून सांगितलं. पुढच्या पाच दिवसांत त्याने तिला फोन केला नाही, तिनेही नाही.

त्याची बायको घर व्यवस्थित लावण्याच्या मागे लागली. प्रत्यक्षात त्याला काडीएवढाही अव्यवस्थितपणा किंवा पसारा झालाय, असं दिसत नव्हतं. परंतु ती म्हणाली, तिला जशी सवय होती तशाच गोष्टी पूर्वीसारख्या करून घेते आहे. ती व्यवस्था-ज्यामधून तिला त्यांच्या पूर्वीच्या एकसंधपणाचा, त्यांच्या एकत्रितपणाचा अनुभव घेता येईल. अशा गोष्टी ती पूर्वी अनेकदा बोलत असे. तेव्हा त्या ऐकायला गोड वाटायच्या, पण आता त्याला ते बोलणं नकोसं झालं. झिडकारून टाकावंसं वाटलं.

आपल्या शहरात एक नवी मुलगी आली आहे. त्याने त्याच्या लग्न न केलेल्या एका मित्राजवळ तिचा उल्लेख केला आणि आश्चर्य म्हणजे, ती चांगली आहे... त्याच्या मित्राने त्याला डोळा घातला आणि म्हणाला, "असलीच पाहिजे!"

आतल्या आत तो दचकला, पण वरवर हसून त्याने मान हलवली. "ती गोड मुलगी आहे." तो म्हणाला, "तिचं काम तर पाहा तिच्याकडे तशी खोल दृष्टी आहे. माझ्यावर विश्वास ठेव. लवकरच ती कोणीतरी विशेष व्यक्ती होईल." मित्राने हात हवेत उडवले आणि जणू हातांच्या, चेहऱ्यावरच्या आविर्भावातून सांगितलं, "ठीक आहे". तू म्हणतोस तसं असेलही. मी तिचं काम पाहीन.

त्याला तेवढंच निमित्त मिळालं. त्याने तिला मेसेज केला... काही वरिष्ठ व्यक्तींना तिचं काम दाखवायला तिला आवडेल का? तो तसा योग जुळवून आणू शकतो.

तिने त्याला लगेचच फोन केला. "हॅलो" म्हणून ती गप्प झाली. "हे काय चाललंय तुझं?" त्याने विचारलं. काहीच नाही. ती उतरली.

"काहीच नाही? आळशी मुली, तू इथे का येत नाहीस? ज्या लोकांना तू भेटायला हवंस अशांबरोबर तुझी भेट होईल. कसे लोक? तासाभरात त्याच हॉटेलमध्ये ये. येशील ना? होय. हे काय, जराही उत्साह नाही?" नाही. म्हणजे

हो का नाही उत्साह वाटणार. "येतेस ना मग?" हो येते. काय झालंय? काही नाही. नक्की? नाही, म्हणजे मला म्हणायचंय मी ठीक आहे."

पुन्हा तेच कॉफीशॉप. त्याच्या प्रौढ मित्राला ती मादक वाटते आहे, हे तो पाहत होता. त्याचे थंड तपकिरी डोळे - जणू तिची संपूर्ण मोजमापं घेत जरासे पेटलेले... त्या रस्त्यावरच्या बाजारातून त्यांनी एकत्र खरेदी केलेला स्कर्ट तिने आत्ता परिधान केलेला होता. तिचे अनावृत बाहू एखाद्या शाळकरी मुलीसारखे तिच्या दोन्ही बाजूंनी लटकत होते. प्रथमच त्याच्या लक्षात आलं -ती खूपच नाजूक, सहज दुखावली जाऊ शकते अशी आहे. अगदी त्याच्या स्वत:च्या लहान मुलीसारखी! या विचारांसरशी त्याच्या छातीत भरून आले. तिला ओढून करकचून मिठीत घ्यावं, ती दुखावली जाईल –एवढी घट्ट मिठी मारावी अशी इच्छा झाली.

अजिबात घाई नसल्यासारखी ती टेबलकडे चालत आली. त्यांनी काही इकडच्या-तिकडच्या विषयांवर गप्पा मारल्या. राजकारण, कुटुंब, राष्ट्रीयत्वाची कल्पना, परदेशात स्थलांतरित होणं... एखाद्या प्रजासत्ताकाप्रमाणे कुटुंबाची संकल्पना, प्रजासत्ताक आणि लोकशाही यांमधील फरक... कामाबाबत आणि बरंच काही. ती मोकळेपणाने काही राखून न ठेवता बोलली. त्याने आपल्या प्रेमाबाबतची समस्या समोर मांडली. मित्राच्या उपस्थितीमुळे त्याचा आत्मविश्वास दुणावला होता. आता ते चांगले मित्र होते. कॅफेमध्ये गप्पा मारत बसलेले सर्जनशील मनाचे, वयाच्या लिंगभेदाच्या पलीकडे असलेले. त्याचे आणखी दोघे मित्रही सहज फिरत-फिरत त्यांच्यापाशी आले. प्रत्येकाची ओळख करून दिली गेली. वातावरण अधिकच हसरं, मोकळं झालं. ती तर पूर्ण वेळ हसत होती. स्वत:बद्दल बऱ्याच गोष्टी उघड करत होती. स्वत:वरच विनोद करत होती. जणू काही तिच्या आयुष्याशी संबंधित प्रत्येक गोष्ट विनोद असावा. ती निघून गेल्यानंतर तो त्याच्यापेक्षा वयाने मोठा मित्र त्याला म्हणाला, "तू तिला घरी सोडायला जाऊ शकत होतास किंवा तुम्ही बाहेर डिनरला गेला असता. तुला काय अडचण आहे?" त्याने खांदे उडवले. "आम्हाला बाहेर डिनरला जावंसं का वाटेल?"

"कारण तुला तिच्याबरोबर डिनर करावसं वाटतंय आणि कदाचित त्यानंतर तुला करण्यासारख्या इतरही गोष्टी असतील." तसं काही नाही. ओह! नाही? नाही. हे बघ. ती खूप गोड मुलगी आहे. हुशार आहे. मला वाटतं तिला एक संधी देण्याच्या योग्यतेची आहे. बस्स एवढंच?"

"कम ऑन – तुम्ही मला ओळखता." "हो म्हणूनच तर! नाही यार." "हो यार. तुमच्यामध्ये काही तरी आहे." "काही तरी म्हणजे काय?" नॉनसेन्स. हो यार. काही तरी आहे हे नक्की. काहीही घडत नाहीये. काही तरी घडतंय. नाही."

तो वयस्कर मित्र पुढे झुकला. त्याच्या गुडघ्यावर थोपटून म्हणाला, "तुमच्या

दोघांमध्ये जे काही आहे, ते कोणीही पाहू शकेल. मी आत्ता इथे या खोलीत पाहिलंय. ज्या क्षणी ती टेबलाजवळ आली आणि तिने तुझ्याकडे पाहिलं-तेव्हाच वेड्या, किती उघड होतं ते! जणू काही तुम्ही दोघे एखाद्या कापडाच्या तुकड्यात अक्षरश: बांधलेले असावेत, तसं. रेशीमगाठीएवढं उघड, एवढं खरं. तुम्ही दोघं परस्परांशी असे बोलत होता, जणू कोणी जोडपं प्रणयात रंगलंय असं वाटत होतं.''

त्याने जोरजोराने डोकं हलवलं, पण त्याचे सगळे वाद उडवून लावण्यात आले. बऱ्याच वेळाच्या शांततेनंतर त्याने पुन्हा म्हटले. नॉनसेन्स आणि काय करत नव्हतो.

त्याच्या मित्राने खांदे उडवले. ''एके दिवशी तुम्ही कराल,'' तो म्हणाला ''नाही. मला बायको आहे. मुलगी आहे. ती घरी परत आली आहे.''

त्याच्या मित्राने त्याच्याकडे काहीसे सहानुभूतीने, अविश्वासाने पाहिलं. ''घर? म्हणजे सारं काही पुन्हा सुरळीत झालं तर?'' त्याने डोकं खाली झुकवलं, बोटं एकमेकात गुंतवली, मोकळी केली. ''नातेसंबंध पुन्हा सुरळीत कसे काय होऊ शकतात? कशी काय घरं विभक्त होतात आणि पुन्हा एकत्र होऊ शकतात?''

त्याचं घर स्वत:च स्वत:ला एकत्रित करतंय का? त्याचं घर म्हणजे एके काळच्या सुखी लग्नाच्या मृत स्मृती आहेत, असं म्हटल्यानंतर त्याची बायको परत घरी का आली आहे? मृत झालेल्या त्या गोष्टी पुन्हा जीवित होतील, असं तर तिला वाटत नाही ना? म्हणजे, आता आहे ते आपल्या लग्नाचं भूत? असं काहीही तो आता बोलू शकतो; परंतु त्यामुळे वास्तव तर बदलत नाही. सद्य:स्थिती अशी आहे की, त्याचं लग्न झालेलं आहे आणि बायको घरी वाट पाहते आहे.

त्या रात्री तो थोडीशी दारू प्यालेला असा घरी गेला आणि देवच जाणो, किती आठवड्यांनंतर त्याने घरी आपल्या बायकोने बनवलेलं जेवण केलं. त्याने अगोदरच कॉफीशॉपमध्ये खाल्लेलं होतं, परंतु त्याची बायको न जेवता त्याची वाट पाहत होती. तिला त्याच्याबरोबर जेवायचं होतं, म्हणून मग त्याने पुन्हा थोडं खाल्लं.

आपल्या बायकोच्या दिसण्याकडे त्याचं लक्ष गेलं –डोळ्यांच्या कडांना काजळाच्या चमकदार काळ्या रेषा, ओठांवर हलकीशी लिपस्टिक, चांगल्या फिटिंगच्या जीन्स. तिला वाटलं-ती छान, मोहक दिसते आहे. आता तो त्याच्या बायकोबद्दल असा विचार करतो आहे याचं त्याला आश्चर्य वाटलं. मोहक.

जेव्हा ते कॉलेजमध्ये होते, तेव्हा त्याला ती अत्यंत आकर्षक, मादक वाटायची. जणू काही आपलं जगणं तिच्यावर अवलंबून आहे, अशा तऱ्हेने त्याने तिचं प्रियाराधन केलं होतं. या स्त्रीला जिंकून घेण्यात, तिच्याबरोबर लग्न करण्यात, मुलं-संसार, तिच्याबरोबर असण्यामध्येच त्याचं आयुष्य सामावलेलं आहे - असा त्याचा विश्वास होता. ही आणि हीच, दुसरी कोणीही नाही. त्याने सगळं काही केलं होतं

आणि योग्य प्रकारे केलं होतं. असा तो आज या वळणावर होता. कोणता तरी पास्ता खात-ती अजूनही मोहक दिसते आहे, असा विचार करणारा.

त्याच्या विचारांशी सुसंगत प्रतिक्रिया तिच्याही डोळ्यांत दिसते आहे का, हे पाहण्यासाठी त्याने तिच्या नजरेत पाहिलं. तिच्या नजरेतही तो फक्त मोहक दिसतो आहे का? त्याच्या शरीरबांध्याकडे पाहून त्याची बायको असाच तर विचार करत नसेल की, आजही तो देखणा पुरुष या नामांकनाला पात्र आहे का?

तिच्याशी दृष्टिभेट होण्याची तो वाट पाहत राहिला. त्यासाठी तिच्या चेहऱ्याकडे सारखा पाहत होता. शेवटी एकदाचं तिने वर पाहिलं, पण ती बळजबरीने हसू आणून आपल्या निस्तेज चेहऱ्यावर पसरवते आहे. त्याअगोदरच त्याने तिथे अस्फुट भीती पाहिली.

एका झटक्यात त्याला कळलं. त्याची बायको त्याच्यासाठी परत आलेली नव्हती. त्यामागे कारण होतं–पैसा, घर. जर तिचं स्वत:च करिअर असतं, जर तिच्याजवळ तिचं स्वत:चं घर असतं, स्वतंत्र राहण्याइतका पैसा गाठीशी असता; तर ती त्याच्याकडे कधीही परत आली नसती. त्याने अंदाज केला, ही करामत बहुधा त्याच्या सासू-सासऱ्यांची असावी. त्यांनी त्यांच्या मुलीला साधं, सरळ सत्य सांगितलं असावं; तिचा असंतोष ही त्यांची समस्या नाही. नाहीतरी ते असं कठोर सत्य स्पष्ट सांगणाऱ्या प्रकारातलेच आहे.

जर तो तिला मारहाण करत असता किंवा बाहेरख्याली असता, तर गोष्ट वेगळी होती. पण एकटं पडल्यासारखं वाटतंय, हे काही पुरेसं सबळ कारण नव्हतं. तो देऊ शकतो त्याहून किती तरी अधिक तिला हवं आहे, हे लग्न मोडण्यासाठी पुरेसं नव्हतं. त्यांच्या आधारावर विसंबून राहू नकोस, असं त्यांनी तिला सांगितलं असावं आणि म्हणूनच त्याची बायको परत आली होता-मुलगी, असमाधान आणि सगळ्यासह. स्वत:च्या परिस्थितीचं अवलोकन करण्यासाठी तिला चांगला वेळ मिळाला असणार. नक्कीच! तिच्या आईने स्वयंपाकघरात उभी असताना तिला प्रत्येक लहान-मोठ्या गोष्टीसाठी मोजावी लागलेली किंमत सांगितली असणार : डिटर्जंट, कांदे, तांदूळ, तूरडाळ, भिंतींचं रंगकाम, छताची दुरुस्ती, पाण्याची नवी टाकी, सोसायटी मेंटेनन्स, वीजबिल इत्यादी. नव्याने सुरुवात करणं इतकं सोपं असणार नव्हतं. तिला स्वत:ला गृहीत धरलं जातंय, हे तिनंच मला सांगितलं होतं; नाही का? मग आता परत जाऊन बायको म्हणून असलेले तिचे हक्क पुनश्च बजावायची वेळ आलेली होती. आपल्या सासूने हातातील सुरी बोटांनी गोल-गोल फिरवत कशा प्रकारे लेक्चर दिलं असेल याची तो कल्पना करू शकत होता. त्यांच्या तशा बोलण्याने त्याच्या बायकोला पटवून घ्यावंच लागत असेल की, मृत भावना पुनश्च चेतवल्या जाऊ शकतात.

कदाचित..., त्या रात्री जेव्हा ती परत आली होती, तेव्हा प्रणयाधीन होण्यापूर्वी ती रडत होती. त्यामागे (घरखर्च, कर आणि घरभाडं देण्याबाबत तिला वाटलेली भीती) हेच कारण असावं. तिला त्याची उणीव भासली होती किंवा ती अद्यापही त्याच्या प्रेमात होती, असं काहीही नव्हतं तर!

या वास्तवाची प्रखर जाणीव होताच त्याच्या रक्तातून लहर गेली. तसं त्याला मळमळू लागलं आणि धावत बाथरूममध्ये जाऊन तो छानसा पास्ता ओकून टाकावंसं वाटलं. तो हळूहळू उभा राहिला. इकडे-तिकडे पाहत होता. जणू-काही काही तरी शोधत असावा आणि नेमकं काय शोधायचंय, हेच आठवत नसावं. त्यानंतर त्याने स्वत:ला सोफ्यावर झोकून दिलं. कुशनमध्ये चेहरा खुपसून तो तिथे तसाच पडून राहिला. मूर्खासारखी एवढी सगळी वर्षं त्याला एखाद्या जबाबदार कुटुंबवत्सल पुरुषाप्रमाणे वाटत होतं. त्याचा समज होता की, ती त्याच्यावर प्रेम करते आहे; परंतु असं वाटणं खरोखरच मूर्खपणा होता. त्याची बायको डायनिंग टेबलाजवळून उठून त्याच्याजवळ येऊन म्हणाली, "तू ठीक आहेस ना? काय झालं? जेवणामुळे त्रास झाला का? पण मी तर ठीक आहे. म्हणजे मी बनवलेल्या अन्नात काही दोष नसावा."

"तू बाहेर काही खाल्लंस का?"

काही वेळाकरता त्याने तिला एकटं राहू देण्याची विनंती केली. ती थोडा वेळ तिथेच उभी राहिली. पण जेव्हा तिच्याकडे बघण्यासाठी म्हणूनही त्याने आपला चेहरा वर केला नाही, तेव्हा ती तिथून बाजूला झाली आणि टेबल आवरायला लागली.

किमान एक डझनभर विचार एकाच वेळी त्याच्या डोक्यात थैमान घालत होते. त्याने विचार केला-एखाद्या चालू खात्याप्रमाणे तिला माझी गरज आहे. कमीत कमी जोखीम असलेला गुंतवणुकीचा पर्याय. एखाद्या विमाधारित म्युच्युअल फंडासारखा किंवा त्यापेक्षाही जास्त. कदाचित कोणे एके काळी त्याचं मूल्य जास्त होतंही किंवा तिला त्याचे मित्र, त्याचं काम यांची गरज वाटत असेल किंवा त्याची बायको असणं, त्याची सौभाग्यवती म्हणून ओळखलं जाणं यालाही तिच्या लेखी महत्त्व असावं.

मग मला हे इतकं का टोचतंय? अनेक स्त्रिया अशा असतात. त्यामागे हे तर कारण नाही ना की - हा पैसा, हे करिअर संपलंच, तर तीही माझ्याबरोबर असणार नाही. नाहीऽ नाहीऽऽ ती माझ्याबरोबरच असेल. काहीही होवो, ती मला साथ देईल. आता तिला सोडून जायला खूप उशीर झालेला आहे. मला सोडून जाण्यासाठी तिला भाग पाडलं पाहिजे. पण कसं? आणि ती कुठे जाईल? मी मुलीचा ताबा घ्यायला हवा का? ती माझं मूल घेऊन जाणार आहे. मी तिच्यासाठी नोकरी शोधायला हवी.

छे, मी पुन्हा खायला नको होतं. आता मला गेलंच पाहिजे. हे घर मला परवडत नसेल, तर ती माझ्याशी लग्न करणार नाही. या भागात घरभाड्यांचा दर काय असेल बरं? मी तिच्यावर प्रेम केलं होतं. हो, प्रेम केलं होतं. पण तरीही काही तरी करून तिला मला सोडून जायला भाग पाडलं पाहिजे. मला हे आधीच कळायला हवं होतं. तिचे आई वडील नेहमीच असे होते. माझ्या मुलीला तिच्यापासून दूर ठेवायला हवं. नाही तर तीदेखील आईच्या तालमीत आईसारखीच घडेल. मी तिला थांबवू शकत नाही. तिला माझा तिरस्कार वाटतो का? मी असं काय केलंय? प्रत्येक गोष्ट कशी गुंतागुंतीची होऊन बसलीये.

तासाभरानंतर तो काहीसा शांत झाला. विचारांचा गुंता सोडवण्यात, ते एकमेकांपासून स्वतंत्र करण्यात यशस्वी झाला. ठीक आहे, प्रश्न पैशाचा आहे तर! बायकोकडे तिचे स्वत:चे फारसे पैसे नाहीत म्हणून ती घाबरलेली होती, एवढंच.

त्यामुळे काही विशेष फरक पडता कामा नये, असं त्यानं स्वत:ला बजावलं. अनेक बायका अशाच असतात. त्याला माहीत असलेल्या बहुतांश तशाच आहेत. पण तरीही तो स्वत:ला सोफ्यावरून उठून बेडरूममध्ये जाण्यासाठी उद्युक्त करू शकला नाही.

ती डायनिंग टेबलावरची आवराआवर करत असल्याचे, भांडी धुतल्याचे आणि नंतर बेडरूममध्ये जाण्याचे आवाज त्याने टिपले. छतातून पसरत चाललेल्या शांततेने सगळं घर लपेटून घेतल्याचं त्याला जाणवलं. त्यांची लेक तर अगोदरच झोपलेली होती.

काही वेळाने त्याची बायको नाइटीमध्ये बाहेर आली. तिने विचारलं, ''झोपायला येणार का?''.

''हो थोड्या वेळाने येईन मी. तू झोप.'' त्याने तिला सांगितलं. त्याप्रमाणे ती झोपायला गेली. सकाळचे चार वाजले तरी तो जागाच होता. डोकं जाम दुखत होतं. त्याने ठरवलं, कॅनव्हास शूज घालावेत आणि बाहेर फिरायला जावं.

सकाळच्या अंधुक उजेडातही बाहेर बऱ्याच स्त्रिया दिसत होत्या. काही जॉगिंग करत होत्या. काही स्त्रियांनी शॉर्ट्स घातलेल्या होत्या. बायका तशा प्रकारच्या शॉर्ट्समध्ये बाहेर दिसत नाहीत. तो तरुण असताना तर कधीच दिसायच्या नाहीत. आता गोष्टी बदलल्यात.

जॉगिंग करणाऱ्या बऱ्याच मुलींनी त्याच्याकडे पाहून स्मित केलं. काही मुलींनी वर्तमानपत्रातील फोटोवरून त्याला ओळखलं. त्यानेही निरिच्छ स्मित केलं. हल्ली आपलं मुलींकडे लक्षच जात नाही, हे जरा विचित्रच आहे. त्या आकर्षक होत्या; परंतु त्यांच्या पायांचा आकार, त्यांची लांबी, त्यांच्या स्नायूंची ठेवण, त्यांचे हात, त्या हातातल्या पाण्याच्या बाटल्या... त्याच्या पाहण्यात होत्या त्यापेक्षा वेगळ्याच

होत्या. मित्रा, तू म्हातारा होतोयस... त्याने स्वत:ला बजावलं, अशा तरुण मुलींसाठी तर जास्तच.

आपसूकच त्याचं मन तिच्याकडे वळलं– त्याच्या आयुष्यातली दुसरी स्त्री. ती जॉगिंग करते आहे, तेही अशा शॉर्ट्स घालून– अशी तो कल्पनाही करू शकला नाही. ते फक्त तिच्या शरीराबद्दल नव्हतं, तिच्याबद्दल होतं. ती वेगळी आहे. तसल्या फॅन्सी वॉटर बॉटलमधून पाण्याचे घोट घेतानासुद्धा तो तिची कल्पना करू शकत नव्हता. आत्ता इतक्या सकाळी ती काय बरं करत असेल? त्याला उत्सुकता वाटली. कदाचित अजूनही झोपलेली असेल. बहुधा रंग उडालेल्या सैलसर शर्टमध्ये. झोपेत तिचं शरीर मऊ झालेलं असणार– ताज्या कणकेच्या गोळ्याप्रमाणे. तिचं पोट, तिच्या मांड्या... कशासारख्या बरं? निलगिरीच्या पानांसारख्या, पिकलेल्या पपईसारख्या. काहीसे सैलावलेले नितंब... कुठे कुठे तीळ... गुडघ्यांवर लहानपणींच्या पडल्या–झडल्याच्या काही खुणा... मानेजवळ कॉलर बोन्समुळे दिसणारे छोटेसे खड्डे.

तो थबकला. त्याला छातीत तीव्र वेदना जाणवली. तो श्वास घ्यायला विसरून गेला होता. पण त्याने त्या दुसऱ्या स्त्रीच्या शरीराची कल्पना केली तसं त्याला जाणवलं की, त्याला फक्त तिचं सान्निध्य हवं आहे. तिला जवळ घेऊन शांत झोपायचं आहे.

तो फिरून परत आला, तेव्हाही त्याची बायको झोपलेलीच होती. किंचित घोरतही होती. धुतलेल्या कपड्यांचा जोड घेण्यासाठी तो बेडरूममध्ये गेला आणि तिथून शॉवर घ्यायला बाहेर आल्यानंतर पूर्वीप्रमाणे त्याने बायकोला 'चहा हवाय का?' असं विचारलं नाही. फक्त स्वत:साठी एक कप स्ट्राँग चहा बनवून घेतला. किचनमध्ये बसून चहा घेत तो वर्तमानपत्र वाचत होता. तेवढ्यात मोलकरीण आली. तिने बायकोसाठी चहा बनवला. मुलीला भरवलं. टेबलवर नाश्ता मांडून ठेवला. छोटीला अंघोळ घालून शाळेत नेलं गेलं. बायकोचंही आवरून झालं होतं. ती डायनिंग टेबलाजवळ आली आणि त्याच्यासमोरची खुर्ची ओढून बसली, हाताची घडी घालून त्याच्याकडे पाहत– जणू तिला त्याच्याकडून स्पष्टीकरण अपेक्षित आहे. त्याने पान उलटलं. शेवटी न राहवून बायकोने त्याला हाक मारली. त्याने वर्तमानपत्र खाली केलं.

"काय बिघडलंय?" त्याच्या बायकोने विचारलं. त्याने खांदे उडवले. "तुला माझ्याशी बोललंच पाहिजे," ती म्हणाली. "काल रात्रीपासून अचानक तू असा वागतो आहेस. मला कळत नाहीये, पण जणू काही मी अस्तित्वातच नाहीये. मला वाटलं होतं.आपल्या घरात गोष्टी सुरळीत होणार आहेत."

त्याच्या चेहऱ्यावर निर्विकार हास्य पसरलं. त्याने तसलं काही बोलायचं

ठरवलेलं नव्हतं. पण तोंडातून आपोआप शब्द बाहेर पडले. "घर? मला वाटलं, हे घर म्हणजे मृत स्मृतींचं थडगं आहे– हो ना? आणि मृत गोष्टी पुन्हा तरारत नाहीत, त्या सडतात."

बायकोने मुठी आवळल्या. तिचा आवाज थरथरला. "मला तुझं काही कळतंच नाहीये."

"माझं सोड, तुझं काय?"

"माझं काय?"

"तुला काय हवं आहे?"

"सुरुवात करायची तर सर्वप्रथम आदर."

"आजपर्यंत कधी तरी मी तुला अनादराने वागवलं आहे का?"

"तू कधीच माझा आदर केला नाहीस. तू फक्त तुझ्या मित्रांप्रति, तुझ्या व्यावसायिक सहकाऱ्यांप्रति आदर दर्शवतोस; माझ्याप्रति नाही."

"हे खरं नाही. तू माझ्यावर असा आरोप करणं योग्य नाही."

"तूदेखील मला घरात पडून असलेल्या एखाद्या गोष्टीइतकी किंमत देत होतास, हे माझ्यासाठी योग्य नव्हतंच. एक बाई– जी मुलाला सांभाळते, घरातल्या नोकरांवर लक्ष ठेवते."

"ओहो प्लीऽऽज!"

"होच मुळी. मी म्हणजे फक्त घर सांभाळण्यासाठी कामावर ठेवलेली बाई; जेणेकरून तू स्वतंत्र राहावंस. तुला सृजनशील, श्रीमंत, प्रसिद्ध व्यक्ती होता यावं."

"तू फक्त एवढंच सगळं होतीस?"

"तूच मला सांग. मला तसंच वाटत होतं."

"तुला कसं वाटावं यावर मी नियंत्रण ठेवू शकत नाही. तुला काय वाटतंय, हे मला माहितीही नव्हतं."

"अरेच्चा! असं कसं? जगातले सूक्ष्मतम बदल– शहर, रेल्वे स्टेशन, संगीत याविषयीचा प्रत्येक छोटा तपशील तुझ्या लक्षात येतो; पण स्वत:च्या बायकोला काय वाटतंय, याविषयी तुला जराही माहिती नाही?"

"देवा! मी काही शहराशी, लँडस्केप्सशी लग्न केलेलं नाही. म्हणजे लग्न तुम्हाला काळजी न करण्याचा किंवा काळजी करणं थांबवण्याचा परवाना देतं का?"

"तुला खरोखरच असं सुचवायचं का की, मी तुझी काळजी घेत नव्हतो?"

"वेल, तुला माझी काळजी, माझी पर्वा आहे, असं मला वाटायचंच नाही."

"मग इतके दिवस तू इथे राहिलीस कशी?"

"ओह! अर्थातच ती माझीही चूक आहेच."

"हो, आहे. कारण मी काही चुकीचं करतोय, असं तू एका शब्दानेही कधी

म्हणाली नाहीस.''

''मला माझ्या स्वतःच्या गोष्टी करायच्या आहेत, असं मी म्हणाले नव्हते का?''

''ठीक आहे. मग तू का केल्या नाहीस? कोणी तुला थांबवलं? तू कधीच मला पाठिंबा दिला नाहीस, आधार दिला नाहीस. तुझ्यासाठी मला शक्य होतं, ते सर्व मी केलं.''

''तू कधी नव्हतासच इथे!''

''छान! म्हणजे आता पुन्हा हरिदासाची गाथा मूळ पदावर. म्हणजेच, माझ्या घरात नसण्यावर.''

''हो, हो, हो! कारण जगात इतरांसाठी अन् कामासाठी तुझ्याकडे भरपूर वेळ होता आणि माझ्यासाठी मात्र कोणीच नव्हतं.''

''बुलशिट्! कामाव्यतिरिक्त मी कधीही कुठे बाहेर गेलो नाही.''

''बाहेर कशाला– तुझ्या स्टुडिओत मुलींचा राबता सतत असायचा.''

''नाही, कोणीही दुसरी आपल्यामध्ये कधीच नव्हती. तुला ते माहीत होतं.''

''ओह येस, फारच विश्वास आहे माझा.''

''तू गेले पाच महिने मला तुला स्पर्शही करू दिला नाहीस, तरीदेखील मी दुसऱ्या स्त्रीकडे गेलो नाही.''

''मग मी त्यासाठी कृतज्ञ असायला हवंय का?''

''तू विषय काढलास, म्हणून मी हे सगळं सांगतोय.''

''मी असमाधानी असतानाही मी तुला शरीरसुख द्यायला हवं होतं, अशी तुझी अपेक्षा होती का?''

''नाही. मी तुझ्याकडून फक्त थोड्याशा प्रामाणिकपणाची, थोड्याशा समजूतदारपणाची अपेक्षा करतो.''

''तू एक 'स्व'ने भारलेला स्वकेंद्रित हरामखोर मनुष्य आहेस. अ बास्टर्ड!''

''आणि तू कोण आहेस– आळशी, स्वार्थी, संधिसाधू, हलकट?''

त्याने आपल्या दोन्ही हातांनी तोंड लपवलं. शब्द त्याच्या तोंडातून बाहेर पडलेले होते.

बायकोच्या मुठी अद्याप आवळलेल्याच होत्या. धक्क्याने आणि संतापाने डोळे मोठे झाले होते. तो प्रतीक्षा करत राहिला. ती त्याला पुन्हा 'हरामखोर' म्हणाली. ''विकृत दंडेलशहा, स्वार्थी कुत्रा, गलिच्छ प्राणी!'' त्याच्याबरोबर त्याच्या कुटुंबाचाही उद्धार झाला– क्षुद्र, जन्मजात मध्यमवर्गीय क्षुल्लक प्राणी.

त्या उद्रेकानंतरची शांतता हळूहळू पारदर्शक शांतीने गच्च भरली. मनातल्या मनात शंभरपर्यंत आकडे मोजल्यानंतरच तो तिला म्हणाला, ''हे सगळं खूप पुढे

गेलंय. या दारामागे माझं जीवन– माझा आनंद वास्तव्य करून आहे, या विश्वासाने यापुढे कधीही मी ही डोअरबेल वाजवू शकणार नाही. माझ्या बायकोला मी हवा आहे याची खात्री बाळगून यापुढे कधीही मी तुला रात्री मधेच उठवू शकणार नाही. माझा आता तुझ्यावर विश्वासच नाही.''

त्याच्या बायकोने रडायला सुरुवात केली. ''हा विश्वासाचा प्रश्न नाही... ती रडतरडत म्हणाली.''

''हा विश्वासाचाच प्रश्न आहे.'' तो म्हणाला. ''माझ्याबद्दल, तुझ्याबद्दल, आपल्या मुलीबद्दल, या घराबद्दल. तू मला खरं-खरं सांगशील, असा माझा तुझ्यावर विश्वास होता. पण तू मला काहीच सांगितलं नाहीस आणि त्यानंतर सगळाच उशीर झाला होता. आपल्यामध्ये फक्त जुन्या सवयी तेवढ्या राहिल्यात– भीती आणि सोय. वाईट सवयी.''

''कदाचित हे फक्त तुझ्यासाठी असेल.'' ती म्हणाली.

''नाही'' तो म्हणाला. ''तुझ्यासाठी.'' खास तुझ्याबाबत हे खरं आहे. तू मला सहन करते आहेस, ते फक्त तुला घटस्फोटाची रिस्क नको आहे म्हणून.''

तिचा रंग उडालेला चेहरा वेडावाकडा झाला. ''मला घटस्फोट हवाय, असं मी कधीही म्हणाले नाही.'' ती रडवेल्या सुरात म्हणाली. ''मी तुला घटस्फोट देणार नाही. तू आम्हाला सोडून देण्याचा प्रयत्न करतो आहेस.''

तो काही तरी बोलेल, 'घटस्फोट' शब्द मागे घेईल याची तिने वाट पाहिली. पण तो तिथे नुसताच बसून राहिला. त्याच्या लक्षात आलं. आपल्या वैवाहिक आयुष्यात प्रथमच हे भांडण कसं मिटवावं, बायकोला कशा प्रकारे खूश करावं; जेणेकरून तिचा मूड पुन्हा पूर्ववत होईल, याची त्याला अजिबात पर्वा वाटत नव्हती.

त्यांच्यामधील संबंध पुन्हा सुरळीत होऊ शकत नव्हते, म्हणून त्याने तसा प्रयत्न केला नाही. आता आपण समेट केला तर काय होईल याचा त्याने विचार केला. तो जाणून होता– जर त्याने क्षमा मागितली, तर त्याची बायको म्हणेल– असू दे, तो भूतकाळ आपण विसरून जाऊ या. भविष्याला आणखी एक संधी देऊ या. ती अधूनमधून त्याच्यासाठी स्वयंपाक करेल. घर सांभाळेल. मुलीला रागावेल. चांगलं वळण लावेल. त्याच्या मित्रपरिवाराचा पाहुणचार करेल. सर्व काही सुरळीत प्रकारे होईल, असं होणं अशक्य नाही.

दोघे नवरा-बायको एकमेकांसमोर बसले– स्फुंदत-सुस्कारत डोकं खाली करून. शेवटी त्याने विचारलं, ''तुला काय हवंय?'' त्याला उत्तर देण्यापूर्वी तिने काळजीपूर्वक विचार केला. ''आनंदी वैवाहिक आयुष्य.''

पूर्वी त्याने अशा वेळी जे केलं होतं तसंच करण्याचा त्याला एक क्षणासाठी

मोह झाला. तिचं चुंबन घ्यावं, हात हातात घ्यावेत आणि तिला सांगावं– त्याचं तिच्यावर नेहमीच प्रेम होतं, ते पुन्हा पूर्वीसारखे आनंदी होतील. परंतु त्याचं डोकं दुखत होतं आणि हे असं काही बोलावं लागू नये, ही त्याची मनापासूनची इच्छा होती. त्याला वाटलं– आज त्याच्या बायकोने पुढाकार घ्यावा, त्याला आनंदात ठेवण्याचं वचन द्यावं, पुढे होऊन त्याला स्वत:च्या कुशीत घ्यावं, तिचं त्याच्यावर अजूनही किती प्रेम आहे हे सांगावं. तो तिच्यावर विश्वास ठेवण्याचा प्रयत्न करेल.

तथापि, ती स्तब्ध बसून राहिली. उर्वरित प्रसंग त्याने पुढे नेण्याची वाट पाहत राहिली. जणू काही हे एक प्राचीन दृश्य होतं, जुनं नाटक– ज्याच्याशी ती परिचित होती. त्यामधील त्यांच्या भूमिका अगोदरच ठरलेल्या होत्या.

तो म्हणाला, ''मी घरातून जातो. तू हे घर ठेवू शकतेस.'' तिच्या चेहऱ्यावरचे सुटकेचे भाव त्याने पकडले आणि त्याला जाणवलं, हीच एकमेव गोष्ट करणं त्याच्या हातात होतं. तिच्या चेहऱ्यावरचा ताण सैलावलेला स्पष्ट दिसत होता. वेदना कुठेच नव्हती. होती ती काहीशी सुटकेची आणि काहीशी शरमेची भावना. जणू काही एखाद्या अनोळखी व्यक्तीची तिच्या नग्न शरीरावर नजर पडावी, तसं तिला वाटत होतं.

त्याचा एक मित्र नुकताच त्याच्या विवाहबंधनातून बाहेर पडून स्वतंत्र राहत होता. त्याला याने फोन केला. त्या भागातले ब्रोकर्स, घरभाडी याबाबत त्यांची चर्चा झाली. त्याला एक स्टुडिओ अपार्टमेंट हवं होतं. कमीत कमी पेपरवर्क आणि कमीत कमी भानगडी असलेल्या घराबाबतचा विचार केल्याला कित्येक वर्षं उलटली होती. तो एकटा असल्याकारणाने अवास्तव डिपॉझिटची मागणी करण्यात आली. ते डिपॉझिट, ते घरमालक!

घर मिळायला तीन दिवस लागले. एक सूटकेस, एक डफलबॅग आणि दोन कॉम्प्युटर्स यांच्यासह तो तिथे राहायला आला; तेव्हा जवळजवळ कोसळण्याच्याच बेतात होता. तसे त्याने काहीच शारीरिक श्रम केले नव्हते, परंतु एक दशक टिकलेलं त्यांचं लग्न गुंडाळून टाकण्याच्या क्रियेने त्याच्या शरीरातले त्राण नाहीसे झाले होते.

या नव्या घरात फर्निचर अद्याप नव्हतं. तिथे पडदे किंवा गाद्या वगैरेही नव्हत्या. वाइनच्या बाटल्या आणि बिग बॅग्ज घेऊन मित्र आले. 'आम्ही आहोत' अशी त्याला आठवण करून दिली. मैत्रिणींचे मेसेज आले.

एके रात्री त्याने त्याच्या आयुष्यातल्या त्या दुसऱ्या स्त्रीला टेक्स्ट मेसेज पाठवण्याचा विचार केला. तिला सांगावं– त्याला तातडीने डॉक्टरांची गरज आहे. त्याने शब्द टाइप केले. मग डिलिट केले. त्यानंतर पुन्हा वेगळी वाक्यरचना केली. पण तो सांगत होता, ते काहीच योग्य वाटत नव्हतं. जरी त्याने मेसेज पाठवला

आणि ती भेटायलाही आली, तरी काय होईल? त्याला तिला काही सांगायचंय, याबाबत त्यालाच खात्री वाटत नव्हती. त्याला फक्त त्याच्या हृदयाला झालेलं मोठ्ठं छिद्र जाणवत होतं.

त्यांची भेट व्हायला तीन महिने जावे लागले. ती भेटसुद्धा योगायोगानेच झाली. त्याने तिला एकटीला कॅफेमध्ये बसलेलं पाहिलं– स्वत:च्याच विचारात हरवलेली. फोटोग्राफी मासिक वाचते आहे असं नाटक करणारी, पण मासिकाचं पानदेखील ती उलटत नव्हती. तिच्या टेबलाजवळून जाताना त्याने तिला निसटतं 'हॅलो' म्हटलं. तिने वर पाहिलं– चेहरा उदास. पण पुढच्याच क्षणी तत्परतेने पुसटसं हसू चेहऱ्यावर आणण्यात ती यशस्वी झाली.

ती बरी आहे ना... त्याने विचारलं. तिने खांदे उडवले. म्हणाली, "होय." त्याने पुढं विचारलं, "इतके दिवस तू कुठे होती?" ती म्हणाली, "इथेच, बहुतांश वेळा इथेच. पण मला नाही वाटत, फार दिवस मी इथे राहू शकेन का?"

"माझ्यासाठी इथे काही विशेष नाहीये. कदाचित परदेशी जाईन."

"का?"

"असंच."

"असंच म्हणजे काय? तू तिथे काय करशील?"

"काहीही."

"काहीही?"

"एखाद्या विद्यापीठात व्हिज्युअल आर्टचा कोर्स शिकेन किंवा एखाद्या रेस्टॉरंटमध्ये काम करेन. भांडी घासेन."

"तू असं का करावंस?"

"असं करण्यात चूक काय आहे?"

"चूक काहीच नाही, पण का करायचं?"

"मला कुठे तरी शांत, निश्चिंत राहायचं आहे."

"डॉक्टरांनी सांगितलं?"

"हो."

"पण स्वत:च स्वत:ला औषधोपचार सुचवणं धोकादायक असतं– अगदी डॉक्टरांसाठीसुद्धा!"

तिला चेहरा संपूर्ण हसरा करता आला नाही. डोळ्यांत उसळलेले अश्रू थोपवून धरण्यासाठी तिला आपले ओठ दातांनी चावावे लागले.

"ऐक", तो तिला म्हणाला. "बऱ्याच दिवसांपासून आठवडाभरासाठी बाहेरगावी जाण्याचा मी विचार करतो आहे... कदाचित पुन्हा लाल मातीला जाईन."

त्याने तिच्याकडे पाहिलं. ती स्वत:ला निश्चल, स्तब्ध ठेवू पाहत होती.

"डॉक्टरांनी मला एखाद्या मित्राबरोबर जाण्याचा सल्ला दिलाय. असा मित्र– जो मला समजून घेईल, माझ्या शांत असण्याबद्दल ज्याची हरकत असणार नाही."

ती तिथे नुसतीच बसून राहिली, त्याच्या डोळ्यांत पाहत. तिच्या डोळ्यांतले अश्रू परतवून लावत. त्याचा चेहरा शरमेने लाल झाला. त्याने चुकीचे इशारे वाचले होते. एका तरुण मुलीला गृहीत धरलं होतं, जी फक्त कामाच्या शोधात होती. तो क्षमा मागण्याच्याच बेतात होता. एवढ्यात तिने आपलं मस्तक खाली झुकवलं आणि ती म्हणाली, "चल, जाऊ या– लगेच जाऊ या."

आणि अशा तऱ्हेने ते गेले. त्याच रेस्टहाऊसमध्ये ते आठवडाभर राहिले. तो फोन करून सकाळचा चहा दररोज मागवत असे. एकट्याने पंधरा मिनिटं रूमबाहेर बसून स्वत:शीच वेळ घालवत असे. तिनेही त्याच्याशी बोलण्याचा प्रयत्न केला नाही. ते दोघे परस्परांशी फारसं बोलत नसत. परंतु काही तास दूर राहिल्यानंतर जेव्हा ते एकमेकांना भेटत, तेव्हा ते अशी मिठी मारत– जणू कित्येक वर्षं ते दोघे भेटलेले नाहीत!

◆

ती जी मनापासून हवी होती

तिने नुकत्याच वाचलेल्या एका पुस्तकात म्हटलं होतं– जणू काही तुमचं स्वप्न अगोदरच प्रत्यक्षात उतरलं आहे, अशा प्रकारे तुम्ही ते पाहू शकत असाल; तर ते नक्की खरं होईल. सगळं ब्रह्मांड तशी योजना करेल. तुम्हाला फक्त त्या गोष्टीची पुरेशी तीव्र आस असायला हवी.

घराजवळच्या बागेतल्या हिरव्या बाकावर तिच्या शरीराचं गाठोडं विसावलं. ती बाग उणीपुरी पन्नास यार्ड लांब असेल फार तर. त्यातूनही अर्ध्या भागाचा वापर अडगळीचं सामान टाकण्यासाठी, तसंच बांधकामाचं साहित्य ठेवण्यासाठी तिच्या डावीकडील शेजारी करत होते. परंतु आपल्या डोक्यातल्या विचारांचा गुंता सोडवायला गरज भासेल तेव्हा ती या बागेतच येत असे. फोनवर तिच्या बॉयफ्रेंडबरोबर होणाऱ्या सातत्यपूर्ण वादावादीनंतर हल्ली हे वरचेवर घडत होतं.

तिने सेलफोनवर कॉल घेतला नाही, की तो लँडलाइनवर फोन करायचा. याशिवाय इस्त्रीवाली बाई, डिलिव्हरी बॉय, बिल वसुलीसाठी येणारे, कुरिअर, प्लम्बर, मोलकरीण... हे सगळे होतेच. दारावरची बेल सारखी वाजत असते. घरात शांतता कशी ती नाहीच, म्हणून ती बागेत जाते.

या हिरव्या बाकावर बसून तिला खूप मनापासून हव्याशा वाटणाऱ्या गोष्टींची ती यादी बनवते. ती जेव्हा सात वर्षांची छोटी मुलगी होती, तेव्हा तिला सुरेखसा रेशमी सोनेरी ड्रेस हवा होता– ज्याला तिने 'राजकन्येचा ड्रेस' असं नावही दिलं होतं. दुकानातल्या शोकेसमध्ये तो पाहताच ती त्याच्या प्रेमात पडली होती. आपल्याला तो मिळणार नाही, हे कळल्यानंतर तिने हात-पाय आपटत रस्त्यावर बसकण मारून चांगला धिंगाणा घातला होता. तिला आठवतं, दुःखाने-निराशेने तिने रस्त्यालगतच्या फुटपाथवर लोळण घेतली होती. ते एखाद्या राजकन्येला शोभेलसं वर्तन खचितच नव्हतं.

ती जरा जास्तच बेशिस्त होतीये, असं तिच्या पालकांचं मत झालं आणि तो

ड्रेस किंवा अन्य कोणताही ड्रेस विकत घेण्याबाबत तिला ठाम नकार मिळाला. टॅक्सीत ते परस्परांशी कुजबुजत होते. आता हे 'छोटी राजकन्या' प्रकरण थांबवायला हवंय– वगैरे वगैरे. त्यांच्या मुलीला ते सगळं खूप खरं वाटू लागलं होतं. असं असूनही तिने आशा सोडली नव्हती. तिला आठवतं... बाथरूमच्या आरशासमोर उभं राहून ती स्वत:ला त्या सोनेरी ड्रेसमध्ये कल्पायची. कमरेवरच्या शरीराला मापात बसलेला भाग, घेरदार स्कर्ट आणि त्याला साजेसे मॅचिंग रेशमी शूज! तिच्या बाबांनी तिला 'राजकन्या' म्हणणं सोडून दिलं होतं. तिची आई तिच्यासाठी खऱ्या मुलांच्या वास्तव गोष्टींची पुस्तकं खरेदी करायला लागली होती. आता कागदी बाहुल्यांऐवजी खेळण्यातल्या गाड्या तिला खेळायला दिल्या जात होत्या. पऱ्या, राजवाडे, राजकन्या आणि ड्रॅगनच्या गोष्टीत रमण्याचे दिवस आता संपले होते. तरीही तो ड्रेस आपल्याला मिळेलच, असा तिला विश्वास वाटत होता. कदाचित दिवाळीमध्ये. तिला दिवाळीसाठी नवा ड्रेस नेहमीच घेतला जाई. पण या दिवाळीत तसं घडलं नाही. तिच्या आजीने आणलेलं परकर-पोलकं आईने तिला घालायला सांगितलं.

असं असूनही तिचा सात वर्षांचा विश्वास अबाधित राहिला. नक्कीच, तो ड्रेस तिच्या वाढदिवसाला तिला मिळेल. नेहमीच वाढदिवसाच्या वेळी तिचे आई-बाबा तिला काय हवं हे विचारतात. पण त्या वर्षी त्यांनी तिला विचारलंच नाही आणि अशा प्रकारे तिच्या आठव्या वाढदिवसाला तो राजकन्येचा सोनेरी ड्रेस तिला मिळाला नाही. त्याऐवजी तिच्या आईने तिच्यासाठी जीन्स आणली होती. त्या जीन्सवर घालायला निळ्या रंगाचा, छातीवर सोनेरी अक्षरांत 'सुपर गर्ल' लिहिलेला टी-शर्ट होता.

तिला आठवतंय... त्या वेळी तिने केवढा धिंगाणा घातला होता! जीन्स आणि टी-शर्ट हे मुलांचे कपडे आहेत, मुलींचे नाहीत– असं म्हणत आईने वाढदिवसासाठी आणलेले कपडे घालायचं तिने नाकारलं होतं. वाढदिवसाच्या पार्टीसाठी पाहुणे जमायला सुरुवात झाली होती. यजमानिणीची घाई आणि एका छोट्या मुलीच्या आईला तिच्या वाढदिवसाच्या दिवशी जेवढं सांभाळून घेणं शक्य आहे तेवढ्या सौम्यपणाने तिच्या आईने तिला खोलीबाहेर जाता-जाता बजावलं– "ठीक आहे!, तुला आवडेल ते घाल. कोणताही वेगळा ड्रेस. पण घाई कर. पाच मिनिटांत तुझं सगळं आवरून हसऱ्या चेहऱ्याने तू पार्टी हॉलमध्ये हजर असायला हवीस."

ती वेड्यासारखी रडली होती. तिला आठवतंय– रडता-रडताच तिची नजर आरशातल्या स्वत:च्या प्रतिबिंबावर पडली. ओढलेला चेहरा, हुंदके आणि उसासे टाकून रडल्याने थकलेली जिवणी. तिने हुंदके देणं थांबवलं आणि काहीसा फिकुटलेला हिरवा रेशमी फ्रॉक शोधून काढला. त्याच्या वरच्या भागात चंदेरी बारीक काड्यांच्या उभ्या-आडव्या रेघांनी जाळी केलेली होती. तो तिच्या सहाव्या वाढदिवसाचा

फ्रॉक होता आणि तिच्या सगळ्या मैत्रिणींच्या तो नक्कीच लक्षात असणार. पण तरीही तिने तोच फ्रॉक धालण्याचा निर्णय घेतला.

आठव्या वाढदिवसाचे फोटो आले होते. चौरसाकृती चॉकलेट केकसमोर उभी असलेली ती... चेहऱ्यावर अजिबात हसू नाही. अंगावरचा हिरवा फ्रॉकही घट्ट आणि लांडा. तिची आई आजही त्या फोटोला हसते. काय मजेशीर पोर होती नाही ही, या अर्थाने डोळे मिचकावत विनोद करते की– तिच्या मुलीचे सहाव्या आणि आठव्या वाढदिवसाचे फोटो कोणाला वेगवेगळे ओळखताच येणार नाहीत! आठव्या वाढदिवसाच्या फोटोंमध्ये तिच्या मुलीच्या चेहऱ्यावरचे चिडके, रागावलेले भाव आहेत, हेच काय ते वेगळेपण. तिला स्वत:ला मात्र आजही ते फोटो पाहून हसू येत नाही.

जेव्हा जेव्हा ती त्या वाढदिवसाच्या पार्टीचा विचार करते, तेव्हा तेव्हा तिच्या छातीत दाटून येतं. जणू काही तिथलं हाड तिच्या हृदयातून, तिच्या कपड्यातून बाहेर येऊ पाहतंय. तिला एक दीर्घ श्वास घ्यावा लागतो. जणू काही आताही तिने तो खूप पूर्वीच घट्ट झालेला फ्रॉक घातलाय.

ती छोटी मुलगी होती, तेव्हा तिला खूप हवीशी वाटणारी आणखी एक गोष्ट होती– वर्गप्रमुख होण्याची इच्छा. तिच्या शाळेत संपूर्ण लोकशाही होती. सगळे वर्गप्रमुख निवडणूकपद्धतीनेच निवडले जात. कोणालाही त्यात गैरप्रकार करण्याची मुभा नव्हती. प्रत्येक वर्षी हुशार, शांत मुलांच्या विरोधात लोकप्रिय सुंदर मुलं निवडून येत. शिक्षकांची तक्रार असे की, वर्गप्रमुख स्वत:च खोटं बोलतात, इतर विद्यार्थ्यांना वर्ग बुडण्यासाठी मदत करतात. परंतु मुख्याध्यापक आपल्या मुद्द्यावर ठाम होते. त्यांच्या मते, ही लोकशाहीचे धडे घेण्याची उत्तम संधी होती– ज्यामुळे बाहेरच्या आयुष्यासाठी मुलं तयार होतात.

ती तेरा वर्षांची, शाळेत-वर्गात लोकप्रिय अशी विद्यार्थिनी नव्हती. दोनच मुली तिच्या खऱ्या मैत्रिणी होत्या. तरीही तिला आशा होती. एकदा का ती वर्गप्रमुख झाली की, तिच्या सगळ्या अडचणी चुकटीसरशी दूर होतील. म्हणून ती निवडणुकीला उभी राहिली. तिने निवडणूक जिंकल्यानंतर तिच्याभोवती अनेक चाहते गोळा होतील, अशी तिला खात्री होती. तिचे पालकही गर्वाने सगळ्यांना सांगतील– ती निवडणूक जिंकली म्हणून! कदाचित मोठेपणी ती पंतप्रधानही होऊ शकते, असं तिचे बाबा म्हणतील आणि असं म्हणताना ते अजिबात हसणार नाहीत.

तिच्या एका मैत्रिणीने तिचं नाव सुचवलं आणि दुसरीने त्याला अनुमोदन दिलं. तो संपूर्ण आठवडा ती आपल्या वर्गमैत्रिणींकडे पाहून कचरत-कचरत का होईना, पण स्मित देत होती. ज्या पद्धतीमध्ये एकमेकींचे डबे शेअर करणं, वर्गमैत्रिणींच्या कमरेभोवती हात टाकणं, जेव्हा ती उन्हाळी सुटीसाठी बडोद्याला जाईल तेव्हा तिथून त्यांच्यासाठी भेटवस्तू आणण्याचं वचन देणं– यासारख्या थेट प्रचाराच्या थाटापासून

ती दूरच राहिली. मतदानाच्या दिवशी ती शांतपणे एका कोपऱ्यात बसली. निवडून आल्यानंतर सभागृहात करावयाच्या छोट्याशा भाषणाचा ती विचार करत होती.

जेव्हा निकाल जाहीर झाले तेव्हा आपल्याला फक्त दोन मतं मिळालीयेत, असं तिच्या लक्षात आलं. यापैकी एक अर्थातच तिचं स्वतःचं होतं. आपल्या दोन खऱ्या मैत्रिणींपैकी किमान एकीने तरी आपल्याला फसवलंय, हे तिला समजलं. दोघींपैकी नेमकं कोणी फसवलं आणि कोणी नाही, हे माहीत नसल्याने तिने दोघींशीही बोलणं सोडलं. काही आठवड्यांतच तिला फारसं न बोलण्याची सवय होऊन गेली.

कॉलेजमध्ये गेल्यानंतर तिला खूप हवीशी वाटणारी एकच गोष्ट होती– पहिलं प्रेम! कॅम्पसमधल्या ज्या पहिल्या मुलाबद्दल तिला प्रेमभावना वाटली होती, तोच तिला मनापासून हवा होता.

खरं तर त्याची प्रत्येक गोष्ट तिला न आवडणारीच होती. प्रत्येक आठवड्यात तो नव्या मैत्रिणीबरोबर दिसे. काही त्याच्यापेक्षा वयाने मोठ्या, तर काही नुकत्याच हायस्कूलमधून बाहेर पडलेल्या. तो धूम्रपान करत असे, मद्य घेत असे आणि या सगळ्यापायी त्याचा पॉकेटमनी संपला की, त्याचे मित्र त्याला उधार देत. त्याच्याभोवती नेहमी निष्क्रिय, नालायक मित्रांचा घोळका असायचा– ज्यांच्याकडे दारू पिण्यासाठी पैसेही होते आणि ज्यांना दारू प्यायला आवडायचीही. त्याच्या युरोप प्रवासाबाबत, त्याच्या अनेक विविध प्रेमप्रकरणांबाबत तो ज्या सुरस गोष्टी रंगवून सांगे; त्या ऐकताना या त्याच्या मित्रांना मजा वाटायची, तशीच त्याच्या बेबंदशाहीचंच तो करत असलेल्या समर्थनाचीदेखील.

तिने त्याला विद्यापीठाबाहेरच्या पानटपरीवर रेंगाळताना पाहिलं होतं. सिगारेट्स विकत घेताना, मुलींबरोबर हास्यविनोद करताना त्या टपरीवर तो अनेकदा दिसायचा आणि यातूनच ती अलगद त्याच्या प्रेमात पडली.

या प्रेमाने तिला पूर्ण उद्‌ध्वस्त केलं. हरवलेल्या हेअरपिन्स आणि लेक्चर नोट्स शोधण्यात ती तासन्‌तास घालवू लागली. खरं तर आपल्या वस्तू इतस्ततः टाकणारी ती कधीच नव्हती. पण आता कपभर कॉफीही तिला चांगल्या प्रकारे बनवता येईना. कधी कधी ती रात्री अचानक जागी होई. मुसमुसून रडे. तिला पडलेल्या दुःस्वप्नापासून दूर जाण्याचा प्रयत्न करत राही. स्वप्नात ती कुठल्या तरी भयावह शत्रुप्रदेशात एकाकी असे– मदतीची याचना करत रडणारी, आक्रोशणारी. आणि दुर्दैव म्हणजे तिच्यावर प्रेम करतात या समजुतीत ज्यांचा समावेश केला जाईल असे सर्व जण तिचा आक्रोश फक्त पाहत राहत. डोळ्याची पापणीही न हलवता फक्त पाहत राहत. म्हणूनच की काय, झोपायची तिला भीती वाटत होती. तिने जागं राहण्याचे बहाणे शोधून काढले.

एखाद्या नैसर्गिक आपत्तीचे शिकार झाल्यासारखे आपण वागतोय, हे तिला

जाणवलं. अशा आपत्तीग्रस्त लोकांसाठीच्या मदत छावण्यांमध्ये विद्यार्थी स्वयंसेवक म्हणून तिने काम केलेलं होतं. तिथल्या मुलांना मुळाक्षरं आणि अंक शिकविले होते. म्हणून ते लोक कसे वागतात, हे तिला माहीत होतं. त्यांनाही वाईट स्वप्नं पडत. त्यांनाही झोपण्याची भीती वाटत असे.

तिच्या हृदयाला जणू काही निर्वासितांच्या छावणीचं स्वरूप आलं होतं– तिच्या नसलेल्या अनेक गोष्टींनी भरलेलं आणि जी गोष्ट हवी होती पण कधीही मिळाली नाही, ती गोष्ट हरवल्याच्या वेदनेने आक्रोशणारं हृदय. त्या मुलाच्या मैत्रिणींना प्रश्न विचारून तिने त्याच्याबाबत अधिकाधिक माहिती मिळवली होती. त्रासिक सुरात ती संभाषणाची सुरुवात करत असे. ‘तुम्हाला नाही वाटत काही विद्यार्थी इथे फक्त वेळ घालवण्यासाठी येतात? जसा तो सतत पानटपरीच्या आसपास रेंगाळणारा मुलगा. तो या कॉलेजचा अधिकृत विद्यार्थी तरी आहे का?’ ती विचारायची.

तो कुठे राहतो, त्याचे अभ्यासाचे विषय कोणते आहेत याविषयी तिने बरीच माहिती मिळवली. कौटुंबिक माहिती खूपच अपूर्ण होती, पण तिने मनानेच त्यातल्या रिकाम्या जागा भरून टाकल्या. एक जुनं घर, त्यातला लाकडी जिना, त्या घरात पहिल्यांदाच प्रवेश करणारी लाल गुलाबांच्या रंगाची साडी घातलेली ती... एवढं तिचं स्वप्न सुस्पष्ट होतं. त्याची आई, त्याच्या बहिणी, त्याच्या खोलीत लावलेलं लॅम्प कैचं पोस्टर रीडिंग– असं सगळं तिने स्वत:च ठरवलेलं. स्वप्नात ती स्वत:ला त्या घरात पाहत असे. त्या सगळ्यांची आयुष्यं तिच्यामुळे अधिक सुंदर झाल्याचं पाहत असे. आता तिने नियमित प्रार्थना करायला सुरुवात केली होती. सोमवारी ती आजीबरोबर देवळात जायला लागली होती.

पण... त्या मुलाबरोबर बोलण्याचा धीर काही तिला होत नव्हता. तसंच नुसतंच स्वप्न पाहत राहणंही तिला सहन होत नव्हतं. आता तिने मोकळ्या वेळात काही ना काही काम हाती घेतलं. प्रत्येक क्षण स्वत:ला कशात तरी गुंतवून घेतलं. ती स्वयंपाक करायला शिकली, तिने एक नवी भाषा आत्मसात केली. निर्वासितांच्या छावणीतील लहान मुलांना शिकवण्याचं काम केलं.

पूर्वी कधीही नव्हती एवढी या वेळी ती त्या मुलांमध्ये लोकप्रिय झाली. इतर स्वयंसेवकांइतकी– जे त्या मुलांना अत्यंत अवघड खेळ करून दाखवत, जादूचे प्रयोग करून दाखवत किंवा पोट दुखेतो हसवत. त्यांच्याइतकी अमाप लोकप्रिय नसेल कदाचित; परंतु जेव्हा जेव्हा मुलांना उदास वाटायचं किंवा ती कशाने तरी दुखावली जात, तेव्हा ते तिला शोधत येत. त्यांच्या बावरलेल्या डोळ्यांत डोकावत, त्यांना समजून घेण्याचे, त्या क्षणी त्यांना नेमकं काय हवंय– मिठी मारावीशी वाटतेय, गप्पा मारायच्यात, सागरगोटे खेळावेसे वाटतात की टॉफी हवी आहे– हे ओळखण्याचं तिचं खास तंत्र होतं. छातीवर मणामणाचं ओझं घेतलेल्या स्थितीत

ती छावणीत जात असे, पण मुलं तिच्याकडे धावत येत आणि त्यांना कुशीत घेण्यासाठी आपले बाहू पसरून ती सामोरी जाई.

ती जरी फक्त वीस वर्षं वयाची होती, तरी काय घडतंय हे तिला कळत होतं. त्या पानटपरीजवळ रेंगाळणाऱ्या मुलाप्रति असलेलं प्रेम ती छावणीतल्या मुलांवर उधळत होती. ती मुलं मनाने अत्यंत निष्पाप असल्याने त्यांना वाटत होतं की, ती त्यांच्यावरच प्रेम करते आहे. आणि म्हणूनच 'आता इथून पुढे मी छावणीत येणार नाही' हे तिने जाहीर करताच त्यांना धक्काच बसला.

तिला आठवतंय... मुलं एकदम गप्प झाली होती. घाईघाईने तिने पुढे म्हटलं होतं, 'तशी अधूनमधून मी तुम्हाला भेटायला येईन. पण आणखी पुढे शिकण्यासाठी मला दूर जावं लागणार आहे.' दोन वर्षं हा तसा खूप मोठा कालावधी होतो, हे तीही जाणून होती आणि मुलांनाही ते समजत होतं. आता तिचं पुन्हा येणं होणार नाही. ती जशी आहे तशी तर नाहीच, शिवाय ती आली तरी तेव्हाची मुलं ही आत्ताच्या मुलांपेक्षा वेगळी असतील.

तिला पुढे शिकायचंच नव्हतं. तिची इच्छा होती, त्या मुलाबरोबर लग्न करावं. पण त्याने कॉलेजात येणं सोडून दिलं होतं. त्याने कोणत्या तरी परदेशी विद्यापीठात प्रवेशासाठी अर्ज केला आहे हे– त्याला तिथे प्रवेश मिळाला आहे, शिवाय पूर्ण स्कॉलरशिप मिळाली आहे हे– शोधून काढायला तिला सहा आठवडे लागले. त्यानंतरचे किती तरी आठवडे ती कॅम्पमध्ये निरुद्देश भटकत राहिली. तिचं स्वप्न चक्काचूर झालं आहे, या वास्तवापलीकडे इतर कशाचाच विचार तिच्या मनात येत नव्हता. तिने जरी महत्प्रयासाने त्याचा फोन नंबर किंवा ई-मेल अॅड्रेस मिळवला असता, तरी काय उपयोग?

तिची शेवटची परीक्षा झाल्यानंतर स्पष्ट विचार करण्याचा कोणताही प्रयत्न न करता तिच्या खोलीच्या एकांतात ती खूप रडली होती. घरात तिच्या भावी नवऱ्याबद्दलची चर्चा सुरू होईपर्यंत ती तशीच उदास, अनुत्साही होती. आई-वडिलांची ही चर्चा कानावर येताच तिने सगळी निष्क्रियता, अनुत्साह झटकून टाकला आणि एम.ए.ला प्रवेश घेतला. एका नव्या शहरात.

एम.ए.नंतर पीएच.डी. ओघानेच आली. पीएच.डी.मुळे स्वातंत्र्य, संशोधन आणि लायब्ररीचा वाढता वापर आला. संशोधन ही तशी शांत, एकाकी गोष्ट होती. बॉयफ्रेंड शोधण्यासाठी तिला दोन वर्षं लागली. तिला पहिला बॉयफ्रेंड मिळाला तेसुद्धा केवळ तो त्याच युनिव्हर्सिटी लायब्ररीत संशोधन करत होता आणि त्याने पुढाकार घेतला, म्हणून.

दोघंही परस्परांना लायब्ररीत पाहत असत. एके दिवशी तो तिच्या मागोमाग कँटीनमध्ये आला. कॉफीची टेस्ट अत्यंत वाईट होती. कॉफी घेता-घेता त्याच्याशी

संभाषण करण्याची तिने स्वत:ला मोकळीक दिली. शहराबाहेर दोन तासांच्या अंतरावर तो राहत होता. एके दिवशी त्याने तिला त्याच्याबरोबर सिनेमाला येण्याविषयी विचारलं. दोघे रात्री उशिराच्या शोला गेले होते आणि त्यानंतरची त्याची शेवटची बस चुकली होती. तिच्या छोट्याशा भाड्याच्या घरात ती रात्र घालवण्याची तिने त्याला परवानगी दिली. तिला जाणीव होण्यापूर्वीच तिच्या नकळत ती त्याच्याबरोबरच्या नातेसंबंधात ओढली गेली.

तसं हे वाईट नातं नाहीये– ती स्वत:शीच मान्य करते. निदान सुरुवाती-सुरुवातीला तरी नव्हतं. पहिली दोन वर्षं ती खूप समाधानी होती. तो तिच्यासाठी पुस्तकं डीव्हीडीज् घेऊन यायचा. व्हाइट वाइन आणि हिंदुस्थानी शास्त्रीय संगीताशी त्यानेच तर तिचा परिचय करून दिला होता. ती अजिबात नाराज नव्हती. पण आता वरचेवर भांडणं होत होती. त्याला तिच्याबरोबर राहायचं होतं. दोघांनी मिळून नव्या, मोठ्या घरात राहावं, अशी त्याची इच्छा होती. त्याला तिच्या कुटुंबीयांना भेटायचं होतं. पण तीच नाकारत होती, बहाणे बनवत होती. सुरुवातीला स्पष्ट नकार, नंतर रागावून नकार देत होती. आपल्या नात्याचं भविष्य संपवण्याचे उपाय शोधण्याचा विचार करण्याची वेळ यावी, याचं तिला अतोनात दु:ख होत होतं. त्याला या घराची किल्ली दिल्याचाही तिला पश्चात्ताप होत होता. त्याच्याजवळ किल्ली असल्याने काही गोष्टी आपल्या नियंत्रणात नाहीत; आपण त्याच्या वागण्यावर काहीशा अवलंबून आहोत असं तिला वाटत होतं. त्यांच्यातलं सगळं काही संपवून न टाकता त्याच्याकडून किल्ल्या कशा काय परत मागाव्यात, हेच तिला कळत नव्हतं. कदाचित तिलाच हे सगळं संपवण्याची गरज भासत असावी. तिला काहीच कळत नव्हतं. ती उशिरापर्यंत लायब्ररीत राहू लागली. त्याच्याशी बोलण्याचं टाळू लागली. पण तो तिला फोन करायचा आणि मग ते दोघे फोनवर भांडू लागायचे.

आतादेखील सेलफोन स्विच ऑफ करून बागेतल्या हिरव्या बाकावर बसून ती मनापासून प्रार्थना करत होती की– ती परत जाईल तेव्हा तिचा बॉयफ्रेंड घरात नसू दे. त्याला खूप कामं असावीत किंवा तो खूप रागावलेला असला तरी चालेल. तिच्या मनात विचार आला, हे काही प्रेमाचं लक्षण नाहीये. प्रेम देण्याकरता तुमचं स्वत:चं असावं लागतं. तिला तिच्या बॉयफ्रेंडला भेटावंसंदेखील वाटत नसताना कशी काय ती त्या दोघांमध्ये प्रेम निर्माण करणार होती?

पुन्हा एकदा पुस्तकाविषयीचे विचार तिच्या मनात आले. तिला मनापासून हव्या होत्या त्या गोष्टी तिच्याबाबतीत घडल्याच नाहीत. ब्रह्मांडाने तशी योजना केलीच नाही. उलटपक्षी, ज्या गोष्टी तिला विशेषत्वाने नको होत्या, त्या तिच्या ओंजळीत अलगद आल्या आणि आता तर त्या झटकून टाकणंही अवघड झालं होतं. जसा की– हा बॉयफ्रेंड, जसं की– तिच्या मास्टर्स डिग्रीला मिळालेलं

सुवर्णपदक, जसा की– तिच्या पालकांना त्यांच्या मुलीच्या बुद्धिमत्तेबद्दल वाटणारा असाधारण गर्व!

छे! तिने तरी पुस्तकावर विश्वास ठेवू नये. त्याऐवजी जुन्या शहाणपणावरच विश्वास ठेवायला हवा. तिची आजी एक म्हण नेहमी सांगायची– मागितलं नाहीत तर तुम्हाला मोती मिळतील; मागणाऱ्याकडे मात्र कोणी एखादं नाणंही भिरकावत नाहीत.

जगाकडे काही मागायचं नाही, हे तिनं ठरवून टाकलं. इथून पुढे प्रेमासाठी प्रार्थनाही करायच्या नाहीत. 'नशिबात जे असेल ते होऊ दे. त्यातून तरून जाण्यासाठी मी सर्वतोपरी प्रयत्न करेन.' या अनुत्साही विचारात ती घरी परत जायला निघाली. तिसऱ्या मजल्यावरच्या तिच्या अपार्टमेंटमध्ये पोहोचली आणि तिला ज्याची भीती वाटत होती, तेच झालं. तिचा बॉयफ्रेंड तिथे होता.

तिच्या लँडलाइनवर केलेल्या अठरा अनुत्तरित फोन कॉल्सनंतर तो घाबरला आणि काळजीने धावत तिच्या घरी आला. ती ठीक आहे ना, हे पाहायला. त्याने स्वत:च्या येण्याचं स्पष्टीकरण दिलं. तिने बेफिकीरीने खांदे उडवले. "मी राहणार नाहीये गं. फक्त सगळं ठीक आहे ना, याची खात्री करून घ्यावीशी वाटली. तू माझे फोन घेतले नाहीस म्हणून वाटलं, तू ठीक आहेस ना." त्याच्या स्वरात क्षमायाचना होती.

तिने काही तरी बोलावं म्हणून त्याने वाट पाहिली. ती गप्पच राहिली. तो तसाच उभा राहिला. मानेची मागची बाजू चोळत, दीर्घ श्वास घेत राहिला. काही तरी निर्णायक वाक्य बोलण्याची तयारी करत असावंसं वाटत होतं. पण त्याला ते जमलं नाही. त्याला कॉफी विचारावी, असं तिने ठरवलं. कशासाठी? तिलाही माहीत नव्हतं. बहुधा तो तिच्या संस्कारांचाच एक भाग होता. हे तिचं घर होतं आणि तो पाहुणा होता.

"कॉफी चालेल? किंवा तुला आवडेल ते फ्रिजमध्ये पाहा."

"कॉफीच छान वाटेल." तो म्हणाला.

तिच्यासाठी हे सुखद आश्चर्य होतं. हा त्यांच्यातला वादाचा मुद्दा होता. जेव्हा तिला गरम कॉफीचा मग आणि बिस्किटांसह मैफल जमवायची असे, तेव्हा त्याला नेहमीच एखादा पेग हवासा वाटे. तो मुक्कामी नाहीये, हे कळल्यामुळे तिला सुटल्यासारखं वाटत होतं. काही तरी घडलंय आणि त्यामुळे त्याला ऑफिसला जावं लागणार आहे, असं तो सांगत होता.

त्याचं 'ऑफिस' हेच त्याने शहरापासून इतक्या लांब राहण्याचं कारण होतं. तो मानवी हक्क आयोगासाठी काम करतो, ज्यांनी त्याच्या संशोधनाचं प्रायोजकत्व स्वीकारलं होतं. त्याच्या संशोधनाला आता चार वर्षं होत आली होती आणि या काळात तो संस्थेमध्ये अधिकाधिक गुंतत गेला होता. त्यांच्याकडे नेहमीच कोणत्या

तरी नव्या गोष्टीचा उद्रेक असायचा. काही तरी वाच्यता न करण्यासारखी गोष्ट घडलेली असायची, जे त्याला सविस्तर डॉक्युमेंट करणं भाग असे. संभाषण पुढे नेण्यासाठी सौजन्याचा एक भाग म्हणून तिने विचारलं, ''या वेळी असं काय आहे?''

शेजारच्या भागात दंगल झाली होती. बंदूक घेऊन फिरणारी माणसं, घरं पेटवून देण्यात आली होती. पोलिसांना बोलावलं होतं आणि कसं कोण जाणे, या वेळी ते हजर झाले होते. नव्याने बदली होऊन आलेला, अत्यंत प्रामाणिक असा पोलीस ऑफिसर तिथला मुख्य होता. त्याच्या धमकीवजा इशाऱ्यांना गर्दी भीक घालत नाहीये असं लक्षात येताच त्याने पोलिसांना हवेत गोळीबार करण्याचा आदेश दिला. काही दंगलखोरांनी गोळीबारानं प्रत्युत्तर दिलं होतं. काही क्षणात गर्दी पांगली, दंगल आटोक्यात आली होती. परंतु सगळा धुरळा खाली बसताच एक पोलीस इन्स्पेक्टर बंदुकीची गोळी लागून जखमी झाल्याचं त्यांच्या लक्षात आलं. त्याला हॉस्पिटलमध्ये नेईपर्यंत सगळं संपलं होतं.

हे सगळं काल रात्री घडलं होतं. जिल्ह्याच्या चार भागांपैकी तीन भागांत सध्या संचारबंदी लागू होती. तिने याबाबत वर्तमानपत्रात वाचलंच असेल, असं तिचा बॉयफ्रेंड म्हणाला. तिने मान हलवली. ती वर्तमानपत्र वाचायचीच नाही. तिच्या बॉयफ्रेंडने एक उदास स्मित केलं. जणू काही तिच्या बाबतीत तो निराश झाला होता. जणू काही ती गृहपाठ न करणारी एक छोटी मुलगी होती.

''हे प्रकरण आता चांगलंच तापणार आहे'' त्याने पुढं सांगितलं. ''यात आमदारही गुंतलेत. आमच्या ऑफिसमध्ये अशी वदंता होती की, त्या पोलीस ऑफिसरने आमदाराच्या भावाला अटक केली होती. आठवड्याभरापूर्वी मद्यपान करून वेगात गाडी चालवण्यासाठी आणि त्याला हटकणाऱ्या हवालदाराला धमकी दिली म्हणून तुरुंगात डांबलं होतं. आमदारसाहेबांनी बरेच फोन केले, पण हा ऑफिसर बधला नाही. जरा जास्तच प्रामाणिक होता म्हणून हे सगळं प्रकरण जास्तच गुंतागुंतीचं झालं होतं, कारण दंगलीचा म्होरक्या हा तोच आमदाराचा भाऊ होता– ज्याला या ऑफिसरने अटक केली होती. बंदुका, गोळीबार...''

तिने आवंढा गिळला, ''तुला म्हणायचंय की त्या पोलीस ऑफिसरचा काटा काढण्यासाठी ही दंगल घडवून आणण्यात आली?'' बॉयफ्रेंडने खांदे उडवले. 'लोकांच्या हातात बंदुका होत्या. ऑफिसरला गोळी लागली. कोणी त्याच्यावर नेम धरलेला वगैरे पाहिलं नाही. पण आता हा गोळीबार फक्त गोळीबार राहिलेला नाही. मीडिया यातून नवं काही तरी गुंफेल. बघच तू.'

या गोष्टीने तिला अंर्तमुख केलं. हे सगळं सिनेमासारखं होतं. शूर-प्रामाणिक पोलीस अधिकारी आणि दुष्ट, सत्तांध राजकारणी. अनाचार, भ्रष्टाचार. लोकांची

आयुष्यं पणाला लागलेली. बंदुका. पण चांगल्याने वाईटावर विजय मिळविण्याऐवजी या ठिकाणी हीरोच मृत्यू पावला होता.

इथे त्याचा मृत्यू अपेक्षित नव्हता. तिच्या मनात विचार आला... हीरोच्या मृत्यूने जर काही चांगलं होणार असेल, जसं की हिरोईनच दुसऱ्या हीरोबरोबर– जो तिच्यावर प्राणापलीकडे प्रेम करतो– त्याच्याबरोबर मीलन होत असेल तरच हीरोला मरायला परवानगी आहे. शेवटी, दोन पुरुष तिच्यावर सारखंच प्रेम करत असतील, तरी दोघांपैकी कोणा एकाचीच निवड करणं तिला भाग आहे.

आता तिच्या डोक्यात ते राजवाडे, साहस, नायक आणि खलनायकांचं बालिश जग पुन्हा जागं झालं होतं. बऱ्याच वर्षांनी त्याने पुन्हा श्वास घेतला होता. त्या गोष्टीतली जादू तिला जाणवली. ती अधिक तपशिलात प्रश्न विचारू लागली.

बॉयफ्रेंड आश्चर्यचकित झाला होता. यापूर्वी मानवाअधिकार, जातीय राजकारण किंवा स्थानिक राजकारण यात तिने एवढी रुची कधीच दाखवली नव्हती. ती जरी राज्यशास्त्र अभ्यासत होती, तरी या गोष्टीतील तिची आवड वरवरची होती. पण तो अशी संधी दवडणाऱ्यांपैकी नव्हता. त्यामुळेच आता आपलं सगळं ज्ञान प्रस्तुत करण्याची आयती चालून आलेली संधी तो वाया घालवणार नव्हता. त्याने जिल्ह्याबद्दल त्याला असलेली सगळी माहिती– तिथली सवर्ण व दलितांची राजकीय घराणी, विस्तारत चाललेल्या झोपडपट्ट्या, दंगलींचा इतिहास, जिल्ह्याच्या क्षितिजांवर नव्याने उदयाला आलेले लँड माफिया, खून, मारामाऱ्या, पोलिसांची निष्क्रियता अशा पार्श्वभूमीवर त्याच्या संस्थेसारखं उत्तर, एनजीओंचं काम याबाबत– सर्व काही विस्ताराने सांगितलं. लँड माफिया आणि त्या आमदाराच्या भावाचे संबंध, माहिती मिळविण्यात येणाऱ्या अडचणी याबद्दलही तो सविस्तर बोलला.

तिने त्याच्यासाठी आणखी कॉफी आणली. ती त्याचं बोलणं लक्षपूर्वक ऐकत होती. ''पण या वेळी या ऑफिसरमुळे परिस्थिती जरा वेगळी होती का?'' तिने विचारलं.

''हो तर! या वेळी पोलिसांना त्या नालायक लोकांना नेस्तनाबूत करण्याची चांगली संधी होती. आमदारसाहेब बांधकामव्यवसायात आहेत. त्यांच्या भावाने तिथेच फार वाईट कामं केली आहेत. कुंपण जाळून टाका. ज्या प्रॉपर्टीवर डोळा आहे तिच्या आजूबाजूला धोकादायक परिस्थिती निर्माण करून– जेणेकरून प्रतिष्ठित लोकांना तिथे राहणं नकोसं व्हावं, त्यांनी आपलं राहतं घर विकून दुसरीकडे सुरक्षित ठिकाणी राहायला जावं. दंगलीच्या काळात आपलं घर सोडून गेलेल्या माणसांच्या घरात बेकायदेशीरपणे राहण्यासाठी हे लोकांना कामावर ठेवतात. मालमत्तेसंबंधातली कागदपत्रं जाळून टाकतात. असं सगळं निंदनीय काम अतिशय परिणामकारक रीतीने केलं जातं. त्या आमदाराचा भाऊ खरं तर कधीचाच तुरुंगात असायला हवा होता...

पण आमच्याकडे हे असं आहे– जगातील सर्वांत मोठी लोकशाही अशा प्रकारे काम करते.''

तिच्या चेहऱ्यावर दूर कुठे तरी हरवल्याचे भाव होते. ''पण तो पोलीस ऑफिसर वेगळा होता. तो अजून जगला असता, तर त्याने या वाईट माणसांना नक्कीच तुरुंगात टाकलं असतं; हो ना?'' तिच्याशी पुन्हा अशा प्रकारे बोलता आल्यामुळे बॉयफ्रेंड सैलावला होता. त्याच्या मनावरचा ताण हलका झाला होता. भांडणापेक्षा बोलणं किती तरी चांगलं. सुखावून तो तिला किस करण्याकरता तिच्याजवळ सरकणार होता, पण शेवटच्या क्षणी त्याने विचार बदलला. नशिबावर फार विसंबून चालणार नाही. आताही तिच्या कपाळावर तणावपूर्ण रेषांचं जाळं दिसत आहे आणि 'आजची रात्र मला इथे राहता येऊ शकतं' असं त्याने म्हणायचा अवकाश... तिच्या चेहऱ्यावरचं हसू क्षणात गायब होईल, हेही तो जाणून होता. हल्ली तिचा प्रतिसाद फारच थंड होता. विशेषत: 'मला इथे तुझ्याबरोबर राहायचं आहे' असं त्याने सांगितलं होतं तेव्हापासून. त्याने आपलं दु:ख गिळून टाकलं, हसला आणि ऑफिसला निघून गेला.

ती अस्वस्थतेने घरभर फेऱ्या मारत राहिली. आणखी माहिती जाणून घ्यावी म्हणून तिने वर्तमानपत्र वाचायला घेतलं. पेपरमध्ये त्या मृत पोलीस ऑफिसरचा अंत्यविधीसमयीचा फोटो आलेला होता. मृत शरीरावर झेंडूच्या फुलांचे एवढे हार घातलेले होते की, त्याचा चेहरा झाकला गेला होता. सगळ्यांचं लक्ष शोकमग्न कुटुंबीयांवर केंद्रित झालं होतं. ऑफिसर त्रेचाळीस वर्षांचा होता. सिनेमात मरणारे हीरो एवढे मोठे नसतात. त्याची बायकोही जवळपास त्याच्याच वयाची असावी. तशी फोटोत ती जास्तच वयस्कर दिसत होती. केस अस्ताव्यस्त झालेले. कपाळावर आताही असलेली लाल टिकली. नातेवाईक स्त्रीच्या खांद्यावर स्वत:ला झोकून दिलेली– ती जणू काही ती खालीच पडतीये. त्यांची दोन मुलं – बारा वर्षांचा मुलगा आणि तेरा वर्षांची मुलगी. दोघेही आईच्या मागे बसलेले. फारसे रडत नव्हते.

तिने टीव्ही लावला. तो जवळजवळ सहा आठवडे बंदच होता. तिने चॅनेल सर्फिंग केलं. एका स्थानिक, मोफत चॅनेलवर बातम्या सुरू होत्या. स्थानिक बातम्या. त्या स्थूल वृत्तनिवेदकाने दंगल आणि दंगलीत मृत्यू पावलेल्या ऑफिसर-विषयी काही सांगेपर्यंत तिने वाट पाहिली. अंत्यविधी संपला होता. अंत्यदर्शनासाठी रस्त्यावर किमान ३०० लोक एकत्रित आले होते. तो बातमीदार सांगत होता की, अनेक अनोळखी लोकांनी त्याला स्पर्श करून अंत्यदर्शन घेतलं. त्याच्या शवाला खांदा देण्यासाठी अनेक जण पुढे सरसावत होते. स्मशानभूमीजवळ अंत्ययात्रा विसर्जित झाली. टीव्हीवर दाखवलेली व्हिडिओ क्लिप खूपच छोटी होती. दु:खी चेहऱ्याने अन्य पोलीस तिथे होते. जे गर्दीवर लक्ष ठेवून होते, पण गर्दीला आवरत

नव्हते. त्यानंतर झेंडूच्या फुलांनी अर्धवट झाकलेल्या चेहऱ्यावर कॅमेरा स्थिरावला. रचलेली चिता. त्या मृत ऑफिसरच्या नाकात कापूस ठेवला होता. त्याच्या कानात सोन्याच्या रिंग्ज होत्या.

तिला ते काहीसं गमतीशीर वाटलं. कोणा पोलीस ऑफिसरला सोन्याच्या रिंगा घातलेलं तिने तरी पाहिलेलं नव्हतं. तो वृत्तनिवेदक आता काही प्रशंसा करत होता. मृत पोलीस ऑफिसर कसा ताठ बाण्याचा होता, त्याने कधीच हुजरेगिरी केली नाही वगैरे. त्याला मिळालेली पदकं, त्याच्या वारंवार होणाऱ्या बदल्या, त्याचं ताठ मानेने जगणं... इत्यादी. लँड माफियांनी दबा धरून त्याच्यावर केलेल्या हल्ल्याला तो शेवटी बळी पडला होता. मागच्या वर्षापासून तो एकटाच राहत होता. त्याच्या वारंवार होणाऱ्या बदल्यांचा मुलांच्या शिक्षणावर परिणाम होऊ नये, म्हणून त्यांचे कुटुंबीय राजधानीच्या शहरात राहत होते.

कॅमेरा पुन्हा मुलांच्या चेहऱ्याकडे वळला. मुलगी हुंदके देत रडत होती, आईला घट्ट धरून. आई स्वत:च भकास नजरेने, एखाद्या व्यसनी माणूस जसा तोल सावरतो तशी स्वत:ला सावरत होती.

कसं कोण जाणे, पण अंत:प्रेरणेने तिला लगेच कळून आलं– मुलांचा अभ्यास हे त्यांचं वेगळं राहण्याचं कारण नव्हतं. त्याच्या वारंवार होणाऱ्या बदल्यांमुळे ते एकमेकांपासून दूर नव्हते. टीव्हीवर त्याच्या विधवा बायकोकडे पाहताच तिला कळलं होतं की, त्या उभयतांमध्ये तसं आता काहीच नव्हतं. नवरा गमावल्याबद्दल ती विधवा शोक करत होती; आपल्यावर प्रेम करणारा पुरुष गमावल्यानंतरचा तो शोक नव्हता.

तिला स्वत:लाच जाणवलं– तो मृत पोलीस ऑफिसर प्रेमाशिवायच गेला. या विचारासरशी तिच्या मनात खोलवर टोचणाऱ्या वेदनेचा एक तरंग उमटला. रांगतच ती टीव्हीजवळ गेली. त्या मृत माणसाच्या चेहऱ्याकडे कॅमेरा वळला. काही क्षण तिथेच रेंगाळला, तेव्हा तिने स्क्रीनला स्पर्श केला. त्याच्या चेहऱ्यावरच्या मिशा, त्याचे बंद डोळे, त्याच्या कानांच्या पाळ्या यावर हलकेच स्पर्श करत हात फिरवला.

तो बहुधा उंच असावा. निसर्गत:च ज्यांची शरीरयष्टी मजबूत असते, थोडं जास्त वजनही ज्यांना शोभून दिसतं– नव्हे, त्यामुळेच ते ऐटदार दिसतात; अशा लोकांपैकी एक असावा. त्याची नखं स्वच्छ असावीत. आपण त्याच्याशी शेकहँड करतोय... ती कल्पनेत हरवली. मोठ्ठा स्वच्छ पंजा... काही क्षण तिच्या हातांना ती मजबूत पकड, त्यामुळे येणारा दाब जाणवला आणि लगेचच तो मोकळा झाल्याचंही जाणवलं. एक सेकंदभरही जास्त वेळ धरला गेला नव्हता. खूपच साधा, सौजन्यशील ऑफिसर. एक योग्य हँडशेक कशी अनुभूती देतो, हे त्याला कळेलच. विशेषत: जेव्हा पहिल्यांदाच तो एका स्त्रीला भेटत होता.

तर अशा प्रकारे त्यांची भेट झाली. पीएच.डी.ची एक विद्यार्थिनी– जी आरामात, कोणतीही घाई न करता संशोधन प्रबंधावर काम करते आहे आणि एक मृत पोलीस ऑफिसर.

तिला त्याचा चेहरा देखणा वाटला. भर रस्त्यामध्ये तुम्हाला नजरकैद करणाऱ्या आकर्षक पुरुषांसारखा नव्हता तो. ना गालावर खळी, ना कुरळे केस, ना अधिकारदर्शक आठ्या. हनुवटीभोवती थोडी चरबी जमा झालेली होती म्हणा. पण तो उठून उभा राहिला असता तर– त्याची उंची, त्याची अदब, केसांत चमकणाऱ्या रुपेरी रेषा आणि डोळ्यांखालच्या गडद होणाऱ्या रेषांनी ती चांगलीच भारावून गेली असती, याची तिला खात्री होती.

विरोध करणं निष्फळ होतं. बिचारा पोलीस ऑफिसर तर काहीही थांबवण्याच्या स्थितीत नव्हताच आणि ती... अस्ताला जाणारा सूर्य ज्या ओढीने क्षितिजाकडे झेपावतो, तशी त्याच्याकडे खेचली जात होती. हे अपरिहार्य होतं आणि तिला परिणामांची पर्वा नव्हती. नाही तरी प्रेमात ती कुणाला असते?

तिच्या बॉयफ्रेंडने फोन केला. मीटिंग खूप उशिरापर्यंत चालल्यामुळे रात्री तो ऑफिसमध्येच थांबला होता आणि पुन्हा त्याला अख्खा दिवस काम आहे, हे सांगण्यासाठी. तो एक कप कॉफीसाठी येऊ शकतो का? त्याने विचारले. ती 'ये' म्हणाली.

तो सकाळचा पहिला प्रहर होता. ती फारच चांगल्या मूडमध्ये होती. तिने नाश्त्यासाठी पोहे आणि चीजटोस्ट बनवले. त्या अनपेक्षित पाहुणचाराने बॉयफ्रेंडलाही सुखद आश्चर्य वाटलं. तिने तत्परतेने कॉफी बनवली. दोघांनीही एकमेकांच्या शांत सहवासात वर्तमानपत्रं वाचली. काचेच्या डिशमधून नाश्ता दिला गेला. हवे तर पोहे, नाही तर चीजटोस्ट आणि हवं तर दोन्हीही. एक बाऊल भरून चिरलेली फळं. त्यांनी आस्वाद घेत, तब्येतीत नाश्ता केला. सकाळच्या कोवळ्या उन्हात बाल्कनीत केनच्या स्टूलवर पाय पसरून आरामात वेळ घालवला. त्याच्या मनात आलं, पूर्वी असं कधीच झालेलं नाही; मग आज? त्याला ही स्त्री पुरेशी समजली नाहीये. जाऊ दे! छान ऊन्ह आहे, पोटही मस्त भरलंय. तो दमलेला तर होताच, त्यामुळे विचार करण्याच्या भानगडीत पडला नाही.

तिने विचारलं, "खूप काम होतं का? अजूनही त्या दंगलीसंबंधित कामातच व्यस्त आहेस का?" "गुंतागुंत वाढलीये" तो उत्तरला. आमदारांचा मुलगा गायब झालाय– भूमिगत आहे त्यांचं म्हणणं आहे की, तो लंडनमध्ये सुटी घालवायला गेला होता, पण इथल्या लोकांनी त्याला दंगलीत सहभागी झालेलं पाहिलंय. तसे साक्षीदार आहेत. मुख्य व्यक्ती– आमदारसाहेबांचा भाऊ. तोही गायब होण्याच्या प्रयत्नात आहे, परंतु आमदारसाहेबांना आत्ताच तो व्हायला नको आहे. असं

म्हणताहेत की, मुलाला वाचवण्यासाठी कदाचित आमदारसाहेबांना भावाचा बळी द्यावा लागेल. म्हणून त्यांनीच पोलिसांमध्ये बातमी लीक केली की, तो दक्षिणेकडच्या राज्यात पळून जाण्याच्या प्रयत्नात आहे. आज सकाळीच त्याला अटक झाली. आता आमदारसाहेब निदान काही दिवस तरी त्यांच्या भावाला तुरुंगात डांबून वातावरण शांत होऊ देतील.''

तिच्या डोळ्यांत उत्सुकतेची चमक होती. ''काय लोक आहेत! पण मला सांग– आमदारांचा तो भाऊ... त्याच्यावर आता खुनाचा आरोप असेल ना? बरोबर?''

बॉयफ्रेंडने खांदे उडवले. ''आरोपपत्र दाखल व्हायला अजून बराच वेळ आहे. कदाचित दंगल घडवून आणणे, कदाचित खून. त्याला ट्रिगर ओढताना कोणीच पाहिलेलं नाही. त्यामुळे कोणीही, काहीही सिद्ध करू शकणार नाही. तशीच वेळ आली तर आमदारसाहेब साक्षीदार विकत घेतील.''

काहीशा संकोचाने ती म्हणाली, ''आणि तो पोलीस ऑफिसर? मी पाहिलं त्याला टीव्हीवर.''

बॉयफ्रेंडने 'चक्' असा आवाज करत म्हटलं, ''या लोकांचं काम तसं अवघडच. अगदी भ्रष्टाचारी ऑफिसर्ससाठीही कठीणच. सतत लोकांना भेटायचं, त्यांच्यातल्या मारामाऱ्या-भांडणं याची नोंद घ्यायची. त्यांच्याशी कठोर वागायचं– सोपं नाहीये ते. हा आपल्या सिस्टीमधला दोष आहे. इतर कोणी तरी आपल्यासाठी कायदा आणि व्यवस्थेचं पालन करेल, अशी अपेक्षा करायची. का करतो आपण असं? हे न्याय्य वाटतं का? आपल्यासाठी इतरांना मारणारी वा स्वत: मरणारी माणसं नोकरीवर ठेवायची? मला वाटतं, इथेच खरी अडचण आहे?''

''आणखी कॉफी घेणार?'' तिने विचारलं.

नाश्त्यानंतर तिच्या मित्राने थोडी झोप घ्यायचं ठरवलं, तर मिळतील तेवढी वर्तमानपत्र आणण्यासाठी ती बाहेर पडली. एका वर्तमानपत्रात त्या मृत ऑफिसरबद्दल अर्धं पान माहिती छापून आलेली होती. त्याचे सहकारी त्याच्याबद्दल आदराने बोलत होते. तो शांत स्वभावाचा, तत्त्वनिष्ठ माणूस होता. प्रशिक्षणकाळात त्याने उत्तम कामगिरी केली होती. त्याच्या वरिष्ठ ऑफिसरनेही तो कसा साधेपणाने राहत होता, काटकसरीने वागत होता याचे वर्णन केले. भ्रष्टाचारापासून तो दूरच राहायचा. ऑफिसव्यतिरिक्त इतर वेळी मोटरसायकल वापरायचा. कारण कार वापरणं त्याला परवडण्यासारखं नव्हतं. त्या लेखाबरोबर तीन फोटो दिलेले होते. एकामध्ये युनिफॉर्ममधील पोलीस ऑफिसर आपल्या बाईकवर ऐटीत बसलेला, डोळ्यांवर गॉगल घातलेला असा फोटो होता. छातीवर हातांची घडी घातलेली. अंत्यविधीवेळच्या फोटोत दिसत होता, त्यापेक्षा या फोटोत तो खूपच तरुण-सडपातळ दिसत होता. दुसऱ्या फोटोत तो त्याच्या कुटुंबाबरोबर सोफ्यावर बसलेला होता. तपकिरी काळसर रंगाची भौमितिक

प्रिंट असलेला सोफा. फोटोत त्याचा चेहरा गंभीर होता. पांढरा कुडता-पायजमा घातलेला, कपाळावर टिळा रेखलेला. त्याची बायकोही सिल्क साडीमध्ये होती. मुलांनी डेनिमचे कपडे घातलेले होते. तो फोटो बहुधा दिवाळीत काढलेला असावा.

तिसरा फोटो हा त्या ऑफिसरच्या चेहऱ्याचा क्लोजअप होता. पासपोर्ट साईझ फोटो. तो सरळ कॅमेऱ्यात बघतोय. हसण्याचे कष्ट घेतलेले नाहीत. चेहरा गंभीर किंवा नर्व्हसदेखील नाहीये. तो फक्त समोर बघतोय. जणू काही समोरच्याच्या डोळ्यांत पाहतोय. पण असं पाहताना समोरच्याने आपल्याला समजून घेतलंय अशी त्याची अपेक्षा किंवा खात्री दोन्हीही नाहीये.

तिने त्या लेखाचं कात्रणं काढलं आणि तिच्या बेडच्या साइडटेबलवर असलेल्या जाडजूड कादंबरीमध्ये लपवून ठेवलं. ती ते पुस्तक दररोज उघडायची, फोटो पाहत राहायची... तो लेख पुन:पुन्हा वाचायची.

तिचा मित्र त्याच्या कधीही न संपणाऱ्या प्रबंधातील नव्या प्रकरणाच्या संशोधनासाठी बाहेरगावी गेला होता, त्यामुळे ती आनंदात होती. आपल्याच घरात उत्साहाने भिरभिरत होती. स्वत:साठी मजेशीर चविष्ट खाणं तयार करत होती. तिने लायब्ररीत जाणंही सोडून दिलं होतं. घराबाहेर पडलीच, तर जवळच्या थिएटरमध्ये सकाळचा शो पाहण्यासाठी ती जात असे. सिनेमा पाहताना ती एकटी असायची, पण तिला कधीही एकाकी वाटलं नाही. तिचं कोपर कोणाच्या तरी बाहूशी विसावलं आहे, असंच तिला वाटत राहायचं.

जेव्हा तिला सिनेमाबद्दल काही तरी कॉमेंट करावीशी वाटे, तेव्हा ती मान बाजूला वळवून थोडी झुकवल्यासारखी करायची. जणू काही ती तिच्या शेजारी बसलेल्या कोणाला तरी सांगते आहे, अशा तऱ्हेने प्रत्येक शब्दाचा स्पष्ट उच्चार ती मनातल्या मनात करत असे. मध्यंतरात जेव्हा ती कॉफी प्यायची, तेव्हा स्वत:च्या ओठांवर दुधाळ फेसाची मिशी उमटली असेल, या कल्पनेने तिला हसू यायचं. अंधाऱ्या सिनेमा हॉलमध्ये जिना चढून जाताना ती कधीही अडखळायची नाही. कोणी तरी आपल्या कोपराजवळ हाताला धरून रस्ता दाखवतंय किंवा कोणाचा तरी हात आपल्या पाठीवर विसावलाय. कदाचित आपण धडपडलोच तर आपल्याला पकडण्यासाठी तो तयार आहे, अशी अनुभूती तिला यायची.

असेच आठवडे सरले. आता तिने थोडं वास्तवात यायचं ठरवलं. तिने तिच्या विषयावर संशोधन करायलाच हवं. पण तिचा प्रबंध संपवण्याऐवजी ती सार्वजनिक वाचनालयात जाऊन जुनी वर्तमानपत्रं वाचत बसायची. पोलिसांचं आयुष्य, त्यांचे पगार, त्यांना मिळणारे भत्ते, एकूण लोकसंख्येच्या प्रमाणात पोलिसांची संख्या याविषयी तिने बरंच काही वाचलं. आपलं पोलीसदल किती दयनीय हत्यारांसह काम करतं आणि स्वातंत्र्योत्तर काळात किती पोलिसांनी कर्तव्य बजावताना त्यांचे प्राण

गमावले, याबाबतचे अंतर्गत सुरक्षातज्ज्ञांचे लेखही वाचले. एका काळातील कुठल्याशा मासिकात तिच्या पोलीस ऑफिसरने स्वत: लिहिलेला लेखसुद्धा तिला सापडला.

तो लेख दोन वर्षांपूर्वीचा होता. दंगलीवर नियंत्रण कसं मिळवावं, याविषयी त्याने लिहिलं होतं. काही निष्पाप लोक उलट गोळीबाराला बळी पडण्याची शक्यता गृहीत धरून, तेवढी जोखीम पत्करूनदेखील जमावाला नियंत्रणात आणण्यासाठी हवेत गोळीबार करायला हवा, असं त्याचं मत होतं. चार वर्षांपूर्वी त्याने 'दुनिया'मध्ये लेख लिहिला होता. त्यात त्याने पोलीसदलाने थेट गृहमंत्र्यांच्याच नेतृत्वाखाली काम करणं, त्यांना रिपोर्ट करणं यासारखे कामकाजी बदल करणं– असा युक्तिवाद केला होता.

त्याच्या मते, राजकीय पुढाऱ्यांना किंवा प्रशासकीय प्रमुखांना पोलिसांनी रिपोर्टिंग करून काय उपयोग? या लोकांनाच बदलीची किंवा आपलं स्थान गमावण्याची भीती असते. तो लेख लिहिण्याच्या वेळेपर्यंत त्याची बावीस वेळा बदली झालेली होती.

अशा ऊर्मीतून दाटून आली अचानक एक गोष्ट. बहुधा आयुष्यात जाणत्या वयात अशा ऊर्मीतून तिने केलेली एकमेव गोष्ट असेलही. आपल्याला या ठिकाणी कोणी पाहिलं तर काय होईल, याचा विचार करणंही तिला भीतिदायक वाटत होतं. पण आता ती थांबू शकत नव्हती. ती पोलीस हेडक्वार्टर्सच्या प्रवेशद्वाराशी उभी होती. भांबावून इकडे-तिकडे पाहत तिथून जाणाऱ्या एका हवालदाराने थांबून तिची चौकशी केली. तिला कोण हवंय, हे विचारलं. दंगलीत नुकत्याच मारल्या गेलेल्या पोलीस ऑफिसरची माहिती मिळवण्यासाठी ती आलीये, असं ती म्हणाली. हवालदाराने एकदा तिच्याकडे वरपासून खालपर्यंत पाहिलं आणि मग तो तिला घेऊन थेट प्रेस ऑफिसरच्या केबिनमध्ये गेला.

प्रेस ऑफिसरने तिला बसायला सांगितलं. चहाचा इशारा केला आणि मग तिच्याकडे पाहत विचारलं की, ती कोणत्या वर्तमानपत्रासाठी काम करते? ती स्वत:कडे पाहते. एखाद्यावर छाप पाडणं किती सोपं असतं; नाही? कुर्ता, जीन्स, सपाता... म्हटलं तर हा विद्यापीठातल्या संशोधकाचा युनिफॉर्म होता आणि त्याचबरोबर बातमीदारांचाही. तिने मान हलवली आणि खरं काय ते सांगणार तोच तिच्या तोंडातून प्रत्यक्षात वेगळेच शब्द बाहेर पडले– "वर्तमानपत्र नाही, मासिक– परदेशी मासिकासाठी काम करते मी."

पुढे कोणतेही प्रश्न विचारले गेले नाहीत. ती व्यक्ती मदत करायला उत्सुक होती. केबिनमधून बाहेर पडताना तिच्याकडे त्या ऑफिसरचा घरचा पत्ता होता– जर तिला त्या दुर्दैवी कुटुंबाला भेटावसं वाटलंच तर असावा म्हणून. त्याच्या निवृत्त वडिलांचा फोन नंबरही दिला गेला. तेही पूर्वी पोलीसदलातच होते. तशीही ती या

बाबतीत भरपूर पुढे आली होती. त्यामुळे तिने आणखी पुढे जायचं ठरवलं.

'त्याच्या' घरी जाण्यासाठी तिने रिक्षा केली. खरं तर तो तिथे कधीच राहिला नव्हता. त्यामुळे ते घर त्याचं नव्हतंच. ते घर त्याच्या कुटुंबीयांसाठी घेतलेलं होतं, जेणेकरून तो दूरदूरच्या पोलीस स्टेशनमध्ये काम करत असताना त्यांना शहरात राहता यावं. परदेशी मासिकासाठी काम करते, असं तिने खोटंच सांगितलं होतं. त्याचीच आता पुनरावृत्ती केली. स्वत:चं पहिलं नाव खरं सांगितलं, पण आडनाव वेगळंच घेतलं. त्याच्या विधवेने तिला घरात बोलावलं आणि तत्परतेने रडायला सुरुवात केली. तिचं स्फुंदणं, वारंवार रुमालाने नाक-डोळे पुसणं थांबेपर्यंत तिने वाट पाहिली. "हे असं कसं झालं? देवा रे! का? कुठे होते मी?"

ती विधवा स्त्री कशी तरीच दिसत होती. केस अस्ताव्यस्त, न विंचरलेले. आता दुपारचे दोन वाजले होते तरी अजूनही ती नाइटगाउनमध्येच वावरत होती. त्याच्या छोट्या बाह्यांना डोळे पुसल्यानंतर तिने मान हलवून आपण पुढच्या प्रश्नांसाठी तयार असल्याचं दर्शवलं.

तिने आपल्या शबनममधून वही काढली. प्रश्न अजिबात अवघड नव्हते. टीव्हीवरचे सगळे पत्रकार पुन:पुन्हा तेच प्रश्न विचारत होते. तिने विचारलं, "मला त्यांच्याबद्दल सांगा ना– तुम्हाला जे-जे सांगता येईल ते सगळं. तुमचं त्यांच्याबरोबर आयुष्य... असंच आणखी काही, सगळं काही."

विधवेने सुरुवात केली. त्यांचं ठरवून झालेलं लग्न होतं. पोलीस ऑफिसर शांत स्वभावाचे होते. त्यांच्याकडे रोमान्ससाठी वेळच नव्हता. वयाच्या सव्विसाव्या वर्षी त्यांनी आयपीएससाठीची प्रवेश परीक्षा उत्तीर्ण केली. त्याअगोदर दोनदा ते या परीक्षेत अनुत्तीर्ण झाले होते, पण त्यांनी चिकाटीने प्रयत्न सुरूच ठेवले. कारण आपल्याला पोलीस ऑफिसरच व्हायचंय, हे त्यांना पक्कं ठाऊक होतं. आवश्यक ती ग्रेड मिळाली नसती, तर फॉरेस्ट ऑफिसर ही त्यांची दुसरी पसंती होती. नंतरच्या काळात बऱ्याचदा त्यांच्या मनात विचार येई की, पोलीसदलाऐवजी वन खात्यात नोकरी केली असती तर! शांत, हिरव्या ठिकाणी जास्तीत जास्त वेळ घालवता आला असता. त्यांना आवडलं असतं ते. ग्रामीण भागातल्या पोस्टिंगलाही त्यांचा आक्षेप नव्हता. कुटुंबीयांसाठी मात्र ते खूपच गैरसोयीचं होतं. मुलांच्या शाळा आणि घरातले म्हातारे वडील यांचा विचार करता, शहरात राहणं सोयीचं होतं. म्हणून ते स्वत: एकटे राहायचे, पण आपल्या कुटुंबासाठी त्यांनी शहरात घर केलं होतं.

ती त्या विधवेचं बोलणं ऐकत राहिली. तो कसा असावा याचा अंदाज तिने मनात केलाच होता. त्या अंदाजाची खात्री करून घेण्यासाठीच ती इथे आली होती. तिला आणखीही बरंच जाणून घ्यायचं होतं.

त्याच्या विधवेनं घरातले फोटो अल्बम तिच्यासमोर ठेवले. ती ते चाळत

राहिली. मित्र-नातेवाइकांच्या फोटोंत तिला अजिबात स्वारस्य नव्हतं, पण त्याच्याकडे ती लक्षपूर्वक पाहत होती. ते सगळे फोटे बघता-बघता तास उलटला. "आता हेच काय ते राहिलंय..." असं म्हणत त्या विधवेने पुन्हा रडायला सुरुवात केली. तेव्हा यातले काही फोटो सायबर कॅफेत नेऊन स्कॅन करून घेण्यासाठी तिने परवानगी मागितली.

त्या विधवेने घरातल्या नोकराला पाठवून हवे ते फोटो स्कॅन करवून आणले. त्याचबरोबर तिच्यासाठी चहाही केला. तो सगळा वेळ ती आपल्या मेलेल्या नवऱ्याबद्दलच बोलत राहिली. त्याला काश्मिरी चहा आवडायचा– काहीसा खारा, गुलाबीसर. सकाळी लवकर उठायला आणि तासभर एकट्याने राहायला त्याला आवडायचं. त्याला स्वयंपाकाचीही आवड होती. हल्ली तो जरा जास्त उतावीळ झाला होता. आपल्या बाइकचीही तो उत्तम काळजी घेत असे. महिन्यातून दोनदा चार गल्ल्यांपलीकडे जुन्या पडक्या घरात राहणाऱ्या त्याच्या वडिलांना भेटायला तो जात असे.

तिने त्याच्या विधवा बायकोला त्या सोन्याच्या कानांतल्याबद्दल विचारलं. पोलीस ऑफिसर कानातलं घालणं तिला खूप विचित्र वाटत होतं.

"नाही, नाही... त्याच्या युनिफॉर्मवर घालायचा नाही. लहानपणीच त्याचे कान टोचले होते. त्यांच्या घरात तशी रीतच होती. पण जेव्हापासून पोलिसांचा युनिफॉर्म अंगावर चढवला तेव्हापासून त्याने कानातलं घालणं सोडून दिलं होतं. मात्र त्याने आपल्या वडिलांना सांगून ठेवलं होतं– यदाकदाचित त्याला मृत्यू आलाच, तर त्यांच्या घरचे पारंपरिक कानातले घालून, शेवटच्या प्रवासासाठी त्याची पाठवणी करण्यात यावी. तो असं मरणाबद्दल बोलायला लागला की, मी खूप रागवायची. त्याने अशा अशुभ गोष्टीचा विचारदेखील मनात आणू नये म्हणून त्याला विनवायची. पण त्याने माझं कधी ऐकलंच नाही..." आणि तिला पुन्हा रडण्याचा उमाळा आला.

ती उत्सुक होती. त्याच्या स्वतःच्या– त्याच्या वापरातल्या गोष्टी तिला पाहायच्या होत्या. म्हणजे कसं आहे– त्याचं जिवंत चित्र उभं करण्यासाठी, त्याचं व्यक्तिमत्त्व कळावं म्हणून या गोष्टींची तिला मदत होईल, असं तिने स्पष्ट केलं.

त्याची विधवा तिला शेजारच्या खोलीत घेऊन गेली. तिथे कोपऱ्यात दोन सूटकेस उभ्या होत्या. एक जुनी कार्डबोर्डची पेटी, लाल-काळ्या चौकटीच्या कव्हरची. काही फॉर्मल शर्ट्स होते. पांढऱ्या, करड्या आणि निळ्या रंगाचे. काळ्या रंगाचं फॉर्मल जॅकेट. जाड घट्ट स्वेटर्स– करड्या रंगाचे. त्यांच्या छातीवर एक आडवी पट्टी. दोन मफलर्स, दहा नंबरचे सूट. काळ्या रंगाचा तो जोड पोलीस खात्याने दिलेला असावा. त्याचबरोबर तपकिरी रंगाचे घोट्यापर्यंतचे बूटही होते. पांढऱ्या, मलमलच्या कुर्ता-पायजम्याचे तीन सेट होते. शेव्हिंग किट, मिथला

शाळेची दोन पेंटिंग्ज, बेफाम जंगली प्राण्यांच्या दोन फोटोफ्रेम्स, सोन्याची अंगठी, चांदीच्या कफलिंग्ज अशा वस्तू होत्या. एका फाइलमध्ये वेगवेगळ्या स्थानिक उपाहारगृहांचे मेन्यू स्टेपल करून ठेवलेले होते. दुसऱ्या एका फाइलमध्ये कॉलेजची डिग्री सर्टिफिकेट आणि इतर काही प्रावीण्य मिळविल्याबाबतीत सर्टिफिकेट्स होती. फोन बिल, इलेक्ट्रिसिटी बिल, पेपर बिल अशी सगळी बिलं लावलेली आणखी एक फाइल होती. तांब्याचा ॲश-ट्रे, शौर्यपदक, बरीचशी पुस्तकं– असंही काही होतं. तिने पुस्तकांच्या शीर्षकांची नोंद करून घेतली.

बहुतेक पुस्तकं वन्य जीव, तत्त्वज्ञानविषयक आणि काही राजकीय इतिहासाबाबतची होती. त्यातलं एक पुस्तक तिच्या ओळखीचं होतं. तिने वाचलेलं होतं. तेच– ज्यामध्ये असा दावा केलेला होता की, जी गोष्ट तुम्हाला मनापासून हवीशी वाटते ती तुम्हाला मिळतेच. तुमचं स्वप्न जणू वास्तव आहे अशा तीव्रतेने, तेवढ्या स्पष्टतेने तुम्ही स्वप्नं पाहिलीत तर ती नक्की खरी होतात. सगळ्या ब्रह्मांडाला तुमच्या तीव्र इच्छेपुढे मान तुकवावी लागते.

तिने ते पुस्तक, ॲश-ट्रे आणि दोन्हीतला एक मफलर उचलला. हलकेच या गोष्टी तिच्या बॅगेत सारल्या. एव्हाना फोटो स्कॅन केलेली चंदेरी सीडी घेऊन नोकर परत आला होता.

घरी परत आल्यावर तिच्या कपाटातला एक कप्पा तिने रिकामा केला. हिरव्या रंगाचा टिनचा डबा– ज्यात पूर्वी चॉकलेट्स ठेवलेली असायची– त्यात तिने तो मफलर, फोटोप्रिंट्स, वर्तमानपत्राची कात्रणं, त्या लेखांच्या झेरॉक्स प्रती हळुवारपणे ठेवल्या. कपाटातली जागा या टिनच्या डब्यासाठी तर रिकामी केली होती! त्या डब्याला तिने छोटंसं कुलूप लावलं. त्या कुलपाची चावी तिच्या गळ्यातल्या लॉकेटमध्ये अडकवून टाकली.

जुन्या बाजारात जाऊन तिने मोडकळीला आलेली कार्डबोर्डची एक सूटकेस विकत आणली. तिचा रंग वेगळाच होता. पण तिने लाल आणि काळा रंग विकत आणला. त्या मृत माणसाच्या सूटकेसवर पाहिलं होतं, तसंच लाल-काळं चौकटीचं कव्हर रंगवलं. त्या सूटकेसचा वापर ती साइड टेबलासारखा करू लागली. तिची पुस्तकं, तिचा कॉफी-मग, तो चोरून आणलेला ॲश-ट्रे ठेवण्यासाठी.

पूर्वी तिच्या मित्राने तिला सिगारेट्स देऊ केल्या होत्या. त्याच्याबरोबर ओढण्याचा आग्रह केला होता. पण तिला तशी सवय कधीच नव्हती. त्याच्यासाठी म्हणून तिच्या घरात ॲश-ट्रे ठेवायलाही तिची परवानगी नव्हती. बिचाऱ्याने मग जुन्या तुटक्या कॉफी-मगवरच आपलं काम चालवलं होतं. पण आता ती सिगारेट ओढू लागली होती आणि त्या गेलेल्या माणसाचा ॲश-ट्रे वापरत होती.

त्या मृत माणसाच्या सूटकेसमध्ये पाहिलेली सगळी पुस्तकं तिने विद्यापीठाच्या

लायब्ररीतून घरी आणली. ती अव्याहतपणे वाचत असे. एक क्षणही तिला एकटं असल्यासारखं वाटलं नाही. याउलट, तिला कोणाच्या तरी सहवासात सतत असल्यासारखं वाटे. असा कोणी– जो धूम्रपान करतो, जो पुस्तकांचा निस्सीम चाहता आहे.

ही एक नवीच अनुभूती आहे. तिच्या संपूर्ण आयुष्यात तिला नेहमी एकाकी वाटत आलेलं आहे– अगदी तिच्या आई-बाबांच्या घरात ती एक लहानशी मुलगी होती, तेव्हासुद्धा. नंतर शाळेत, पुढे कॉलेजमध्ये तिच्या स्मृतीत आहे ती चेहऱ्यांची सरमिसळ. अस्पष्ट, धूसर चेहरे. असे चेहरे– ज्यांच्यावर तुम्ही पूर्णतः विश्वास टाकू शकत नाही. ती स्वतःच्या घरात राहायला आली. तेव्हाही ही एकाकीपणाची भावना दूर झाली नाही. ती तिच्या बॉयफ्रेंडबरोबर असते तेव्हासुद्धा एकटीच. जरी तो सिगारेट ओढतो, पुस्तक वाचतो, तरीही तीसुद्धा एकाकीच होती. अगदी आत्तापर्यंत.

या सगळ्यांची उकल करणं अवघड आहे. पण ती तसं करण्यात जास्त वेळ वाया घालवत नाही. हल्ली तिच्याजवळ वेळ असा नसतोच. संपूर्ण अख्खा दिवस आणि अर्धी रात्र त्या कोणा व्यक्तीच्या अदृश्य सहवासात व्यतीत होते. ती त्याच्याशी अव्याहत बोलत असते. स्वतःला असलेले मानसिक क्लेश, स्वतःबद्दलची कन्फेशन्स, किती तरी बिनमहत्त्वाचे छोटे-मोठे तपशील... असं एकामागून एक बोलत ती स्वतःला मोकळं करत राहते. तिच्या ओठांची हालचाल होत नाही, पण तिचं बोलणं अव्याहत सुरूच असतं.

एके दिवशी तिचा बॉयफ्रेंड परत आला. त्याला वाटलं होतं त्यापेक्षा जास्त काळ त्याला तिकडे राहावं लागलं होतं. त्यांची शेवटची भेट झाली त्याला आता दहा दिवस होऊन गेले होते. आल्यावर त्याने जेव्हा तिला फोन केला तेव्हा ती त्याचा फोन घेईल की नाही, अशी शंका त्याच्या मनात होती. त्यामुळेच फोनवर तिचा आवाज ऐकताच त्याला खूप बरं, हलकं वाटलं. अजूनही 'मी तिथे येऊ का?' असं विचारायची त्याला भीती वाटत होती. सावधपणे 'मी तिकडे शहरात येतोय' असा तो उल्लेख करतो. संध्याकाळी तिला वेळ आहे का? ती त्याला भेटू शकते का? कुठेही, तिला आवडेल तिथे भेटू या– असं तो सुचवतो.

ती काहीशी थकल्यासारखी हसते, फोनमधून तिचं हसणं त्याला ऐकायला येतं. 'घरीच ये...' ती म्हणते.

तो घरी येतो तेव्हा तिला सिगारेट ओढताना पाहून आश्चर्यचकित होतो. धूम्रपानाने फुप्फुसांवर वाईट परिणाम होतो. त्यामुळे तिच्याप्रति काळजी दाखवायला हवी, असं त्याला वाटतं. म्हणून तो तिला गंभीरपणे तसा इशारा देतो. करू नकोस, असं विनवतो. असं असलं तरी त्याला थोडासा आनंदही वाटतो. तिने धूम्रपानाला सुरुवात केली म्हणजे... ती दुःखी आहे का? किंवा कदाचित त्याचं तिथं नसणं, त्याच्या

सिगारेट ओढण्यामुळे हवेत भरून राहिलेला धूर यांची तिला उणीव भासली असेल का? त्याच्या मनात असे अनेक प्रश्न उसळले. 'तुला माझी फार आठवण येत होती का?' असं तो विचारणारच होता, एवढ्यात तिने वेगळेच प्रश्न विचारले.

"त्या केसचं काय झालं? त्या दंगल प्रकरणात सध्या काय चाललंय?" तो तिला सांगतो, "आमदारसाहेबांच्या भावावर आरोप करता येतील असे पुरेसे पुरावे हाती आले आहेत. कदाचित त्यांचा मुलगाही यात ओढला जाईल. कारण पोलिसांनी त्यांच्या सर्व क्षमतांसह तपासाची पाळंमुळं खणायला सुरुवात केली आहे. दडपलेल्या अनेक जुन्या गोष्टी आता बाहेर पडतील."

"पण ते त्याच्यावर खुनाचा आरोप दाखल करणार नाहीत आणि आरोपपत्र दाखल केलं तरी ते सिद्ध होऊ शकणार नाही. साक्षीदारच पुढे येणार नाहीत. नेहमी असंच होतं."

सात्त्विक संतापाने ती उद्गारली, "त्या मूर्ख लोकांना वाचवण्यासाठी एका माणसाने आपलं आयुष्य संपवलं! का ते लोक खरं सांगत नाहीत?"

बॉयफ्रेंडने तिच्या केसांतून बोटं फिरवली, "जे मेलेत ते मेलेत, पण साक्षीदार अजून जिवंत आहेत आणि त्यांना मरणाची भीती वाटते आहे."

तिने आपले ओठ चावले, जणू येणारं रडू ती थांबवते आहे. ती पुटपुटत राहिली– हे लोक कसे मरण्याच्याच लायकीचे आहेत... कदाचित पुढच्या दंगलीच्या वेळी ते मरतील तेव्हा त्यांना याचा पश्चात्ताप होईल– अशा अर्थाचं काही तरी.

तिच्या बॉयफ्रेंडने एक उसासा टाकला. "त्याचाच तर आम्हाला त्रास होतो ही भित्री संस्कृती, अप्रामाणिकपणा, भ्रष्टाचार हेच आमचं फलित आहे; कारण आम्ही ते बदलत नाही आहोत. तुमची प्रामाणिक इच्छा असेल, तर तुम्हाला हवं ते मिळतंच." ती चमकली. तिने मान वर करून त्याच्याकडे पाहिलं, "...जर त्यांची मनापासून इच्छा असेल तर?" तिने त्याला विचारलं.

"हो. मला आठवत नाही कुठे, पण मी हे कुठे तरी ऐकलंय. ते खरं असल्यासारखं वाटतं. आम्ही दंगलग्रस्त लोकांशी बोलत होतो. आम्ही त्यांना सांगत होतो– तुमच्या न्यायासाठी भांडा, प्रतिकार करा, दावा दाखल करा." या वेळी संभाषणात प्रत्यक्ष भाग घेण्याऐवजी मी फक्त ऐकण्याचं काम करत होतो.

कधी कधी असं वाटतं, त्यांना कोणी तरी दुसऱ्याने हे अवघड, अप्रिय काम करायला हवं असतं. असं कोणी तरी– जे त्यांच्यासाठी आपला जीव पणाला लावेल. त्यांच्या स्वत:वर येईल, त्यांना स्वत: काही करायला लागेल, असं काही त्यांना नकोच असतं. आपला देश हा असा आहे. यात काही नवल नाही. कोणीही त्याला काय हवं ते करू शकतो. खून पचवू शकतो आणि बळी जाणारे..." त्याने अर्धवट बोलून सोडून दिलं. ती शांत होती. तिच्या लक्षात आलं– आजच्या

संध्याकाळी तिचा बॉयफ्रेंडही राहून-राहून शांततेच्या कोशात जात होता. कोणतीही मोठी, तत्पर विधानं करायला तो काहीसा कचरत होता. बोलावं की नाही, या विचारात अडकल्यासारखा. त्याला असं बोलताना तिने कधीच ऐकलं नव्हतं. प्रत्येक गोष्टीचं योग्य उत्तर त्याच्याकडे आहे, असंच त्याला वाटायचं. त्यामुळे मोठ्याने आणि सविस्तर बोलणं आपलं कर्तव्यच आहे, अशा समजुतीने तो बोलत राहायचा. तिला ते अजिबात आवडायचं नाही. राग-राग यायचा. त्याच्या बोलण्यातून ती अंग काढून घ्यायची. आज त्याचं चित्त ठिकाणावर नाहीये. तो तिच्या केसांतून बोटं फिरवत राहतो. त्यांना स्पर्श करत राहतो. तीही त्याला तसं करू देते!

"काही बिनसलंय का?" ती विचारते.

त्याने नकारार्थी मान हलवली. पुन्हा बराच वेळ निःशब्द शांतता पसरली. "तुला माहितंय मी काय केलं ते?" शेवटी त्याने विचारलं. आता तो काय सांगतोय याची ती वाट पाहते. तो पुढे सांगू लागतो, "मी त्या म्हाताऱ्या पोलिसाला, त्या निवृत्त पोलिसाला भेटायला गेलो होतो. नुकत्याच मारल्या गेलेल्या पोलीस ऑफिसरचे वडील आहेत ते."

ती सावरून बसली. तिच्या नकळत ताठरली. ती स्वतःकडे लक्ष देते. श्वास एकसमान लयीत चाललाय ना, याची काळजी घेते. बॉयफ्रेंडकडे स्थिर नजरेने पाहत राहते, अन्यथा ती स्वतःच उघडी पडली असती. पण त्याचं तिच्याकडे लक्षच नाहीये.

"ते इथेच राहतात, याच शहरात– असं मला कळलं. म्हणून मी त्या वृद्ध गृहस्थाला भेटायला गेलो. का गेलो, माहीत नाही. मला वाटलं जावंसं... का वाटलं, माहीत नाही. तो त्यांचा एकुलता एक मुलगा होता. त्यांचं वय आता सत्तरीच्या आसपास आहे. राजकीय तत्त्वज्ञानाविषयी आमचा जरासा वाद झाला. ते सारखं म्हणत होते की– ही अराजकता हा मनमौजी-आळशी लोकांचा निष्क्रिय वाद आहे; ज्यांच्याकडे त्यांच्या ठाम धारणांची, ठाम मतांची ताकद नसते. मला हा मुद्दा मान्य नव्हता. आम्ही विद्यापीठातली मुलं वर्षांनुवर्षं मनमौजी आहोत. आम्हाला सगळ्यांना ठाम धारणा आहेत. जग अधिक चांगलं करण्यासाठी आम्ही आमच्या परीने अल्पसा प्रयत्न करतच असतो. मनमौजी हे आळशी असतात, असं त्यांचं म्हणणं मला अपमानास्पद वाटलं. त्यानंतर ते म्हातारे गृहस्थ म्हणाले की, ते सगळे आंदोलन करतायत. त्यांनी तशी हाक दिलीये. आमूलाग्र बदल आणण्यासाठी ते दावाही दाखल करत आहेत. हा सगळा केवढा विरोधाभास आहे! मनमौजीपणा हा सामाजिक चळवळीच्या एकदम विरुद्ध आहे. चळवळ ही नियोजित, व्यवस्थापूर्ण-तेशी संलग्न समजली जाते. मी मनमौजी नाहीये. त्यांनी मला बऱ्याच गोष्टींवर पुनर्विचार करायला भाग पाडलं. आम्ही खूप वेळ बोलत होतो. छान माणूस आहे

तो. त्यांनी मला फक्त अभ्यासावर लक्ष केंद्रित करायला सांगितलं. 'खेड्यातल्या लोकांचा विचार करू नकोस, त्यांना मदत करायचाही प्रयत्न करू नकोस. अगोदर त्यांना तुझ्याकडे मदत मागायला तर येऊ दे, अन्यथा त्यांना तुझ्या मदतीचे कौतुक कधीच वाटणार नाही.' हे जे ते बोलले, त्याचाच मी विचार करतो आहे."

"आणखी काय म्हणाले ते?" तिने विचारलं.

"त्यांच्या मुलाबद्दल किंवा दंगलीबद्दल बोलण्यास ते उत्सुक नव्हते. मी सहानुभूती व्यक्त करण्याचा प्रयत्न केला, प्रसंगानुरूप योग्य काही तरी बोललो; पण ते लगेचच विषय बदलत होते. राजकारण, पोलीस, आवश्यक ते मूलभूत बदल याबद्दल ते बोलत राहिले. विचित्रच होतं सगळं. पण मला त्यांचं बोलणं ऐकावं, असं वाटत होतं, त्याचबरोबर त्यांना विरोध करावा, असंही वाटत होतं. नंतर..." तो सांगावं की नाही, या संभ्रमात पडला. त्याचे शब्द घशातच अडकले. अवघड शब्द असावेत कदाचित.

त्याला हवे ते शब्द एकत्रित करून त्यांना नीट कबुलीजबाबात गुंफेपर्यंत तिने वाट पाहिली.

"आमचं बोलणं संपलं तेव्हा मला असं वाटलं– मी आतून कोलमडलोय. कोणता तरी अदृश्य फोर्स. कसा, तेही माहीत नाही. कदाचित त्यांनी खूप काही गमावलंय म्हणून असेल किंवा ते माझ्या स्वत:च्या वडिलांपेक्षाही मोठे आहेत म्हणून असेल, असं वाटलं. त्या सगळ्या गोष्टी– ज्यांच्यामुळे मी आज जसा आहे तसा मला बनवणाऱ्या– त्याचं सगळ्या त्यांच्या जागेवरून खेचून काढल्या गेल्या आहेत. पुन्हा नव्याने त्यांची मांडणी केली गेलीये. मी कोणी तरी नवीच व्यक्ती व्हायला लागलो होतो. म्हटलं तर पूर्वीचाच, पण संपूर्ण वेगळा. जणू काही असं काही तरी– जे त्या म्हाताऱ्या माणसाच्या मालकीचं होतं– ते माझ्यामध्ये झिरपलं आहे, प्रवाहित झालं आहे. त्याचा आवाज किंवा नुसती त्या ठिकाणची हवा... तुला कळतंय? तुला कळतंय?"

तिने एक दीर्घ श्वास घेतला. तो खिडकीबाहेर टक लावून पाहत होता.

त्याच्या डोक्याला स्पर्श करण्यासाठी तिने हात पुढं केला. पण परत तिचा विचार बदलला. त्याऐवजी ती त्याच्या आणखी जवळ सरकली आणि तिने त्याच्याभोवती आपल्या हातांची मिठी गुंफली.

तो खूपच आश्चर्यचकित झाला. कसा प्रतिसाद देणार? यापूर्वी तिने कधीही स्वत:हून पुढाकार घेतला नव्हता. सगळे स्पर्श त्याच्या बाजूने असत.

"मी ठरवलंय" ती सांगत होती.

"काय?"

"मी तुला जरासं जाड करणार आहे. तू खूपच बारीक आहेस. तुला रुबाबदार दिसायला हवंस. अशा खेड्यांमध्ये आणि छोट्या शहरांमध्ये तू असा उपाशी

विद्यार्थ्यांसारखा दिसत असलास, तर कोणीही तुला गांभीर्याने घेणार नाही. आजपासूनच सुरुवात करणार आहे मी. मग, आज रात्री पिझ्झा?''

तिचा बॉयफ्रेंड गोंधळला. काही न उमजून हसला आणि त्याने मान डोलावली. तिने पिझ्झा डिलिव्हरीसाठी फोन केला आणि नंतर पुन्हा त्याच्याजवळ येऊन बसली.

तिच्याभोवती हात लपेटून त्याने तिला जवळ ओढलं. ''त्याचा काही उपयोग होणार नाही. मी खूप चालतो. कधीच जाड होणार नाही.''

ती म्हणते, ''एक बाइक विकत घे. आता तुझ्याकडे असायला हवी हं. मस्त डॅशिंग दिसशील तू बाइकवर. गॉगल्स, जीन्स तपकिरी रंगाची, ब्राउन अँकल-लेंग्थ बूट्स. मस्तच. तुला काय वाटतं?''

तो चिडवतो, ''पण मी खूप डॅशिंग झाल्यानंतर तू काय करशील?''

ती स्वत:चे ओठ हलकेच चावते. ''तू बघशीलच मी काय करेन ते.'' त्याचे हात अस्वस्थ झालेत. तो काहीसा संभ्रमात दिसतोय. नंतर अचानक त्याने हात खिशाकडे नेला आणि खिशातून एक वेलवेटचा बटवा काढून तिच्या तळहातावर ठेवला. ती अत्तराची छोटी कुपी होती.

''काय? माझ्यासाठी?'' तिने तिच्या भुवया उंचावल्या. ''पुस्तक नाहीत?''

आतापर्यंत त्याने तिला फक्त पुस्तकच भेट म्हणून दिलं होतं. आणि ती पुस्तकंही बहुधा सेकंडहँड विकत घेतलेली असत. तिने काही तक्रार केली नव्हती, पण तरीही तिने केलेल्या विनोदात बोच होतीच. त्याने आवंढा गिळला.

''तुझ्यासाठी इथून पुढे पुस्तक अजिबात आणणार नाहीये मी. तू त्यांची जरासुद्धा काळजी घेत नाहीस.'' त्याला वाटलं– ती कदाचित वाईट वाटून घेईल, दुखावली जाईल. पण तिने त्याला मजेत वेडावून दाखवलं.

ते दोघेही पिझ्झा येण्याची वाट पाहत होते. तोपर्यंत तिने नेलफाइल बाहेर काढली आणि त्याच्या अव्यवस्थित नखांना घासून नीट आकार द्यायला सुरुवात केली. ''तू बदलला आहेस ना?'' ती म्हणते. ''मग आता त्याचबरोबर आपण तुला व्यवस्थित, टापटीप बनवायला काय हरकत आहे? खरं तर, तू दाढी काढून का टाकत नाहीस? हं, हवं तर फक्त मिशी ठेव. मला वाटतं, तुला शोभून दिसेलशी. याआधी तू कधी मिशी ठेवलीयेस?''

तो बिचारा तिच्या खाली वाकलेल्या डोक्याकडे पाहत राहिला. तिची बडबड चालूच होती– एका विषयावरून दुसऱ्या विषयाकडे पटापट उड्या मारत. त्याच्या उत्तराचीही तिला अपेक्षा नव्हती.

''मी राजमा भिजत घालू का? तू रात्री मुक्कामाला राहशील? मग उद्या आपण राजमा भाताचं जेवण करू शकतो. एकटीसाठी एवढं सगळं करायला नको वाटतं. तुला माझा प्रबंध दाखवू का? मी आता तो सोडून द्यायचा विचार करतीये. त्यात

काही अर्थच वाटत नाही. पण युनिव्हर्सिटीत सगळे जण म्हणतात– पीएच.डी.त काही अर्थच नसतो; तुम्हाला प्रोफेसर होता यावं म्हणून तुम्हाला ती करावी लागते– इतकंच. मला वाटतं, मी वर्तमानपत्रात किंवा मासिकासाठी काम करायला सुरुवात करावी. प्रोफेसर व्हायला खूप वर्षं लागतात. ए, पण तू का नाही होत प्रोफेसर? आपल्या दोघांपैकी एकाने तरी प्रोफेसर व्हायला हवं. माझ्या वाढदिवसासाठी तू मला काय आणशील? पुढच्याच महिन्यात आहे तो. मी तुला तो विसरू देणार नाही. आणि प्लीज, पुस्तक आणू नकोस हं. मला केव्हाच तुला हे सांगायचं होतं. पुस्तकांबाबतची आपली आवड खूप वेगवेगळी आहे. माझ्यासाठी पुस्तक मी स्वत: खरेदी करेन. तू मला ड्रेस आणायला हवास. पण काय घ्यावं, ते तुला माहीत नसणार. त्यामुळे ड्रेसखरेदीला जाताना तू मला बरोबर घेऊन जा. तुला माहितीय, त्यांनी कँटीन कसं केलंय? चल, उद्या रात्रीचं जेवण आपण कँटीनमध्येच घेऊ या, म्हणजे मग तुला दिसेल.''

त्याच्या नखांना फाइल करण्याचं तिचं काम संपेपर्यंत त्याला बऱ्याच गोष्टी कळून आल्या. त्याला वाटतं की, त्याला समजलंय. त्या दोघांमधला दुरावा त्यांच्यासाठी चांगला सिद्ध झालाय. तिला नक्कीच त्याची आठवण येत असणार. ''तुला फार एकटं वाटत होतं का?'' तो विचारतो. ती थेट त्याच्या डोळ्यांत पाहते. संथपणे मान हलवते– नकारार्थी. ती त्याचे हात तिच्या हातात गुंफते.

''तुम्ही प्रेमात असता, तेव्हा तुम्हाला कधीच एकटं वाटत नाही!'' ती उत्तरते.

◆

ती जी बाल्कनीतून घरंगळली

त्या गोष्टीने माझं आयुष्य बदललं नाही. आयुष्यं अशा प्रकारे बदलत नाहीत किंवा कदाचित ती बदलतात. काही आयुष्यं ही काही बाल्कनीमध्ये बदलत असावीत... अशा बाल्कनीत, ज्या रुंद खिडक्यांच्या सुंदर अपार्टमेंट्सची शोभा वाढवतात, ज्यांच्या चौकटी समुद्रकिनाऱ्यावरच्या वाऱ्याने गंजून जातील अशा सुमार दर्जाच्या धातूच्या नसतात वा वाऱ्याने फुगतील अशा लाकडीही नसतात, ना तिथे आकाशातून कटलेले पतंग आपसूक येऊन पडतात. पण सगळ्याच अपार्टमेंटच्या बाल्कनी अशा नसतात.

मी अशा घरांमधून राहिलेली आहे– जिथे खिडकीच्या काचा एप्रिल महिन्यामध्ये– बटर स्लॅबमध्ये चाकू जितक्या सहजतेने फिरावा त्या सहजतेने– आवाज न करता सरकतात. खिडक्या त्यांच्या चौकटीत एवढ्या परिपूर्ण सावरलेल्या असतात की, तक्रारीदाखल साधी मिलिमीटर जागाही राहू नये. अशा घरांमध्ये दुपार एवढी नीटस, व्यवस्थित बसते– जणू त्याच्या पांढऱ्या–निळ्या कागदी वेष्टनात सुरक्षित, अवगुंठित अमुल बटरची शंभर ग्रॅमची स्लॅब. अजाणतेपणी, अस्पर्शित, निरलस. दिवस मोठमोठ्या आरशांपर्यंत लांबत जातो. त्या आरशांतून क्षितिजावर पिवळसर आकाश परावर्तित होत असते.

खिडक्यांशी घरांची दारं सुसंगत असतात. सर्वत्र काचेचा भरपूर वापर असतो, जेणेकरून घरात हवा खेळती राहते. एवढंच नाही, तर तुम्हाला महत्त्वाकांक्षेशी जोडले गेल्याची एक प्रकारची अनुभूतीही येते. अशी भावना– ज्यामध्ये सगळ्या गोष्टी परस्परांशी निगडित आहेत आणि तुम्ही राहता ते घर सर्व-समाविष्ट आहे, अशी तुमची भावना होते. घराबाहेर असणारी प्रत्येक गोष्ट ही त्या चित्रात सामावली जाते.

सकाळी-सकाळी तुम्ही कॉफी बनवताना दुसरं कोणीही अजून उठलेलं नाही म्हणून तुम्हाला एकटं वाटत नाही; तर तेव्हादेखील तुम्ही स्वत:शी जोडलेले

असल्याचा अनुभव घेता. कारण सभोवतालच्या काचांमधून, चकमकीत पृष्ठभागावरून तुमची प्रतिमा तुकड्या तुकड्यांनी परावर्तित होत असते आणि तुम्ही प्रत्यक्षात आहात त्यापेक्षाही जास्त सुरक्षित असल्यासारखं तुम्हाला वाटत राहतं.

ही घरं त्या आधुनिक आर्किटेक्ट्सनी बांधलेली असतात, जे स्वत:ही बहुधा अशाच घरांमध्ये राहत असतात. त्यामुळे खूप फरक पडतो. हो ना? ज्या प्रकारची व्यक्ती त्या घरात राहू शकते, राहणार आहे, तशाच प्रकारच्या व्यक्तीने घराची रचना ठरवावी.

परंतु आमची घरं तशी नाहीयेत. शहराच्या या भागातली तर नाहीच. आमच्या घरांच्या खिडक्या आणि बाल्कनीज आम्हाला लाज आणतात. आमच्या इथले रेलिंग्ज ग्रिल आणि खिडक्यांचे गज कळकट्ट, प्रचंड गंजके व कसे तरीच दिसतात. इथल्या लोकांना जमिनीवर पांढऱ्या संगमरवरी टाइल्स आणि स्वयंपाकघरात काळ्या ग्रॅनाइटचा ओटा बांधता आला, तरी ते स्वत:ला चांगलेच पॉश समजतात. आताची नवी फॅशन म्हणजे घरांच्या भिंती वेगवेगळ्या रंगाने रंगवायच्या. लहान मुलांच्या खोल्या चमकदार जांभळ्या किंवा मंद हिरव्या रंगाने अथवा हॉलमधील एखादीच भिंत पिवळसर केशरी किंवा धगधगत्या केशरी रंगाने रंगवायची. पण आमच्या बाल्कनीज कधीच पॉश होऊ शकणार नाहीत. मला वाटतं, लोक बाल्कनीत जास्त वेळ घालवत नसावेत. अर्थात मी हे जाणून होते. असं दिवसभर बाल्कनीत बसून कोणाची आयुष्यं बदलत नाहीत. परंतु, मी नेमकं तेच केलं. ताजी हवा, स्वच्छ सूर्यप्रकाश, कानाशी कुजबुजणारे अमलताशचे वृक्ष, सरळसोट बाम... हे सगळं माझ्यासाठी छान काम करत होतं. हे वाईट कसं असू शकेल? हेच मी माझ्या घरच्यांना सांगितलं होतं, त्यालासुद्धा.

तेव्हा तो वरचेवर घरी यायचा. त्यालाही बाल्कनीत बसायला आवडायचं. तो सिगारेट ओढायचा आणि माझ्या फ्लॅटमेटला घरात सिगारेट ओढलेलं आवडायचं नाही. पण ती दुसरीकडे राहायला गेल्यानंतरही त्याने बाहेर बसून सिगारेट ओढणं पसंत केलं.

तोपर्यंत मी बाल्कनीच्या प्रेमात नव्हते. बाल्कनीत मला निराश वाटायचं. तिथे उभं राहून मला मोठ्या शहरांची भव्यता आणि त्या तुलनेत माझी स्वत:ची क्षुद्रता जाणवायची. नुसता तो पसारा पाहा. टेरेस आणि खिडकी, खिडकी आणि टेरेस, खिडकीखाली खिडकी, शेजारी खिडकी, वर खिडकी. दिवे लागलेले, दिवे मालवलेले, दिवे मंद. कुठे पडदे आहेत, कुठे नाहीत. लहान मुलं, नोकर, कुठे नोकर नसलेला. आवाजाची सरमिसळ, तर कधीच नीरव शांतता. कुठे कुठे टीव्हीचा फडफडणारा पडदा, तर कुठे एवढा मोठ्ठा टीव्हीचा पडदा की तुम्ही रस्त्याच्या पलीकडच्या बाजूने क्रिकेट सामना पाहू शकाल. फक्त तुम्ही तुमच्या बाल्कनीतून त्यांच्या हॉलमध्ये

डोकावत राहिलात, की झालं. हीच संपूर्ण रचना दुसऱ्या इमारतीत त्याच पद्धतीने उपलब्ध. रचनेची पुनरावृत्ती. खिडकी खाली खिडकी, शेजारी खिडकी, वर खिडकी दिवे लागलेले, दिवे मालवलेले, दिवे मंद, प्रकाशमान. आणि तशीच शेजारच्या इमारतीची तऱ्हा. इमारतीच्या डावीकडच्या इमारतीत, उजवीकडच्या इमारतीत, इमारतीपासून दूर अंतरावरील इमारतीत. आणखी पुढे, पुढे तेच. लोक, लोक, लोक. प्रकाश, अंधार, शांतता. हे सगळं फार नैराश्य आणणारं असू शकतं. नाही का?

हीच क्रिकेट मॅच प्रत्येक दुसऱ्या घरातल्या टीव्हीवर दिसते आहे, हा एवढाच विचार मला उदास करून जातो. त्यानंतर कधी-कधी काही घरांच्या खिडक्यांतून मोठे आवाज बाहेर ऐकायला येतात. काही मोठ्या आवाजांचे रस्त्यावर प्रतिध्वनी उमटतात. अशा वेळी प्रत्येक चौथ्या-पाचव्या खिडकीतून कोणी तरी डोकं बाहेर काढून कशाची गडबड आहे हे पाहत असतं. बाल्कनीज भरून जातात. संसर्गजन्य चौकसपणाचा उत्सव असतो नुसता. जे आत घरात थांबतात, त्यांना वाटतं... बाहेर काय झालं असावं याचा अचूक अंदाज ते घरात बसूनही करू शकतात. कशाला उगीच खिडकीतून डोकं बाहेर काढायचं अन् दुसऱ्यांच्या उद्योगात नाक खुपसायचं? मला या सगळ्यांचाच राग येतो. जे बाल्कनीत बाहेर येतात त्यांचाही आणि जे येत नाहीत त्यांचाही. त्या सगळ्यांचाच...

पण तो मला सोडून गेला, तेव्हापासून मी बराच वेळ बाल्कनीत घालवते. कधी मध्येच एखादी सिगारेट ओढते. कदाचित जे निसटून गेलंय त्याची राख घट्ट मुठीत ठेवण्याचा प्रयत्न करते, अथवा त्याला माझ्या शरीरातून धुराच्या वलयांद्वारे बाहेर काढण्याचा हा माझा मार्ग असावा.

माझा भाऊ फोन करायचा आणि विचारायचा– मी काय करत होते आणि मीही खरं तेच सांगायचे– काहीही नाही, मी बाल्कनीत बसून आहे. तो विचारायचा, बाल्कनीत बसून काय साध्य करण्याचा माझा उद्देश आहे? मी म्हणायचे, काहीच नाही.

माझं घराबाहेर न पडणं त्याला चिंतित करायचं. माझं हे असं कोणतीही गोष्ट साध्य करण्याची आशा न बाळगणं त्याला चिंतित करायचं. एका रात्रीतून माझं काकू-मावशी टाइप स्त्रियांमध्ये झालेलं परिवर्तन त्याला काळजीत टाकायचं. तशा स्त्रिया– ज्या दोरीच्या साह्याने बास्केट खाली सोडायच्या आणि भाजीवाल्याकडून दूध-ब्रेड-अंडीवालीकडून, फेरीवाल्याकडून गरजेच्या वस्तू विकत घ्यायच्या. मीही तशीच झाले होते. माझ्या कुटुंबाने फोन करून माझ्या स्नायूंचा आकार, ताकद कमी झाली की काय यावर हास्यविनोद केले.

स्वत:बद्दल काळजी न वाटणारी मी एकमेव व्यक्ती होते. प्रत्येक गोष्ट तुम्हाला दुसऱ्या कोणत्या तरी गोष्टींकडे घेऊन जाते, बरोबर? ही जरी फक्त स्नायूंची दुर्बलता

असेल, तरी मला लवकरच काही तरी होणार होतं, एवढं नक्की.

पण माझ्यामुळे सगळ्या कुटुंबाची काळजी एवढी वाढली होती की, मी खोटं बोलायला सुरुवात केली. मी म्हणाले, मी माझी वही घेऊन बाहेर बसते. मोकळ्या आकाशाकडे पाहून माझ्या विचारांना चालना मिळते.

माझ्या शब्दांवर त्यांचा विश्वास बसला नसेल बहुतेक. पण तो ठेवावा, अशी त्यांची इच्छा होती. म्हणून मग ते म्हणाले– ठीक आहे, चांगलंच आहे. लिहीत जा, स्वत:ला नवनव्या पद्धतीने विचार करायला प्रवृत्त कर.

त्यांना काय म्हणायचं होतं तर... त्या माणसाला तू तुझ्या आयुष्यात येऊ दिलंस तेव्हा तू जसा विचार करायचीस, त्या प्रकारे आता विचार करू नकोस. त्यांना काळजी वाटायची– मी दुसऱ्या अयोग्य पुरुषाच्या विचारात स्वत:ला कैद करून घेईन. अशा प्रकारचा पुरुष– ज्याला फारसं काही करायची इच्छा नाही. फारसं कुठे जायचं नाहीये. ज्याला फक्त आसपास बसून राहावंसं वाटतं. बाल्कनीत सिगारेट्स ओढाव्याशा वाटतात. असो. आम्ही दोघं... मी आणि तो एकत्र बसायचो. आमचं ज्याच्याशी काही घेणं-देणं नाही, अशा गोष्टीत नाक खुपसत राहायचो. मध्येच तो कुत्र्यांवर काही तरी टिप्पणी करायचा. रस्ते, पोकळ आवाज यावर बोलायचा. जमिनीपासून किती तरी मजले उंच अशा बाल्कनीत उभं राहिल्यानंतर खाली उडी मारण्याचा मोह होण्याची जी आदिम भावना मनात येते, तिच्यावर टिप्पणी करायचा.

मी उडी मारण्याचा विचार कधीच केला नव्हता. पण एकदा तो तसं बोलल्यानंतर मी त्याबाबत विचार करणं थांबवू शकले नाही.

अर्थात, त्याने उडी मारण्याचा प्रयत्न कधीही केला नाही. तो फक्त तसं म्हणत राहिला. कदाचित त्याला जाणवणारा अदृश्य भुतं पळवून लावण्याचा त्याचा तो उपाय असावा. छोट्या-छोट्या धमक्यांनी त्यांना घाबरवून, परतवून लावणं. त्यानंतर आम्ही आत घरात जायचो आणि तो काय म्हणाला होता हेही विसरून जायचो.

एकदा तिने धावत्या ट्रेनमधून उडी मारली होती. त्या वेळी काय झालं होतं, हे त्याला सांगायचा प्रयत्न केला; पण त्याच्या चेहऱ्यावरून त्याला ते ऐकायचं नाहीये, हे मला कळलं. तो काही समजुतीच्या शब्दांची जुळवाजुळव करण्यासाठी झगडत होता. असं काही तरी– ज्यामुळे त्या क्षणाची तरलता त्याच्यापर्यंत पोहोचलीये, हे मला कळेल; पण त्याचबरोबर मी जास्त काही बोलण्यापासून परावृत्तही होईन. त्याला जाणून घेण्याची इच्छा नव्हती, म्हणून मग मी तो विषय बदलला.

पण, बहुतेक वेळा तो माझ्या अशा कहाण्यांचा भुकेला असायचा. एखाद्या हुशार लहान मुलासारखा तो नेमके प्रश्न विचारायचा, ज्यायोगे मी अशा गोष्टी सांगायला उद्युक्त होईन. तो मागेच लागायचा– मग? मग काय झालं?

विचित्र म्हणजे, त्याला माझ्या गोष्टींप्रमाणे जगण्याची इच्छा नव्हती. तुम्ही गोष्ट

सांगणाऱ्याला लक्षपूर्वक ऐकत राहिला, तर तुम्ही तसं वागू शकता. त्याऐवजी तो अशा कशाच्या तरी शोधात असायचा, ज्याच्या साह्याने तो मला अंतरावर ठेवू शकेल. जसं की कोणी तरी तुम्हाला सांगतं– त्यांचं मूल बुलेमिक आहे. (बुलेमिया आयारोन ग्रस्त. ज्यामध्ये रोगी काहीही खाताना तो जाड होईल या भीतीने खाल्लेलं अन्न उलटून टाकतो) आणि एके दिवशी तुम्ही त्या मुलाला भेटता. तुम्हाला आश्चर्य वाटतं. हर तऱ्हेने परिपूर्ण असणाऱ्या या मुलाला ही व्याधी कशी जडली असावी आणि मग त्याची आई कबुलीजबाब देते. कुमारवयात तीदेखील बुलेमिक होती आणि त्यामुळेच असेल, तिने या मुलाने खाल्लेल्या प्रत्येक घासाकडे बारकाईने लक्ष दिलं होतं. तुम्ही तिची गोष्ट ऐकता तेव्हा तुम्हाला वाटतं, खांदे उडवून मोकळं व्हावं. तुम्हाला मीडियावर थोडं तोंडसुख घेण्याचा मोह होतो. त्यांची जबाबदारी ते निभावत नाहीत. सडपातळ, स्किनी मॉडेल्सच्या फोटोशॉप प्रतिमा तुमच्यासमोर सतत झळकत असतात. या संस्कृतीविरुद्ध लढणं कसं अवघड आहे वगैरे वगैरे. पण त्याच वेळी तुम्हाला रागही येतो. त्या आईची चीड येते. तुम्ही जाणत असता, तिच्या अदृश्य जखमेवर तुम्हाला फुंकर घालावी लागणार आहे आणि तसं तुम्ही केलंत तर तिची लालसा, तिची भीती, तिची वेदना तुम्हालाही त्रासदायक वाटणार आहे. म्हणून तुम्ही तुमचे ओठ शिवून घेता आणि तिच्या कहाणीत खोलवर जाण्याचं टाळता. तुम्ही स्वत:शीच विचार करता. तुमच्या लक्षात येतं, हे विचार दूर सारून तुम्ही हात पुढे करता आणि तिच्या हातावर थोपटता. कारण शेवटी तीही माणूसच आहे आणि तुम्हाला तिची मैत्रीण म्हणून राहायला आवडेल.

तो माझ्या कहाण्या तशा पद्धतीने ऐकायचा, जसा हात थोपटण्याच्या पद्धतीने. जेव्हा तो सामाजिक सुधारणा, तुमची स्वत:ची, स्वत:च्या अस्मितेची जपणूक करण्याची धडपड, स्वत:च्या आत्म्याला विखुरण्यापासून वाचवण्यासाठी द्यावा लागणारा लढा याबद्दल बोलायचा; तेव्हा माझ्या लक्षात यायचं, तो माझं लक्ष दुसरीकडे वळवतो आहे. स्वत:ला माझ्यापासून दूर करतो आहे. प्रत्येक वेळी मला फसवल्यासारखं वाटायचं, कारण मी त्याच्याशी अशी कधीच वागत नसे. जेव्हा तो मला त्याची कहाणी ऐकवायचा, तेव्हा मी त्याच्या वेदनेत विरघळून जायचे. ती वेदना पिऊन घ्यायचे.

मला तो संपूर्णपणे हवा होता. व्यक्ती म्हटलं की काही ना काही जखमा असणारच ना? तुम्हाला ते पूर्णार्थाने हवे असतील, तर त्यांचं दु:खंही तुम्हाला आपलंसं करावं लागणारच. त्यामुळे तसं ते ठीक होतं. पण, त्याला मात्र माझ्यातला छोटासा भागच हवा होता. माझ्या त्या कहाण्या... निष्पाप हार, छोटीशी फसवणूक सांगणाऱ्या किंवा आपल्या पूर्वजांविषयीच्या. सगळ्या छान-छान. तो मला आनंदित

करण्याचा प्रयत्न करतो आहे, म्हणून मी सहज हसावं अशी त्याची इच्छा असते. त्याला कोणी तरी समजून ऐकणारी व्यक्ती हवी आहे, ज्यामुळे त्याला प्रत्येक गोष्टीची उकल करावी लागू नये. असं कोणी तरी– ज्याला दृष्टिक्षेपातच त्याचं मन वाचता येईल. मी ती व्यक्ती होते. पण म्हटलं ना, लोक त्यांच्या जखमांव्यतिरिक्त कसे असणार आणि म्हणूनच अंतिमत: त्याला मी नको होते.

वेदना वाढतच होत्या. त्याच्या दरवाजावर थाप मारताना वेदना व्हायची. त्याच्यासाठी जेवण बनवताना, त्याने माझ्यासाठी बनवलेलं जेवण जेवताना वेदना व्हायची. बाल्कनीत त्याच्याशेजारी उभं राहणंही वेदनादायक होतं. वेदना सहन करण्याची माझी मर्यादाही वाढत चालली होती. एक प्रकारे, मी आनंदातदेखील होते.

आनंद म्हणजे तरी काय? मला त्याला सांगावंसं वाटत होतं– मी सतत तळमळत होते, तरीही मी आनंदात होते. तथापि, मला तसं सांगण्याची संधीच मिळाली नाही. कारण त्याने हे सगळं अचानक संपवायचं ठरवलं होतं.

आता तो मला भेटायला येत होता... अठरा महिन्यांनंतर?

दोन वर्षांनी? मी दिवसांचा हिशेब ठेवला नव्हता, कारण त्यामुळेही दु:ख-वेदना होत होत्या. मला फक्त एवढंच आठवत होतं की, त्याला जाऊन भरपूर दिवस झाले असावेत. मधल्या काळात माझे तीन हेअरकट्स नक्कीच झाले होते. मला तीन वेळा हेअरस्टायलिस्टबरोबर अपॉइंटमेंट ठरवावी लागली होती, तिने घरी येऊन माझा हेअरकट करून द्यावा यासाठी. भेटायला येणाऱ्या मित्रांबरोबर दोनदा अयशस्वी फेरफटका मारून झाला होता. एवढा काळ तर नक्कीच गेला होता. त्यात काही तथ्य नव्हतं. फक्त मी स्वत:ला सांगू पाहत होते– वेळ चांगला चाललाय, माझं त्याच्याशिवायही बरं चाललंय.

माझ्या जखमांचे रंग बदलले होते. ही जादू काळ करतो. कदाचित जखमा भरून येणं म्हणतात ते हेच असावे. दु:खं-वेदना सहन करण्याची माझी मर्यादा उत्तमरीत्या कार्यरत होती आणि मला वाटलं, त्याचा सामना मी चांगल्या प्रकारे करू शकेन. एक सामान्य मित्र किंवा जुना परिचित म्हणून. मी त्याला घरी आमंत्रित केलं. या अगोदर त्याने मला फोन केला होता. भेटायचंय असंही म्हणत होता, पण मी नकार दिला होता. जेव्हा जेव्हा त्याने फोन केला होता, तेव्हा तो हेच म्हणायचा– मी त्याच्या आयुष्यात असणं खूप महत्त्वाचं आणि आवश्यक आहे; तर मी तसं राहावं, गायब होऊ नये. आणि मी म्हणायचे– कुठे जाणार मी?

एकदा माझ्या बाल्कनीत उभं राहून तो म्हणाला होता– शेवटी त्याच्या आयुष्यात असं काही तरी आहे, ज्यासाठी त्याला कृतज्ञ असावंसं वाटतं आणि त्याने माझ्या गालाला स्पर्श केला होता.

मला ते आठवलं. मला सगळंच आठवलं. पण आठवणी ही समस्या नव्हतीच.

एकाच वेळी तुम्ही आठवूही शकता आणि विसरूही शकता. काही वेळानंतर तुमच्या आठवणीतसुद्धा शब्द आणि कृती एकसमान राहत नाहीत. त्याच बाल्कनीत बसून, त्याच डोळ्यांनी तेच दृश्य तुम्ही पाहत असता. म्हणजेच अमलताशची पानं गळून पडणं आणि पुन्हा नव्याने उगवणं सोडलं, तर काहीही बदलत नाही. तरीही एका सकाळपासून दुसऱ्या सकाळपर्यंत काहीच सारखं नसतं. यालाच ते आठवणी अंधुक होणं म्हणत असावेत, चांगल्या कारणासाठीच.

म्हणून मी त्याला फोन केला. लंच किंवा डिनर– त्याला जे आवडेल ते, मी म्हणाले. त्याने डिनरची निवड केली. त्याने ही निवड करायला नको होती, असं मला वाटलं. डिनर अवघड होणार होतं. ते कसं आकाराला येईल, हे मी जाणून होते. ठरवलेल्या वेळेनंतर दहा मिनिटांनी तो येईल. तेवढी नम्रता खूप झाली आणि येताना बरोबर दोन नवे व अर्धा डझन जुने विनोद घेऊन येईल. शेवटी मला त्याला आठवण करून द्यावी लागेल– बाबा रे, हे सगळे विनोद मला तोंडपाठ आहेत. ते पुन्हा ऐकताना मी दुखावली जाणार होते. प्रत्येक गोष्ट मला नीट आठवतीये, या जाणिवेने दुखावणार होते नक्कीच.

त्यानंतर मी त्याला जेवण्यापूर्वी ड्रिंक हवं का, असं विचारलं. तोही वाइन किंवा तत्सम सौम्य काही तरी घरात उपलब्ध आहे तेच निवडेल. त्याला मला बाटली उघडायला मदत करावी लागेल आणि तेव्हा त्याला ते आठवेल, मला बाटली उघडणं जमायचं नाही. ते आणि त्या आठवणींनी तोही दुखावला जाईल. त्याची माफी मागून मी दोन मिनिटांसाठी स्वत:ला बाथरूममध्ये बंद करून घेईन आणि दीर्घ श्वसन करेन. जेव्हा मी परत येईन, तेव्हा तो माझ्या पुस्तकांच्या कपाटाकडे पाहत असेल... जसे अनोळखी लोक एखाद्याच्या घरी पहिल्यांदाच गेल्यानंतर, दोघांमध्ये काही समान धागा सापडतो का, ज्यायोगे संबंध दृढ करता येतील, हे शोधत असतात– तसा.

मला वाटलं होतं तसंच जवळ-जवळ सगळं घडलं. तो दहा मिनिटं उशिरा आला. इतर पुरुषांना तुम्ही घरी निमंत्रित करता तेव्हा ते जसं वाइन किंवा फुलं घेऊन येतात, तशी त्याने आणली नाहीत. जणू काही त्याचंच घर आहे, अशा प्रकारे तो आत आला. जसा काही कामावरून घरी परत येतो आहे. टाय सैल केलेला, कॉलरची बटणं काढलेली, जॅकेट एका खांद्यावर लटकवलेलं. त्याला तसं पाहताना वेगळंच वाटत होतं. त्याचा माझ्यावर काही हक्क होता, तेव्हाही तो अशा प्रकारे कधी घरी आला नव्हता.

तो सहज आत आला, ज्याच्याशी आता पूर्वीसारखी जवळीक राहिलेली नाही अशा मित्राला भेटताना वाटेल त्या अवघडलेपणाशिवाय. पण वरचेवर तुमच्या घरी येणारे आणि तुमचं घर त्यांचं स्वत:चंच असल्यासारखं वागणारे मित्र जसे करतील

तशी त्याने मला मिठी मारली नाही. तो उंबऱ्यातून आत आला आणि नंतर तिथंच थांबून राहिला. मी दरवाजा बंद करण्याची किंवा आणखी काही तरी करण्याची वाट पाहत राहिला. मग मीच पुढे झाले. त्याने हलकेच माझ्या गालाला त्याचा गाल घासला आणि झट्कन बाजूला झाला.

मी त्याला बसायला सांगितलं. त्याने एक महत्त्वाचा फोन करायचा ठरवलं. मी होकारार्थी मान डोलावली आणि स्वयंपाकघरात गेले. तो फोनवर बोलू लागला. मला समजेना– स्वयंपाकघरात काय करावं, कारण त्याला काय खायला आवडेल हे विचारायची मला संधीच मिळाली नव्हती. तो बऱ्याच मोठ्याने बोलत होता आणि बोलता-बोलता माझी बेडरूम सोडून बाकी सगळ्या खोल्यांतून फिरत होता. स्वयंपाकघर, हॉल, बाल्कनी आणि पुन्हा परत हॉलमध्ये. तो सोफ्यावर बसला, पुन्हा उभा राहिला आणि बाल्कनीत गेला.

मी थंड पाण्याचा ग्लास भरला आणि बाल्कनीत घेऊन गेले. आता तो फोनवर बोलत नव्हता. नुसताच रेलिंगवर कोपरं टेकवून उभा होता. त्याने पाणी घेतलं आणि आशीर्वाद पुटपुटला. एवढ्या लहान मुलीसारखी किंवा सुगृहिणीसारखी मी हातात ट्रे धरून उभी राहिले. त्याचं पाणी पिऊन झाल्यानंतर मी त्याला 'चहा हवाय का, की वाइन आवडेल?' असं विचारलं. तो म्हणाला, तुला काय आवडेल? मला खरं तर काहीच नको होतं, पण मी म्हणाले– वाइन. पुढे म्हटलं, बाटली उघडावी लागेल.

त्याने माझ्याकडे पाहून डोकं हलवलं, बोटाने वेडावलं. मी खांदे उडवले आणि हसले. आता मी मरेन, असंच मला वाटत होतं. हृदय जागीच थांबलं होतं– जसं काही ते एक थंड ग्रॅनाइट स्लॅब आहे आणि त्याच्यापेक्षा पन्नास हजार पट जड काही तरी त्याच्यावर ठेवलंय.

माझ्याकडे फक्त रेड वाइन होती. त्याने बाटलीकडे पाहिलं. त्यावरचं नाव, वर्ष आणि इतर गोष्टी– ज्या मी कधीच पाहत नसे, त्या वाचल्या. त्याने बाटली उघडली तोपर्यंत माझ्या हातून वाइनचा एक ग्लास फुटला. छान होता तो ग्लास. आता माझ्याकडे काही चांगल्या गोष्टी होत्या. अधूनमधून माझे कुटुंबीय मला जबरदस्तीने काही खरेदी करायला पाठवत... त्यामुळेच खरं तर.

त्याने या गोष्टींच्या सौंदर्यावर स्तुतिपर टिप्पणी केली. मी त्याचे आभार मानण्याच्या फंदात पडले नाही. त्याच्या हातांत दोन ग्लास देऊन त्याला बाहेर पाठवलं आणि जमिनीवर पडलेले काचेचे तुकडे गोळा केले. त्यातली बारीक किलची माझ्या बोटात घुसली असावी, कारण नंतर तिथे रक्ताचे थेंब तरारून आले. मी डेटॉलने हात दोनदा धुतला आणि बँडएड लावून टाकलं.

मी बाल्कनीत त्याच्याजवळ जाईपर्यंत तो दुसऱ्या कोणाच्या तरी फोनकॉलला

उत्तर देत होता. त्याने वाइन घ्यायला सुरुवात केली होती. माझ्यासाठी थांबला नव्हता. तो कधीच थांबायचा नाही. मी सुरुवात करेपर्यंत त्याचा ग्लास अर्धा रिकामा झालेला होता. मी माझा ग्लास हातात घेतला आणि त्याचा फोनकॉल संपण्याची वाट पाहत राहिले. त्याने फोनवर बाय म्हटलं, फोन ठेवून दिला आणि शांत बसून राहिला. तो माझ्याकडे पाहतच नव्हता.

त्याने बाल्कनीबद्दल बोलायला सुरुवात केली. समोरच्या बाल्कनीत एक वृद्ध स्त्री बसलेली होती. मी त्याला तिच्याविषयी सगळं काही सांगितलं. मी रोज सकाळी लवकर आणि संध्याकाळी उशिराच्या वेळी तिचं निरीक्षण कसं करत असते, हे त्याला सांगितलं. ती तिचे कपडे स्वत: धुते. वास्तविक घरातील इतरांचे कपडे धुण्यासाठी आणि वाळत घालण्यासाठी मोलकरीण कामाला आहे. मला माहितीये, काही वृद्ध स्त्रियांना हे काम अतिशय वैयक्तिक वाटतं. स्वत:ची काम स्वत: करण्याबाबत त्यांचा कटाक्ष असतो.

ती वृद्ध स्त्री काहीशी चिंतित दिसत होती. बऱ्याचदा ती रेलिंगवरून वाकून खाली रस्त्यावर पाहत असे. जणू काही तिच्याकडून काही तरी खाली पडलं आहे. तिची ती हडकुळी अंगकाठी आणि पाठीतला बाक पाहता, काहीही वाईट होऊ शकतं, मी म्हटलं. जेव्हा उन्हाळ्यातली वादळं उठतात– उष्ण वारे, धूळ, वेगवान वावटळ येतं तेव्हा मलाही भीती वाटते. त्या म्हातारीपेक्षा मी आकाराने व वजनाने दुप्पट असूनही मला वाटतं, वादळ मला बाल्कनीतून उडवून लावू शकतं. त्या जोराच्या वाऱ्याने माझ्या अंगावरचे कपडे फाडले आहेत, उडवून लावले आहेत आणि शेजारपाजारच्या गच्चींवरून उडवत-उडवत त्याने मला नग्नावस्थेत बाजारात टाकलं आहे... असं मला वाटत राहायचं.

खाली रस्त्यावर उजव्या बाजूला एक दुकान होतं. त्याने विचारलं, ते कशाचं दुकान आहे? मी त्याला सांगितलं, मी तिथं खरेदी करते का, असंही त्याने विचारलं. मी म्हटलं– नाही जात मी तिथं. एक तर ते दुकान महागडं आहे आणि दुसरं म्हणजे त्याचे मालक गर्विष्ठ आहेत.

तो हळू आवाजात काही तरी पुटपुटत राहिला. किती तरी लोकांबद्दल, किती तरी आयुष्यांबद्दल आणि या शहराच्या अव्याहत चक्राबद्दल. लोकांना पिळवटून टाकलं आहे. कोण जाणे हे कधी थांबेल. मी त्याला म्हटलं, नेहमीपेक्षा तू जरा जास्तच तत्त्वज्ञानी बोलतो आहेस. अजून संध्याकाळच आहे. हे पाहा ना– जरा लवकर होतंय, असं नाही वाटत? तो हसला आणि त्याने मला त्याचा ग्लास पुन्हा भरायला सांगितला.

मी त्याचा ग्लास पुन्हा भरून आणला. मला यायला जरा वेळ लागला. कारण मी तेवढ्यात माझे डोळे पट्कन पुसून कोरडे केले आणि जाण्याअगोदर चेहऱ्यावर

गार पाण्याचे सपकारे मारले.

जेव्हा मी ग्लास त्याच्या हातात दिला, तेव्हा माझ्या बोटावरच्या बँडएडकडे त्याचं लक्ष गेलं आणि तो माझ्या निष्काळजीपणाबद्दल बोलायला लागला. मी त्याला विरोध केला नाही. काही वेळाने तो शांत झाला. नंतर त्याने विचारलं, कसं चाललंय? उत्तरादाखल मी खांदे उडवले.

तो माझ्याकडे न बघण्याची काळजी घेत होता. त्याने दूरवर नजर लावली. सिगारेट शिलगावली. मला वाटलं होतं त्याने सिगारेट सोडली होती, मी म्हटलं, हो, पाच आठवड्यांकरता– तो म्हणाला. मागच्या वेळी त्याचा हा प्रयत्न फक्त दहा दिवसांसाठी यशस्वी झाला होता, त्या मानाने हे बरंच चांगलं होतं. पण माझ्याकडे माझ्याविषयी बोलण्यासारखं काय होतं?

मी म्हटलं, माझ्याविषयी सांगण्यासारखं माझ्याकडे काहीच नाहीये. मी कसं सगळं मॅनेज करते, हे त्याला विचारायचं होतं; पण त्याने नाही विचारलं. त्याने माझ्याबद्दल पुष्कळ ऐकलेलं असणार. दिवस-दिवस इथे बसून महिनोन्‌महिने, अनेक वर्षांत. माझ्या भावानेच त्याला सगळं सांगितलं असावं. अशा वेळी तुमची प्रतिष्ठा जपली जाईल याबाबत तुमच्याच कुटुंबीयांवर विश्वास नाही ठेवता येत.

त्याने पुन्हा मदतीच्या प्रस्तावाचा पुनरुच्चार केला. तो म्हणाला– मला जर एखादा कोर्स करण्यासाठी इथून दूर जायचं असेल, तर तो मदत करू शकतो. त्याच्याजवळ काही जास्तीचे पैसे आहेत. मी नकार दिला. तो आग्रह करत राहिला. माझी इच्छा असेल तर ही आर्थिक मदत तो कर्ज म्हणून देऊ शकतो, तो म्हणाला.

मी हो-नाही, काहीच म्हणाले नाही. मी कित्येकदा त्याच्याकडे मदतीची याचना केली होती. नेहमीच एखाद्या छोट्या गरजेसाठी. पण मी त्याच्याकडून पैसे कधीच घेतले नव्हते.

तरीही, कोण जाणे, आयुष्य तुम्हाला सगळ्या प्रकारच्या गोष्टी करायला लावतं. अशा गोष्टी... ज्या आपण कधी करू असा तुम्ही विचारही केलेला नसतो, मला कदाचित कर्जाची गरज लागू शकते. मी कधीच स्वतंत्र वृत्तीची, त्या प्रकारातली नव्हते आणि दुसरा कोणी पुरुषही दृष्टिपथात नव्हता.

मला वाटलं, तो दुसऱ्या पुरुषांबद्दलही विचारेल बहुधा... पण त्याने नाही विचारलं. मला मात्र त्याच्या आयुष्यात दुसरी कोणी स्त्री होती का, हे विचारायचं होतं. पण तसा धीरच झाला नाही. मी रडायला सुरुवात करेन याची मला खात्री होती. न रडणं हे माझ्यासाठी खूप महत्त्वाचं आणि आवश्यक होतं. मागच्या वेळी मी त्याला भेटले होते, तेव्हा ते सगळं असंच संपलं होतं. तो असाच बाल्कनीत बसलेला. मी त्याला रात्रीच्या जेवणासाठी थांबशील का म्हणून विचारण्याचा प्रयत्न करत होते. तो नाही म्हणत राहिला, त्याला जावं लागेल म्हणाला. मी उन्मळून

पडले. तो म्हणत राहिला, तो अद्यापही माझी पर्वा करतो आणि माझं रडणं संपण्यापूर्वीच तो निघून गेला.

म्हणूनच या वेळी न रडणं माझ्यासाठी खूप महत्त्वाचं होतं, गरजेचं होतं. मग मी त्याला माझ्या शेजाऱ्यांबद्दल सांगायला सुरुवात केली. त्यांच्याकडे दोन मांजरी होत्या. त्या रात्री विव्हळायच्या, तेव्हा मला जाग यायची. तो म्हणाला– मांजरी कुठे विव्हळतात, कुत्री विव्हळतात असं ऐकलं होतं! मग मी म्हणाले, कदाचित नुसतंच ओरडत असतील. विव्हळत नसतील, पण ते ऐकून रस्त्यावरची कुत्री अस्वस्थ व्हायची, वेड्यासारखी भुंकायला लागायची– अशा वेळी मी झोपूच शकायचे नाही. मी त्याला सांगितलं. त्याने माझ्या फ्लॅटमेटबद्दल विचारलं. तिच्याकडेही एक मांजर होती ना? मी त्याला तिच्या दुर्दैवाबद्दल सांगितलं. मग माझ्या भावाबद्दल बोलत राहिले. त्याच्या फिल्मविषयी. कसा त्याच्या पार्टनरचा दक्षिणेतल्या पोलिसांशी वाद झाला होता आणि कसं त्याला कन्नड बोलता येत नाही म्हणून त्यांनी त्याची तक्रार दाखल करून घ्यायला नकार दिला होता, हे त्याला सांगितलं. त्यानंतर मी त्याला माझ्या एका मैत्रिणीबद्दल सांगितलं, जी सोमालियातल्या नागरी युद्धाचे फोटो घेण्यासाठी तिथं जाणार होती.

त्याने जिभेने टॉक् केलं आणि म्हणाला, माझ्या सगळ्या मैत्रिणी प्रशंसनीय आहेत. मी त्याच्या दिशेने माझा अंगठा दाखवत त्याला वेडावलं. आम्ही दोघंही हसलो. त्याचे डोळे अद्याप एकदाही जिव्हाळ्याने सौम्य झालेले मला दिसले नव्हते वा क्षणभरापेक्षा जास्त ते माझ्या चेहऱ्यावरही स्थिरावले नव्हते.

त्याने एक सुस्कारा टाकला आणि म्हणाला, माझं ठीक चाललंय हे पाहून त्याला बरं वाटलं.

तेव्हा त्याने आता निघावं, असं मला वाटलं. परंतु तो माझा पाहुणा होता. म्हणून मग मी म्हणाले, मी अन्न गरम करायला घेते. ते फ्रिजमध्ये होतं. तो म्हणाला– त्याला अजिबात घाई नाहीये, तुला भूक लागलीय का?

त्याचे डोळे इतरांच्या खिडक्यांमधून भिरभिरत राहिले. लोकांच्या गच्चीवर कुठे ओव्हरहेड टँक दिसतात का किंवा गोलाकार लोखंडी जिने आहेत का, हे पाहण्यासाठी त्याने आसपासच्या टेरेसेसवर नजर फिरवली. किती टेरेसवर भंगार सामान पडून आहे, जे नोकरांनीदेखील न्यायला नकार दिला असावा– असे टेरेसेस त्याने मोजले. त्यानंतर किती खिडक्यांत एअर-कंडिशनर्स बसवलेले आहेत हे मोजून तो म्हणाला, बाप रे! आपण लहान होतो त्यापेक्षा गोष्टी किती बदलल्यात. तेव्हा आपल्याला वाटायचं, फक्त फिल्मस्टार्सकडेच प्रत्येक रूममध्ये एअर-कंडिशनर असतात.

तो ते पुन्हा करत होता. माझ्या हृदयस्थ गोष्टींना हात घालण्याचा प्रयत्न करत होता. माझ्या कहाण्या उकरून काढू पाहत होता. मी काहीच म्हणाले नाही. त्याने

विचारलं, मी लहान असताना आमच्या घरी एअर-कंडिशनर होता का? थोड्या नाखुशीने मी त्याला माझ्या एका मावशीबद्दल सांगितलं, जिच्या बेडरूममध्ये एअर-कंडिशनर लावलेला होता. उन्हाळ्याच्या सुटीत आम्ही तिच्याकडे जायचो तेव्हा तिच्या रूममध्ये जमिनीवर अंथरूण घालून झोपण्याची आम्हा मुलांना परवानगी होती.

त्याने विचारलं, मग त्या सुटीच्या दिवसांत माझे मावशी आणि काका वेगवेगळे झोपायचे का? मी त्याला सांगितलं, ते दोघे एकाच बेडवर मध्ये एखाद्या लहान मुलाला घेऊन झोपायचे. त्याने मला चिडवलं, माझी मावशी आणि काका आम्हा कोणाच्या लक्षात न येईलसं गुपचूप प्रेम करण्याच्या खेळातल्या सोंगट्या म्हणून कसे आम्हाला वापरत होते. पुढे तो म्हणाला, तुम्ही मुलं मध्येच उठून त्यांची हेरगिरी करत असाल. त्याच्या अशा बोलण्यावर मी हसावं, असं त्याला वाटलं होतं बहुधा. तो स्वत:च किती तरी वेळ मोठ्याने हसत होता.

त्याने विचारलं, असा एकाच रूममध्ये एअर-कंडिशनर असण्याचा कुटुंबातल्या इतरांना राग यायचा नाही का? मी म्हणाले, मला माहीत नाही. तसंही कुटुंबात कोणालाच एकमेकांबद्दल सगळं काही आवडतं असं नाही. तो म्हणाला, एखाद्या कुटुंबातल्या कोणत्याही दोन स्त्रियांचं एकमेकांशी जमायचं, असं आजपर्यंत त्याच्या ऐकण्यात नाही.

मी म्हटलं, तो स्त्रीविरोध आहे. तो हसला. म्हणाला– हो, आहे मी स्त्रीविरोधी. बहुतेक माझ्या आजीला घरात एअर-कंडिशनर लावलेला आवडला नसावा, मी त्याला म्हटलं. त्याने विचारलं, माझी आजी विजेचं बिल भरत होती का? मी उत्तरले, नाही. तुझी आजी भरायची?

त्याला त्याची आजी आठवत नव्हती. त्याने विचारलं, माझी आजी कशी दिसायची? अशा गोष्टी त्याने पूर्वी कधीच विचारल्या नव्हत्या.

मी आत जाऊन एक फोटो घेऊन आले. तो बराच वेळ फोटो पाहत होता. मग म्हणाला, मी माझ्या आजीसारखी दिसते. मी हो म्हणाले. मला आणखी काही सांगायचं नव्हतं, पण तो प्रश्न विचारत राहिला. माझी छाती भरून येऊ लागली, तोवर मी उत्तरं देत राहिले. हळूहळू त्या ताणामुळे माझं पोट, फुफ्फुसं चिरडली जातील की काय, असं मला वाटू लागलं. मग माझा कंठदेखील दाटून आला. कोणत्याही क्षणी माझा उद्रेक होणार होता.

मी झटकन् स्वयंपाकघरात गेले आणि दोन प्लेट्स भरून घेतल्या. त्या प्लेट्स मायक्रोवेव्हमध्ये ठेवून अन्न गरम होण्याची वाट पाहत तिथेच उभी राहिले. त्यानंतर मी बाल्कनीत परत गेले.

तो मला त्याच्या मित्राची गमतीदार गोष्ट सांगू लागला– ज्याला स्वत:च्याच घरात

कुलूप तोडून शिरण्याचा प्रयत्न करताना पोलिसांनी पकडलं होतं. मी त्याला इटलीमधल्या खेड्यात राहाणाऱ्या एका विचित्र चोराची गोष्ट सांगितली. चोर एका घरात शिरला. तिथून मिरचीची पेस्ट चोरली आणि ती पेस्ट त्याच्या सर्वांगावर चोपडून नग्नावस्थेत शेतात जाऊन उभा राहिला, पोलीस पकडायला येण्याची वाट पाहत.

तो दुर्बलतेबाबत काही तरी म्हणाला. मी गप्पच राहिले. तो म्हणाला– अशा अनेक गोष्टी असतात, ज्या लोकांचं मन कुरतडत असतात आणि वेळ निघून गेली तर ते तुमच्या लक्षातही येत नाही. अपराधी भावना आणि परिस्थितीपासून पळून जाण्याचा मोह तर नेहमीच होतो. परंतु सुटकेचे मार्ग निवडताना द्विधा मन:स्थिती तेवढीच वेदनादायी असते. तो पुन्हा रेलिंगला टेकून उभा होता. खाली रस्त्यावर पाहत.

मी त्याला हॉलमध्ये परत जाऊ या का, म्हणून विचारलं. तो नाही म्हणाला. त्यामुळे उरलेली सगळी संध्याकाळ आम्ही बाल्कनीतच थांबलो. या संपूर्ण काळात, त्याने माझ्याकडे सेकंदभरापेक्षा जास्त वेळ कधीच पाहिलं नाही. जेव्हा त्याने विचारलं, मला झोप व्यवस्थित यायची ना? मी म्हणाले, नाही. यावर तो म्हणाला, मी या समस्येबाबत कोणाची तरी मदत घ्यायला हवी. मी त्याला कॉफी चालेल का, म्हणून विचारलं.

मी कॉफी बनवली. त्याला विचारलं, आता तू पुन्हा येशील ना? तो उत्तरला, माहीत नाही. मी त्याला त्याच्या बहिणीबद्दल विचारलं. त्याने बरीच लांबलचक निरर्थक बडबड करत– ती खेड्यात आहे, तिथलं राजकारण, तिची गुणी मुलं– असं काय काय सांगितलं. तिने तिच्या आयुष्यातल्या सगळ्याच गोष्टींचा एवढा गुंता, गोंधळ करून ठेवलेला होता की, त्याचं हे सांगणं पूर्ण विरोधाभास वाटत होता. मी त्याला म्हटलं, उगीच वेड्यासारखं बरळू नकोस. तो उत्तरला, मी अजून त्याच्या बहिणीला ओळखत नाही.

तिला जाणून घेण्याची तूच मला कधी संधी दिली नाहीस, याची मी त्याला आठवण करून दिली नाही. मी त्यांचे खूप लहान असतानाचे फोटो पाहिले होते. म्हणून मी नुसतंच म्हटलं की, लहानपणी ती खूप गोड दिसायची. मी प्रत्येक गोष्टीची पारख तिच्या दिसण्यावरून करते, असं म्हणून त्याने मला चिडवलं. एका छोट्या गोड मुलीचा फोटो आणि आताचं तिचं जबाबदार प्रौढत्व यात अर्था-अर्थी काय संबंध आहे?

मी तोंड वेडावलं. तो म्हणाला, तू लहान मुलगीच आहेस. मी म्हटलं– छे, मी मोठी आहे. अजूनही तू दूध पितेस, त्याने माझ्या निदर्शनास आणून दिलं. मी म्हणाले– दूध पितीये हे जबाबदारीचंच लक्षण आहे, नाही तर मला कधीही ऑस्टिओपोरोसिस होऊ शकतो.

समोरच्या बाल्कनीत ती वृद्ध स्त्री प्रवेश करती झाली. तिच्या बेडरूमचा

दरवाजा एवढ्या मोठ्याने करकरला की, आमचं तिकडे लक्ष गेलंच. तिच्या एका खांद्यावर धुतलेल्या कपड्यांचे पिळे होते आणि डोक्याला ओला पंचा गुंडाळलेला होता. ती आणखी काही वर्षं जगली, तर तिच्या पाठीचा बाक आणखीनच वाढेल. कदाचित तिला काठीची गरज भासू शकते. तिच्या ओघळलेल्या स्तनांची खालची बाजू तिच्या ब्लाऊजमध्ये पूर्णपणे झाकली जात नव्हती. मला नाही वाटत, ती ब्रेसिअर्स वापरत असेल. तिच्या वाळत घातलेल्या कपड्यांमध्ये मी ब्रेसिअर्स कधीच पाहिल्या नव्हत्या.

प्रत्येक कपडा व्यवस्थित झटकून, ताठ करून– साडीची तिच्या पूर्ण लांबीनुसार तीनदा घडी घातली; नंतर ब्लाउझ, मग परकर आणि एक-दोन अंडरपँट्स. त्या एवढ्या सैल आणि विचित्र आकाराच्या असत, की त्यांना अंडरपँट्स एवढंच वर्णन योग्य ठरेल. कपडे वाळत घालून झाल्यावर बाल्कनीच्या रेलिंगला घट्ट पकडून ती खाली रस्त्यावर पाहू लागली– जणू ती कोणाची तरी वाट पाहतेय! ती हे करत असताना आम्ही पाहत होतो. काही मिनिटं गेली आणि तिने आपलं डोकं वर केलं.

त्याने विचारलं, ती आपल्याकडे पाहतेय का? मी म्हटलं, पाहतही असेल. ती बऱ्याचदा असंच नुसतं पाहत बाल्कनीत उभी राहते. तू तुझा सगळा वेळ त्या म्हातारीकडे पाहण्यातच घालवतेस का, त्याने विचारलं. मी म्हणाले, रात्रीच्या वेळी नाही.

काही वेळ तो शांत होता. मग म्हणाला की, त्याने अशी कमरेतून एवढी वाकलेली म्हातारी याअगोदर पाहिली नव्हती. गेल्या अनेक वर्षांत नाही. मी म्हणाले– हो ना, म्हणूनच मी दूध पिते. तो हसला.

त्या म्हातारीची नजर आमच्यावर स्थिरावल्यासारखी वाटली. ती त्याच्याकडे पाहत होती आणि मग माझ्याकडे पाहत होती. आम्ही एवढ्या दूर अंतरावर होतो की, त्यातून काहीच निष्पन्न होण्यासारखं नव्हतं. तरीही मला वाटलं, ती थेट माझ्या डोळ्यांत पाहते आहे. मीही तिच्या डोळ्यांत पाहिलं. संपूर्ण शांतता, बस्स! त्यानंतर ती वळली आणि आत निघून गेली.

अचानक तो मला रागे भरू लागला. म्हणाला, असं इथे बसून गोष्टी बदलणार नाहीत. मला माझ्या आयुष्याची जबाबदारी घ्यायला हवी. असं वागू नकोस.

मी दुसरीकडे पाहू लागले. नंतर मी त्याला बेसमेंटमध्ये असलेल्या झेरॉक्सच्या दुकानाबद्दल सांगायला सुरुवात केली. ते खूप पट्कन आणि स्वस्तात झेरॉक्स देतात. मी त्याच्या खूप प्रिंट आऊट्स यांच्याकडून झेरॉक्स करून आणल्या होत्या. तेव्हा तो खूप बिझी होता आणि त्याचे बरेचसे रिपोर्ट्स प्रिंट करायचे होते. मी ते त्याला सांगितलं. विचारलं, तुला आठवतंय ना? पाच सेट प्रिंट करून, कॉपी करून पाच वेगवेगळ्या पत्त्यांवर पाठवायचे होते. दुकानात चांगल्या दर्जाची

पाकिटंदेखील विकत मिळत. मजबूत, आतून पातळ कापडी अस्तर असलेली आणि त्याचबरोबर ते फेल्ट टिप पेन विकायचे. खरं तर मी इथे बाल्कनीत उभी राहून, रस्त्यावरच्या एखाद्या लहान मुलाचं लक्ष वेधून घेण्याइतपत ओरडले आणि त्यांच्या दुकानाकडे बोट दाखवून एखादी बास्केट खाली सोडली, तर माझ्या सूचनांप्रमाणे ते झेरॉक्सवाले सगळं काम करतील, एकही चूक न करता. मला झेरॉक्सची गरज आहे असं काहीच नाहीये, परंतु त्याला काही झेरॉक्स करून हवं असेल तर त्याने हे दुकान लक्षात ठेवावं.

मी म्हणाले, ही चांगली वस्ती आहे, त्या बाल्कनीत तरुण मुली पाहिल्यास? त्या आठवड्यातून दोन-तीनदा मोठ्याने गाणी लावतात. आपणच एकट्या कशा उत्तम पार्टीच्या जाणकार आहोत, हे दाखवण्याचा प्रयत्न त्या आळीपाळीने करत असतात. मग ताल बदलतो, माहोल बदलतो.

आमंत्रितांची संख्या बदलत असते. तुम्हाला निमंत्रण नाही म्हणून तुम्हाला वाईट वाटतं, पण अर्थात तुमची-त्यांची ओळखच नसल्याने तुम्हाला तेवढंसं वाईट वाटत नाही. तरुण मुलांना कोणत्याच गोष्टीचं फार वेळ वाईट वाटत नाही, या मुलींना तर नक्कीच नाही. माझंही असंच असतं तर... मी म्हणाले. बहुतेक माझं तसं कधीच नव्हतं. काही लोकांकडे तो गुणच नसतो. त्यांना आपलं सतत कशाचं ना कशाचं वाईट वाटत राहतं.

आता त्याची निघायची वेळ झाली, असं त्याने म्हणण्याची मी वाट पाहत होते. तो तसं म्हणाला...

मी स्मित केलं आणि म्हणाले, ठीक आहे. त्याने मला स्वत:ची काळजी घेण्याविषयी बजावलं. मी म्हणाले, मी घेईन आणि मी घेतही होते. तो म्हणाला, त्याचा या गोष्टीवर विश्वास बसत नाहीये. मी उत्तरले, ठीक आहे. काय ठीक आहे? –त्याचा प्रश्न. हेच, तुझा माझ्यावर विश्वास नाहीये, हे ठीक आहे... मी उत्तरले.

तो दाराजवळ थबकला. मीही तिथेच उभी राहिले. एक हात डोअरनॉबवर, दुसऱ्या हाताने दाराच्या आतून असलेला डबल लॉकिंग मेकॅनिझम सोडवण्यासाठी त्यावर बोटं ठेवलेली. त्याने ते पाहिलं, नवं कुलूप? तो म्हणाला, हे छान केलंस. मी तुला सारखा सांगत होतो ते कुलूप बदलून टाक. काही तरी जास्त चांगलं, जास्त सुरक्षित बसवून घे.

मी हसले. बघ, मी स्वत:ची काळजी घेते... मी त्याला म्हणाले. तो म्हणाला, ऐक ना गं माझं. माझ्या आयुष्यातून गायब होऊ नकोस. मला तू हवी आहेस आणि मी म्हणाले, मी इंचभरसुद्धा हललेली नाहीये. मी तिथेच आहे, जिथे तू मला सोडून गेला होतास.

◆

ती जी धुरामध्ये हरवली

त्या दिवशी तिला घराबाहेर पडण्याची काहीच गरज नव्हती. पण तरीही ती बाहेर पडली, तिथूनच या सगळ्या प्रकारची सुरुवात झाली. ओह! समाधानी पुरुषाच्या आयुष्यात नियती कशी दुष्टपणाने वागते, तशी तिला घराबाहेर पडण्याची त्याला सवय होती. दिवसभरातून एकदा तरी घरातल्या दैनंदिन गरजेच्या छोट्या-मोठ्या वस्तू आणण्यासाठी किंवा त्यांचं सुंदर अपार्टमेंट नेटकं ठेवण्यासाठी लागणाऱ्या गोष्टींची जवळपासच्या दुकानांमध्ये खरेदी करण्यासाठी ती जात असे. शुक्रवारी ती शहरातल्या मोठ्या बाजारात जायची. तिथून हवे तसे मणी, स्नॅक्स, पुस्तक, शॉवरजेल अशा किरकोळ गोष्टी... तसंच साडी, मोजे, ओढण्या, लिपस्टिक, मस्करा यांची खरेदी व्हायची. त्याशिवाय मसाज, पेडिक्युअर वा तत्सम गोष्टी– ज्यामुळे तिला बरं वाटेल– अशा ती करून घेत असे. याव्यतिरिक्त आठवड्यातून दोनदा ती तिच्या N.A. म्हणजेच नार्कोटिक्स ॲनॉनिमस. (अमली पदार्थविरोधी संघटना) मीटिंग्जनादेखील जात असे.

त्या दोघांमध्ये हा विषय निषिद्ध होता. अर्थातच ती कुठे जाते, कशासाठी जाते हे त्याला माहीत होतं. तिनेच त्याला सांगितलं होतं. लग्नाअगोदर त्याने जेव्हा तिला दुसऱ्यांदा डिनरसाठी विचारलं होतं, तेव्हा सूप आणि मेन कोर्स येण्याच्या मधल्या काळात ती त्याला म्हणाली होती– मी तुला सगळं सांगेन. पुढे जाण्याअगोदर माझ्याविषयी सर्व गोष्टींची तुला माहिती असायला हवी. तिने त्याला सांगितलं होतं की, तिला एक समस्या होती. अमली पदार्थविरोधी संस्थेत जाऊन ही समस्या सोडवण्याचा ती प्रयत्न करते आहे.

यासाठी तिला त्यांच्या मीटिंग्जना हजर राहावं लागेल– कदाचित तिच्या संपूर्ण आयुष्यभर. एवढंच सांगून ती थांबली होती. पुढे ती असंही म्हणाली की, तिला त्याबाबत बोलण्याची इच्छा नाही आणि त्यानेही या विषयावर तिला प्रश्न विचारू नयेत. तिच्या समस्येबाबत तर नाहीच नाही. हे ऐकून तो स्तब्ध झाला होता. तिचं

तसं सांगणं त्याच्या जिव्हारी लागलं होतं. पण ही गोष्ट त्याला तिच्यावर प्रेम करण्यापासून रोखू शकली नाही. त्याने विचार केला– ठीक आहे, किमान तिची समस्या तर कळली आणि ती त्या समस्येसह एवढी वर्षं जगतीये, तसाच तोही जगेल.

तर, या समस्येबाबत ते नंतर कधीही बोलले नाहीत. आठवड्यातून दोनदा ती तिच्या उपचारांसाठी शांतपणे जात राहिली. ती भाजी आणायला घराबाहेर जाते त्यापेक्षा काही वेगळे नाही, असं तोही स्वत:ला भासवत राहिला. या संदर्भात ती त्याला मोबाईलवर मेसेज पाठवत असे. बहुतेक वेळा मेसेजमध्ये ठिकाणाचं नाव आणि वेळ लिहिलेली असायची; जेणेकरून ती कोणत्या मीटिंगला जाते आहे, हे त्याला कळावं. ती कुठे आहे आणि कधी परत येईल वगैरे त्याला माहीत असावं, म्हणून.

बहुतेकदा तो मेसेज असा असे– 'गुलमोहोर रोड चर्च, ७ वाजता'. सुरुवातीला ऑफिसमधून घरी परत येता-येता तिला न्यायला येण्याविषयी त्याने सुचवून पाहिलंही. परंतु तिच्या 'नाहीऽऽ'मधील जोरदार आवेशाने पुन्हा तिला असं सुचवायचं नाही, हे त्याला कळून चुकलं.

सुरुवातीला या गोष्टीचा त्याला फार त्रास झाला. तिच्या आयुष्याचा एक तुकडाच जणू त्याच्यापासून वेगळा केला जात होता. तिथे डोकावण्याची त्याला बंदी होती. संध्याकाळी घरी परतण्याच्या वेळी ती नसलेल्या रिकाम्या घरात जाण्याच्या त्याला राग येई. आता ती नेमकं काय करत असेल, हे जाणण्याची उत्सुकता वाटत राही. नाही, अशा मीटिंगचा सर्वसाधारण आराखडा त्याला माहीत होता. लोक आपल्या चुकांची कबुली देतात. मी चूक केली, मी नियम मोडले; स्वत:चीच लाज वाटावी अशा अमुक-अमुक तऱ्हेने मी वागतो... वगैरे. आणि या सगळ्या गोष्टींना ते 'शेअरिंग' म्हणतात. त्या व्यवस्थेने योजलेला विशिष्ट शब्द– जो तसा इतरांना समजणं अवघडच! हल्ली ते प्रत्येक गोष्टीला 'शेअरिंग' म्हणतात. जसं काही ते अदखलपात्र होण्याच्या काठावर उभे असलेले प्रौढ नाहीयेत, तर हातात चॉकलेटची वडी घेतलेली लहान मुलंच आहेत.

ज्यांच्यासमोर ती स्वत:च्या चुकांची कबुली देते, अशा अनोळखी व्यक्तींचा त्याला हेवा वाटायचा. परंतु स्वत:शी प्रामाणिक राहून सांगायचं झालं तर, ते सगळं ऐकण्याची त्याला जराही उत्सुकता नव्हती. जे काही तिने केलं असेल, ते असेल. आठवड्यातील त्या दोन रात्री उशिरापर्यंत काम करण्याची त्याने सवय करून घेतली.

चौदा वर्षं हे असंच चालू होतं. अजूनही ती मीटिंग्जना जात होती. ज्या अनोळखी व्यक्तींमध्ये आणि तिच्यामध्ये ड्रग्जव्यतिरिक्त अन्य कोणतंच साम्य नव्हतं, अशा लोकांबरोबर 'शेअर' करत होती.

ड्रग्ज कोणते आहेत? त्याला माहीत नव्हतं... आणि जाणून घेण्याची इच्छाही नव्हती. पण ज्या दिवशी त्याने दार वाजवल्यावर कोणीच प्रत्युत्तर देत नसे, तेव्हा मात्र भीतीचं नादमय संगीत प्रसवणाऱ्या आपल्या हृदयाची धडधड तो थांबवू शकत नसे. खिशात हात घालून स्वत:जवळच्या किल्ल्या चाचपडण्याचा त्याला अतिशय तिटकारा होता.

तिची चाहूल नसलेल्या शांत घरात रिकाम्या खोल्यांतून तिच्या नावाचा पुकारा करत फिरायला त्याला अजिबात आवडायचं नाही. ती परत आली नाही तर...ची बालिश चिंता आणि शांत घरातून घुमणारा त्याच्या जड झालेल्या बुटांचा प्रतिध्वनी!

तो स्वत:वरच रागवायचा, स्वत:लाच पुन:पुन्हा आठवण करून द्यायचा की– तिने कधीही, काहीही लपवलं नाही किंवा त्याला कशापासूनही परावृत्त केलं नाही. अगदी तिचे ओठ चुंबण्याअगोदर तिच्या नाकाचं चुंबन घेण्याची त्याची जी खास सवय होती, त्यापासूनही नाही. तसं तिला ते फारसं आवडायचं नाही, पण तिला ते समजलं होतं– वासनेपेक्षाही प्रेमाला दिलेला अग्रक्रम! त्याच्यासाठी असं असणं फार महत्त्वाचं आहे, हेही ती समजून होती. वासनेपेक्षाही प्रेमाने आपण जोडलेलो आहोत, ही धारणा... हा विश्वास ही त्याची गरज होती. वासना विरल्यानंतर हे प्रेमच आहे, जे आपल्या दोघांनाही एकत्र ठेवेल याची स्वत:ला खात्री देणं ही बहुधा त्याची निकड होती.

तिच्या गूढ मीटिंग्जचं एकच दार तिने त्याच्या तोंडावर बंद केलं होतं. चौदा वर्षं ते बंदच राहिलं होतं. त्याला मीटिंग्जमध्ये तिच्यासोबत जाण्याला मनाई होती. त्याचप्रमाणे ती दोघं एकत्र असताना बागेत, रेस्टॉरंटमध्ये किंवा हॉटेल लाउंजमध्ये, बारमध्ये कुठेही... तिला ओळखणाऱ्या कोणाही अनोळखी व्यक्तीबरोबर संवाद साधण्याची त्याला मनाई होती. ते लोक हात हलवून, मान तुकवून ओळख देत. तीही तसाच प्रतिसाद देई. कधी स्वत: पुढे होऊन 'हॅलो' म्हणे. परंतु तिने कधीही आपल्या नवऱ्याची त्यांच्याशी ओळख करून दिली नाही.

घरात मद्याला मनाई नव्हती. ती स्वत:च बऱ्याचदा घरी वाइनची बाटली विकत आणत असे. त्यासाठी मद्यविक्रीच्या दुकानातही ती एकटी जायची. सुरुवातीच्या वर्षांत ही गोष्ट त्याला भयंकर वाटायची. त्याच्या माहितीतली एकही स्त्री घराजवळच्या वाइन शॉपमध्ये गेलेली नव्हती. त्यांच्या कॉलनीसाठीही ही गोष्ट सनसनाटी होती.

'तू अशा प्रकारे एकटीने जाऊन वाइन विकत आणणं, त्याचा आस्वाद घेणं ही मला तितकीशी चांगली कल्पना वाटत नाही,' हे त्याने सुचवून पाहिलं. विशेषत: मद्याची सवय लागली तर... सवय म्हणताना तो किंचित अडखळला होता. त्याला 'व्यसन' म्हणायचं होतं, पण तो तसं म्हणू शकला नाही. तिने त्याच्याकडे रोखून पाहिलं होतं आणि मग एक विषय संपल्याचं औपचारिक स्मित करून ती म्हणाली

होती, "मी अमली पदार्थ व्यसनमुक्ती केंद्रात जाते, दारूच्या व्यसनमुक्ती केंद्रात नाही. दोन्हींमध्ये फरक आहे." आणि त्यानेही तो विषय पुन्हा काढला नाही. कधी कधी त्याला वाटायचं– स्वत:शीच काहीएक सिद्ध करण्यासाठीच बहुधा ती वाइन विकत आणत असावी. आपण आपल्या नवऱ्याबरोबर वाइन पिऊ शकतो आणि तेही अजिबात संयम न गमावता, हे तिला स्वत:लाच दाखवून द्यायचं असायचं. एका ग्लासपेक्षा जास्त ती कधीही घेत नाही, हे त्याच्या लक्षात आलं होतं. वाइन पिण्याचा सरंजाम मांडल्यानंतर ती त्याच्याजवळ बसायची आणि रिकामा झालेला त्याचा ग्लास पुन:पुन्हा भरला जायचा. निषेधासाठी त्याने काही म्हणण्याचा प्रयत्न केलाच, तर मोहकपणे हवेत हात झटकून ते बोलणं ती दुर्लक्षित करत असे. त्याला तसं एकट्याने वाइन पिणं अजिबात आवडायचं नाही. मजाच यायची नाही. शिवाय तिचं स्वत:शी झगडणं त्याला दिसत असायचं. पेल्यात हेलकावणाऱ्या लाल द्रवाकडे पाहणारी तिची नजर, तिच्या मनातली आस, त्या द्रव्याप्रति असलेली तहान उघड करायची. तिच्या डोळ्यांत ते अतृप्तीचे सैतान थैमान घालताना दिसायचे. तिला नक्कीच त्रास होत असणार... पण ती म्हणाली होती, एका ग्लासनंतर पिणं थांबवणं तितकंसं कठीण नाही. तशीही तिला वाइन फारशी आवडत नसे.

मग काय होती तिची आवड? एकदा तिनेच त्याला सांगितलं होतं– तिने आयुष्यात सर्वोच्च प्रेम केलं ते त्या गोष्टींवर. त्या गोष्टींवर म्हणजे– ब्राऊन शुगर, हॅशू, वीड, मेथ. त्याने हे असे शब्द ऐकले होते आणि तेही सिनेमांमध्ये. त्याच्या एकाही मित्राशी ड्रग्जविषयी साधं बोलणंही झालेलं नव्हतं. कधी हवंसं वाटलंच तर असे प्रकार कुठे मिळतात किंवा त्यांचा वापर कसा करायचा असतो, हेही त्याला माहीत नव्हतं.

या अज्ञानाचा त्याला कमीपणा वाटायचा. आपण अजून बालिश आहोत, मोठ्यांच्या जमावात कोकरू आहोत– असं वाटायचं. ओहो! त्याला माहीत होतं. त्याला कळत होतं की, ड्रग्जची माहिती असण्याचा आणि मोठं होण्याचा काहीही संबंध नाही. ड्रग्ज, वाइन आणि सिगारची माहिती असणं म्हणजे 'वाढणं' नव्हे... पण तरीही! त्याला कधीही माहीत होणार नाहीत अशा काही गोष्टी तिला ज्ञात आहेत, हे त्याला विसरता येत नव्हतं. आणि तिला माहीत असलेल्या, तिने पाहिलेल्या, अनुभवलेल्या ज्या गोष्टींमध्ये ती हरवून गेली होती– ज्याच्याविरुद्ध ती झगडते आहे, त्या गोष्टींविषयी काहीच माहीत नसताना तो तिला कसं काय जाणून घेणार होता?

तरीही तिने त्याच्यासाठी चमकदार पेयाचा ग्लास भरल्यानंतर तो अव्हेरणं त्याला जमत नसे. तो पिऊन टाकायचा. कधी कधी तो तिच्या हातातल्या रित्या

ग्लासवर, त्याच्या काठांवर बोटांनी किणकिण करायचा. त्याला कधीच हवेत गेल्याचा फील यायचा नाही. कदाचित तो पूर्ण बाटलीही संपवू शकला असता, परंतु तो नेहमीच शुद्धीत आणि सुस्थितीत झोपायचा.

असं असूनही तिच्याबरोबर तो पूर्ण समाधानी होता. तिच्या समस्या आणि इतर सर्व गोष्टींसह... बॉम्बस्फोटाचा तो दिवस उगवेपर्यंत!

एकेका मिनिटाच्या अंतराने शहरात झालेले पंधरा बॉम्बस्फोट... रेल्वे, बसेस, टॅक्सीज, हॉस्पिटल्स, बँक, बाजार. ऑफिसमध्ये पोहोचल्याक्षणी त्याने तिला फोन केला होता. फक्त दहा मिनिटांच्या फरकाने त्याचा रेल्वेतील स्फोट चुकला होता. भीतीने तिची बोबडी वळली होती. प्रत्येक तासाला फोन करून तो ऑफिसमध्ये आहे ना, याची ती खात्री करून घेत होती. त्याच्या ऑफिसची इमारतच त्यांच्या निशाण्यावर नसेल ना? तो आज रात्री घरी कसा येईल, स्थानिक रेल्वेसेवा सुरळीत असेल ना? टॅक्सी सुरक्षित असतील का?... अनेक प्रश्न! शेवटी त्याने तिला शांत, स्वस्थचित्त राहायला सांगितलं. तिने ते मान्यही केलं आणि म्हणाली, "बरं झालं. देवाचे आभार मानायला हवेत. आपल्या किचनमध्ये आवश्यक गोष्टींचा पुरेसा साठा आहे. कदाचित कर्फ्यू आणि तसंच काही उद्‌भवलं, तरीही." ती असं म्हणालेली त्याला स्वच्छ आठवत होतं आणि तरीही ती बाहेर गेली होती.

रात्री नऊनंतर तो घरी पोहोचला. त्याने टॅक्सी केली होती. पण पोलिसांनी रस्त्यावर उभ्या केलेल्या बॅरिकेड्‌समधून वाहतुकीची परवानगी मिळेपर्यंत त्याला थांबावं लागलं होतं. कोणीच दार उघडायला आलं नाही म्हणून त्याने स्वत:जवळची किल्ली वापरून दार उघडलं. ती कदाचित बाथरूममध्ये असेल, असा विचार करून त्याने तिला हाका मारल्या. घरात शोधलं... ती घरी नव्हती.

त्याने तिला फोन लावला. हॉलमध्ये असलेल्या सोफ्यावर तो फोन मोठमोठ्याने वाजू लागला. त्याने अर्धा तास वाट पाहिली. मग खाली जाऊन सिक्युरिटी गार्डकडे चौकशी केली. "बाईसाहेब सात वाजताच बाहेर गेल्या आहेत." असं तो गार्ड म्हणाला.

कदाचित तिच्या भावाला तिची गरज लागली असेल. कदाचित परिस्थिती आणीबाणीची असावी. ती एवढी अस्वस्थ असेल की, गडबडीत घराबाहेर जाताना ती आपला फोनही समवेत न्यायला विसरली असावी. त्याने आपल्या मेहुण्याला फोन केला, पण तो ठीक होता. त्याचं त्याच्या बहिणीशी फोनवर बोलणं झालं होतं. वास्तविक, तिनेच तर काही वेळापूर्वी फोन करून घरातील सर्व जण सुखरूप आहेत ना, याची आस्थेने चौकशी केली होती. "काय झालं? काही अडचण आहे का?" मेहुण्याने विचारलं.

काय असावं बरं? बोलावं की नाही? तो अडखळला. तिच्या भावाला तिच्या

ड्रग्जच्या व्यसनाबाबत काहीच माहीत नव्हतं. तिच्या कुटुंबीयांना तिच्या समस्येची काहीच कल्पना नव्हती. तिने ती दिली नव्हती. म्हणून मग तोही जास्त काही बोलला नाही. त्याने घरभर फेऱ्या मारल्या. दहा वाजता तो खाली इमारतीच्या मुख्य गेटजवळ गेला. त्याने रस्त्याच्या दुतर्फा लांबवर नजर टाकली. त्याला पाहून एक पोलीस व्हॅन थांबली. त्यातल्या एका पोलिसाने त्याला हटकलं आणि विचारलं, "ही काही शतपावली घालण्यासाठी योग्य वेळ नाही. शहरात काय घडलंय, ते तुम्हाला माहीत आहे ना?"

तो घरी परत गेला. पाच मिनिटांनी चावी फिरवण्याचा आवाज आला. हातांत मोठ्या प्लॅस्टिक बॅग आणि चेहऱ्यावर स्मित अशा तिने घरात प्रवेश केला. "ओहऽऽ थँक गॉड, तू घरी आलायेस! आता तू कसा घरी परत येणार याचीच मला काळजी वाटत होती." ती म्हणाली.

तो एवढा आश्चर्यचकित झाला होता की, "ओह, खरंच तुला काळजी वाटत होती?" असं ओरडायचंही क्षणभर विसरला. तो शांतपणे तिच्याकडे पाहत राहिला. तिने तिची ओढणी सोफ्यावर टाकली. सोफ्यावर पडलेल्या तिच्या सेलफोनवर नजर टाकली. अर्थातच त्यावरचे 'मिस्ड कॉल्स' तिला दिसले. भुवई उंचावून तिने त्याच्याकडे पाहिलं. शेवटी कसेबसे त्याच्या तोंडातून शब्द बाहेर पडले. "कुठे होतीस तू?" हातातल्या पिशव्या मोकळ्या करत ती म्हणाली. "मी बाजारात गेले होते." त्यांच्यामध्ये एक चायनीज फूडचं पार्सल होतं.

त्याने पुन्हा प्रश्न केला. "काय? बाजारात?"

"हो, बाजारात. आज माझा शॉपिंगचा दिवस नाही का?"

अविश्वासाने त्याने आपले डोकं हलवलं. "आज?"

"हो. का?" क्षणभर तिने उत्साहात चाललेली तिची आवराआवर थांबवली. "ओह! स्फोटांमुळे म्हणतोस का?" तिने टेबल लावायला घेतलं. "मी इतकी बेचैन झाले होते. नुसतं घरात बसून राहा, वाट पाहा. आणि तुला माहितीये ना, मी कशी आहे ते. मला माझं रुटीन आवडतं. जाऊ दे. मला असं वाटत होतं की, आता मी घराबाहेर पडले नाही तर मीच फुटेन, कोसळेन किंवा माझंच डोकं काम करायचं थांबवेल. मला मोकळ्या हवेत जाणं गरजेचं होतं."

त्याने खोल श्वास घेतला. स्वतःचं मस्तक झटकलं. "तुला माहितीये, मी केवढा काळजीत होतो?"

तिने वर पाहिलं. कोड्यात पडल्यासारखं. "ओह! माझ्या लक्षातच आलं नाही ते. नेहमी तू घरी परतण्याअगोदर मी बाजारातूनच परत येत असते. होय की नाही? पण आज खूप ठिकाणी नाकाबंदी होती. माझी रिक्षा निदान सहा-सात बॅरिकेड्सचा अडथळा ओलांडून आली असेल. मला स्वयंपाकाला वेळ मिळणार नाही हे माझ्या

लक्षात आलं, म्हणून मी हे चायनीज फूड घेऊन आले. ये ना जेवायला– तुला खूप भूक लागली असेल ना?''

तिने पांढऱ्या कागदाची खोकी उघडली. छोट्या काचेच्या बाऊलमध्ये चिली सॉस आणि सोया सॉस ओतला. तिच्या बोटांच्या अस्वस्थ व वेगाने होणाऱ्या हालचाली... तो डायनिंग टेबलजवळ जाऊन बसला, पण त्याला काहीही गेलं नाही.

''मला समजत नाहीये.'' तो म्हणाला, ''तू एवढी अस्वस्थ होतीस. प्रत्येक अर्धा तासाने तू मला फोन केलेस आणि नंतर अचानक तू घराबाहेर पडतेस, एवढंच नाही तर तू तुझा सेलफोनही बरोबर नेत नाहीस.''

काही क्षण तिचा चेहरा विचारमग्न झाला. ''अरे, मी फारसा विचारच केला नाही. माझ्या परिचयातल्या प्रत्येकाला फोन केला. जेव्हा तू सांगितलंस की, तू सुखरूप आहेस आणि घरी येताना टॅक्सी करशील, तेव्हा मी निश्चिंत झाले. नंतर मग मी घराबाहेर जायचं ठरवलं. मला फक्त नेहमीसारखं वागावं, एवढंच वाटत होतं.''

ती नेहमीप्रमाणे जेवत होती. खरं तर मनापासून. त्याने त्याचा फोर्क उचलला आणि नूडल्स त्याच्याभोवती गुंडाळायला सुरुवात केली.

''मग कुठे गेली होतीस तू?'' त्याने विचारलं.

''मी सांगितलं ना तुला, खरेदीला.'' ती म्हणाली.

''तू जायला नको होतंस. बाजारातसुद्धा बॉम्बस्फोट झाले होते ना?''

''मार्केट एरियात एक बॉम्बस्फोट फक्त. तसंही, मी फार लांब गेलेच नाही. कॉलनीच्या दुसऱ्या बाजूला असलेल्या 'शुक्रवार बाजारात' तर गेले होते. त्यानंतर चायनीज रेस्टॉरंटमध्ये गेले होते. तुला माहितीये, इथे पलीकडेच आहे ते.''

त्याने आपल्या हक्का न्यूडल्स संपवल्या. काही वेळ ते दोघेही बातम्या पाहत बसले. त्यानंतर झोपायला गेले. सकाळचे सहा वाजेपर्यंत शॉपिंग बॅग्जकडे त्याचं लक्षही गेलं नाही.

घरकामांपैकी फक्त एकाच कामाची जबाबदारी त्याच्यावर होती. कचरा गोळा करणारा मुलगा सकाळी बेल वाजवेल तेव्हा उठून स्वयंपाकघरात जायचं आणि डस्टबिन आणून त्याच्याकडे द्यायची. त्याच्याकडून रिकामी डस्टबिन परत घेतल्यानंतर पुन्हा तिच्यावर नवी प्लॅस्टिकची पिशवी लावून ठेवायची. हे काम झाल्यावर तो पुन्हा झोपायचा. ती सात वाजता उठायची आणि चहा बनवायची.

बॉम्बस्फोटानंतरच्या सकाळची गोष्ट. डस्टबिनला लावण्यासाठी एकही प्लॅस्टिकची पिशवी त्याला सापडेना. त्याने नेहमीच्या जागी शोधली. किचन कॅबिनेटमधला वरचा ड्रॉव्हर– पण तिथे प्लॅस्टिक पिशव्याच नव्हत्या. तो बैठकीच्या खोलीत आला. तिथे टेबलवर काही प्लॅस्टिक बॅग्ज पडलेल्या होत्या. काल रात्री विकत आणलेल्या चायनीज फूडच्या पार्सलच्या पिशव्यांपैकी त्याने एक पिशवी उचलली. डस्टबिनला

ती पिशवी लावेपर्यंत त्याच्या लक्षातही आलं नव्हतं. पण आता त्याला जाणवलं– ती काही शुक्रवार बाजारातले फेरीवाले वापरतात तशी पातळ, सुमार प्लॅस्टिकची पिशवी नव्हती. ती खास स्टोअरची बॅग होती. बाजारातील असं स्टोअर– जिथे बॉम्ब सापडला होता. सुदैवाने त्याचा स्फोट होऊ शकला नव्हता. काल रात्री त्याने बातम्यांमध्ये पाहिलं नव्हतं का, रात्री साडेनऊपर्यंत तो बॉम्ब निकामी करण्याचं पोलिसांचे प्रयत्न चालू होते.

त्याने जमिनीवर बसकण मारली. एका हातात डस्टबिन आणि दुसऱ्या हातात ती प्लॅस्टिकची पिशवी. त्याला वाटलं, काही तरी चुकतंय. तिचं सांगणं आणि ही पिशवी– हे जुळत नाहीये. हजारो शक्यतांनी त्याच्या मनात गर्दी केली. आता तो टक्क जागा झाला होता, पण डस्टबिनला पिशवी लावायचं काम संपवून तो पुन्हा बिछान्याकडे गेला.

तो वाट पाहत राहिला. नेहमीप्रमाणे सातचा गजर वाजू लागला. त्याची झोपमोड होऊ नये, या काळजीपोटी तिने तो पट्कन बंद केला. त्यानंतर ती कुशीवर वळली आणि तो तिच्याचकडे पाहतोय, हे तिने पाहिलं. त्याच्या चेहऱ्याला स्पर्श करत तिने विचारलं, "झोप आली नाही?" त्याला तिला विचारायचं होतं– कालच्या तिच्या खोटं बोलण्याबद्दल, त्या बॅगबद्दल; पण त्याच्या तोंडून शब्द बाहेर पडेना. ती अशी त्याच्या निकट पहुडलेली असताना, त्याच्या चेहऱ्याला हळुवार स्पर्श करत असताना– त्याच्याशी खोटं बोलल्याचा आरोप तो कसा काय करू शकत होता? त्याने होकारार्थी मान हलवली आणि डोळे बंद करून पडून राहिला. तिने स्वयंपाकघरातून दोन कप चहा करून आणला. चहा देताना तिने त्याच्या हातावर थोपटल्यासारखं केलं. त्या सकाळी ती विशेष हळुवार वागत होती. लहान मूल आजारी असताना आई वागते तशी किंवा आपल्या आवडत्या शिक्षकांना आपल्याला शिक्षा करावीच लागते तेव्हा ते वागताना तशी.

त्या सकाळी तिने त्याला वारंवार स्पर्श केले. इस्त्री केलेला शर्ट त्याच्याकडे देताना न्याहारी तयार आहे हे त्याला सांगताना, अंघोळीसाठी नवा साबण त्याच्याकडे देताना... जणू त्याला स्पर्श करण्याच्या संधी ती शोधत होती. तिने तिच्या भावाला फोन लावला. त्याचे कान नकळत टवकारले. ती विचारत होती– बाहेर वातावरण कसं आहे? अजूनही कर्फ्यू आहे का? आज कामावर जाणं सुरक्षित असेल ना? शेवटी जेव्हा तो कपडे घालून तयार झाला, तेव्हा तिने त्याच्या ओठांचं चुंबन घेतलं. त्याने कोणताही प्रश्न विचारला नाही. पुढे आठवडाभर तो तिच्या त्या खोटं बोलण्याबद्दल विचार करत राहिला. पण शेवटी त्याने स्वत:ची समजूत घातली की, निश्चितच त्यामागंही एखादं निर्व्याज स्पष्टीकरण असेल. पूर्वी कधी तरी आणलेली ती शॉपिंग बॅग असेल कदाचित. काल शॉपिंगला जाताना तीच घरातून ती बॅग घेऊन

गेली असेल. कारण शुक्रवार बाजारात तिला तसली मोठी मजबूत प्लॅस्टिक बॅग कोण देणार होतं? हे अगदी पटण्यासारखं कारण होतं खरं.

आयुष्य पुन्हा पूर्ववत् सुरू झालं. तोही पूर्वीसारखाच संतुष्ट व्यक्ती झाला. जवळपास तीन महिने ही शांतता टिकली. या वेळी आगीची पाळी होती. शहरातील सर्वांत मोठा शॉपिंग मॉल... तीन किलोमीटर्सची रस्त्याची लांबी या मॉलने व्यापलेली होती. काही तरी विद्युत बिघाड झाला आणि पूर्ण दोन मजले आगीच्या भक्ष्यस्थानी पडले. तीन माणसं गुदमरल्यामुळे दगावली.

ऑफिसच्या कँटीनमध्ये उशिरा जेवायला गेलेला असताना हे त्याच्या कानी आलं. आज शुक्रवार नसल्यामुळे ती बाहेर कुठे गेली असेल, अशी त्याची अपेक्षा नव्हती. फार तर गल्लीच्या टोकाशी असलेल्या फळविक्रेत्याच्या स्टॉलपर्यंत. त्यापेक्षा पुढे तर नाहीच. परंतु तो घरी आला, तेव्हा ती घरात नव्हती. आता कुठे संध्याकाळचे आठ वाजतायेत... त्याने स्वत:ची समजूत घातली. कदाचित ती बाहेर चक्कर टाकायला गेली असेल किंवा इस्त्रीवाल्याकडे. शांत राहा आणि वाट पाहा, असं त्याने स्वत:लाच बजावलं. ती काही लहान मूल नाहीये, की तिची काळजी करायला हवी.

दहा मिनिटांनी दारातल्या कुलपात चावी फिरवल्याचा आवाज आला. ती घरात आली. तिच्या हातात तपकिरी रंगाची कागदी पिशवी होती. त्याने बॅग पाहिली. या वेळी बर्गर्स आणलेले होते. बहुधा इथल्याच स्थानिक मॅकनॉक ऑफ जॉइंट्समधून पिशव्या डायनिंग टेबलवर ठेवत ती हसली. त्याच्याशेजारी सोफ्यावर तिने स्वत:ला झोकून दिलं. त्याचं हृदय धडधडत होतं.

“मला आज स्वयंपाक करावासा वाटत नव्हता.” ती म्हणाली. “मग वाटलं, बाहेर जावं आणि काही तरी मस्त तळलेलं खायला घेऊन यावं. तसंही बऱ्याच दिवसांत आपण असलं भंपक खाल्लेलं नाहीये. आता खायला घेऊ या?” तिने विचारलं.

त्याने होकारार्थी मान हलवली. तिने बर्गर्स काढले आणि टेबलवर दोन प्लेट्समध्ये ठेवले. शांततेतच त्यांचं खाणं झालं. जेव्हा ती स्वयंपाकघरात प्लेट्स स्वच्छ करण्यासाठी गेली, तेव्हा त्याने ती तपकिरी कागदी बॅग हातात घेतली. तिच्यावर ज्या रेस्टॉरंटचं नाव होतं, ते रेस्टॉरंट शहरातील मोठ्या शॉपिंग मॉलमधील होतं. तोच शॉपिंग मॉल– जिथे आज काही वेळापूर्वी दोन मजले आगीच्या भक्ष्यस्थानी पडले होते.

त्या रात्री बेडवर पडल्या-पडल्या त्याने तिला विचारलं, “तू बरी आहेस ना?” तिने एका कोपरावर स्वत:ला तोलत त्याच्याकडे पाहत म्हटलं, “का? असं का विचारतोस?”

खरं तर जे त्याला विचारायचं होतं, ते काही फार अवघड नव्हतं. त्याने फक्त विचारायला हवं होतं की, ती कुठे गेली होती? तिने होम डिलिव्हरी का मागवली नाही? अगदी त्याच मॉलमध्ये जाण्याची काय गरज होती? आणि तेही आजच का?

"काही नाही," तो म्हणाला, "असंच. आज तुला स्वयंपाक करावासा वाटत नव्हता ना, म्हणून म्हटलं."

"अरे, ते! नाही, मी बरी आहे, फक्त आळस आला होता."

अचानक त्याने विचारलं, "तुझ्या त्या NA मीटिंग्ज..." त्याच्या शेजारी पहुडलं. तिचं शरीर ताठर झाल्याचं त्याला जाणवलं. पण तरीही त्याने आपलं बोलणं पुढे रेटलंच. ते तसं कठीण होतं. "त्या व्यवस्थित चालल्यात, होय ना?"

तिने थोडक्यात उत्तर दिलं, "हो." आणि नंतर कुशीवर वळून झोपी जाण्याचं सोंग घेतलं.

त्यांच्यातील ताण कमी होण्याचं चिन्ह दिसेना. किती तरी वेळा त्याने काही तरी बोलण्याचा प्रयत्न केला. पण, काय बोलायचं? आणि त्याचा काही उपयोग?

पुन्हा दोन महिने स्वस्थ गेले. नंतर दंगल झाली. त्यांच्या अपार्टमेंटपासून वाहनाने पंधरा मिनिटांच्या अंतरावर नव्याने आकाराला आलेलं झोपडपट्टीवजा एक उपनगर होतं. तिथे दंगलीमध्ये सहा जण मृत्युमुखी पडले आणि अठरा माणसं जखमी झाली. स्थानिक संचारबंदी लागू होण्याची दाट शक्यता होती. हे सर्व सांगण्यासाठी तिने त्याला फोन केला होता. तो घरी कसा परत येणार याविषयी तिला काळजी वाटते आहे, असं ती म्हणाली.

"जर दंगल थांबलीच नाही तर?"

तिने काळजी करू नये. तशीच वेळ आली तर तो ऑफिसमध्येच मुक्काम करेल, असं सांगून त्याने तिला आश्वस्त केलं. त्यानंतर काहीशा जरबेच्या सुरात जणू हुकूम करावा तसा तो पुढे म्हणाला, "हे बघ, अजिबात बाहेर जाऊ नकोस. खाण्यासाठी काही आणायला, स्वत:वरचा ताण कमी करण्यासाठी किंवा इतर कोणत्याही गोष्टीसाठी तू घराबाहेर पडणार नाहीयेस. ठीक आहे?"

ती दु:खी वाटली. तिचं त्याच्यावर खूप प्रेम आहे, तो घरी येण्याची ती वाट पाहते आहे, हेही तिने त्याला सांगितलं; पण ती घराबाहेर पडणार नाही, हा शब्द मात्र तिने दिला नाही.

तो घरी परतला तेव्हा ती त्याची वाट पाहत होती. मनावर ताण असल्याकारणाने ताठरलेले त्याचे खांदे सैलावले. त्याने बराच वेळ तिला आपल्या बाहुपाशात वेढलं. थोड्या वेळाने त्याच्या मिठीतून विलग झाल्यानंतर त्याने पाहिलं की, ती रडतीये. तिच्या गालावर आसवांचे ओघळ पाहून त्याला भरून आले. "काही झालंय का?" तिने मान हलवली. तिच्या मागोमाग सोफ्याच्या दिशेने जाताना त्याने तिलाही

सोफ्यावर आपल्याशेजारी ओढून बसवलं, "काय झालंय?"

"काही नाही. मला कळत नाहीये, हे कशा प्रकारचं जग आहे? जणू काही झालंच नाहीये, असं भासवत आपण पुढे जात राहतो!"

"तुला काय म्हणायचंय?"

"काही नाही रे, जाऊ दे. मी टीव्ही पाहत होते, बातम्या. जाऊ दे, विसर ते. आय एम जस्ट नर्व्हस!"

दिवसभराच्या घटनांनी आलेला ताण कमी करण्यासाठी झोपण्यापूर्वी स्नान करावं, असं त्यानं ठरवलं. बाथरूममध्ये, लाँड्री बास्केटमध्ये त्याचे कपड्यांचे बोळे टाकताना कपड्यांच्या ढिगात सर्वांत वर असलेल्या मळक्या कपड्यांकडे त्याचं लक्ष गेलं. काळ्या रंगाच्या तिच्या सलवारवर टोकाला रक्ताचा डाग पडलेला, कापडाचा तो भाग रस्त्याला खाली घासत गेला असावा.

तो शॉवरखाली उभा राहिला. त्याच्या धडधडणाऱ्या काळजाला त्याने थांबायला सांगितलं. वेग कमी करण्याची विनंती केली. ते कपडे पूर्वीपासूनच तिथे पडलेले असण्याचीही शक्यता होती. मळक्या कपड्यांचा अर्थ काहीही असू शकतो. कदाचित काल ती मटण मार्केटमध्ये गेली असावी. काल कोणता वार होता बरं? मासळीबाजाराचा दिवस? मासळी बाजारातून चालताना तुमच्या सलवारच्या कडांना रक्त लागू शकतं का?

तो शॉवर घेऊन बाहेर आला, तेव्हा ती बातम्या पाहत होती. टीव्ही पाहताना ती रडत होती.

जेवण हा एक भयंकर प्रकार होता. वरणाची फोडणी जळालेली होती. भाताबरोबर खाण्यासाठी उकडून कुस्करलेले बटाटे सोडले तर दुसरं काहीच नव्हतं. त्याने स्वत:च्या हातांनी तिला भरवलं. छोटे-छोटे घास... एखाद्या छोट्या बाळाला भरवावेत तसे.

महिना सरत आला. बातम्यांवर त्याचं बारीक लक्ष होतं. ऑफिस कॉम्प्युटरवरची बातम्यांची चौकट पूर्ण दिवस उघडी असायची. पण एवढ्यात कोणतीही हिंसक घटना घडली नाही, ज्याच्या परिणामस्वरूप तिथून जाणाऱ्या कोणा अपरिचित माणसाचा बळी जावा.

त्यानंतर एका संध्याकाळी तिने घरी वाइन आणली. ती दोन ग्लास वाइन प्यायली. तो तिच्याचकडे पाहतोय, हे तिने पाहिलं. ती म्हणाली, "काळजी नको. मला पिऊन थोडंसंही तर्र झाल्यासारखं वाटत नाहीये." वाइनची तिला तशीही आवड नाही.

दुसरा महिना... दंगल नाही, आग नाही. तिने दुसरी बाटली घरी आणली. अजून त्याने पूर्वीची संपवलेली नव्हती, तरीही. जेव्हा तिसऱ्यांदा तिने त्या दोघांचे

ग्लास पुन्हा भरले, तेव्हा त्याने तिच्या मनगटाला हळुवार स्पर्श केला. ती फणकारली, ''एवढं तेवढं पिणं मी सांभाळू शकते. माझ्याशी वडिलांसारखं वागायचा प्रयत्न करू नकोस!''

अर्थातच त्याला काळजी वाटू लागली. त्याला एवढी काळजी वाटत होती की, एके दिवशी संध्याकाळी तो गुलमोहर रोडवरच्या चर्चकडे गेला. तिथे चर्चमधून बाहेर पडणाऱ्या तिला त्याने ओळखलंच नव्हतं. उंच टाचांच्या चप्पल्स, खोल गळ्याचा ड्रेस, ओठांत पेटती सिगारेट आणि ते हसणं! उंचावलेली हनुवटी, उघडा गळा, त्यावर झेपावलेले केस. सिगारेट्स, कार किंवा दारूच्या जाहिरातीतील एखादी मॉडेल असावी अशी ती दिसत होती. तिचे केस चमकत होते. ओठ गडद लाल रंगवलेले होते. तिच्याबरोबर आणखी तीन पुरुष चालत होते. ते सगळेच धूम्रपान करत होते. ते सर्व जण गेटजवळ थांबले. ती हसून मान उंचावून त्यांच्यातील एका देखण्या पुरुषाकडे पाहत बोलत होती, जो तिच्यापेक्षा दहा वर्षांनी तरी मोठा असावा.

जेव्हा त्यांचं धूम्रपान संपलं, तेव्हा त्यांचा ग्रुप विलग झाला. त्या देखण्या पुरुषासोबत ती काही अंतर चालत गेली. दोघे एका निळ्या टोयोटासमोर थांबले. तिथे त्यांनी आणखी गप्पा मारल्या. त्याने पाहिलं की, तिने पुन्हा नवी सिगारेट स्वीकारली आहे. त्या देखण्या पुरुषासमोर वाकून त्याच्या लायटरने तिने ती पेटवून घेतली. त्याला वाटलं, आता कोणत्याही क्षणी ती त्या निळ्या कारमध्ये बसेल आणि त्या माणसाबरोबर निघून जाईल. पण ती गेली नाही. तिने रस्ता ओलांडला आणि टॅक्सी केली.

एका ऊर्मीसरशी त्याने त्या निळ्या टोयोटाचा पाठलाग करायला सुरुवात केली. तो स्वत:ला थांबवू शकला नाही. कार सफाईदारपणे शहरातून बाहेर पडली आणि शहरालगतच्या फार्महाऊसवर जाऊन थांबली. एक चमकदार पांढरी हवेली, पुढे हिरव्यागार लॉनचं आवार, चारही बाजूंनी बंदिस्त दगडी भिंती. त्या भिंतीवर चढलेल्या गुलाबी हनीसकलच्या वेली.

त्याने कारचं इंजिन बंद केलं आणि बाहेरून धुळीने भरलेल्या आपल्या कारमध्येच बसून राहिला. बघता-बघता अंधारून आलं आणि मिटणाऱ्या हनीसकलची गुलाबी डोकी त्या काळोखात हळूहळू दिसेनाशी झाली.

तो घरी आला तेव्हा ती नेहमीसारखीच होती. सैलसर लिनन पॅन्ट, पूर्ण बाह्यांचा शर्ट आणि जराही मेकअप नाही. तिला स्वयंपाक करताना पाहत तो तिथंच स्वयंपाकघरात उभा राहिला. स्वत:च्या खांद्यावरून तिने त्याच्याकडे वळून पाहिलं. त्यानेही प्रत्युत्तरादाखल हसण्याचा प्रयत्न केला. ''सगळं काही ठीक आहे ना?'' तिने विचारलं. त्याने मान डोलावली. तिने डावाने चिकनकरी ढवळली. ''काही वाईट बातमी?''

"नाही, तसं काही नाही. मी जरासा दमलोय, इतकंच." तो म्हणाला आणि मग सरळ बेडवर जाऊन पडलाच.

पुढच्या आठवड्यात तो पुन्हा गुलमोहर रोडवर गेला. या वेळी तो देखणा पुरुष वगळता इतर वेगळाच ग्रुप होता. आणि त्याला माहीत असलेल्या त्याच्या बायकोपेक्षा ही कोणी तरी वेगळीच होती. मीटिंगमधून बाहेर पडलेल्या तिने टाइट जीन्स आणि त्यावर हिरवट निळ्या रंगाचा, अंगाबरहुकूम बसणारा, बांधा उठावदार करणारा टॉप घातला होता. तिच्या गळ्याभोवती शिफॉन स्कार्फ अलगद विसावला होता. डार्क गॉगल्स, खांद्यावर रुळणारे चमकदार केस आणि गळ्यात पोवळ्यांचा नेकलेस. तिच्याकडे असे कपडे आहेत, हे त्याला माहीतदेखील नव्हतं.

एकदा तीच म्हणाली होती, ती स्वत:च्या वजनाबाबत थोडी जास्तच सेल्फकॉन्शस आहे. त्यामुळे ती असं काही टाइट घालत नाही. पण आता तर ती अजिबातच सेल्फकॉन्शस वाटत नव्हती आणि तोच फार्महाऊसवाला देखणा पुरुष तिच्याबरोबर हसून गप्पा मारत होता. पुन्हा ती निळी टोयोटा. ती त्याच्याबरोबर कारपर्यंत चालत गेली. आणखी एक सिगारेट आणि आणखी काही गप्पा... फक्त ते दोघेच. त्यानंतर तिने टॅक्सी केली.

या वेळी त्याने टॅक्सीचा पाठलाग केला. तिला घरी सोडण्यापूर्वी टॅक्सी आणखी दोन ठिकाणी थांबली. एकदा टोमॅटो आणि मशरूम्स खरेदी करण्यासाठी आणि दुसऱ्यांदा इस्त्रीचे कपडे घेण्यासाठी. त्यानंतर टॅक्सी त्यांच्या इमारतीच्या आवारात शिरली. ती लिफ्टकडे वळल्याचंही त्याने पाहिलं. दहा-पंधरा मिनिटं तो इमारतीबाहेरच थांबून राहिला.

जेव्हा तिने त्याच्यासाठी दार उघडलं, तेव्हा त्याला पाहून ती गडबडली. तिचा तो अवतार पूर्णपणे बदलायला तिला वेळच मिळाला नव्हता. तो पोवळ्यांचा नेकलेस अजूनही तिच्या गळ्यात होता. गाऊन घालून ती स्वयंपाक करत होती. एका हातात भाजीचा डाव होता आणि ओठांवर अजूनही फिस्कटलेल्या गडद लाल लिपस्टिकचे डाग.

"हाय, आज लवकर आलास तू?"

तो आत आला. चेहरा मलूल. सरळ टीव्हीच्या पुढ्यात जाऊन बसला. ती पुन्हा स्वयंपाकाला लागली. पण थोड्या-थोड्या वेळाने स्वयंपाकघरातून बाहेर डोकावत काही-काही बोलत राहिली. तिने खूप सारे प्रश्न विचारले. त्याचा दिवस कसा होता? इतक्या लवकर घरी येणं त्याने कसं काय जमवलं? त्याला काही खास खावंसं वाटतंय का?

सगळ्या प्रश्नांना त्याने एकाक्षरी उत्तरं दिली.

आता भाजीची दुरडी घेऊन ती त्याच्या शेजारी बसली. तिची बोटं सराईतपणे

मटार सोलत होती. ती त्याला सांगत होती– कशी तिने आज रस्त्यात एक सुंदर मुलगी पाहिली. तिच्यासारखे कपडे इतर कोणा स्त्रीने घातले असते तर ते सुमार दर्जाचे, हीन रुचीचे वाटले असते. त्या मुलीने कसं तिला सांगितलं की, कपड्यांची निवड करताना घाबरायचं नाही आणि याचाच परिणाम म्हणून तिने स्वत:साठी चमकदार लाल रंगाची लिपस्टिक आणली.

त्यानंतर ताजे मशरूम्स मिळवणं किती अवघड झालंय, तसंच ती कसं ओरिगानोचं पूर्ण पाकीट पुलावमध्ये घालणार होती, याविषयी ती बोलत राहिली.

तिची बडबड अव्याहत चालू होती. तो तिथेच टीव्ही स्क्रीनकडे नजर लावून बसून होता. आपण दाट धुक्यात वेढले जातोय, असं त्याला वाटत होतं. एवढं दाट की, शोधूनही त्यातून बाहेर पडण्याचा रस्ता सापडत नाहीये.

पुढचे किती तरी दिवस ते एकमेकांशी फार कमी बोलत होते. जेवण, बिल-चेक, घरी आलेला एखादा परिचित याबाबतचं जुजबी संभाषण. अजूनही तो कचरा घराबाहेर ठेवत होता. अजूनही ती त्याचा दिवसाचा पहिला चहा बेडरूममध्ये घेऊन येत होती. पण शांतता त्या दोघांनाही बांडगुळासारखी चिकटून होती. दोघेही एकमेकांमध्ये दुरावा ठेवून होते.

दिवसाच्या शेवटी तो म्हणायचा, 'मी दमलोय. झोपेन म्हणतो.' आणि झोपायला जायचाही. ती रात्रीच्या जेवणानंतरची आवराआवर करत राहायची. उशिरापर्यंत डिश धू, टेबल पुसून ठेव, उरलेलं अन्न काढून ठेव– यात वेळ घालवायची. जेव्हा बेडरूममध्ये यायची, तेव्हा शांत पडून राहायची. तोही डोळे गच्च बंद करून राहायचा.

एका परमेश्वरालाच माहीत होतं– त्याला हे असं व्हायला नको होतं. आणखी किती काळ तो हे सहन करू शकेल, त्याचं त्यालाही कळत नव्हतं. तो घरी यायचा तेव्हा ती त्याच्यासाठी दार उघडायला येई. जणू काही नुकतीच कोणी तरी तिच्या श्रीमुखात लगावली आहे, असा तिचा चेहरा दिसायचा. जणू काही आता तोही तिला थप्पड मारेल, अशा अपेक्षेने ती त्याच्याकडे पाहायची.

घरी जेवायला येण्यासाठी त्याच्या मनाची तयारी नसायची. उशिरापर्यंत काहीही न करता तो ऑफिसमध्ये वेळ काढायचा. त्याला कॅन्टीनमध्येच काही तरी खाता येईल एवढा उशीर होण्याची वाट पाहत राहायचा; जेणेकरून घरी तिच्या डोळ्यांत पाहत तो सांगू शकेल की, त्याचं जेवण झालंय.

तिला आनंदात राहता यायला हवं– त्याने स्वत:ला बजावलं. तो जेवढा जास्त वेळ घराबाहेर राहील, तेवढा तिला स्वत:ला हवं ते करायला जास्त वेळ मिळेल. बाहेर जाण्यासाठी, इतर पुरुषांना भेटण्यासाठी– देखण्या पुरुषांना– तसले फॅन्सी कपडे घालण्यासाठी वा पूर्ण दिवस खरेदी करण्यासाठी, इतर पर्याय शोधण्यासाठी.

बहुधा तिला त्याच्याबाबत काहीशी बांधिलकी वाटत असावी. एकनिष्ठता. कदाचित तिला वाटत असावं, ती त्याला अद्यापिही काही देणं लागते आहे. परंतु आता कधीही, कोणत्याही दिवशी ती स्वतःला स्वतंत्र घोषित करेल. या कंटाळ्याचं निमित्त पुढे करेल. यापुढे कोणत्याही दिवशी तिच्या वकिलाचं त्याला बोलावणं येईल.

किंवा कदाचित त्यालाही आता वकील शोधायला हवा. आता आणखी उशीर करण्यात काहीच अर्थ नाही. तो तिचं आयुष्य बहुतेक धोक्यात आणत होता. ती ज्या उत्साहाने धोकादायक ठिकाणी जात होती, त्यावरून तिच्या मनातलं कोणतं तरी अनामिक दुःख नष्ट करण्यासाठीचं ते तिचं साधन असावं. असं दुःख– ज्यामुळे तिचं मन, आत्मा तळमळत असावा. अन्यथा, बॉम्बस्फोट झालेल्या ठिकाणी खरेदीसाठी कोण जाईल? फक्त कोणी विकृत किंवा आत्महत्येला प्रवृत्त झालेली व्यक्ती असं करू शकते. कदाचित त्याच्याबरोबरचं आयुष्य सहन करणं अशक्य झाल्यामुळेच ती अशा स्फोट, आग, कर्फ्यू यांसारख्या ठिकाणी जाण्यासाठी उद्युक्त होत असेल.

ती मादक आहे; होय ना? स्वतः मादक दिसावं, असं तिला वाटत असणार. ती बोल्ड आहे. बहुधा त्याच्यासाठी ती बनलेली नाही. ते पाचू, गडद लाल लिपस्टिक, हाय हिल्स... रात्रंदिवस त्याच्या डोळ्यांत पिंगा घालत असतात. सलग दोन आठवडे त्याच्या बाजूने शांतता अनुभवल्यानंतर तिने त्याला तिच्या मीटिंग्जबाबतचे टेक्स्ट मेसेज पाठवणं थांबवलं. तिने असं का करावं याचं त्याला आश्चर्य वाटलं. परंतु, तसाही त्यामुळे काय फरक पडत होता?

अशाच तिच्या मीटिंगच्या दिवसांपैकी एके दिवशी तो लवकर घरी आला, ती गेलेली असेल हे गृहीत धरून. त्याला एकट्याला घरी राहण्याची प्रबळ इच्छा झाली होती. तिच्या बाजूने येणाऱ्या दुःखाच्या लहरींशिवाय एकट्याने बेडवर पडून राहावंसं वाटत होतं.

तो अंधारलेल्या घरात आला. पायांतले बूट काढले. कार्पेटवर भिरकावले. फ्रिजमध्ये थोडंफार जेवण होतं. त्याने ते वाढून घेतलं. तिची त्याच्यावर केंद्रित झालेली व्यथित नजर. त्या डोळ्यांच्या अनुपस्थितीत जेवण करणं खूपच सुसह्य होतं.

घर शांत होतं. त्याने सगळीकडे काळजीपूर्वक पाहिलं. बऱ्याच दिवसांपासून त्याचं कुठेच लक्ष नव्हतं. घर व्यवस्थित लावलेलं, नीट दिसत होतं. खरं पाहता, ते त्याचं घर असल्यासारखं दिसत होतं. त्याच्यासारख्या व्यक्तीचं– मध्यमवयीन, मध्यमवर्गीय, मध्यममार्गी माणसाचं घर असावं तसं. पुस्तक, संगीत, गालिचा, त्याच्या आईची 'इंग्लिश' क्रोकरी– काचेच्या कपाटात व्यवस्थित सांभाळून ठेवलेली–

सगळं कसं व्यवस्थित होतं.

त्यात कुठेही त्याच्या बायकोची वा तिच्या महागड्या अभिरुचीची निशाणी नव्हती. त्याचं सौम्य, संयमी विश्व आणि तिचं उत्साही, उन्मुक्त विश्व... दोन्हींना परस्परांपासून वेगळं ठेवण्यासाठी तिने बरेच कष्ट घेतले असणार. बिलकुल सरमिसळ नाही. जणू काही एक ना एक दिवस त्या दोघांचं सहजीवन विभक्त होणार आहे याची तिला नेहमीच जाणीव होती.

घरदेखील खोटेपणाचं होतं. मळखाऊ रंगाचे पडदे, हिरवा सोफा. तिने घर त्याच्या दृष्टीने आरामदायी बनवलं होतं, तिच्या स्वत:साठी नाही. त्याच्या मनात कडवट विचार आले. तिच्या स्वत:साठी ती वेगळ्याच योजना बनवण्यात गुंग होती. तिची खरी बाजू– जी नेहमीच बाहेरच्या लोकांसाठी होती.

तो ताड्कन उठला. त्याने आपलं ताट सिंकमध्ये ठेवलं. ते धुऊन ठेवायला हवं का, या विचारात तो क्षणभर तिथंच उभा राहिला. परंतु राग जागा झाला. जाऊ दे, तिलाच काय ते करू दे इथून पुढे. तिचं काम, तिचं आयुष्य सोपं कसं करता येईल याची तो अजिबात काळजी घेणार नाहीये.

मग त्याने स्वयंपाकघराच्या सिंकमध्येच खळखळून चूळ भरली. त्यानंतर पडून राहावं, या विचाराने तो बेडरूममध्ये गेला आणि ती तिथं होती– बेडवर तिच्या बाजूला पडलेली! ती जागी होती. दार उघडल्याचा आवाज तिने नक्कीच ऐकला असणार, हेही त्याला कळलं होतं. तो आपल्याला हाक मारेल किंवा आपल्याला शोधत इथे येईल याची तिने वाट पाहिली असणार.

तो बेडच्या कडेला बसला आणि तिचे डोळे पाणावलेले त्याने पाहिलं. अश्रूंना थोपवून धरत ती निश्चल पडून राहिली. ती मीटिंगला का गेली नाही, हे त्याला तिला विचारावंसं वाटत होतं; परंतु त्याला तेवढा धीर झाला नाही.

"मला जावंसं वाटलं नाही." त्याने न विचारताही तिने उत्तर दिलं. पुन्हा त्याचा संताप जागा झाला. अर्थातच ती मीटिंगला जाणार नव्हती, म्हणूनच ती रंग गेलेला जुना कुडता आणि सैल वेणी अशा अवतारात आहे. त्याच्या स्वागतासाठी ती लिपस्टिक लावून तयार होण्याची शक्यताच संभवत नाही.

ओह! कपड्यांच्या बाबतीत तो टिपटॉप-फॅशनेबल नाहीये, हे तो जाणून होता आणि मादक, धोकादायक स्त्री त्याला बायको म्हणून कधीच नको होती. तशा कल्पनेने त्याला नेहमीच घाबरवलं होतं. ती हे जाणून असावी, अन्यथा अशा शांत–सौम्य गृहिणीचा वरवरचा देखावा तिने कशाला केला असता? तिच्या आयुष्याच्या दुसऱ्या बाजूबद्दल त्याने काहीही विचारू नये, असा तिचा आग्रह का होता? मग या मीटिंग्ज तरी कशाला– जिथे ती सर्व प्रकारच्या पुरुषांबरोबर हास्यविनोद करते, धूम्रपान करते?

त्या संध्याकाळी तो तिच्याशी बोललाच नाही. तिला बरं वाटतंय ना, हेही त्याने विचारलं नाही. रात्रीचं जेवण मागवण्याकरता त्याने चायनीज हॉटेलला फोन केला.

दुसऱ्या दिवशी सकाळी जेव्हा तो डस्टबिन रिकामी करून देत होता तेव्हा त्याने काचांची किणकिण ऐकली. वाइनच्या बाटल्या– आजकाल जवळजवळ रोजच दारूच्या रिकाम्या बाटल्या डस्टबिनमध्ये दिसायच्या. त्याने स्वत:ला आठवण करून दिली– ड्रग्जचं व्यसन आणि दारूचं व्यसन यात फरक आहे. दारू हा तिचा प्रकार नाही, हे तिनेच तर सांगितलंय. ती स्वत:च म्हणाली होती ना, ही काही समस्या होणार नाही.

त्याला या समस्यांबद्दल काय माहीत होतं? आत्ताही त्याबाबत जाणून घेण्याची त्याची इच्छा नव्हती. त्याने एका सौम्य डोळ्यांच्या, नितळ त्वचेच्या शांत– समाधानी, सुंदर स्त्रीशी लग्न केलं होतं. समजदार स्त्री– जिला स्वयंपाकाची आवड होती आणि टोकाचा वाटावा इतका धुळीचा तिटकारा होता. एक छोटीशी समस्या होती. परंतु ड्रग्ज हा तसा सामाजिक प्रश्न होता. जगभरातल्या अनेकांना ही समस्या होती. तिने त्याला सांगितलं होतं, तिची ड्रग्जची समस्या नियंत्रणात आहे. असो. हा त्याचा प्रश्न नव्हता.

हेच त्याने स्वत:ला सांगितलं. 'तिला जे हवं ते ती करते. ती मला काहीही सांगत नाही. मग मी काय करू शकतो? जाऊ दे, हा माझा प्रॉब्लेम नाहीये.'

तथापि, तो बाटल्या मोजत होता. त्या फेकून देण्यापूर्वी त्यांच्यावरची लेबल्स पाहत होता. व्होडका, सिंगल माल्ट, जिन. आता हे प्रकरण वाइनच्या पुढे गेलेलं आहे, हे त्यालाही दिसत होतं. ती पीत नाहीये अशी एखादी गोष्ट राहिलीये? आणि तरीदेखील त्याने यावर काहीही भाष्य केलं नाही.

पाच आठवडे... आणि त्यांच्यातल्या शांततेला हळूहळू तडे गेले. एकमेकांची दखल घ्यावीच लागली. नेहमी तो त्याचा पगार बहुधा महिन्याच्या सुरुवातीला तिच्याकडे सोपवत असे. त्यातील अर्धी रक्कम घरखर्चासाठी वापरली जाई. उरलेली अर्धी रक्कम छोट्या-मोठ्या मजेसाठी, पेन्शन प्लानमध्ये आणि मुदत ठेवींमध्ये विभागली जाई. आता यातून बाहेर पडता येणार नाही. त्यांच्या मुदत ठेवी आणि पेन्शन प्लान दोन्हीचेही जॉइंट अकाउंट होते.

त्याने अर्धाच पगार घरी आणला. अजूनही तीच घराकडे लक्ष देत होती, सफाई करत होती, स्वयंपाक करत होती. जरी फारसा चांगला नाही, तरी करत होती. पण आता त्याला भीती वाटत होती. जर त्याने तिला पैसे देऊ केले, तर त्यामुळे त्यांच्यात भांडण होऊ शकतं. तिने पैसे घ्यायला नकार दिला तर काय? अशा पद्धतीने कोणीही जगू शकत नाही. कदाचित ती त्यालाच घर चालवायला सांगू शकते आणि ती निघून जाईल किंवा ती त्याला विचारेल– अजूनही त्यांचा जॉइंट

पेन्शन प्लान सुरू ठेवण्याचा त्याचा विचार आहे का? तो वाद पुढे-पुढे ढकलत राहिला.

शेवटी त्याने ठरवलं. ही गोष्ट जेवढी घाईत होईल तेवढं चांगलं. ऑफिसला जाण्यासाठी निघण्याच्या बरोबर मिनिटभर अगोदर तो असं दाखवेल जणू त्याला फार घाई आहे. तो पैसे फक्त बेडवर ठेवूनही जाऊ शकतो. दाराजवळ गेल्यानंतर तो म्हणेल, 'हे बघ, माझा पगार बेडवर ठेवलाय. पैसे उचलून ठेवायचं लक्षात ठेव हं.' अजिबात न दुखावणारे, तसंच काहीही कबूल न करणारे शब्द.

पूर्वी ती त्याला दारापर्यंत सोडायला यायची. 'बाय, सी यू' म्हणायची. आता ती तशी येत नाही. त्याला बरंच वाटत होतं. त्याला तिच्या डोळ्यांत पाहण्याची किंवा कोणत्याच गोष्टीचं स्पष्टीकरण करण्याची गरज राहिली नव्हती. परंतु रात्री जेव्हा तो घरी परत आला तेव्हा त्याने पाहिलं– पैसे अजूनही बेडवर तसेच, त्याने ठेवले होते तिथेच पडून होते. तिने त्यांना स्पर्शही केला नव्हता.

त्रासून तो तिच्याकडे वळला आणि म्हणाला, "तू थोडंसं काळजीपूर्वक वागू शकत नाहीस का? हे काय?"

ती खूपच हळू आवाजात म्हणाली, "काय?" हे बोलताना तिचे डोळे जमिनीवर खिळलेले होते.

"पैसे हरवले असते किंवा मोलकरणीने घेतले असते. तू ते तिथे तसेच का ठेवलेस?"

तिने आपले निस्तेज डोळे वर उचलून त्याच्याकडे पाहिलं, "पण मी ते तिथे ठेवले नव्हते."

त्याने सुस्कारा सोडला. ती भांडण उकरून काढत होती. त्याने तिच्यावर आरोप करावेत म्हणून प्रयत्न करत होती, ज्यामुळे तिलाही त्याच्यावर प्रत्यारोप करता आले असते. तो तिला हे समाधान मिळू देणार नव्हता. त्याने ते नोटांचं बंडल उचललं आणि तिच्या कपाटात ठेवून दिलं– त्यांच्या कपाटात.

आठवडा सरला. कचऱ्याची पिशवी अजूनही जड घंटेसारखा आवाज करतच होती. कधी कधी ती त्याच्यासाठी दार उघडायलाही यायची नाही. तो त्याच्या चावीने दार उघडून घरात यायचा, तेव्हा त्याला ती सोफ्यावर पडलेली दिसायची. निस्तेज डोळे, अंग मुडपून पडलेली.

त्यानंतर एके सकाळी पुन्हा एक वाईट बातमी आली. त्याचा फोन वाजेपर्यंत त्याला काहीच माहीत नव्हतं. तो तिच्या भावाचा फोन होता. तुम्ही ठीक आहात ना, याची विचारणा करणारा.

"हो," तो म्हणाला. "मी ठीक आहे. ऑफिसमध्येच आहे."

"बरं झालं, देव पावला!" तिचा भाऊ म्हणाला. "मी विचार केला, एकदा

तुमची चौकशी केलेली बरी.''

''का?''

''तुम्हाला माहीत नाही? बॉम्बब्लास्ट... सहा मृत्युमुखी!''

''ओह! नाही, मला नव्हतं माहिती.'' तो म्हणाला.

''मला खरंच खूप काळजी वाटत होती. कारण स्फोट झालेलं ठिकाण तुमच्या घरापासून खूप जवळ आहे. खरं तर मला आश्चर्य वाटलं, दीदीने ते ऐकले कसे नाहीत?''

त्याने मोठ्ठा आवंढा गिळला. ''तुझं तुझ्या बहिणीशी बोलणं झालं.''

''हो, हो. काळजी करू नका. मला जसं कळलं तसा लगेचच मी तिला फोन केला होता. तिने तुम्हाला फोन केला नाही? मला वाटलं, तिने केला असेल. पण शक्य आहे. तिला फोन लागला नसेल. नेटवर्क्स बिझी आहेत.''

फोन कानांपासून दूर करायलाही तो विसरला. अर्धा मिनिट तरी तसाच धरून होता. त्यानंतर भानावर यायला आणखी एक मिनिट लागलं. मग मात्र तो धावतच ऑफिसबाहेर पडला आणि पार्किंगकडे गेला.

त्याने कारमधला रेडिओ सुरू केला. त्यातून आरजेचे किंचाळणारे आवाज कानांवर येत होते. बहुतेक स्टेशन्सवर अद्याप चित्रपट संगीत सुरू होतं. त्याने एका हाताने सेलफोन वर धरला आणि कशीबशी न्यूज वेबसाइट उघडली. तिथे घटनेची माहिती पुरवली जात होती.

त्याच्या घरापासून चालत दहा मिनिटांच्या अंतरावर असलेल्या सिनेमा हॉलजवळ बॉम्बस्फोट झाला होता. बाहेरच्या फुटपाथवर बॉम्ब ठेवला होता, जिथे फेरीवाले सुटीच्या दिवशी त्यांचा माल विक्रीसाठी मांडून ठेवतात. दगावलेले बहुतेक लोक रस्त्यावरचे फेरीवालेच होते, तरुण मुलं– जी रस्त्यावर फोन कव्हर्स, चोरीचे बूट, स्वस्तातल्या वस्तू विकत होती.

एवढं सैरभैर होण्यासारखं काही कारण नाहीये– त्याने स्वत:ला बजावलं. आजकाल ती क्वचित घराबाहेर पडते. तिच्या NA मीटिंग्जसाठी किंवा शुक्रवार बाजारातदेखील जात नाही. मग आता कशी बाहेर जाईल? आणि समजा गेलीच बाहेर, तर काय होईल? तिथे सगळा धूर, रक्त आणि पोलिसांची गर्दी असेल. त्या दृश्याने ती मरणार नाही.

आणि त्यानंतर पुढची बातमी त्याच्या फोनच्या स्क्रीनवर झळकली, त्याच ठिकाणी दुसरा बॉम्बस्फोट!

त्याचा छातीचा पिंजरा जसा काही मोडून पडला असावा... त्याच्या हृदयाला किमान डझनभर जागी तो टोचत होता. त्याला वाटलं, तो आता इथेच मरणार. ॲक्सिलरेटरवर पाय, स्टिअरिंगवर दोन्ही मनगटं आणि दोन्ही हातांत घट्ट धरलेला

फोन. पुन:पुन्हा अंगठा फिरवून वेबसाइट रिफ्रेश करत असलेला, पुढचे तपशील मिळवण्यासाठी अधीर आणि तितकाच त्या तपशिलांनी घाबरलेला.

त्याचं असं म्हणणं होतं की, दुसरा बॉम्ब हा सिनेमा हॉलच्या तिरक्या दिशेने विरुद्ध बाजूला ठेवलेला होता. पहिल्या स्फोटानंतर काही तासांच्या अंतराने झालेला हा स्फोट... जेव्हा ते ठिकाण स्वयंसेवक, पोलीस, रिस्क्यू टीम यांनी गजबजलेलं असेल. बॉम्बस्फोटातून वाचलेले चिंताग्रस्त लोक आणि कॅमेरा क्रू पोलिसांच्या कड्यात उभे होते. बॉम्ब निकामी करणारं पथक त्यांच्या कामात मग्न होतं– इतर बॉम्ब शोधून ते निकामी करण्याचं काम. पोलिसांचा मदतनीस प्रशिक्षित कुत्राही हुतात्मा झाला होता. रस्त्यावर निश्चेष्ट पडला होता. त्याने रेडिओ स्टेशन लावलं आणि ती गोंधळ वाटणारी गाणी, तो आरजेचा उच्चरवातला आवाज ऐकणं पसंत केलं. आणखी काही माहीत करून घेण्याचा त्याला धीरच होत नव्हता.

स्फोटाच्या ठिकाणाजवळ पोलिसांनी रस्त्यावर रांग केली होती. त्याला दोनदा थांबवण्यात आलं. एकदा त्याची कार तपासण्यासाठी आणि दुसऱ्यांदा हातात सेलफोन ठेवून गाडी चालवण्यासाठी. गाडी लावायला जागा शोधण्यात एक तास गेला. बघ्यांच्या गर्दीतून रस्ता काढावा लागत होता. ती गर्दी त्या ठिकाणापासून दूर जाण्याचं नावच घेत नव्हती. ती या बघ्यांमध्ये असेल का?

अर्थातच त्याने पुरेसं स्पष्ट पाहिलं. आता पाहण्याची गरजच होती नियतीचा खोडसाळपणा, अपरिहार्यता, नको असलेला त्रास. त्याच्या लक्षात कसं आलं नाही याअगोदरच? तो तिला भेटला, तेव्हा ती हेच काम करत होती. नागरी युद्धातून (Civil War) वाचलेल्या लोकांच्या आयुष्याबाबत माहिती गोळा करत होती. सामूहिक बलात्काराची शिकार झालेली मुलं, हात-पाय गमावलेले लोक, त्रासलेले शरणागत निर्वासित. त्या वेळी जेव्हा तीन वर्षांच्या दुष्काळानंतर वाळवंटातील लोक कसे जगतात हे पाहण्यासाठी ती तिथे राहायला गेली होती, तेव्हा त्याचा निरोप घेताना त्याला मिठी मारून ती म्हणाली होती, ''कोण जाणे, आपली पुन्हा भेट होईल की नाही!''

आणि जेव्हा ती परत आली होती– जिवंत, तेव्हा त्याने तिला लग्नाची मागणी घातली होती. खोल गेलेले डोळे, अर्धवट उपासमार... तिथं कशी राहिलीय, हे विचारल्यानंतर 'फारसे चांगले नव्हते ते दिवस' एवढंच उत्तर तिने दिलं होतं. यानंतर तिचा जंगलात जाण्याचा विचार होता– जिथे बंडखोर मुक्कामी होते, सैन्याचा पहारा होता. जिथे राजकीय रंगाचा भेद न करता मृत्यू प्रत्येकावरच दबा धरून होता. म्हणून त्याने तिच्याशी तातडीने लग्न केलं होतं. लग्नानंतर समाधानाने ती म्हणाली होती की, ती संतुष्ट आहे. यापुढे जंगलात-वाळवंटात भटकणं नको. ती त्याच्याबरोबर सुरक्षित, मध्यमवर्गीय आयुष्य जगेल.

त्याने गर्दीत ढकलाढकली केली. लोकांना कोपराने छातीजवळ धक्के देत, त्याला समोरचं दृश्य बघता यावं अशा प्रकारे त्यांची डोकी बाजूला सारली. या रुक्ष दिसणाऱ्या माणसांमध्ये आणि तिच्यात काय सारखेपणा असेल? जे जबडे उघडे टाकून मोडलेल्या वस्तूंकडे, अर्धवट जळालेल्या शरीराच्या मांसाकडे टक लावून पाहत आहेत. ती खरंच इथे आली असेल? होय. जर ती आनंदी नसेल तर, त्याच्याबरोबर राहण्यात तिला स्वारस्य वाटत नसेल तर... होय.

डाव्या गल्लीत ॲम्ब्युलन्सची रांग होती. वाहनांच्या गर्दीतून पुढे जाण्यासाठी त्याने स्वत:ला पुढे दामटलं. धुळीने माखलेल्या काचांमधून पलीकडे पाहण्याचा प्रयत्न करत राहिला. एकीकडे काय पाहावं लागेल याबद्दल भीतीही वाटत होती. पण काही उपयोग झाला नाही.

तो पुढे घुसत राहिला. पोलिसांच्या साखळीजवळ पोहोचला. जिथे बॉम्बचा स्फोट झाला होता, त्या जमिनीच्या तुकड्याकडे पाहत राहण्याचा त्याला धीर झाला नाही. त्याऐवजी तो अजूनही सरळ उभे असणाऱ्यांकडे, स्ट्रेचर्स न्यायला मदत करणाऱ्यांकडे पाहत राहिला. लोकांचे अवशेष... त्याने स्वत:चे डोळे चोळले, मिटून घेतले. पायांवर भर देत पुढे-मागे झुलला.

'हे बघ,' त्याने स्वत:ला दटावलं, 'डोळे उघडे ठेव, तुला पाहायलाच हवं.' पुढे जाण्यासाठी त्याने मनाची तयारी केली. एका प्रेताच्या गाठोड्यावर पाय पडला, रक्ताळलेला कोणाचा तरी निखळलेला सांधा... आणि तेवढ्यात त्याने तिला पाहिलं!

ती वाकून पुढे पाहत असलेली दिसली. एका हाताने मेटल बॅरिकेडचा बार घट्ट धरलेला आणि दुसऱ्या हाताने हनुवटीला आधार दिलेला– अशी.

त्याने तिला अर्धवट उचलल्यासारखे ॲम्ब्युलन्सपर्यंत नेलं. दार सताड उघडं होतं. स्ट्रेचर आणि त्यावरचं प्रेत, दुसरं कोणीच नाही. तो ॲम्ब्युलन्सच्या पुढच्या भागाकडे धावत गेला. ड्रायव्हरवर ओरडून म्हणाला, "इथं कोणीही डॉक्टर का नाहीये? तू काय करतोयस? तू काही मदत का करत नाहीस?"

ड्रायव्हरने त्याच्याकडे पाहिलंही नाही. "मी डॉक्टर नाहीये. साधा वॉर्डबॉयसुद्धा नाही. मी काय करू शकतो?"

तो वाद घालण्याच्या बेतात होता. एवढ्यात त्याने पाहिलं. तिने आता जमिनीवर बसकण मारली होती. तिच्या कुडत्याचा पुढचा भाग अगोदरच लाल झालेला होता. त्याने दंडाला धरून तिला उठवलं. बळेच पुन्हा तिच्या पायांवर उभं केलं. पुढे जाऊ या– पुढे कुठे तरी डॉक्टर नक्कीच असेल.

पुढच्या ॲम्ब्युलन्समध्ये एक पिकल्या केसांची नर्स होती. ती प्रचंड घाबरलेली होती. जखमी, रक्तस्राव होणारी त्याची बायको पाहून तिने ओरडायला सुरुवात

केली, "तुला काय झालंय? अरे देवाऽऽ काय झालंय तुला?"

तो तिला सांगत बसला नाही. पुढे-पुढे... तिसऱ्या ॲम्ब्युलन्समध्ये एक त्यामानाने तरुण नर्स तयारीत होती. प्रथमोपचाराची उघडी पेटी तिच्या मांडीवर होती. तिने हळुवारपणे त्याच्या बायकोची स्वतःच्या जबड्यावर घट्ट धरलेली बोटं दूर केली. तो तिच्या निकट उभा होता. त्याचा हात तिच्या खांद्याभोवती वेढून तिला नर्सच्या कामात अडथळा आणता येणार नाही, अशा प्रकारे तिचे हात त्याने धरून ठेवले होते. निर्जंतुक मलम, कापसाचा बोळा, चिकटपट्टी...

"ओके." नर्स म्हणाली.

"म्हणजे काय– तू या जखमेला टाके घालणार नाहीस?"

"टाक्यांची गरज वाटत नाही. तिला तितकासा रक्तस्राव होत नाहीये. तिला फक्त धक्का बसलाय. तिला घरी घेऊन जा. विश्रांती घेऊ दे. तरीही रक्तस्राव थांबला नाही, तर पाहता येईल."

"डॉक्टर्स कुठे आहेत? मला डॉक्टरांना भेटायचंय." तो ओरडत होता. "तुम्ही सगळे इथे फर्स्ट-एड किट घेऊन का आला आहात? हा बॉम्बस्फोट आहे, क्रिकेटची मॅच नाही."

त्याच्या हाताला जाणवलं– त्याच्या बायकोने त्याचा हात आपल्या हातांनी गच्च धरला होता. अंगठा आणि तर्जनीच्या मधल्या मऊ जागेत तिचं नख रुतवलं होतं. हा त्यांच्यातला जुना इशारा होता. जर ते बाहेर एखाद्या पार्टीत किंवा लग्नात गेलेले असतील आणि तो काही तरी अयोग्य बोलून मर्यादा ओलांडत असेल, तर ती त्याचा हात धरायची अन् अशा प्रकारे नखं रुतवून त्याला इशारा करायची. ते उमजून त्याने नर्सशी वाद घालणं थांबवलं आणि बायकोला घेऊन घरी आला. कारमध्ये ते एकमेकांशी एक शब्दही बोलले नाहीत. शेवटी त्याने जेव्हा कारचं इंजिन बंद केलं, तेव्हा तिने रडायला सुरुवात केली.

"प्लीऽजऽऽ" तो म्हणाला. "आता आणखी काही सहन करण्याची ताकद माझ्यात नाहीये– निदान आज तरी नाही."

तो गाडीला वळसा घालून तिच्या बाजूचं दार उघडायला आला. ती खाली उतरली. तिच्या डोळ्यांतून आसवं ओघळली आणि त्या बँडेजमधल्या कापसात अदृश्य झाली. ती लाल-नारिंगी रंगाची कापसाची घडी ओली झाल्याने विस्कटून गेली होती. तिच्या हनुवटीला चांगलीच जखम झाली होती. तिथे टाके घालण्याची गरज आहे, असं त्याला वाटलं. बहुधा त्यांनी आता थेट हॉस्पिटलमध्येच जायला हवं. जवळच्या हॉस्पिटलमध्ये जाऊन उपयोग नाही. तिथे खूप गर्दी असेल. तो तिला रिंगरोडजवळच्या हॉस्पिटलमध्ये घेऊन जाऊ शकतो. अपघातानंतरची धक्कादायक परिस्थिती हाताळण्यात त्यांचं वैशिष्ट्य आहे. ते खास अपघातग्रस्तांसाठीच आहे. तो

पुन्हा ड्रायव्हरच्या जागेवर येऊन बसला आणि त्याने चावी फिरवून गाडी सुरू केली.

"तू मला सोडण्याचा विचार करतो आहेस?" तिने विचारलं.

तिचे शब्द तुटक, अस्फुट आवाजात येत होते. तिला बोलताना त्रास होतोय, हे त्याला दिसत होतं. इंजिन थोडासा आवाज करत शांत झालं. त्याने पुन्हा चावी फिरवली. तिने हात पुढे करत त्याच्या हाताला स्पर्श केला. त्याने इंजिन बंद केलं.

"मला वाटतं, तू तसं सांगून मोकळं व्हावंस-" ती म्हणाला, "तुला मला सोडून द्यायचंय. तसं सांग ना!"

त्याचे हात जागेवरच सुरसुरत राहिले. त्याचं त्याने काही तरी करायला हवं. त्यानं दोन्ही हात आपल्या विरळ होत चाललेल्या केसांतून फिरवले. आपला चेहरा चोळला. "मला वाटतं..." त्याने सुरुवात केली आणि लगेचच अडखळला. तिची हनुवटीची जखम पुन्हा उघडल्यासारखी वाटत होती. "मला कळत नाहीये. काल-परवापर्यंत सगळं ठीक होतं. मग अचानक तू... मी काय केलं असं? मी तुला काही केलं का? मी तर तुझ्यासाठी सगळं करण्याचा प्रयत्न केला. मग तू मला अशी शिक्षा का देतोयस?"

तो तिच्याकडेच पाहत होता, पण त्याचं लक्ष तिच्याकडे नव्हतं. तिने काही तरी प्रश्न विचारलाय, हे लक्षात यायला काही क्षण लागले आणि ती मात्र उत्कटतेने रडत होती. डोकं खाली छातीपर्यंत झुकलेलं, दोन्ही हात तिच्या दोन्ही मांड्यांवर उपडे विसावलेले. मळलेले, खरचटलेले तळवे- जसे एखाद्या भिकाऱ्याचे असतात तसे. त्याने पाहिलं, ती अनवाणी होती. एका पायावर रक्त लागलेलं होतं. ते तिचंच होतं की आणखी कोणाचं होतं, त्याला सांगता आलं नसतं.

तो पुन्हा कारमधून खाली उतरला. त्याने तिला उचलून बाहेर काढलं आणि लिफ्टपर्यंत घेऊन गेला. घरी आल्यानंतर त्याने तिला तिचे मळलेले कपडे बदलायला मदत केली. तिला बाथरूममध्ये नेलं. त्यानंतर तो एक बादली गरम पाणी आणि टॉवेल घेऊन आला. तिचं रडणं काही थांबत नव्हतं. शिक्षा केलेल्या एखाद्या लहान मुलाप्रमाणे आवाज न करता ती रडत होती.

शेवटी एकदाचं त्याने तिला बेडवर झोपवलं. ती म्हणत होती, "तू माझ्याशी अबोला धरलास. मला वाटलं, कदाचित तुझा मूड नसेल. पण तो तेवढ्या एकाच दिवसापुरता नव्हता; तू माझ्याशी बोलतच नव्हतास. म्हणून मग मला वाटलं, बहुतेक तुला मी नकोय. ते मला कसं सांगावं, हे तुला कळत नसावं कदाचित."

"खरंच?" त्याने विचारलं, "आणि तुझं काय?"

"माझं?"

मग त्याने तिला सांगितलं, "मला माहीत होतं सगळं. तू कशा प्रकारे ड्रेस घालून मीटिंग्जना जातेस, तो देखणा पुरुष आणि त्याची ती हवेली.

संचारबंदीच्या काळात तू ज्या पद्धतीने आगीच्या आणि स्फोटाच्या ठिकाणी जात होतीस, ते सर्व!" ती पुन्हा रडवेली झाली होती. तो स्वत:ही जवळजवळ रडण्याच्याच बेतात होता.

"तसं करण्याची काहीच गरज नव्हती. जर तू माझ्याबरोबर खुश नव्हतीस, तर तू मला तसं सांगायचंस. तू मला सोडून जाऊ शकत होतीस."

तिने तिचं डोकं नकारार्थी हलवलं. त्यानंतर तिने त्याला सांगितलं– तिच्या रक्तात उसळणारी ऊर्मी, तिला आतापर्यंत तीव्रतेने जाणवणारं काही तरी, तिला होणारा पॅरानोश्याचा त्रास– म्हणजे ज्यामुळे लोकांची भीती वाटते, त्यांच्याबद्दल संशय वाटत राहतो असा मानसिक त्रास. ज्यामुळे ती कुठे आहे किंवा ती घरी कशी जाईल याबाबत तिला काहीच समजत नसायचं. कोणत्याही रसायनाने होणाऱ्या हानीपेक्षाही वाईट हानी इतर लोकांकडून पोहोचू शकते, याविषयी सतत वाटणारी भीती.

"माझा भाऊ म्हणायचा की, त्याला गटारातून माझं शरीर उचलावं लागू नये. म्हणून मग मी क्लिनिकमध्ये गेले. पण त्यांना काही समजलंच नाही. मला काही ते हवं होतं, असं नाही. फक्त ती भावना दूर जाऊ दे, यामुळे त्रास होईल हे माहीत असूनही. ती भीती... ती सर्वोच्च स्थानी होती."

"मी चालत्या गाडीतून खाली उतरायची. कॉलेजमध्ये असताना मुलं मला चॅलेंज करायची आणि मी तसं करून दाखवायचे. आता वाइन शॉप! दुसरी कोणी तरी स्त्री तिथं यायची नाही, पण मी जायचे. तिथं असलेल्या सगळ्या बाटल्यांकडे पाहत उभी राहायचे. हे कसं होतं– माहितीये? दरीच्या टोकाशी उभं राहण्यासारखं. फक्त एक पाऊल अलीकडे. कदाचित हे असं तुमच्यातून कधीच निघून जात नाही. ते तुमच्यात मुळापासून असतं. बहुधा आनुवंशिक.

"मला नाही सांगता येणार. मी लहान होते ना, तेव्हादेखील मी घराबाहेर फिरायचे. मुख्य रस्त्यावर जाऊन उभी राहायचे. उजव्या-डाव्या बाजूने गाड्या वेगाने जायच्या. टायर घासल्याने आवाज यायचे. नंतर मला शिक्षा व्हायची. पण तो तत्क्षणी होणारा जिवाचा थरकाप, मला जगायचंय या भावनेने जाणवणारा थरार... तुला कळतंय?"

त्याला काही कळत नव्हतं. पण त्याने तिला थांबवलं नाही.

"NA मुळे मी काही दिवस गुंतलेली राहिले. लोकांचा, त्यांच्या गोष्टींचा विचार करत, गंमत वाटली... रोजच्या सामान्य जगण्यातही केवढा धोका असतो! त्यांच्या आयुष्याची जोखीम म्हणजे जणू माझ्याभोवतीचं चुंबकीय बल होतं. या बलाचा परिणाम मोठा असायचा. जेव्हा मी त्यांना अव्याहतपणे कसे ते कडेलोट होण्याच्या काठावर उभे होते, ते सांगताना ऐकायची. त्यानंतर मात्र मला कंटाळा यायला लागला. यापेक्षा मोठं काही तरी हवं होतं. तिथे ज्या पुरुषांबरोबर मी गप्पा

मारायचे, ते माझ्यासारखेच होते. आम्ही प्यायचो, सिगारेट्स ओढायचो.''

राहिलेल्या गोष्टी तिच्याकडून ऐकण्याची त्याला गरज वाटत नव्हती. ते कपडे, हाय हिल्स, त्या आकर्षक पुरुषाबरोबर फिरणं, त्याची लिफ्ट ती कधीही घेऊ शकते याची जाणीव असणं, तिची इच्छा असेल तेव्हा ती त्याला घरी ड्रिंक्ससाठी आमंत्रित करू शकते हेही तिला माहीत होतं. तिच्या नवऱ्याकडे घराची दुसरी चावी असते, असं असूनही. ती तिच्या वैवाहिक आयुष्यात खूप सुखी होती आणि म्हणूनच तिने असा आगीशी खेळ केला.

''मला असं व्हायचं नव्हतं रेऽऽ'' ती म्हणत होती. ''तुझ्याबरोबर असताना मी वेगळी व्यक्ती असू शकते, असं वाटायचं. मी तसा प्रयत्न केला.''

त्याने खाली आपल्या हातांकडे पाहिलं. हो तर, तिने प्रयत्न केले होते. चौदा वर्षं. त्यापैकी एकही वर्षं वाईट गेलं नव्हतं. तो सुखी होता.

''मग आत्ता मी काय करावं, अशी तुझी इच्छा आहे?'' त्याने विचारलं, ''तुला काय हवंय?''

''मला तुझी बायको म्हणून जगायचंय...'' ती म्हणाली, ''जर तुझी हरकत नसेल तर.'' त्यानंतर लगेचच तिच्याकडे पाहण्याचा त्याला धीर झाला नाही. म्हणून त्याने तिची उशी सारखी केली, पांघरूण तिच्या खांद्यापर्यंत ओढून घेतलं. तिने डोळे बंद करून घेतले आणि झोपी गेली.

तो तिथे बसून राहिला. ही स्त्री... जिची निवड त्याने केली होती, तिच्याविषयी आश्चर्यानं विचार करत राहिला. ही स्त्री...जी ड्रग ॲडिक्ट होती; जी अशा ठिकाणी निघाली होती, जिथे गँग रेप आणि गन बॅटल्स सामान्य बाबी आहेत! त्याला वाटलं, तो वेगळ्या स्त्रीची निवड करू शकला असता. अशा स्त्रीबरोबर लग्न करण्याची त्याला भीती वाटायला हवी होती. भीती ही एक खास भावना होती. कडेलोट होण्याच्या काठावर उभं असणं कसं असतं, हे त्याला माहीत होतं.

तो बाहेर सोफ्यावर बसला आणि स्वत:साठी ग्लासभर वाइन घेतली. त्यानंतर दुसरा ग्लास, मग आणखी एक ग्लास... जेव्हा बाटली पूर्ण रिकामी झाली, तेव्हा तो पुन्हा एकदा सुखी मनुष्य झाला होता.

◆

ती जी बादलीमधून बाहेर पडली

इथं होती ती. बाथरूममध्ये उभी. सर्वांगावर साबण लावलेला. केस गुंडाळून, मुडपून डोक्यावर घेतलेले आणि एका पर्पल बक्कलने जागेवर बांधलेले. का, तर केस धुऊन व्यवस्थित कंडिशन करण्याइतका वेळ तिच्याकडे नव्हता. तिच्या शेड्युलच्या ती बरीच मागे होती. उशीर होत होता.

आणि ती तिथे होती बाथरूममधल्या मगवर बसून तिच्याकडे उद्धट, उद्दाम नजरेने पाहत.

जर ती किंचाळणाऱ्यांपैकी असली असती, तर ती किंचाळली असती. पण तशी नसल्याने तिने नुसताच आवंढा गिळला.

तिच्या मनात आलं– पाली किती भीतिदायक असतात! अर्थात ही परिचित होती. घरात आढळणारी पाल. सध्या घरात भरपूर पाली होत्या. किमान अर्धा डझन तरी. आतापर्यंत तिला त्यांची सवय व्हायला हवी होती. पण अजूनही त्यातल्या एखादीला पाहिल्यानंतर ती दचकत होती. भिंतीवर सरपटत चालणारी, स्वयंपाकघरातल्या एखाद्या बरणीवर रेंगाळणारी, फ्रिजच्या वर इकडून तिकडे सरसर जाणारी, बाथरूमच्या दारामागे खिळ्यावर टांगून ठेवलेल्या तिच्या कपड्यांच्या आड दडलेली, दारावरच्या हँडलला लपेटून घेतलेली, तर कधी-कधी सरकत्या खिडक्यांच्या पेलमेटवर मध्येच घुसून बसलेली– जिचा तोल कधीही जाऊ शकतो आणि ज्यामुळे तिला खिडकीही उघडायची काळजी वाटायची. न जाणो, एखादी पाल टप्कन तिच्या डोक्यावर पडली तर!

खूप पूर्वीच तिने ही गोष्ट स्वीकारली होती की, ती घाबरते. पालींना भिते. ठीक आहे. त्या छोट्या, निरुपद्रवी, सामान्य जीव आहेत. पण त्यामुळे काय फरक पडतो? घरात पाली असणं ही काही वाईट गोष्ट नाही, असंही तिने ऐकलं होतं. त्यांच्यामुळे कीटकनाशकाचं काम सोपं होतं. शेकडो कीटक, आसपासचे किडे हेच त्यांच्यासाठी अन्न असतं म्हणतात. पण त्यांचं अस्तित्व तिच्या सहनशक्तीबाहेरचं

होतं. इथे-तिथे कुठेही हलक्या पावलांनी त्यांचं सरपटणं, शांत पण सतर्क असणं, छताला चिकटून राहणं आणि ज्या वेगाने त्या हालचाल करतात– हे सर्वच तिला सहन व्हायचं नाही.

त्या उष्ण कटिबंधातल्या घरांत आढळणाऱ्या पालींवर नजर जाताच न चुकता तिच्या मनात, तिच्या डोक्यात त्यांचे सरपटणारे, घट्ट पकड असणारे पाय येत आणि मग तिच्या डोक्यात एक भयंकर चित्र तयार होई. ती पाल तिच्या शरीरावर घट्ट पकड जमवून आहे. तिला हलू देत नाहीये. तिच्या डोक्यावर, पायांवर, पाठीवर किंवा यापेक्षाही वाईट म्हणजे तिच्या चेहऱ्यावर त्या चावत नाहीत, हे तिला पटत नव्हतं. बहुधा त्यांना सुरीपेक्षाही तीक्ष्ण दात असावेत. आकाराने त्या कितीही लहान असल्या किंवा त्यांना सहजासहजी मारून टाकता येत असलं, तरीही त्या धोकादायकच होत्या.

याशिवाय तिला त्या विषारीदेखील वाटायच्या. कदाचित लहानपणी तिने पाहिलेल्या हिंदी सिनेमामुळे असेल, ज्यामध्ये कोणी तरी कोणाला तरी जिवे मारण्यासाठी उकळत्या दुधाच्या पातेल्यात पाल टाकतं.

हे हिंदी सिनेमापण ना असले विचित्र असतात... त्यांनी एकदा का तुमच्या डोक्यात काही भरवलं की, ते सहजासहजी डोक्यातून काढून टाकणं अशक्य. जसा की तो सिनेमा– ज्यामध्ये एक मुलगा नेहमी विचारात हरवलेला, उदास असायचा. आणि एका मुलीने त्याला हसायला शिकवलं. तिने हा सिनेमा पाहिला तेव्हा ती पाच वर्षांची असावी. पण त्या सिनेमाने तिच्या अंतरंगांत काही तरी घडवलं. तेव्हापासून तिला अशा पुरुषांबद्दल प्रेम वाटू लागलं, जे विचारात खूप हरवलेले असतात आणि अगदी कमी हसतात. मागच्या वेळेचा जरा वेगळा होता. तो विचारात मग्न असायचा, पण फक्त एकटा असतानाच. जेव्हा तो लोकांबरोबर असायचा, तेव्हा भरपूर हसायचा. तो तिलाही हसवीत असे.

त्याच्या हसण्याची तिला काळजी वाटायची. ती लहान होती तेव्हा खेड्यातल्या तिच्या मोठ्या काकांनी तिला सांगितलं होतं, 'जे लोक आधी खूप हसतात, त्यांना नंतर खूप रडावं लागतं.'

तिला वाटलं, यात नक्कीच काही तरी तथ्य असावं. लहानपणी तिला जोराने हसू येई तेव्हा हात तोंडावर दाबून धरून ती हसण्यावर नियंत्रण मिळविण्याचा प्रयत्न करे. डोळे भीतीने मोठे झालेले असत.

आतादेखील तिला स्वत:च्या त्या स्थितीची आठवण आहे. जणू तिचं लक्ष नसताना कुणीतरी काढलेला तिचा फोटो अगदी स्पष्ट– एक हात तोंडावर दाबून धरलेला आणि मन काळजीयुक्त विचारात हरवलेलं... मी एवढी हसते आहे याची कोणती शिक्षा नियती माझ्यासाठी ठरवत असेल?

नंतरही जेव्हा ती तिच्या विचारांत हरवणाऱ्या प्रियकराला भेटायला जायची आणि तो तिला स्वतःच्या बाहुपाशात ओढून घ्यायचा किंवा तिच्या डोळ्यांत पाहत हसायचा, तेव्हाही ती झट्‌कन हे सगळं घडवून आणणाऱ्या त्या कोणा अज्ञात शक्तीची एखाद्या लहान मुलाप्रमाणे प्रार्थना करायची. नियतीला सांगायची, 'मी खूप हसत नाहीये.'

वरचेवर ती रडत असे. तसंच, काहीही कारण नसताना. त्याच्या समीप पहुडलेली असली की, तिचे डोळे भरून येत. अश्रू वाहू लागत. तो जागा असला तर निःश्वास टाके. जणू त्याला हे अपेक्षितच असायचं. जणू तिच्या आयुष्यात हास्य फुलविण्याचे त्याचे सारे प्रयत्न अयशस्वी झाले असावेत. आणि जसं काही अशा अपयशाची त्याला सवय आहे असा. कधी कधी, तो आपण पाहिलंच नाहीये असं ढोंग करायचा. तो उठून बाल्कनीत जायचा आणि बराच वेळ न हसता, न बोलता तिथेच थांबायचा.

जेव्हा तिच्या लक्षात आलं की– त्याचं असं विचारात हरवणं, स्वतःची कीव करणं आणि राग दडपून टाकणं हे त्याचे सुटकेचे छोटे-छोटे मार्ग आहेत; तेव्हा वास्तवतः तिलाच स्वतःला सुटल्यासारखं वाटलं होतं. तो तिच्यापेक्षा फार वेगळा नव्हता. हे काही फक्त हसण्यापुरतंच मर्यादित नव्हतं. त्यामुळे त्या दोघांचं छान जुळणार होतं.

तिला त्याची प्रकर्षाने आठवण येत होती. त्याचे खास एकांतातले कोपरे– जिथं तो विचारमग्न असायचा, ज्या ठिकाणी तिचंही विशेष स्वागत नव्हतं– त्यांचीदेखील तिला आठवण येत होती. तथापि, दुसऱ्याच क्षणी तिच्या मनात आलं, त्याचं अख्खं घरच हळूहळू अशा सगळ्या कोपऱ्यांची साखळी होत चाललं होतं, जिथे तिला ती उपरी वाटायची. त्याच्या बाल्कनीत नाही. त्याच्या कामाच्या ठिकाणी नाही. त्याच्या गेस्ट बेडरूममध्ये नाही. कारण ती काही घराची पाहुणी नव्हती. त्याच्या स्वयंपाकघरात नाही. विशेषतः त्याच्या स्वयंपाकघरात तिचं येणं त्याला अजिबात आवडायचं नाही. काही काही वेळेला तर तिला असंही वाटायचं की, तिने त्याच्या बाथरूममध्ये तिचा स्पेअर टूथब्रश ठेवलाय. याचाही त्याला राग येत असावा.

गंमत आहे. आता तिच्या मनात तसा विचार येतो आहे, तेव्हा त्याच्या घरात पाली नव्हत्या. तिने एकही पाल पाहिली नव्हती. त्याच्या घरात कदाचित किडे जास्त नव्हते म्हणून असेल. तो बरेच कीटकनाशक स्प्रे वापरायचा. तिने त्याला दोनदा सांगितलं होतं– या प्रकाराची तिला ॲलर्जी आहे. त्या वासाने तिला खोकल्याची तीव्र उबळ येते. परंतु त्याने सगळ्या घरात, वर-खाली ते स्प्रे मारणं काही थांबवलं नाही.

कदाचित, त्यामुळेच तिच्या घरात एवढ्या पाली असतील. ती तसले स्प्रे मारायची नाही. फक्त एकदाच तिने तो विषारी स्प्रे वापरला होता, जेव्हा तिच्या भावाची लहान मुलं तिच्या घरी आलेली होती. त्या छोट्या मुलांचं डास व तसल्याच तत्सम किड्यांपासून रक्षण करणं गरजेचं होतं. त्यानंतरच्या दिवसांत किमान तीनदा तरी तिला मेलेल्या पाली आढळल्या होत्या. तेव्हा मोलकरीण सुटीवर होती आणि तिलाच झाडणं-पुसणं भाग होतं.

दुसरी गमतीदार गोष्ट म्हणजे– तिला पालींच्या कलेवरांचा जरी खूप तिटकारा होता, तरी जिवंत पालींबद्दल वाटणाऱ्या तिटकाऱ्यांहून तो वेगळा होता. त्याची तिला भीती वाटत होती. त्यांनी तिच्याकडं पाहणं, त्यांचा स्पर्श होणं तिला आवडायचं नाही. ती खाणार असलेल्या वा अंगावर घालणार असलेल्या कोणत्याही गोष्टीला त्यांचा स्पर्श तिला नको असायचा. जिवंत पाली तिला किळसवाण्या, अंगावर खरखरीत ओरखडा उठल्यासारख्या, त्यांच्या नुसत्या दर्शनानेच किळस आणणाऱ्या वाटायच्या. मेलेल्या पालींना पाहून तिच्या हृदयात कळ उठायची.

पालींची प्रेतं किती नाजूक, छोटीशी, निरुपद्रवी आणि भयंकर केविलवाणी वाटतात. जसे फिश बाऊलमधले मृत गोल्डफिश. जेव्हा तिला कपाटाखाली झाडू फिरवून तिथे असलेली त्यांची निपचित कलेवरं केराच्या सुपलीत भरावी लागत, तेव्हा तिचे हात कंप पावत. सुरुवातीला त्या खरोखरच मेलेल्या आहेत याची तिला खात्री वाटायची नाही. जर त्या अचानक जिवंत झाल्या आणि उलटून त्यांनी तिच्यावरच उडी मारली तर, तिच्या बोटांना चिकटून बसल्या तर? पण जेव्हा त्या काहीच हालचाल करायच्या नाहीत, तेव्हा तिचं हृदय कणवेनं भरून येई.

ती भीतियुक्त सतर्कतेने प्रत्येक मेलेली पाल सुपलीवर घेऊन डस्टबिनमध्ये टाकून देत असे. प्रत्येक वेळी एक नकोशी भावना तिच्या घशाशी येई. ही पाल मेली नसती तर बरं झालं असतं, असा विचार तिच्या मनात येई. काय वय असेल तिचं? तिला प्रश्न पडे. जर ती छोटीशी, निस्तेज दिसली, तर 'ते पालीचं पिलू तर नसेल?' असंही तिला वाटे. कशी मेली असेल ती?

आशा आहे, तिला फार हिंस्त्र मृत्यू आला नसेल. कधी-कधी तिला असंही वाटायचं– डस्टबिनमध्ये टाकण्याऐवजी हे पालीचं कलेवर बागेत फेकून द्यावं. ते कदाचित थोडंफार प्रेत पुरल्यासारखं होईल. अर्थात ती टेरेसवर राहत असल्याने बागेचा पर्याय फार शहाणपणाचा नव्हता. जर घरमालकाने तिला मेलेल्या पाली त्यांच्या बागेतल्या लाल-जांभळ्या कोनासारख्या 'पेट्यूना' फुलांच्या झुडपांवर टाकताना पाहिलं तर! नाहीऽऽ नाहीऽऽ ही काही फार चांगली कल्पना नव्हती.

आता थरथर कापत तिने त्या विशिष्ट प्राण्याकडे पाहिलं. तीही तिच्याकडे पाहते आहे, असं दिसत होतं. अर्थात तुम्ही तसं खात्रीने नाही म्हणू शकत. पालींकडे पाहून

नेहमीच असं वाटतं. जणू काही त्या थेट तुमच्या डोळ्यांत पाहत आहेत. तिला भीती वाटायची, त्यापैकी ही एक गोष्ट होती. त्यांनी का असं तुमच्याकडे पाहत राहावं?

पाल निघून जावी म्हणून ती वाट पाहत राहिली. अंगावरचा साबण वाळायला लागला होता. पाल गेली नाही. तिथेच त्या मगवर बसून राहिली. बकेटमधल्या पाण्यावर तो मग हलके-हलके तरंगत होता.

मुळात ती त्या बकेटमधल्या मगवर गेलीच कशी? पालींना कुठे पाणी आवडतं, नाही का?

या पालीला आवडत नाहीसं दिसत होतं. तिची किंचितशी हालचाल झाली. तिचे पंजे... का त्यांना नखं म्हणायचं? किंवा नुसतंच पाय म्हणू या. तिने ठरवलं. तर, तिचे पाय हलले. पंजात मगचा काठ घट्ट पकडलेला. पाण्यावर डचमळणाऱ्या मगजवळ पाणी इंचभर पुढे चढताच पाल झट्कन मागं सरकली. नाही. तिला पाणी नक्कीच आवडत नव्हतं.

तिने श्वास रोखत पुटपुटत पालीवरचा राग व्यक्त केला. "तुला पाणी आवडत नव्हतं तर मूर्खासारखी तू त्या बकेटकडे गेलीसच कशाला?"

पालीचं डोकं बाजूला हललं. अगोदर किंचित एका बाजूला आणि नंतर दुसऱ्या. जणू काही सांगत होती, 'मी गेले नाही गं, मी पडले.'

ते शक्य होतं. सिलिंगवरून सरपटता-सरपटता बहुधा तिची पकड सैल झाली असेल, त्यामुळे ती पडली असेल कदाचित. तिला पोहताही येत नसावं.

तिच्यासारखंच तीसुद्धा पोहू शकत नव्हती. तो म्हणाला होता, "मी घेतो जबाबदारी. पोहता न येणं ही लाजिरवाणी गोष्ट आहे. तुला ते शिकायलाच हवं. मी तुला शिकवेन."

एकदा तिने मान्य केलं, "ठीक आहे. कधी? कुठे?"

मग मात्र त्याचा चेहरा पुन्हा त्या अवघड कोपऱ्यातल्यासारखा झाला. "मला थोडा विचार करू दे. एक तर तू एवढी लांब राहतेस..."

तिच्या अगोदरच लक्षात यायला हवं होतं. असं कधीच घडू शकणार नाही. तो तिला कधीच शिकवणार नाही, निदान या शहरात तरी नाही– जिथली प्रत्येक गल्ली, प्रत्येक क्लब, हॉटेल हे त्याच्या त्या कोपऱ्यांमध्ये समाविष्ट होतं. ते कोपरे, जिथं तिने असणं अपेक्षित नव्हतं. पण त्याच्या या शिकविण्याच्या कल्पनेवर विश्वास ठेवायला तिला छान वाटलं होतं. म्हणून तिने आणखी थोडी हिंमत वाढवली आणि एक उत्तेजित हास्य करून तिने म्हटलं, "तू विचार करून मग मला सांग. आपण दोघेही पोहू या."

तिला वाटलं...'खरंच मला पाण्यात पोहता येत असतं तर.... मला समुद्राची

आणखी मजा घेता आली असती.' तिचे सगळे मित्र-मैत्रिणी समुद्रकिनाऱ्यावर सुटी घालवायला गेले होते. आणि तिथे त्यांनी खूप मस्ती केली. वाळूवर पळताना आपले शर्ट्स काढून फडकावले. धावत-धावत पाण्यात शिरण्यासाठी, पाण्यात पोहण्यासाठी त्यांची आतुरता एखाद्या ब्राउन माशासारखीच होती. त्याच्यासारखंच पोहताना क्षणभर त्यांची पाठ पाण्यावर दिसायची, पुढच्याच क्षणी दिसेनाशी व्हायची आणि पुन्हा पाण्याच्या पृष्ठभागावर यायची. तिच्या मित्र-मैत्रिणींनी तिला पोहायला शिकवण्याची तयारी दर्शविली होती, पण ती शिकली नाही. ती त्यांना सांगायची, 'पोहणं माझ्यासाठी नाहीये.'

ते या पालीसाठी तर नक्कीच नव्हतं. जर ती पोहू शकली असती तर बादलीच्या कडांवरून सरपटून बाहेर गेली असती. अर्थात ती तिला मदत करू शकते. ती तो मग वर उचलून बादलीतून बाहेर काढून रिकामी करू शकते. तिने स्वत:लाच सांगितलं, 'तू हे करू शकतेस. 'पण ती तसं करू शकली नाही. तिने मग उचलण्यासाठी हात दोनदा पुढे केला, दोनदा. पण त्या पालीचे तिच्या चेहऱ्यावर आणि हातावर खिळलेले डोळे पाहून ती काहीच करू शकली नाही.

पालीने थोडी हालचाल केली. मग थोडासा आणखी पाण्यात झुकला आणि परिणामस्वरूप त्यात आणखी थोडं पाणी शिरलं. ओल्या पृष्ठभागावर पालीची पकड काहीशी सैल झाल्याने तिचे पुढचे पाय त्यावर धडपडत होते. मग डचमळला, त्यात आणखी पाणी शिरलं आणि शेवटी मग बादलीच्या तळाला जाऊन बुडाला.

पालीने अगदी योग्य वेळी मगवरून बाहेर उडी मारली. आता ती बादलीतल्या पाण्यावर धडपडत होती. एखाद्या बुडणाऱ्या माणसासारखा तिने तीव्र लढा दिला होता.

तिला आता पाहवेना. ती बिचारी पाल पाण्यावर तरंगत राहण्यासाठी जिवाचं रान करीत होती. मान जास्तीत जास्त ताणून डोकं पाण्याबाहेर ठेवण्याचा प्रयत्न करीत होती. तिने पाण्याचा नळ बंद केला. आता गरम पाण्याचा प्रवाह पालीच्या डोक्यावर पडणार नाही. आणि नंतर अचानक ती उलटी झाली... पोटाची बाजू वर!

त्याच वेळी तिला आठवलं, त्याचा फोटो. तलावातल्या पाण्यावर पोट वरच्या बाजूला. तो बारा वर्षांचा असेल तेव्हा. त्याचा मोठेपणीचा चेहरा कसा असेल याची चुणूक दाखवण्याइतपत मोठ्या वयाचा. डोळ्यांतला धूर्तपणा, हास्यातलं दु:ख त्याच्या चेहऱ्यातून जाणवत होतं. तरीही सहज दुखावला जाण्याइतक्या लहान वयातलाही. त्या वेळी त्याला नीट पोहता येत नव्हतं. बहुधा तो कोणत्या तरी हॉटेलच्या स्विमिंग पूलमध्ये तरंगत असावा. त्या दिवसांत खासगी स्विमिंग पूल कोणाचेच नव्हते.

त्याचे डोळे उघडे होते आणि सगळं शरीर सैलावलेलं. सांधे मोकळे सोडलेले. जणू काही तो मेल्याचं ढोंग करण्याचा खेळ खेळतो आहे. तिने तो फोटो बऱ्याचदा

पाहिला होता. त्याने तो फ्रेम करून ठेवलेला किंवा पिनने बोर्डवर टाचलेला नव्हता. जसे त्याने काढलेले त्याच्या मित्रांचे, त्याच्या ॲब्सचे, त्याच्या पालकांचे इतर बरेच फोटो असे लावलेले होते. हा फोटो मात्र ड्रॉव्हरमधल्या एका जुन्या पाकिटात बंदिस्त होता.

तो ड्रॉव्हर कुलूपबंद करीत असे, ज्या दिवसांत त्याला काही तासांसाठी बाहेर जावं लागे आणि ती त्याच्याच घरात त्याची वाट पाहत थांबण्याचा निर्णय घेई– ज्यायोगे ते दोघे रात्रीचं जेवण एकत्र करू शकतील. तिचं असं थांबणं त्याला आवडत नाही, हे ती जाणून होती. ती निघून गेली असती आणि परत दुसऱ्या दिवशी आली असती, तर ते त्याला जास्त आवडलं असतं किंवा नुसतीच निघून गेली असती... असं तिचंदेखील घर असल्यासारखं त्याच्या घरी रेंगाळत राहण्याऐवजी थांबलीच नाही, तर बरं.

अर्थात तो तसं कधीही सांगणार नाही. तो फक्त जास्तीच्या चाव्यांचा जुडगा घेई आणि बाहेर जाण्याअगोदर काही ड्रॉव्हर्स कुलूपबंद करून टाकत असे. असं करताना ती दुखावली जाणार नाही याची काळजी घेत तो सहज वागत असे. कदाचित तिच्या लक्षात आलं तरी त्याला त्याची पर्वा वाटत नसावी. परंतु कधी कधी तो ड्रॉव्हर्सना कुलूप लावायला विसरायचादेखील किंवा तो विसरत नसावा– ती ते उघडून पाहणार, हे तो जाणून असावा.

अर्थात, तिनेही ते उघडले होते. बँक स्टेटमेंट्स, निमंत्रणपत्रिका, काही फोटो आणि हे पाकीट तिथं होतं. ती याच गोष्टींकडे पुन:पुन्हा येत असे. त्याच्या बालपणीचे आणि तारुण्याच्या नव्हाळीतले हे काळजीपूर्वक काढलेले फोटो... जे त्याला लपवून ठेवावेसे वाटत होते किंवा कदाचित दाखवायचे होते.

कदाचित तिने असे क्ल्यूज शोधून काढावेत, हीच त्याची इच्छा असावी. अर्थात त्याला तसं वाटतं आहे असं दिसता कामा नये, असाच तो वागत होता. त्याचा स्वत:चा लहानपणीचा स्विमिंग पूलमधला फोटो, तो त्याच्या वडिलांबरोबर बागेत फांद्यांच्या दाट गर्दीजवळ उभा असलेला. त्याच्या एक्सबरोबरचा त्याचा फोटो– शेजारी-शेजारी औपचारिकपणे उभे असलेला. बहुधा कोणी तरी कुटुंबातल्या सदस्यांनी घेतलेला तो फोटो असावा. या मुलाला, या मुलीला भेटा– अशा प्रकारच्या कौटुंबिक भेटीच्या वेळी काढलेला. फोटोत दोघेही अवघडलेले दिसत होते. पण ज्या कोणी फोटो घेतला होता, त्याच्या दृष्टीने मात्र ती कौटुंबिक भेट चांगली झालेली असावी. त्यांच्या दोघांच्याही कुटुंबांनी संमती दिलेली असणारच.

तिच्या बाबतीत मात्र त्याच्या कुटुंबाने संमती दिली नसती, हे ती जाणून होती. पण त्याने त्याच्या घरच्यांना तिच्याबद्दल सांगितलंच नाही. हेच काय– पण अशा इतरही अनेक गोष्टी होत्या, ज्या त्याने सांगितलेल्या नव्हत्या. तो परत येण्यापूर्वी

ती ते फोटो जागचे जागी नेहमीच ठेवून देत असे. अगोदर ते जसे ठेवलेले होते तसेच ठेवण्याची पूर्ण काळजी घेऊन.

तिला माहीत व्हावेत म्हणून त्याने मागे ठेवलेल्या संकेतांमधून ती नेमके काय उचलते हे त्याला कळू नये, अशी तिची इच्छा होती.

आतापर्यंत पाल बुडाली असावी. तिला वाटलं, एखादा मग आणून तिला बादलीबाहेर काढून टाकावं का? पण तेवढ्यात पुन्हा ती उलटी झाली आणि स्वत:ला बादलीच्या काठावर घेऊन जाण्यात यशस्वी झाली. तिच्या पायांनी पकडलं. पुन्हा घसरले. पकड मजबूत करण्यासाठी तिची धडपड चालूच होती अशात ती बादलीत पुन्हा घसरली.

तिच्या आतून आलेला सहानुभूतीचा हुंकार थांबवण्यासाठी तिचा हात स्वत:च्या तोंडावर गेला. तिच्या लक्षात आलं, आपल्या हातांना अजूनही साबण आहे. तिने नळ सुरू केला आणि हात धुतले. पाल पुन्हा उलटी झाली आणि पोट वरच्या बाजूला झालं.

तिने नळ बंद केला आणि आता काय करावं, या विचारात पडली. संपूर्ण रात्र ती इथे उभी राहू शकत नव्हती. अगोदरच तिला उशीर झालेला होता. आणि कामासंदर्भातल्या मीटिंग्जना उशिरा पोहोचणं हे तुमच्याबद्दलचं मत वाईट करण्याचा सोपा अन् प्रभावी पर्याय आहे. तिला कशाची गरज आहे, हेच तिला कळत नव्हतं. एक जास्तीचा मग? पण त्याच्या साह्याने ती करणार काय?

पालीने स्वत:ला उलटं करण्याचा आणि पुन्हा बादलीच्या काठावर घेऊन जाण्याचा आणखी एक प्रयत्न केला. घसरत, पडत श्वासासाठी-हवेसाठी धडपडत, थोडी मदत, थोडी जागा शोधत राहिली. आणखी काही काळ तग धरण्याचा तिचा तो केविलवाणा प्रयत्न तिला पाहवेना. ती पुढे झाली आणि बादली तिरकी करून रिकामी केली. पाणी वेगाने सगळ्या बाथरूमभर पसरलं. पालीने तिच्या सर्व शक्तिनिशी बादलीच्या काठाला घट्ट धरून ठेवलं. नंतर तिने बाहेर उडी मारली आणि बाथरूमच्या कडेला निघून गेली.

तिने पुन्हा पाणी सोडलं. बादली स्वच्छ विसळली आणि पाण्याने पुन्हा भरली. त्या मगवर पालीचे पाय घासताना ओरखडे उठताना तिने पाहिले होते. त्यामुळे तिला तो मग वापरावासा वाटेना. तिने तो डिटर्जंटच्या पाण्याने भरला आणि तिचं स्नान संपण्याअगोदर पाण्याने धुऊन टाकला.

'असं पालीचा स्पर्श धुऊन टाकणं वेडेपणाचं आहे!' ती स्वत:शीच म्हणाली. 'माझं लक्ष नसतं तेव्हा ती घरभर फिरत असेल. ग्लास, चमचे, माझा बिछाना... ती कुठे कुठे फिरली असेल आणि कशाकशाला तिचा स्पर्श झाली असेल, हे कळण्याचा काहीच मार्ग नाही.'

तशाच प्रकारे जसा त्याच्या घराबाबत, त्याच्या बेडबाबत काही जाणून घेण्याचा कोणताच मार्ग नाही. तिथे कोणी दुसरं आलं होतं का, घरभर चोरट्या पावलांनी वावरलं का? तिथल्या प्लेट्स, चमचे, तिचा टूथब्रश, नेहमीपेक्षा जाड उशा यांना कोणाचा स्पर्श झाला असेल का? तिथे असलं कशाचंही चिन्ह दिसायचं नाही. आणि दिसलं असतं तरी त्याबाबत त्याच्याशी कसं बोलावं हे तिला कळलं नसतंच. तिचा स्वत:चाच तिथला वावर बेकायदा, चोरटा असताना तसाच दुसऱ्या कोणाचा वावर तिथे असावा या संशयाचा सामना तिने कसा करायला हवा?

अंगावरचा साबण धुता-धुता ती पालीशी बोलत होती,

"तुला माहितीये, आज मी तुझा जीव वाचवला." पालीने पापणीदेखील हलवली नाही. तिच्या डोळ्यांच्या पहाऱ्यातच तिने स्वत:चं अंगं पुसलं. शरीराभोवती टॉवेल गुंडाळला आणि घाईघाईने बाहेर पडली.

पूर्ण संध्याकाळ तिच्या मनात येत होतं. बाथरूम पूर्ण कोरडी झाल्यानंतरही किती तरी वेळ ती पाल बाथरूमच्या कोपऱ्याला कशी घट्ट धरून बसली होती. ती नक्कीच घाबरली असावी किंवा मृत्यूच्या समीप जाण्याच्या अनुभवाने तिच्यात त्राण राहिले नसावेत. झगडत, तरंगत, उलटीपालटी होत ती तग धरून राहिली होती. सद्य:स्थितीत श्वास घेण्याची गरज होती. अन्नाच्या शोधात ती नंतर गेली असती.

परंतु ती मीटिंगहून घरी परत आली, तरीही पाल तिथेच होती. बाथरूमच्या त्याच कोपऱ्यात अंग गोळा करून पडलेली. एक क्षणभर तिला वैताग आला. दुसऱ्याच क्षणी तिच्या मनात भीती दाटली. शेवटी ती मेलीच का? ती अजिबात हलत नव्हती. पण तिचे डोळे अद्याप उघडे होते. पाली मेल्यानंतर त्याचे डोळे मिटतात का?

तिने पाय आपटला तरीही पाल हलली नाही. तिने चुकऽचुक आवाज करण्याचा प्रयत्न केला. गच्चीत ठेवलेला लांब दांड्याचा फरशी पुसायचा वायपर आणून तिच्या मऊ शेपटीच्या टोकाला टोचल्यासारखं केलं. शेवटी तिने नळ सोडला आणि एक मग भरून पाणी पालीच्या शरीरावर टाकलं. घाबरून जाऊन ती काही तरी हालचाल करील अशी तिला आशा वाटत होती. पण तरीही तिने काहीच हालचाल केली नाही.

त्यानंतर मात्र तिने बाथरूमचा दरवाजा बंद केला. दिवा घालवला. निदान अंधार आणि शांतता यामुळे तरी ती काही हालचाल करेल, या आशेने. कदाचित भीतीने ती गर्भगळित झाली असावी. तिने फक्त आपली स्थिती बदलावी, डोकं फिरवावं किंवा डोळ्यांची उघडझाप करावी. ती जिवंत आहे, असं दर्शविणारी काहीही हालचाल करावी, एवढंच.

ती बेडरूममध्ये गेली आणि अंधाऱ्या खोलीत तशीच बसून राहिली. कधी कधी

त्या भिंतीला टेकून बसायची. त्या भिंतीवरून पाल सरपटत गेली की, ती दचकायची. उडी मारून उठायची, दिवा लावून स्वत:चे कपडे झटकायची. त्या संपूर्ण संध्याकाळ तिने स्तब्ध बसून काढल्या. फोन वाजण्याची मनीषा बाळगून वाट पाहत राहिली. हळूहळू रात्र वाढत जाईल– शांत, थंड आणि रस्त्यावरची कुत्री भुंकायला लागतील. मग तीही भुंकायची थांबतील. ती कुशीवर वळेल आणि तशीच झोपून जाईल.

गेल्या दोन महिन्यांत फक्त दोनदा फोन वाजला होता. तरीही तो थंड फोन स्वत:च्या मांडीवर घेऊन ती अंधारात बसून राहायची.

पण त्या नि:शब्द रात्रींच्या दाट काळ्याशार रात्रीतून प्रकाशमान, ताजी टवटवीत सकाळ उगवली होती.

आणि... कामाचे फोन आले. गरमागरम खाऱ्या पापडीसारखं तिने सगळं काम फस्त केलं. ती पुन्हा नंबर फिरवायला शिकली– वेगवेगळ्या लोकांना वेगवेगळ्या कारणांसाठी. मात्र त्याला नाही.

त्याने तिला दोन वेळा फोन केला होता. दोन्ही वेळेला त्याचा आवाज टिपेला पोचला होता. तो स्वत:च्या बोलण्याची पुनरुक्ती करीत होता. त्याने तिला पूर्वीच सांगितलेल्या गोष्टी पुन्हा सांगत होता. त्याला अगोदरपासूनच माहीत असलेले प्रश्न तिला विचारत होता. 'तू हे मला सांगितलंच नव्हतंस, ते मला माहीतच नव्हतं' असं दावे करत होता. तो पुन:पुन्हा विचारीत राहिला, 'तू कशी आहेस?' ती पुन:पुन्हा तेच सांगत राहिली, 'मी ठीक आहे.'

आज ती पुन्हा अंधारात बसून होती. फक्त वाट पाहत नव्हती. तिच्यातलं ते वाट पाहणं जणू संपलं होतं. नुसतीच बसून होती. रात्र अधिकाधिक थंड होत गेली. खिडक्यांच्या झडपेतून झिरपत तिच्या केसांभोवती स्थिरावली. तशी ती ठीकच होती. उद्‌ध्वस्त, कोंडीत सापडलेली, त्राण हरवलेली; पण अद्याप बुडाली नव्हती. स्वत:चा श्वास पुन्हा गवसेपर्यंत तिने वाट पाहिली. आणि त्यानंतर तिने पुन्हा सुरुवात केली होती.

त्यानंतर जेव्हा ती बाथरूममध्ये गेली आणि तिने दिवा लावला, तेव्हा तिथे अचानक हालचाल जाणवली. फरशीवरून झर्‌कन काही तरी सरकत गेलं. शेवटी हलली तर! असं ती पुटपुटणार होती, तेवढ्यात तिने पाहिलं– तिची पाल अजूनही त्याच ठिकाणी होती. पडून होती, ती इंचभरही सरकली नव्हती. ही हालचाल दुसऱ्या पालीची होती. जिची अर्धी शेपटी तुटलेली होती.

ती पाऊलभर मागे सरकली. डोळे त्या दुसऱ्या पालीवर खिळलेले. ती पाल पुढे सरकत होती. त्या पलीकडे स्थिर नजरेने पाहत पुढे-पुढे आणि तिच्या पालीजवळ येऊन ती थांबली.

तिला नवल वाटलं. आपली पाल मूर्ख तर नाही? तिला असं तर नाही ना

वाटत, की हालचाल न करून आपण स्वत:चं संरक्षण करतो आहोत? लपून? मेल्याचं सोंग आणण्याचा खेळ करून?

त्या दोघींत आता भांडण होईल का? की, ती आली तेव्हा अंधारात अगोदरच त्या भांडत होत्या?

आता भांडण नव्हतं. बराच वेळ त्या दोघी पाली तशाच राहिल्या. त्यांची डोकी परस्परांना टेकलेली आणि दोघीही स्तब्ध.

आणि त्यानंतर तिच्या पालीने हालचाल केली. किंचितशी, बहुधा इंचाचा तेरावा भाग असेल, एवढंच तिचं शरीर हललं. भीतीने की सुटकेच्या भावनेने किंवा आशेने– सांगणं कठीण होतं.

◆

ती जी लाटांबरोबर वाहत गेली

तो त्या बंगलीबाहेर उभा राहतो. बाल्कनीतून खाली पाहणारं तिथं कोणीही नव्हतं. काल रात्री ते तिघे तिथे होते. तपकिरी, तेलकट, अंधुक चेहरे. खेड्यातल्या त्या कंटाळवाण्या रात्रीने इस्त्री केल्यासारख्या सगळ्या सुरकुत्या गायब झालेल्या दिसत होत्या. त्या दोघांच्यामध्ये ती उभी होती. हसत-हसत चांदण्यांचं निरीक्षण करत होती. खास एखाद्या गोष्टीमुळे नाही, पण एकंदरीतच ती खूश होती.

तो जाणून होता– हे सगळं इतकं साधं-सरळ, इतकं निष्पाप नाहीये. तसंही ते आत्तापर्यंत कधी होतं?

अर्थातच, ती निष्पाप होती. अर्थात. ती काय बरं नव्हती... त्याला नेमका शब्द माहीत नव्हता. असंवेदनशील नाही, अव्यवस्थित नाही, अप्रामाणिक... अशक्त, उतावीळ नाही. हट्टी नाही. प्रामाणिक, मोकळ्या स्वभावाची नाही.

त्याच्या मनातल्या यादीपैकी ती जे-जे काही नव्हती, त्या सर्व विशेषणांवर तो फुली मारत होता; परंतु ती त्याला फसवतही नव्हती. या गोष्टीबाबत त्याची खात्री होती. जेव्हा तुमच्याकडे फक्त आशेचा एखादा किरण शिल्लक असतो, तेव्हा जेवढी खात्री असते, तेवढीच त्याला वाटत होती. या जगात देव आहे का? ती विश्वासू आहे ना? जे स्मगलर्स त्यांच्या आईच्या कुशीत प्राण सोडतात, त्यांना भरपाई मिळते का? या सगळ्या प्रश्नांची उत्तरं कोण देऊ शकेल?

हे अवघड प्रश्न त्याला इथे घेऊन आले नव्हते. तिच्या मागोमाग ही समुद्राकाठची काळी रेती तुडवत तो थेट पॅराबेलला आला होता. फेरीबोटने इथे यायला तासापेक्षा कमी वेळ लागला होता आणि फक्त साठ रुपये भाडं लागलं होतं. घालवलेला वेळ किंवा खर्च केलेले पैसे याबद्दल त्याची काहीच तक्रार नव्हती, पण त्याला असं समुद्र ओलांडायला आवडायचं नाही.

गेले बारा महिने ती त्याच्याकडे समुद्राचं गुणगान करत होती. त्याचं ते अमर्याद अस्तित्व, त्या काळ्या रेतीने दिलेला विश्वास, त्या रेतीचा मऊशारपणा– जो

ओलसर आंतरत्वचेसारखा मऊ आहे– त्यामध्ये तिला स्वत:ला बुडवून घ्यायचं होतं. रंग बदलणाऱ्या सरड्यासारखे पाण्याचे बदलणारे रंग तिच्या इच्छांचे प्रतीक होते.

माझ्यासाठी रेतीचा तो किनारा होता आणि मी तुझ्यासाठी साता समुद्रापार धावत येईन... ती म्हणायची. एखाद्या सकाळी ती त्याच्या कानात गुणगुणायची– 'सात समुंदर पार मैं तेरे पीछे पीछे आ गयी....'

सात समुद्र ओलांडून मी तुझ्याकडे धावत आले... फरक एवढाच होता, तिने इथे येण्यासाठी कोणताही समुद्र ओलांडला नव्हता.

कधी कधी ती त्याच्या खांद्यावर डोकं टेकवून म्हणायची– आपण एकमेकांसाठी तसे होऊ या, जसे समुद्र आणि रेती एकमेकांसाठी असतात. जेव्हा तिला त्याला चिडवावंसं वाटे तेव्हा ती ते गाणं म्हणायची– ज्यामध्ये समुद्रकिनारी मला एक बंगला हवाय किंवा एखादी झोपडी तरी– असं काहीसं होतं. ती म्हणायची, पॅराबेलला आहे तसं कॉटेज असायला हवं.

जेव्हा तिला पहिल्यांदा शहरात आणलं होतं, तेव्हा ती रडली होती. त्यांच्यासमोर नाही. त्यांनी तिला तिथे राहू द्यावं, ही तिची गरज होती. त्यांनी त्या गावातल्या बंदिस्त बालपणीच्या दु:खांपासून तिला दूर नेण्याची गरज होती तशीच, त्याचं बालपणही त्याच ठिकाणी गेलेलं होतं. ते दोघेही एकमेकांना ओळखत नसले, तरी ते दोघे एकाच जिल्ह्यात लहानाचे मोठे झाले होते.

तो तिच्या बालपणाविषयी कल्पना करू शकत होता. खास मुलींना म्हणून जी भीती वाटते, जे दु:स्वप्न त्या सतत पाहतात की– त्या सध्याच्याच छोट्याशा, पर्यटनस्थळ असलेल्या गावात बंदिस्त झाल्या आहेत– ते तो समजू शकत होता. सगळ्यात छोट्या शहरांना हे खास दु:ख लागू होतं. तिथल्या स्थानिक लोकांचं दु:ख– जे पर्यटकांना त्यांच्या गावात सुटीसाठी आलेले पाहतात. इतर लोक तिथे येतात ते तिथला इतिहास, तिथलं सौंदर्य यांसारख्या गोष्टींसाठी किंवा कदाचित आणखी काही तरी मोठ्या गोष्टींच्या शोधात; ज्यामुळे त्यांच्या जगण्याला, त्यांच्या आहार व सेक्समधील मौजमजेला नवा आनंद मिळेल. परंतु जे तरुण या गावामध्ये लहानाचे मोठे झालेले असतात, त्यांच्यासाठी इथं दु:खाव्यतिरिक्त दुसरं काहीच नसतं. ते कुठेही जाऊ शकत नाहीत आणि इतरांसाठी मात्र तिथून निघून जाणं किती सोपं वाटत राहतं.

ते लोक नेहमीच येत-जात राहतात. हे खूप त्रासदायक असतं. त्याने तो त्रास अनुभवला होता.

पण त्याने फार कमी प्रमाणात अनुभवला होता. तिथून सुटका करून घेण्यासाठी त्याला एक निमित्त तेवढं हवं होतं. 'घरी राहण्याने काही साध्य होणार नाही' हे पटवून देऊ शकेल, असा एखादा क्षण त्याला पुरेसा होता. मुलींबाबत हीच गोष्ट

वेगळी असते. दुसरं कोणी तरी इथं येऊन त्यांना घेऊन गेल्याशिवाय त्यांना हे ठिकाण सोडता येणार नाही, हे त्या जाणून असतात आणि ही जाणीवच फार त्रासदायक असते. तिलाही नक्कीच या चिंतेने सतावलं असणार.

यदाकदाचित तिचं लग्न याच शहरात झालं, तर ती इथून कधीही जाऊ शकणार नाही.

तिने त्याला सांगितलं होतं हे– एखादा अनोळखी माणूस तिचा नवरा म्हणून तिच्याकडून प्रेम आणि निष्ठेची मागणी करेल याची तिला भीती वाटायची. तिला मोठ्या शहरात जायचं होतं– जिथं सगळ्या जगाचं दुःख तुमच्यावर येऊन आदळतं, वेदनेच्या काळ्या लाटांवर स्वार होऊन; ज्या नंतर तुमच्या पायाशी विरघळून जातात.

ते शहर– जिथं दुःखाला सौंदर्याचा साज चढवला जातो– एवढं सुंदर बनवून सादर केलं जातं की, त्या सादरीकरण तुमची आठवड्याची कमाई स्वेच्छेने तुम्ही खर्च करता. गुणगुणावीशी वाटणारी गाणी, संगीत, राजसी रंग आणि रेखीव शरीरांनी दुःखाला सुशोभित केलं जातं– अशा शहरात तिला राहायचं होतं. ते शहर– जिथं दुःखी होण्याचं कोणालाच दुःखं वाटत नव्हतं, कारण दुःखात अडकून पडण्याएवढा वेळ किंवा तेवढा अवकाश त्यांच्याकडे नव्हता. असं शहर– जिथे तुम्ही नीटनेटक्या वेणीतली जाईची फुलं फेकून देऊन तुमचे विस्कटलेले, न विंचरलेले केस तसेच कंबरेपर्यंत नितंबावर रुळणारे असे मोकळे सोडू शकता.

अशा केसांतून कंगवा फिरवणारी दासी व्हायलादेखील तिला आनंदानं आवडलं असतं. दाट काळे केस– एखाद्या फिल्मस्टासारखे. ती फिल्मस्टार होऊ शकणार नाही– हे ती जाणून होती. लाखो लोकांच्या चेहऱ्यावर हास्य फुलवणारं हसू तिच्याजवळ नव्हतं किंवा तिचं मोडकं दुःखं लाखोंना वेडं बनवू शकत नव्हतं. ठीक आहे. तिची तक्रार नव्हती. तिला फक्त या शहराच्या कुंपणावर आसरा हवा होता, जिथून ती या सिताऱ्यांना चमकताना पाहणार होती. कोणाला तरी चमकताना पाहणं, खुला समुद्र, त्याच्या उसळत्या लाटा पाहणं हे तिला हवं होतं.

तिच्या जुन्या, प्राचीन, भूवेष्ठित शहरातल्या काळ्या भिंती न्याहाळणं; ज्या ठिकाणाबद्दल फक्त पर्यटकांनाच उत्सुकता असू शकते अशा ठिकाणी राहणं तिला नको होतं.

तेवीस वर्षं... ती काही तरी घडण्याची वाट पाहत होती. तिने त्याला सांगितलं होतं हे– मी आतल्या आत शुष्क होत चालले होते. आतल्या आत मरत होते. पण एके दिवशी ते आले. ते– ज्यांना त्यांच्या पहिल्या मुलाच्या मागोमाग लगेचच, खूपच लवकर दुसरं मूल झालं होतं. तिचं गाव हे त्यांचंही मूळगाव होतं. म्हणूनच ते त्यांच्या आजीला भेटायला आले होते. त्यांना मदत हवी होती. अशा मदतीवाचून दोन मुलांना वाढवताना त्यांचा जीव मेटाकुटीला आला होता.

कोणत्या तरी लहानसहान देवाने तिची ही प्रार्थना ऐकली असावी, जिचा मोठ्याने उच्चार करण्याचं धैर्यदेखील तिच्याजवळ नव्हतं. हजारो गरीब एकेकट्या स्त्रिया– ज्यांना मुळाक्षरांचं ज्ञान आहे आणि शंभरपर्यंत मोजता येते, अशा स्त्रियांमधून त्यांनी तिची निवड केली होती.

आणि त्याचा स्वत:चा देवदेखील नक्कीच त्याचं मागणं ऐकत असावा. त्यामुळेच तिला त्याच्या अपार्टमेंट संकुलात आणलं गेलं होतं, जिथे तो गेली कित्येक वर्षं काही तरी चांगलं घडण्याची वाट पाहत होता. शहरात लाखो पुरुष होते, पण नियतीने तिच्यासाठी त्याची निवड केली होती.

तिला त्याच्या जवळ आणलं गेलं, असं म्हणायला तिला आवडायचं. जणू काही समुद्रावरील वाऱ्याच्या झुळुकांनी तिच्या काखेतून हात घालून तिला वर उचललं होतं आणि तिच्या बाहूंचं पंखात रूपांतर केलं होतं.

परंतु पहिल्यांदा इथे आली, तेव्हा ती रडली होती. रात्री स्वयंपाकघरातल्या फरशीवर कॉयरचा बिछाना घालून ती पडली होती. रस्त्यावरचा प्रकाश स्वयंपाकघरात झिरपत होता. जणू बंद न करता येणारा रात्रदिवाच लावून ठेवलाय! ते तिला स्वयंपाकघरात पडदे लावू देणार नाहीत, तसंच तिला बैठकीच्या खोलीत झोपायचीही परवानगी देणार नाहीत. तिथे त्यांची स्वयंपाकीण झोपत होती. गेली तेरा वर्षं ती तिथं झोपत होती आणि त्या वृद्ध स्त्रीची जागा बदलणं शक्य नव्हतं. शिवाय प्रत्येक रात्री फर्निचर हलवून पुन्हा सकाळी जागेवर ठेवायचं– ज्यामुळे तिच्यासारख्या नव्या व्यक्तीला तिथे झोपायला जागा होईल, हेही त्रासदायक होतं.

तिला कशी तरी प्रयत्नपूर्वक उचलता येईल अशी जड गादी दिली गेली होती आणि स्वयंपाकघरात झोपायला सांगण्यात आलं होतं.

त्यामुळेच ती रडत होती. कारण शहरातले चमकदार दिवे रात्रभर प्रकाशमान असत आणि त्या प्रकाशामुळे ती झोपू शकायची नाही. एके रात्री ती दमणुकीने गलितगात्र, थरथरत बिछान्यावर उठून बसली. स्वयंपाकघरातली ती चकचकीत शांतता सहन होईना, म्हणून हळूच बाहेर जिन्याजवळ आली. जिन्याखाली बसून अनावर हुंदके देत स्फुंदून रडू लागली. त्याने तिला पहिल्यांदा पाहिलं ते या अशा अवस्थेत.

हे नक्कीच विधिलिखित असावं. तो 'मंगल पांडे' सिनेमाचा रात्रीचा शो पाहून येत होता. तो स्वत: पांडे असल्याने त्याने तो पाहायलाच हवा, असं त्याला वाटलं होतं. सिनेमा खूपच मोठा होता. त्याने जेव्हा जिन्याजवळ त्या मुलीला अंगाचं मुटकुळं करून रडताना पाहिलं, तेव्हा जवळजवळ रात्रीचे दोन वाजले होते. क्षणभर त्याला त्याच्या कल्पनाशक्तीचे खेळ वाटले. सिनेमामधली विधवा अशीच रडत होती ना– गुडघे छातीजवळ घेऊन, स्फुंदून, नाट्यमय हुंदके देत.

परंतु जेव्हा तो तिच्याजवळ गेला, तिच्याशेजारी बसला आणि तिने तिचा चेहरा

त्याच्याकडे वळवला; तेव्हा त्याच्या लक्षात आलं, तिचा चेहरा खरा आहे. त्याच्या कल्पनेचा आविष्कार नाहीये.

अशा पद्धतीने त्या दोघांची भेट झाली होती. एक मुलगी– जी रात्र खूप मोठी आहे, ती आली आहे ते शहरही खूप मोठं खूप चकचकीत आहे आणि शिवाय तिला तिथून परत घरी जाण्याचीही इच्छा नाहीये– या सगळ्या कारणांसाठी रडत होती.

त्यालाही पुन्हा घरी परत जायचं नव्हतं. तसंच तिनेही दुसरीकडे कुठे जावं, असं त्याला वाटत नव्हतं. इतकी वर्षं त्याला या दमट, माशांचा वास मारणाऱ्या शहरात का राहावं लागलं, हे आता कुठे त्याच्या लक्षात आलं. त्यांची भेट नियतीने ठरवलेली होती.

त्यानंतर एका आठवडी सुटीला त्या कुटुंबाने पॅराबेलची ट्रिप ठरवली. ते लोक तिलादेखील बरोबर घेऊन गेले. त्याच्यासाठी हा मोठा आघात होता. त्याने विचार केला होता. हे कुटुंब दोन-तीन दिवसांसाठी बाहेरगावी जाईल आणि एक स्वयंपाकाच्या आजी सोडल्या तर घरी कोणीच नसेल. शेवटी तो आणि ती एकदाचे एका नीटस घरात एकांतात असतील. यावरून तीसुद्धा त्याला चिडवत होती. त्याला चांगलंच माहीत असलेलं गाणं त्याच्या कानात गुणगुणून– 'अकेली हूँ घरमें तू आजा बलमा...' सजणा, घरात मी एकटीच आहे, तू ये ना– अशा अर्थाचं ते गाणं.

परंतु हे सगळे बेत धुळीला मिळाले. त्यांना त्यांच्या सुटीच्या काळातदेखील तिची गरज होती. ते समुद्राच्या अगदी जवळ राहणार होते आणि त्यांच्या छोट्या मुलांवर लक्ष ठेवावं लागणार होतं.

तिला पोहता येत नाही– तिने प्रतिवाद केला होता. ते हसले होते. म्हणाले होते, तिला पोहायची गरज पडणार नाही. तिने फक्त मुलांवर लक्ष ठेवावे. वेळच्या वेळी त्यांना खाणं भरवावं. त्यांचे कपडे ओले झाले, रेतीने भरले, तर ते बदलावेत– एवढंच. तिनेही तिथं मजा करावी.

तिला नक्कीच मजा आली असावी. ती पॅराबेलहून परत आली तीच रेती, समुद्र आणि सूर्यप्रकाशाने भारलेली. ती परत आली होती तो दिवस त्याला आजही आठवतो आहे. ती जिन्याखाली अलगद आली होती, जिथे बांबूच्या चटईवर पडून तो तिची वाट पाहत होता. त्याने छातीपर्यंत पांघरूण ओढून घेतलेलं होतं. ती त्याच्या पुढ्यात बसली. त्याचे हात तिने तिच्या हातात घेतले. तिचे डोळे चमकत होते. जणू चांदणं झिरपून त्याचे थेंब तिच्या डोळ्यांच्या काठावर जमा झाले असावेत– शुद्ध चांदणं! तिने त्याला पॅराबेलबद्दल सांगायला सुरुवात केली तसा तिचा चेहरा आनंदाने खुलला होता.

त्याला वाईट वाटलं होतं. या उन्मुक्त आनंदात तिला गवसलेली सुटका त्याला घाबरवत होती. ती पॅराबेलहून परत आली, तेव्हापासून ती जास्त धीट झाली

होती. बऱ्याचदा ती त्याच्या मांडीवर डोकं ठेवून चटईवर झोपायची. प्रेमाबद्दल बोलायची. झोके, कॉटेजेस, रात्रीच्या काळ्या अंधाराने भारलेल्या आणि छोट्या-छोट्या पांढऱ्या फुलांनी भरलेल्या बाल्कनीजबद्दल बोलायची. समुद्र, लाटांची गाज, पिवळी-काळी रेती याविषयी बोलायची.

एकदा ती त्याच्या कानात कुजबुजली होती– तू माझ्यासाठी खूप काही हो... प्रत्येक गोष्ट हो आणि कधीही निघून जाऊ नकोस. जाशील ते परत येण्यासाठीच. तू लाटांसारखा हो. तू एवढ्या कठोर आवाजात का बोलतोस? एवढा उतावीळ का होतोस? आपण कोणापासून पळून जाऊ शकतो? समुद्रापासून, रेतीपासून?

काही तरी अघटित होऊ घातलं आहे, या शंकेने तो ग्रासला होता. हे असं बोलायला ती कुठे शिकली असेल? तो नक्कीच गाण्यांचा परिणाम असणार. ती रेडिओचे शब्द उचलते. 'दर्या किनारे एक बंगला' आणि 'मुझको चाँद ला के दो, इडली डू इडली डू' आणि 'ये रातें, ये मौसम, नदी का किनारा...' हे सगळं बोलताना ती हसत असते. मग म्हणते, ठीक आहे. बंगला नसला तरी चालेल; फक्त मला पॅराबेलला मात्र घेऊन चल. फक्त आपण दोघंच, दुसरं कोणीही नाही.

तो तिला पॅराबेलला नेऊ शकत नव्हता. सुटीची ही मजा त्याला परवडण्यासारखी नव्हती. पाच वर्षांत एकदाच तो तिथून दुसरीकडे कुठे गेला होता, गोकर्णला. तो बसने गेला होता आणि तिथे २०० रुपये दराच्या एका स्वस्त, छोट्या हॉटेलात त्याने मुक्काम केला होता. आता तो म्हणतोय की, तो पैशाचा आणि वेळेचा अपव्यय होता. देवळं सोडली, तर तिथे पाहण्यासारखं काहीही नव्हतं. तिथे आलेल्या इतर लोकांना गर्जना करणारा समुद्र आणि समुद्रकिनाऱ्यावरील सोनेरी रेती पाहून खूप आनंद होत होता. समुद्र, रेती आणि तेथील परस्परांच्या सहवासात त्यांना तो गवसला होता. प्रत्येक जण कोणाबरोबर तरी आलेलं होतं, फक्त तोच तेवढा एकटा होता.

या गोष्टींनी काय फरक पडतो? सूर्यप्रकाश, पृथ्वीतलावर आढळणारे सूक्ष्मतम बदल, समुद्राची भरती-ओहोटी आणि लाटांनी पुन्हा उसळून काठावर येणं. तिथून जाणाऱ्या लोकांच्या ओठांना स्पर्शून घेण्यासाठीच जणू त्या अशा उसळत असतील. पण मग या सगळ्या गोष्टींमध्ये एवढं काय खास आहे?

तिथल्या जोडप्यांचा तर त्याला विशेष राग येत होता. एखाद्या बिनडोक रोमँटिक हिंदी सिनेमाच्या नायक-नायिकांप्रमाणेच ते वागत होते... परस्परांच्या कंबरेभोवती हात लपेटून. एकमेकांच्या शरीरावर रेलून चालणं, परस्परांवर पाणी उडवणं, पाण्यात खेळणं, बर्फाच्या रंगीबेरंगी कँडीज चोखत फिरणं. आणि तो? तो भटकत राहिला, आसपास सगळीकडे दिसणाऱ्या जोडप्यांकडे पाहत चालत राहिला. तिथपर्यंत, जिथे त्याच्या पायांना थंडगार रेतीचा स्पर्श जाणवला. त्याला अद्यापही

स्पष्ट आठवत होतं, त्याची पावलं शिंपल्यांना अडखळली होती. सोडून दिलेली घरं! मनात आलं होतं. कोणत्याही स्मरणचिन्हाशिवायची थडगी. त्याने, परत कधीही समुद्रकिनारी न जाण्याचा संकल्प तिथेच केला होता.

परंतु ती मात्र समुद्रकिनाऱ्यांनी भलतीच प्रभावित झाली होती. पॅराबेलमध्ये तिला असं सापडलं तरी काय, ज्यामुळे तिथे परत जाण्याची तिला आस लागावी? बारा महिने उलटून गेल्यानंतरही ती ओढ तिला अस्वस्थ करते आहे. तिच्या लाडे-लाडे बोलण्याची त्याला भीती वाटायला लागली आहे आणि ते कुटुंब आता पुन्हा पॅराबेलला गेलेलं आहे.

या वेळी ती स्वेच्छेने, आनंदाने त्यांच्याबरोबर गेलेली आहे. उत्सुकतेने, उड्या मारत आनंदाने तिने त्याला सांगितलं होतं– आम्ही जाणार आहोत, आम्ही पॅराबेलला जातो आहोत. ते मला पुन्हा तिथे घेऊन जात आहेत. या वेळी ती असंही म्हणाली नाही की, तिथं त्या दोघांनी मिळून जावं– एकट्याने, दुसऱ्या कोणालाही बरोबर न घेता, अशी तिची इच्छा आहे. त्यामुळेच लगोलग संध्याकाळची फेरीबोट पकडून तो त्यांच्या मागोमाग पॅराबेलला आला होता.

तो कॉटेजेसजवळ पोहोचेपर्यंत अंधारून आलं होतं– ज्यामध्ये तुम्ही एखाद्या लहान बाळासारखे झोपून झुलत राहू शकता, असे झोके. समुद्रकिनाऱ्यालगत बरेच रिसॉर्ट्स होते. परंतु तो जाणून होता, त्याला कोणत्या प्रकारचं रिसॉर्ट शोधायला हवंय. जिथे नारळांच्या झाडांमध्ये असे लांब झोके ताणून बांधलेले आहेत. त्यांच्यामागे केळीचं बन आहे आणि त्या बनानंतर लाकडी कॉटेजेस आहेत– ज्या कॉटेजेसच्या बाल्कनीचे कठडे चमकदार लाल रंगाने रंगवलेले आहेत.

रात्रीच्या आकाशात एखाद्या ग्रहाने स्थिती घ्यावी तशा अंत:स्फूर्तीने त्याने योग्य कॉटेज शोधून काढलं आणि तिथेच ते होते. वरच्या मजल्यावर तीन छायारूप आकृत्या– ती, स्वयंपाकीण आणि ड्रायव्हर.

त्या कुटुंबाने ड्रायव्हर ठेवलेला आहे, हे त्याला माहीत होतं. तो त्याला चेहऱ्याने ओळखत होता. पन्नाशीतला दणकट शरीरयष्टीचा गृहस्थ– जो नेहमी पांढऱ्या गणवेशात असे. तो जिन्यावरून दिवसातून दोनदा ये-जा करत असे. सकाळी गाडीची किल्ली घेण्यासाठी आणि रात्री परत करण्यासाठी.

हृदय जणू घशावर, पाठीवर, खांद्यावर जाऊन धडकल्यागत वेदना त्याने अनुभवली. कदाचित त्या तिघांच्या वेगवेगळ्या खोल्या असाव्यात किंवा सगळ्या नोकरांमध्ये मिळून एकच लांबलचक खोली असावी... त्याने विचार केला. बहुधा ते फरशीवर अंथरूण घालून झोपत असावेत. मला याची पर्वा का वाटावी? तसं तर स्वयंपाकीणबाईपण आहेत तिथे, परंतु त्या वयस्कर आहेत. शांत झोपतात आणि मोठ्याने घोरतात.

तिनेच हे त्याला बऱ्याचदा सांगितलं होतं, कारण त्यांच्यामुळे तिला झोपणं

अशक्य व्हायचं. जर स्वयंपाकीणबाई शांतपणे झोपल्या आणि त्या तिघांमध्ये मिळून एकच खोली असली, तर ती आणि ड्रायव्हर तिथे असतील. मग काय झालं?

ते तिघे बाल्कनीत उभे असलेले त्याला दिसत होते. वाऱ्याने केस उडताहेत. पोटं बाल्कनीच्या उबदार कठड्याला टेकवून ते उभे आहेत. एक वयस्कर स्त्री, एक मध्यमवयीन पुरुष आणि एक मुलगी. तो जाणून आहे– ती विश्वासघात करणारी नाही, उतावीळही नाही. सहजी बळी पडण्याइतकी दुर्बळ नाही किंवा हट्टी नाहीये.

मग तो कशाला घाबरतोय? त्याने हे स्वत:लाच विचारलं. पामचे लवचिक वृक्ष त्याचं लक्ष वेधून घेण्यासाठीच जणू इकडून तिकडे झोके घेत होते. जणू ही रात्र त्याला गिळंकृत करू पाहतेय, तशी भीती दाखवतेय आहे; परंतु तो स्वत:ला असा दुर्बळ होऊ देणार नाही. तो पामच्या सावलीत उभा राहिला, वरून येणाऱ्या आवाजांचे कानोसे घेत. आता ती हसेल... त्याच्या मनात आलं. त्यांच्यापैकी एकाकडे वळून ती हसेल.

तिचे दात पिवळसर चंद्रप्रकाशात चमकतील किंवा ती गाणं म्हणेल, 'ये रात ये चाँदनी फिर कहाँ...'

परंतु त्याऐवजी हळू आवाजात रडण्याचा आवाज आला, जणू काही एखादं छोटं मूल मोठ्ठ्याने भोकाड पसरावं की नाही, यासाठी मनाची तयारी करते आहे. त्याचं रडणं आणखी मोठं होण्याअगोदरच ती आत निघून गेली.

त्याला तिचा आवाज ऐकू येत नव्हता, परंतु त्याच्या डोक्यात तिचं चित्र स्पष्ट होतं. मुलाला कडेवर घेऊन ती झुलवतेय, जसे हे त्याच्या सभोवतीचे पाम वृक्ष वाऱ्याने झुलताहेत तशी. त्याचबरोबर बाळाला शांत करण्यासाठी शूऽऽ असा आवाज ती करतेय.

तिथे दिवे नव्हते. दिवे लावलेले खांबही नव्हते. कॉटेजमध्येदेखील दिवे नव्हते. स्वयंपाकीण आणि ड्रायव्हर जिथे होते तिथेच तसेच उभे होते. रात्रीच्या अंधाराकडे निरर्थक हसून पाहत. त्यांच्यामध्ये उभी असलेली तरुण स्त्री आत निघून गेल्यामुळे त्या दोघांमध्ये जे शारीरिक अंतर पडलेलं होतं, ते अद्याप अबाधित होतं.

त्याने सभोवती पाहिलं. बांबूच्या काड्यांनी तयार केलेल्या चट्यांची भिंत आणि शाकारलेलं छप्पर असलेली एक शेड तिथं होती. जिच्या बाजूच्या तीन भिंती गायब होत्या. ते एक उपाहारगृह होतं. तिथे समुद्राची गाज भरलेली होती, चमकदार दिवे होते आणि टेबलांच्या रांगांतून माशांचे तुकडे शोधत फिरणाऱ्या भटक्या मांजरीप्रमाणे हळुवार संगीत तिथं लहरत होतं. त्याला लपण्यासाठी एक केळीचं झाड सापडलं.

ते तिथेच होते– फक्त दोघेच. जाड पांढऱ्या डिशमधून काही तरी खात होते. वर्षाच्या या हंगामात तिथे खूप कमी पर्यटक आहेत. ते हलकंच हसताहेत. सावकाश खात आहेत. त्यांचं जेवण झाल्यानंतर त्या स्त्रीने तिच्या पतीच्या हाताला

हलकासा स्पर्श केला आणि आग्रही आविर्भावाने ओठांचा लाडिक चंबू केला. त्याने सुस्कारा टाकला आणि आत निघून गेला.

मिनिटाभरातच झोपलेल्या छोट्या मुलाला छातीशी घेऊन तो परत आला. त्याच्या मागोमाग ते तिघे तिथे आले. स्वयंपाकीण, ड्रायव्हर आणि ती. धाकट्या मुलाला तिने कडेवर घेतलेलं होतं.

तिथल्याच एका वेगळ्या टेबलाजवळ त्या तिघांना बसायला सांगितलं गेलं. वेटरला बोलावण्यात आलं. त्याने हजर व्हायला बराच वेळ लावला. दरम्यान, त्याने तिच्या चेहऱ्याचं निरीक्षण केलं.

ती फक्त काही पावलांच्या अंतरावर होती. तिच्या चेहऱ्याची डावी बाजू त्याच्या दिशेने वळली. वेटरला येताना पाहून ज्या पद्धतीने तिने तिकडे मान वळवली, ते तो पाहत होता. तिची अस्वस्थ नजर तिथल्या फळ्याकडे गेली, ज्यावर गुलाबी खडूने आजचे विशेष पदार्थ लिहिण्यात आले होते. तिच्याप्रमाणे त्यानेही डोळे ताणून ते वाचण्याचा प्रयत्न केला.

परंतु वेटर त्यांच्या टेबलाजवळ आला नाही. ठरवणारे, ऑर्डर देणारे 'ते' होते. त्यांनी मेन्यूकार्डमधे डोकं घातलं आणि काय आणायचं ते वेटरला सांगितलं. त्यानंतर स्वयंपाकीणबाईंना त्यांच्या टेबलजवळ बोलावण्यात आलं आणि तिथल्या उरलेल्या परंतु हात न लावलेल्या रोट्यांचा गठ्ठा आणि उरलेली भाजी घेऊन जायला सांगण्यात आलं. एक क्षणभरानंतर वेटर भाजीचा दुसरा बाऊल आणि ढीगभर भात घेऊन आला.

जे छोटं बाळ तिच्या मांडीवर झोपलेलं होतं, ते हालचाल करायला लागलं. झोपेतच रडण्याच्या बेतात होतं. तिने डाव्या हाताने थोपटत त्याला पुन्हा झोपी घालण्याचा प्रयत्न केला आणि उजव्या हाताने जेवत राहिली. दूर अंतरावर दिसणाऱ्या पाम वृक्षावर तिने दृष्टी स्थिर केली होती.

ते उभयता आळीपाळीने थोड्या-थोड्या वेळाने विचारत होते– सगळं व्यवस्थित आहे ना? तुम्हाला आणखी काही हवंय? लोणचं? भात? ठीक आहे? मजा करताय ना?

त्याने तिच्या चेहऱ्यावर नजर रोखली होती. तिच्या डोळ्यांत काही तरी नवं भासत होतं. सुरुवातीला त्याला वाटलं, बहुतेक तिने त्याला पाहिलं असावं. ती थेट त्याच्याकडे पाहत असल्यासारखी वाटत होती. परंतु ती काहीच बोलली नाही, हसली नाही किंवा आश्चर्याने चीत्कारली नाही. तिचे डोळे कठोर झाल्यासारखे वाटले. ती ड्रायव्हरशी किंवा त्या स्वयंपाकीणीशी अजिबात बोलत नव्हती. एक शब्दही नाही.

वेटर आसपास फिरत होता. आळसावलेला, भिंतीच्या खिळ्यावर लटकलेल्या घड्याळाकडे सहेतुक नजर टाकत होता. उपाहारगृहातले इतर सर्व ग्राहक निघून

गेलेले होते.

मोठा मुलगा झोपेतून उठून बसला. त्याने पुन्हा जेवण भरवण्याचा हट्ट केला. ते तरुण जोडपं आश्चर्याने चीत्कारलं, हसलं. ते कॉफी पीत होते. त्यांनी एका पेल्यात थोडं दूध ओतून बाळाला दिलं. ते तिला हाका मारत होते, इंग्रजीतच विचारत होते– मजा येतेय ना?

ती उठते, वॉश बेसिनकडे जाते. हात धुते. ते जोडपंही उठून उभं राहिलंय. त्यांचे हात परस्परात गुंफलेले आहेत. बोटं एकमेकांत गुंफलेली आहेत. ज्या प्रकारे ती त्याच्याकडे चोरटे कटाक्ष टाकते आहे. ते त्याने पाहिलं. त्यांचे गुंफलेले हात, एकमेकांना स्पर्श करणारी शरीरं... ती जवळीक.

परतीच्या वाटेवर स्वयंपाकीण स्वत:शीच बडबडते आहे. तिथल्या दगडांकडे, झुडपांकडे डोकावून पाहत बोलते आहे. ड्रायव्हर बॅटरी घेऊन घाईघाईने पुढे चालत आहे. ती त्या दोघांच्या मागून चालते आहे. धाकट्या मुलाला कडेवर घेऊन आणि मोठ्या मुलाला बोटाला धरून आणते आहे. तो मुलगा निरागस बडबड करतो आहे. मोठ्या आवाजात काही सांगतो आहे. त्याच्यामुळे तिचा अबोलाही संपुष्टात येतो.

तो छोटा मुलगा तिला विचारतो आहे, तिला एकटीने झोपायची भीती वाटत नाही का? ती म्हणते –हो, वाटते. पण जेव्हा जेव्हा तुम्हाला भीती वाटते, तेव्हा तुम्ही गाणं म्हणायला हवं. कॉटेजच्या दाराजवळ गेल्यानंतर मुलगा थांबतो आणि तिला गाणं म्हणायला सांगतो. मुलाला आत घेऊन जाण्यापूर्वी ती गाण्याची ओळ म्हणते– 'सागर किनारे दिल ये पुकारे, तू जो नहीं तो मेरा कोई नहीं है।'

समुद्र मोठ्याने गर्जना करतो आहे. त्याच्या तोंडाशी लाटा फेसाळल्या आहेत– एखाद्या उद्धट, हट्टी लहान मुलाच्या हनुवटीवर थुंकीचा फेस ओघळताना दिसतो तशा किंवा क्षमेची याचना करणाऱ्या एखाद्या आक्रमक प्रियकरासारखा– जो सगळ्या जखमा, सगळ्या चुका चुंबून बऱ्या करू पाहत आहे किंवा एखाद्या रात्रीतून घुसळून स्नेहाळ-स्निग्ध सकाळ उगवावी– तसा.

त्याला एक हॅमॉक सापडलाय. लांबलचक मोठा झोका– ज्यात तुम्ही आरामात आडवे पडून झोके घेऊ शकता. तो त्यात पालथा पडलाय, चेहरा जमिनीकडे करून. झाडं स्वत:तच व्यग्र आहेत. समुद्राची गाज त्याला थकवते आहे. तो डोळे बंद करून घेतो. त्याला जाणवतंय, कोणत्याही क्षणी तो रडायला सुरुवात करू शकतो.

जर ती बाहेर आली, तिने त्याला तिथे पाहिलं आणि विचारलं, काय झालंय? तर तो तिला सांगेल– रात्र खूपच मोठी आहे, चांदण्याही प्रखर वाटताहेत, समुद्राची गाज मला थकवते आहे आणि तरीही तो तिच्याशिवाय तिथून परतण्याचा विचारही करू शकत नाही. तिच्याशिवाय कुठेही खाणं, कुठेही असणं त्याला सहन होणार नाही.

◆

ती जी राधेश्याम (बी) को-ऑपरेटिव्ह हाउसिंग सोसायटीतून आली

त्यांच्या हाउसिंग सोसायटीच्या नोटीस बोर्डमुळे तिला कळलं. तेही योगायोगानेच. कारण ती नोटीस बोर्ड कधीही पाहत नसे, पण त्या दिवशी तिने तो पाहिला.

ती नुकतीच बाजारातून परत आली होती. उजव्या आणि डाव्या खांद्यावर दहा किलोंची किराण्याची पिशवी आलटून-पालटून तोलून दमली होती. तीन प्रकारची फळं, तांदळाची पिशवी, पालक, बटाटे-कांदे आणि रंगाचा डबा. अजून फार तर पाच सेकंद आणि माझे हात मोडणार... ती विचार करीत होती. मोडले नाहीत, तर किमान शोल्डर डिसलोकेशन ठरलेलं. आणि म्हणूनच ती थोडी थांबली. दोन्ही पिशव्या लिफ्टजवळच्या लॉबीमध्ये खाली टेकवल्या.

तेव्हाच सोसायटीचा वॉचमन नोटीस बोर्डवर नवी नोटीस लावत होता, म्हणून तिची नजर त्यावर पडली आणि तिथे हे लिहिलेलं होतं–

'राधेश्याम को-ऑपरेटिव्ह सोसायटीच्या सर्व रहिवाशांना आमच्या प्रिय वडिलांच्या स्वर्गवासानंतर चौथ्या दिवसाच्या पूजा समारंभासाठी बी-४०२ येथे आमंत्रित करण्यात येत आहे. पूजेनंतर सर्वांनी भोजनाचा आस्वाद घ्यावा.'

तिने आतापर्यंत न ऐकलेल्या नावांच्या त्या आमंत्रणाखाली सह्या होत्या. दोन पुरुषांची नावं– बहुधा त्यांची मुलं असावीत. त्यांना दोन मुलं आहेत, हे तिला माहीत होतं. तिथे त्याचबरोबर आणखी तीन स्त्रियांची नावं होती. त्यापैकी दोन त्यांच्या सुना असाव्यात आणि एक सर्वांत धाकटी मुलगी असावी... तिने अंदाज केला.

ती नोटीस तिने दोनदा वाचली. त्यानंतर बोर्डवर असलेल्या इतर नोटिशीही वाचल्या. मग कशीबशी चालत ती लिफ्टपर्यंत पोहोचली. हाताने चाचपून पर्समधली चावी शोधून काढली आणि एकेक करून दोन्ही पिशव्या लिफ्टमध्ये ठेवल्या.

आपले हात-पाय पुन्हा आपल्या शरीराशी जोडले जात आहेत याचा अनुभव

घेत ती काही क्षण लिफ्टमध्ये स्वस्थ उभी राहिली. त्यानंतर पाचव्या मजल्याचं बटण दाबलं आणि धडपडत तिच्या मजल्यावर उतरली.

तिच्या घरातल्या बैठकीच्या खोलीत पोहोचली तोपर्यंत ती एवढी दमलेली होती की, इच्छा असूनदेखील वैतागण्याचं त्राण तिच्यात नव्हतं. तशी अनेक गोष्टींसाठी वाभाडे काढायची इच्छा होती. थेट बैठकीच्या खोलीत प्रवेश करण्याची ही व्यवस्था तिला अगदी आवडायची नाही. राग यायचा. या शहरातले बिल्डर्स हा विचार का करीत नाहीत? एखाद्याच्या घराची घंटा वाजवायची आणि थेट त्यांच्या बैठकीच्या खोलीतच डोकवायचं– हे किती भयंकर वाटतं! प्रत्येकाला छोटीशी लॉबी, पॅसेज किंवा कॉरिडॉर वगैरे तत्सम कशाची तरी गरज असते, जिथून बैठकीच्या खोलीत जाता यावं. या खोलीलाही स्वतंत्र बाथरूम असावं. का म्हणून तुम्हाला नको असलेल्या एखाद्या अभ्यागतासाठी दार उघडावं लागावं आणि त्यानेही सरळ तुमच्या आयुष्यात डोकावण्याची संधी साधावी?

आपले दंड चोळत ती काही वेळ सोफ्यावर बसली. दारात उभं राहून चौकस डोळ्यांनी तुमच्या आयुष्याचं सार गोळा करू पाहणाऱ्या लोकांशी कोणताही संवाद करण्याची गरजच काय? बैठकीची खोली ही त्या घरात राहणाऱ्या लोकांसाठी असते, अनोळखी लोकांसाठी नाही.

अर्थात आता फारच उशीर झालेला होता. इमारत बांधून झालेली होती आणि फ्लॅटही विकत घेऊन झाला होता. शहराच्या गर्दीतली ही छोटीशी जागा ताब्यात घेण्यासाठी दोन वर्षांपूर्वी तिने आपली सगळी बचत, ठेव पावत्या मोडल्या होत्या आणि काहीच बदलणार नव्हतं. बहुतेक घरं अशाच पद्धतीने बांधलेली होती. पॅसेज असणारं घर तिला परवडणारं नव्हतं– निदान या आयुष्यात तरी नाही.

तिने सगळा किराणा काढून जागच्या जागी ठेवला. पालक फ्रिजमध्ये, कांदे-बटाटे एकावर एक असलेल्या निळ्या बास्केट रॅकमध्ये ठेवून दिले. दोन्ही कडांना खटक्याच्या क्लिप्स असलेल्या पारदर्शक डब्यात तांदूळ ठेवले, तर रंगाची बादली बेडरूमच्या खिडकीला ठोकलेल्या लाकडी फळीवर ठेवली. ही फळी उघड-बंद करता येत असे. तिथेच ती आपले रंगाचे ब्रश, ते धुण्यासाठी लागणारी बकेट्स, रंग पुसायचं फडकं, रंग हे सामान ठेवायची. तो तिचा छोटा स्टुडिओ होता.

ही फळी ठोकून घेण्यापूर्वी बेडरूममधल्या कोपऱ्यात जमिनीवर तिचे ब्रशेस, कापडाची फडकी पडलेली असायची. त्यानेच तर तिच्यासाठी ती रुंद फळी शोधून आणली होती. त्याला ती कुठे सापडली, हे तिने कधीच विचारलं नव्हतं. तसंच त्याला मदत का करावीशी वाटली, हेही विचारलं नव्हतं.

एके दिवशी ती सांगत होती की– तिचे ब्रश-रंग जमिनीवर पडलेले असतात, येता-जाता पायांत येतात, धक्का लागून पडतात. त्याचबरोबर तिची तक्रार होती,

रंगवत असताना तिला रंग घेण्यासाठी तासाभरात शंभर वेळा तरी खाली वाकावं लागतं आणि पुन्हा सरळ होऊन रंगवावं लागतं.

तेव्हा त्याने विचारलं होतं, "तू चित्र काढतेस?" म्हणून मग काहीसं लाजून, अवघडत तिने त्याला तिच्या प्रोजेक्टबद्दल सांगितलं होतं. कारण अजून तिने ते कोणालाच सांगितलेलं नव्हतं. तिला भेटायला आलेल्या वरच्या मजल्यावरच्या तिच्या शेजारणींनाही नाही, ज्या आपल्या मुलांना कडेवर घेऊन आल्या होत्या. जरा वेगळ्या प्रकारच्या सोसायटीमध्ये तिला अशी गुप्तता पाळण्याची गरजही वाटली नसती. पण इथे हीच गोष्ट तिला सर्वांपेक्षा वेगळं ठरवीत होती. तो वेगळेपणा तिच्या घरावर, तिच्या मनावर, तिच्या कुटुंबावर, तिच्या स्त्रीत्वावर एखाद्या डागासारखा वाटला असता.

या अशा प्रकारच्या हाउसिंग सोसायट्यांमध्ये वेगळं असणं हे धोकादायकच. अशक्यप्राय मोठ्या शहरातील अशक्यप्राय लहान-लहान घरांमध्ये राहणारे लोक अशा बाबतीत उल्लेखनीयरीत्या असहनशील असतात. त्यांच्या थकलेल्या शरीरात वसणाऱ्या छोट्या, भित्रट हृदयात कलाकारांना सहन करण्याची ताकद खूप कमी असते. या शहराने तिच्यातल्या प्रतिभावंताबाबत गैरसमज करून घेतला होता. शहराच्या देवतेबाबतच्या वास्तवाकडे पाठ फिरवली होती. नग्न चित्रं काढणाऱ्या स्त्रीला कोण समजून घेईल?

शिवाय ती काही गोंडस, नेकेड बेबी क्युपिड्स– म्हणजे प्रेमाची ग्रीक दैवी बाळं किंवा देवतांची चित्रं काढत नव्हती.

ती वयोवृद्ध स्त्रियांची नग्न चित्रं काढायची. त्यांचे म्हातारे, सुरकुतलेले स्तन आणि सैल पडलेले नितंब दाखवणारी.

अशा स्त्रिया– ज्यांच्यातली स्त्रीत्वाची ऊर्जा, उत्साह आणि चमक शोषून घेतली गेली आहे. उरलेत नुसतेच शरीराचे सांगाडे. वरच्या मजल्यावरच्या बायकांना हे नक्कीच कळणार नाही. जरी तिच्या बेडरूममधल्या भिंतीवरच्या चित्रातील शरीरं त्यांचीदेखील असू शकली असती, तरीही नाही. इथे त्या खूपच सन्माननीय होत्या.

आणि असं असूनही तो समजू शकेल, असा तिला विश्वास वाटला होता. तो यावरून तिचं मूल्यमापन करणार नाही, इतर लोकांना काही सांगणार नाही– असा विश्वास. परंतु बहुधा तो एक मूर्खपणाच होता. ती त्याला नीट ओळखतही नव्हती. त्या वेळी तर तिला त्याचं पूर्ण नावही माहीत नव्हतं. तिला एवढंच माहीत होतं की, तो त्यांच्या इमारतीबाहेरच्या गोलसर जागेत बसतो. त्या जागेवर खरंखुरं वाहत्या पाण्याचं, संगमरवरी दगडातील मुलाच्या शिल्पाच्या गुह्य अवयवातून बाहेर पडून पुढं वाहणाऱ्या पाण्याचं कारंजं बांधून देण्याचं आश्वासन त्यांच्या बिल्डरने दिलं होतं.

इटलीहून आयात केलेल्या संगमरवराचं कारंजं बनवणार आहेत– तिच्या

इस्टेट एजंटने तिला खात्रीपूर्वक सांगितलं होतं. बिल्डर्स शेवटी बिल्डर्सच. त्यांनी कोणताही नकली संगमरवरी पुतळा इटलीहून आयात केला नाही. त्याऐवजी इथल्या रहिवाशांना चारी बाजूंना दिवे असलेला धातूचा एक खांब (लॅम्प पोस्ट)– सिमेंट काँक्रीटच्या प्लॅटफॉर्मसह बसवून मिळाला. आणि शेवटी प्रत्येकाने मान्य केलं– लँपपोस्टच जास्त उपयोगी आहे. त्या दिव्याचा प्लॅटफॉर्म म्हणजे तो वर्तुळाकार ओटा, ज्याच्याभोवती इमारतीतील लोक संध्याकाळच्या वेळी एकत्र येत, गप्पा मारीत.

या सगळ्याने तिला काही फरक पडला नाही. तो छोटासा पुतळा स्थानिक लोकांसाठी आकर्षण होऊ शकला असता. कॉलनीमध्ये असा एखादा कलेचा नमुना असणं चांगलं वाटलं असतं. पण लगेचच तिच्या मनात आलं– कलेचा वाईट नमुना असण्यापेक्षा कला नसलेलीच बरी. तिला इटलीच्या गोष्टींची कमअस्सल नक्कल पाहण्याची इच्छा नव्हती.

दुपारच्या वेळी तो दिव्याचा ओटा हा बेरोजगारांसाठी आणि निवृत्त लोकांसाठी निवारा असायचा. जेव्हा ते लोक नसायचे, तेव्हा वॉचमन आणि नोकरमाणसे तिथे असत. संध्याकाळी काही तरुण स्त्रियांचा घोळका तिथं ओट्याभोवती गोळा व्हायचा. आपापल्या नवऱ्यांना कपभर चहा आणि गरम भज्यांची प्लेट सोपवून त्या तिथे जमायच्या. मधूनच एखादी तरुण आई आपल्या मुलावर ओरडायची आणि त्याला गृहपाठ करायला घरी पाठवायची.

शेवटी-शेवटी जेव्हा दिव्याचा प्रकाश फिकट पिवळसर व्हायला सुरुवात व्हायची, तेव्हा प्रौढ स्त्रिया खाली फेरफटका मारायला यायच्या. त्या वेळी तरुण बायका परतण्यासाठी निघालेल्या असत. पुन्हा घरातल्या कामांकडे आणि त्यांच्या टीव्हीवरच्या दैनंदिन मालिकांकडे त्यांचा ओढा असे. त्यानंतर शेवटी तरुण मुले आणि कॉलेजचे विद्यार्थी कट्ट्याचा ताबा घेत. तिच्यासारखी कोणी व्यक्ती तिथून जात असेल, तर तेवढ्यापुरते मुला-मुलींचे ते एकत्रित ग्रुप्स शांत व्हायचे. त्यांच्या हास्यविनोदात खंड पडायचा.

तो वर्तुळाकार भाग सुना असण्याची एकमेव वेळ म्हणजे सकाळची उशिराची वेळ. तीच वेळ होती; जेव्हा तो खाली यायचा. सकाळी नऊ ते साडेदहाच्या दरम्यान. आणि संध्याकाळी चार ते पाचच्या दरम्यान. सकाळी तो कट्ट्याच्या कडेला आरामात बसलेला असायचा. लहान मुलासारखे पाय लोंबकळत ठेवलेले आणि त्यानंतर त्याचा हलकासा व्यायाम चालायचा. तो हात वर करी, मनगटे गोल-गोल फिरवी, मग पूर्ण हात वर करून गोलाकार फिरवी. अगोदर उजवा व त्यानंतर डावा हात गोलाकार फिरवताना अगोदर घड्याळाच्या दिशेने आणि नंतर घड्याळाच्या विरुद्ध दिशेने. त्याचे पायही अशीच हालचाल करीत. घोट्यापासून पंजा गोलाकार फिरवी. चवडे खाली-वर, तळवे ताणून धरी. दोन्ही बाजूंना वाकायचा. तसं

वाकताना त्याची घट्ट छोटीशी ढेरी लक्ष वेधून घेई. दुपारच्या वेळी तो काहीही करायचा नाही. नुसता तिथे स्वस्थ बसलेला असायचा. रस्त्याकडे पाहत. येणाऱ्या-जाणाऱ्यांना न्याहाळत किंवा काही काही खिडक्यांतून लावलेल्या कुंड्या पाहत.

जर कोणी येता-जाता थांबून त्याला हॅलो केलं, तर तोही मान तुकवून हॅलो म्हणायचा. कोणी क्षणभर थांबून 'कसं चाललंय?' विचारलं तर तो हसून 'ठीक चाललंय.' म्हणायचा आणि 'तुमचं कसं काय चाललंय?' हे त्यांना विचारायचा.

ही त्याची रोजची दिनचर्या होती. गेली दोन वर्षं तिने हे पाहिलं होतं. त्याच्याशी न बोलताही तिला कळलं होतं की, आपल्या दोघांमध्ये काही तरी साम्य आहे. तुम्ही एखाद्याला पाहता तेव्हा लक्षात येतं, आपण समान वृत्तीचे आहोत. तसं काहीसं तिला वाटायचं. तिचा अंदाज होता. तिला जाणवलं होतं. तिच्याप्रमाणेच तोही या शहरासाठी नाहीये. ही इमारत, ही चौकोनी काड्यापेटीसारखी छोटी घरं, ही निवृत्ती– यापैकी कशातच बसणारा नाहीये. महानगरांमध्ये अनुभवास येणारी अल्पजीवी शांतता, विस्कळीत-विसविशीत सकाळ आणि अत्यंत असमाधानी-निराशायुक्त दुपार... या कशातच तो बसत नव्हता. या सगळ्या गोष्टी जणू त्याला लागू होतच नव्हत्या.

तिला हेही जाणवत होतं की, कदाचित कधी काळी तो या सर्वांचा भाग होता. अशा लहान बंदिस्त जागांमध्ये राहताना जीव गुदमरण्याच्या त्रासातून तोही गेला असावा. घरी पोहोचण्याची सदोदित वाटणारी घाई, रात्रीची जागरणं– हे सगळं काही त्याने अनुभवलं असावं. पण आता नाही. आता तो संपूर्ण वेगळाच मनुष्य होता. हरवलेला परग्रहावरचा जीव. परंतु तरीही काहीच योग्य वाटत नाही, अशी तक्रार तो कधीही करायचा नाही.

त्याच्याबरोबर नेहमी त्याचं कुटुंब असणार, हे तिला कळत होतं. एकाकी वृद्ध मनुष्य आणि प्रत्यक्षात एकटा खाणारा वृद्ध मनुष्य यांच्यात मोठा फरक असतो. त्याच्या टापटीप पोशाखावरून तो एकटा असावा, असं वाटत नाही. त्याचे टी-शर्ट्स नेहमी इस्त्री केलेले असत. केसांना तेल लावून पाण्याने चोपून बसवलेले असायचे. केस एका बाजूला वळवून भांग पाडलेला. ठरावीक वेळी जेवणासाठी तो अदृश्य व्हायचा आणि त्याचे डोळे गढुळलेले, अस्वस्थ असे कधीच दिसायचे नाहीत किंवा त्यांच्यात ती मानवी स्पर्शासाठी आसुसलेली तहानही कधी नजरेस पडली नाही.

परंतु तो एकाकी होता, हे ती जाणून होती. तिच्या वडिलांच्या मृत्यूनंतर आणि मुलांपैकी कोणीही तिच्याबरोबर राहण्याची तयारी दाखविली नाही, तेव्हापासून तिच्या आईच्या चेहऱ्यावरदेखील हा एकाकी भाव वाढत चालला होता. तिनेही आईबरोबर राहण्याच्या तिच्या भावांच्या आग्रही मागणीला नकार दिला होता. ती

परत आईच्या घरी राहायला गेली नव्हती. 'तुझ्या वाट्याची कुटुंबाची जबाबदारी घेण्याची हीच वेळ आहे' असं ते पुनः पुन्हा सांगत होते. त्यांनी विनाकारणच तिच्या नुकसानीला वाईट स्वरूप दिलं होतं. तिच्या वेळेवर, तिच्या जबाबदारी नसण्यावर ते न थकता दावा करू पाहत होते. आणि हे सगळं कशामुळे– तर तिला कोणी योग्य जीवनसाथी मिळाला नव्हता, ज्याला ती लग्नबंधनात बांधू शकेल. त्यामुळेच त्यांनी हे गृहीत धरलं होतं की, वृद्ध आईची देखभाल करण्यासाठी ती पूर्णतः उपलब्ध आहे. ती तिच्या लहान भाचेमंडळींना सांभाळण्यासाठी, वेळप्रसंगी त्यांना सोबत करण्यासाठी असतेच– तेही विनामूल्य! परंतु अतिशय हटवादीपणाने तिने त्यांचा प्रस्ताव नाकारला होता. असं असलं तरी ती आईला भेटायला मात्र वरचेवर जात असे. तिथे गेल्यावर मोलकरणीच्या कामावर देखरेख करणं, किमती-मौल्यवान वस्तूंची नोंद घेऊन ठेवणं यांसारखी कामं ती करायची. बरेच दिवस टिकतील, तसेच हवे तेव्हा आईला कॅसेरोलमध्ये ठेवून ओव्हनमध्ये गरम करता येतील असे पदार्थही ती बनवून ठेवी. तेवढीच तिच्या आईला मोलकरणीच्या तेलकट-तुपकट पदार्थांपासून काहीशी सुटका मिळत असे. ती वृद्ध स्त्री आजारी असताना तिला अंघोळ घालण्याचं कामही केलं होतं. तिच्या आईच्या दुर्बल होत चाललेल्या, सुकलेल्या शरीराकडे पाहूनच तिला पेंटिंग्जचा प्रोजेक्ट सुचला होता. त्या न्यूड पेंटिंग्जची रुजवात अशी झाली होती.

ज्या स्त्रीला ती इतकी जवळून ओळखत होती, तिचं हे नवं शरीर तिच्याच हाडांवर लोंबत असलेलं पाहून तिला अतोनात आश्चर्य वाटलं होतं. तुम्हाला अशी शरीरं मासिकात किंवा टीव्हीवर पाहायला मिळत नाहीत. तिच्यासाठी हे खूप नवं होतं आणि विषय परिचितपणापासून अनेक कोस दूर, न हाताळलेला, महत्त्वाकांक्षेचा स्पर्श न झालेला असा होता. तिच्या मनात आलं... तिचं शरीरही असंच असेल, आणखी दहा वर्षांनी किंवा फार तर वीस वर्षांनी. या वयस्कर नव्या शरीरांनी तिच्या मनात लवकरच घर केलं.

तिच्या भावांकडे आणि त्यांच्या दादागिरीकडे दुर्लक्ष करणं जमायला हवं होतं. तिच्या नव्या घराच्या खरेदीसाठी भरमसाट पैसे खर्च करण्याऐवजी, तसंच तिच्या घरून आईच्या घरापर्यंत येण्या-जाण्यात वाया जाणारा वेळ वाचविण्यासाठी ती तिच्या आईच्याच घरी राहायला जाऊ शकत होती. अशा प्रकारे ती स्वतःसाठी गोष्टी सोप्या करू शकत होती. शिवाय तिला हेही जाणवायचं की, वेगाने रिकाम्या होत चाललेल्या तिच्या आईच्या डोळ्यांकडे तिने अधिक जवळून, अधिक लक्षपूर्वक पाहायला हवंय. तेव्हाच तिला तिच्या शरीराचा परिचय होईल, जसं शरीर एके दिवशी तिच्याही वाट्याला येणार आहे.

बहुतेक अशी जवळिकीचीच तिला भीती वाटत होती. तिच्या संपूर्ण आयुष्यात

तिने कोणाही व्यक्तीशी अशी जवळीक करायला हट्टाने नकार दिला होता. तिच्या तरुणपणी तिने पुरुषांकडे पाठ फिरवली होती. कोणा एकाच्या विश्वात केंद्रस्थानी असण्याचं ओझं तिला नको होतं. म्हणूनच आताही ती तिच्या आईच्या आयुष्याचं सुकाणू व्हायला तयार नव्हती. त्यामुळे प्रत्येकाच्या सल्ल्याविरुद्ध ती या दूरच्या उपनगरात स्थायिक झाली होती, जिथे राहणं खर्चिक होतं आणि मैत्री अस्तित्वातही नव्हती.

या वसाहतीत असं कोणीही नव्हतं, ज्याला ती मित्र म्हणू शकेल किंवा तोच पहिली व्यक्ती होता, ज्यानं तिच्याशी संभाषण केलं होतं. तीन महिन्यांपासून ती राधेश्याम सोसायटीच्या 'बी' विंगमध्ये राहत होती. आणि तिने त्याला सकाळी, तसंच संध्याकाळच्या वेळी त्या गोलाकार ओट्यावर बसलेलं पाहिलं होतं. एकदा ती इमारतीच्या खाली आली होती. एका हातातल्या काठीने इमारतीच्या मागच्या बाजूला असलेल्या भंगार सामानाच्या ढिगामध्ये काही शोधत होती. तो तिच्याकडे बराच वेळ पाहत असावा. जेव्हा ती इमारतीच्या पॅसेजकडे परत येत होती– तिच्या हातातल्या पेंटिंग ब्रशसह, तेव्हा तिचं त्याच्याकडे लक्ष गेलं. त्याने मान तुकवून अभिवादन केलं. ती थांबली.

"तुम्हाला काही हवंय का?" त्याने विचारलं.

पाचव्या मजल्यावरच्या खिडकीकडे बोट दाखवत तिने त्याला सांगितलं, ब्रश खाली पडला होता. तिला खरोखर गरज होती ती एका छोट्या कपाटाची किंवा टेबलाची, ज्यावर ती आपलं चित्रकलेचं साहित्य ठेवू शकेल. कामासाठी वापरतात तसं टेबल... तिने त्याला सांगितलं होतं. परंतु, सध्या काहीही विकत घेणं तिला परवडण्यासारखं नाही, म्हणून ती खिडकीची जागाच हे साहित्य ठेवण्यासाठी वापरत होती... तिने स्पष्ट केलं होतं.

दुसऱ्या दिवशी तो तिच्या दारावर हजर होता. त्याच्या हातात एक दहा इंच रुंद लाकडी फळी होती. त्याला ती कुठे मिळाली, तिने कधीच विचारलं नाही. बहुधा त्या भंगार सामानाच्या ढिगात, मोडलेल्या फर्निचरमध्ये त्याला ती सापडली असावी. किंवा सोसायटीच्या तिसऱ्या गेटजवळ सेकंडहँड फर्निचरचं एक दुकान होतं, तिथून त्याने ही वापरात नसलेली फळी मिळवली असावी. कोण जाणे– कदाचित ही पहिल्या भेटीतली भेटवस्तू आणण्यासाठी तो बऱ्याच दूरच्या एखाद्या ठिकाणीही चालत गेला असावा.

सुरुवातीला तिने हरकत घेतली होती. त्याने लक्षात ठेवून असं काही आणावं याबद्दल रागावली होती, तिच्या सोयी-सुविधांमधील ही लहानशी त्रुटी भरून काढण्यासाठी त्याने झटावं यावर रागावली होती. परंतु तिच्या चेहऱ्यावरचं मंद स्मित, त्याने पुढं केलेला मदतीचा हात, ती लाकडी फळी– हे सगळं पाहून तिच्या

मनातलं भीतीचं सावट दूर होत असल्याचं तिला जाणवलं होतं.

आता हा माणूस नियमित येत राहणार का? त्याने वरच्या मजल्यापर्यंत तिचा पाठलाग केला होता का? नाही, तो तसं करणार नाही. इमारतीच्या प्रांगणात असलेल्या नामफलकावर इतर फ्लॅटधारकांप्रमाणेच तिचंही नाव लिहिलेलं होतं. तिच्या चित्रकलेत त्याला रस वाटला असेल का? नाही. त्याने अद्याप तिची चित्रं पाहिलीही नव्हती. मग त्याने तिच्या चित्र काढण्यावरून प्रश्न का विचारले असावेत?

तिला या सगळ्याचाच राग आला होता. त्याचं असं येणं, स्वत:ची ओळख करून देणं, तिच्यामध्ये रुची दाखवणं. गेली अनेक वर्षं अशा प्रौढ पुरुषांकडून तिला दिलं जाणारं महत्त्व तिने झिडकारून टाकलं होतं. असे प्रौढ पुरुष म्हणजे, जे कंटाळलेले आहेत किंवा नुकतेच विधुर झालेले आहेत आणि ती अविवाहित असल्या कारणाने त्यांना तिच्याबद्दल आकर्षण वाटतं आहे, असे. ती मध्यमवयीन आहे आणि यापुढे तिला फार चांगला जोडीदार मिळण्याची शक्यता कमी आहे; असं असताना कोणी तिला विशेषत्वाची वागणूक देत असेल, तर तिने त्याबद्दल कृतज्ञ का असावं, हेच या पुरुषांना कळायचं नाही. कारण तिचे पूर्वीचे घरमालक, शेजारी, वरिष्ठ सहकारी यांनी तिला असंच पेचात पकडलं होतं. आणि म्हणूनच त्या पहिल्या भेटीत ती काहीशी कठोर वागली होती.

तिने त्याला घरात बोलावतं नव्हतं किंवा कपभर चहाही विचारला नव्हता. त्याने ती लाकडी फळी तिच्या पायाजवळ ठेवली. दोन्ही हात जोडून नम्रतेने नमस्कार केला आणि त्यानंतर तो निघून गेला होता.

तिला आठवलं, त्याचा एकंदर आविर्भाव पाहून तिला स्वत:त क्षुद्रतेची भावना दाटली होती. त्याचं ते कमरेत किंचित झुकणं, जोडलेले हात, मनमोकळं हास्य, पाठीचा किंचितसा बाक असूनही ताठ कणा. पुढच्या वेळी त्याला ओट्यावर बसलेलं तिने पाहिलं, तेव्हा ती त्याचे आभार मानायला थांबली. त्याने आदराचा, शेजारधर्माचा भाव प्रदर्शित करत हसून स्वीकार केला.

नेहमीच्या 'गुड मॉर्निंग'पेक्षा जास्त काही तरी बोलायला हवं, असं तिला वाटलं. ती त्या फळीचा वापर करणार आहे, हे तिने त्याला सांगितलं. पुन्हा एकदा तिने आपले चित्रकलेचे ब्रश, रंगाच्या छोट्या-छोट्या बकेट्स, रंग पुसण्याची फडकी, कापडी तुकडे याबाबत बोलायला सुरुवात केली. तिच्या या वस्तू ठेवायला जागाच नव्हती. कपाटं सगळी भरलेली होती. बेडरूम खूपच अरुंद होती. आणि तिने हे चित्रकलेचं सामान बैठकीच्या खोलीत ठेवलं, तर तिथली नवी संगमरवरी फरशी खराब होईल, हे नक्की.

लांबवर टक लावून पाहत तो तिचं बोलणं ऐकत होता. अधूनमधून मान हलवत होता. ती जायला वळली तेवढ्यात त्याने विचारलं होतं,

"जलरंग की तैलरंग?"

मग तिने त्याला तिच्या म्यूरलविषयी सांगितलं होतं. तिने न्यूड्सचा उल्लेख केला नाही. ती म्हणाली होती, "सर्वसामान्य लोकांची चित्रं काढते आहे मी– स्त्रियांची."

त्याने होकारार्थी मान तुकवली होती. मंद स्मित. डोकं किंचित झुकवलं. जणू त्याला म्हणायचंय, अर्थातच जसं काही तो जाणून आहे. सर्वसामान्य लोकांची, सर्वसामान्य स्त्रियांची चित्र काढणाऱ्यांपैकीच ती आहे.

ती खोलीच्या तीनही भिंतींवर पेंट करत होती. तिने त्याला सांगितलं की, ती चौथी भिंत तिला तशीच भरीव चौरसाच्या रूपात हवी आहे. पिवळसर, केशरी किंवा कदाचित अतिशय गडद निळ्या रंगात रंगवलेला. पहिला रंग त्वचेच्या रंगाशी, पोताशी खूप मेळ खाणारा आहे. परंतु गडद निळा– जवळजवळ काळाच रंग हा चांगला पर्याय ठरेल. जर ती तिच्या म्यूरल्सना वेगळी मिती देऊ इच्छित असेल, तर तो काही तरी भाकीत करणारा किंवा सुचवणारा किंवा निराशेचा मूड.

त्याने पुन्हा मान डोलावली होती. जणू काही तो तिला सांगू पाहत होता की, तिला याच मूडमध्ये चित्र रंगवायची आहेत, हे तो अगोदरपासूनच जाणून होता.

उत्साहित अशी ती पुढे बोलतच राहिली होती. ती कशी वेगवेगळ्या प्रकारचे, वेगवेगळ्या वयाचे लोक तिच्या पेंटिंगमध्ये दाखवणार आहे. अनेक व्यक्ती, तेवढ्या आकृत्या काढायला तिला कसा भरपूर वेळ द्यावा लागेल आणि कसे भरपूर कष्ट करावे लागतील... वगैरे. कशी तिची पाठ दुखते, कशी तिने वरपासून– जिथे छत आणि भिंत एकत्र येतात तिथपासून– सुरुवात केली आहे. त्यासाठी घरं रंगवणारे पेंटर्स वापरतात तसला उंच स्टूल तिला वापरावा लागतो आहे. आणि त्या स्टुलवरून पडण्याची काळजी वाटत असताना एकाग्रतेने चित्र काढणं किती अवघड वाटतं. आत्तापर्यंत तिने कशीबशी एक व्यक्ती पूर्ण केली आहे आणि त्यासाठी तिला तीन महिने लागले आहेत. एवढं मोठं म्यूरल तिला तिच्या बेडरूममध्ये हवं आहे की नाही, हेदेखील ठरवायची तिला गरज वाटते आहे. एवढ्या मोठ्या मानव आकृती... ते वेदनादायकही ठरू शकतं. आणि समजा– तिने कधी घर विकायचं ठरवलं, तर या चित्रांचं काय?

बहुधा हा तिचा प्रकल्पच सुरुवातीपासून अपयशाकडे झुकलेला होता. वाळूतला किल्ला!... ती म्हणाली होती. तरीही तीन स्त्रियांची डोकी काढायला तिनं सुरुवात केली होती. त्यांच्या शरीराच्या बाह्य रेषा तेवढ्या आत्तापर्यंत काढून झालेल्या होत्या.

त्याने सगळं ऐकून घेतलं होतं. मधूनच मान डोलावली होती. फारसं पाहिलंही नव्हतं. अचानक तिला मूर्ख असल्यासारखं वाटायला लागलं. त्याने एकही प्रश्न विचारला नव्हता. पण आता तो ते विचारेल, अशी तिला भीती वाटायला लागली.

जर तो तिच्या घरी आला आणि तिने काय चित्रं काढली आहेत हे त्याने पाहिलं, तर तो नक्की प्रश्न विचारेल.

पण त्याने ते विचारलं नाही. त्याऐवजी त्याने विचारलं, "तू भिंतीवर चित्र काढायला सुरुवात करण्यापूर्वी आठवणीने व्हाइटवॉश घासून काढला होतास ना?"

तिने ओठ आत दाबून खांदे उडविले. भिंती घासून काढण्याचं काम तिने स्वत:च काहीसं निष्काळजीपणे केलं होतं. पण अजूनही रंगाचे तुकडे पृष्ठभागाशी चिकटलेले होते. तिला काम सुरू करण्याची एवढी घाई झाली होती की, तिने तशीच चित्रं काढायला सुरुवात केली होती. कोणत्याही परिस्थितीत पहिल्याच पावसाने तिचं सगळं काम धुतलं जाण्याची दाट शक्यता होती. पावसाळ्यात भिंती दमट होतील आणि त्यांच्यावर बुरशी येईल. महिनोन्महिने पाठ मोडून केलेलं काम, पूर्णपणे नामशेष होईल. वास्तवत: ती हे काम कदाचित कधीच पूर्ण करू शकणार नाही. प्रत्येक वेळी तिची एक भिंत काढून पूर्ण झाली की, पावसाळा येईल आणि पुढचं पूर्ण वर्ष ती भिंत स्वच्छ करण्यात व पूर्वीसारखी करण्यात ती घालवेल.

तिला यात काही वावगं वाटलं नव्हतं. तसंही तिचं काम इतरांनी पाहावं अशी इच्छा आहे अथवा नाही, याबाबत तिलाच खात्री नव्हती. त्याचबरोबर हे काम एकदा पूर्ण झालं की, ती त्याचं काय करेल, हेही तिला माहीत नव्हतं. शक्य आहे, ती त्या फ्लॅटला परत कधीही व्हाइटवॉश करून घेणार नाही. कामगार कामासाठी घरात येतील. बेडरूममध्ये आल्यावर त्या न्यूड चित्रांकडे त्यांचं लक्ष जाईल आणि मग... नाहीऽ, नाहीऽऽ ती असं होऊ देऊ शकत नाही. तिला तिच्या चित्रांचा एवढा कंटाळा आला, तर ती स्वत:च त्या भिंतीवरून खरवडून काढेल. त्यानंतर ती त्या भिंतींना पुन्हा रंग देऊन घेईल आणि त्या पांढऱ्या शुभ्र दिसतील.

मात्र ती त्याला तसं म्हणाली नाही. जणू काही तिला म्हणायचं होतं, त्यामुळे काही फरक पडत नाही.

"मग ठीक आहे," तो म्हणाला होता आणि काही क्षण थबकला होता. त्याचे ओठ नि:शब्द हालचाल करीत होते. जणू तो योग्य शब्द शोधत असावा. शेवटी त्याने नुसतीच पुनरुक्ती केली, "हो, हे चांगलं आहे."

तिने विचारलं होतं, "काय चांगलं आहे? तू तर ते पाहिलंही नाहीयेस."

"स्वत:च्या गोष्टी स्वत: करणं चांगलं आहे, असं मी म्हणत होतो."

पुढचे काही आठवडे तिच्या वर्तणुकीचा एक साचा ठरून गेला होता. ती भाजी आणि रंग आणायला तीन दिवसांतून एकदा बाहेर पडायची. तो बाहेर ओट्यावर बसलेला असायचा, तीच तिची बाहेर पडण्याची वेळ असायची. ती त्याला 'हॅलो' म्हणण्यासाठी थांबायची. तोही 'हॅलो' म्हणायचा. तिच्याकडे पाहून हसायचा. जर पुढे ती काही बोलली नाही, तर तो संवाद पुढे नेण्याचा प्रयत्न करायचा नाही.

काही दिवसांनंतर तिने तिथे रेंगाळायला सुरुवात केली. त्याच्याबरोबर मोजक्याच वाक्यांची देवाण-घेवाण होऊ लागली. त्याच्या तब्येतीची विचारपूस, तिचं काम कसं चाललंय, तिच्या आईची तब्येत कशी आहे– यासारखी किंवा हवामानाबद्दलची चौकशी. हिवाळा आला तरी बरेच लोक घराबाहेर पडू लागले. तरुण आया त्यांच्या लहान मुलांना घेऊन, वृद्ध स्त्री-पुरुष सगळेच न्याहारीनंतर इमारतीलगतच्या ओट्याजवळ ठाण मांडून बसत. थोडं तरी ऊन अंगावर घेता यावं म्हणून.

तोही सकाळी नऊ ते अकराच्या दरम्यान तिथे बसलेला असे– पाय हलवत, हात उंचावलेले आणि मनगटांची गोलाकार हालचाल करीत. डावीकडून उजवीकडे आणि वर-खाली. पण तिच्या लक्षात आलं, ती त्याची नजर टाळते आहे. त्या दिव्याच्या खांबाजवळ ऊन खात बसलेल्या अनेक लोकांसमोरून तत्परतेने, घाईघाईने निघून जाते आहे. तशी गुप्तता पाळायची काही गरज नाही, तरीही एवढ्या सगळ्या लोकांसमोर त्याला ओळख दाखवण्याची तिची इच्छा नव्हती.

हिवाळ्याच्या ऐन भरात तिने दुपारी उशिरा बाजारात जायला सुरुवात केली. पाच वाजण्याच्या आसपास, जेव्हा वातावरणात गारवा यायला सुरुवात झालेली असायची. इतर वयोवृद्ध लोकांसाठी किंवा लहान मुलांना तिथे रेंगाळता येईल अशी उबदार हवा नसायची. ती त्या गोलाकार ओट्यासमोरून घाईने पुढे जायची. अद्याप तो तिथेच बसलेला असे. शांत, दूर कुठे तरी नजर लावलेला. ते एकमेकांशी बोलत. ती म्यूरल्सबद्दल किंवा तिच्या चित्रासाठी तिने निवडलेल्या मोठ्या कॅनव्हासबद्दल बडबडत राही. पोर्ट्रेट, लँडस्केप, लोककला, मिनिएचर्स अशा कशाकशाबद्दल बोलत राही. त्याला पेंटिंगविषयी फारशी माहीत नव्हती, परंतु तो ऐकायचा. त्याची समज कमी पडेल तिथे प्रश्न विचारून अंतर भरून काढायचा.

जुन्या गाड्यांच्या इंजिनांसारखं थांबत-थांबत, तुटक वाक्यांत ते संवाद साधायचे.

तिच्या मनात आलेल्या या उदाहरणाचं तिला हसू आलं. तिचंच शरीर गांजलेलं होतं आणि त्यात सुधारणा होण्याची शक्यताही कमीच होती. घरातील आवश्यक वाणसामान आणण्यासाठी आणि तिच्या आईला भेटण्यासाठी म्हणून तिच्या बाहेर ज्या काही छोट्या फेऱ्या होत, तेवढंच. अन्यथा, तिला सूर्यप्रकाश मिळणं अवघडच. कोणताही व्यायाम नाही आणि निगा राखणं प्रकार तर नक्कीच नाही. पसरलेल्या लिपस्टिकवरून वरचेवर रागावणारी नणंदही तिला नव्हती. त्यामुळे तिचा चेहरा मातकट, सर्वसामान्य प्रकारातला झालेला होता.

–आणि तो? तो निवृत्त झालेला होता आणि बहुतेक सर्वसामान्यांपेक्षा वेगळं काही होण्याचा त्याने कधी प्रयत्नही केला नव्हता. तो स्वत:बद्दल कधीच जास्त बोलायचा नाही. जर ती शांत उभी राहिली, बराच वेळ एखादा शब्दही बोलली नाही; तर तो एक दीर्घ श्वास घेई आणि स्वत:च्या भूतकाळाबद्दल अल्पस्वल्प काही बोले.

तो सैन्यात होता. पंधरा वर्षं उत्तर-पूर्व भागात त्याची नेमणूक होती. त्याला शांततेशी जुळवून घेणं माहीत होतं. तो लोकांकडे पाहून हसायचा नाही फारसा. त्याची जुनी सवय होती ती. उत्तर-पूर्व भागाने त्याला मानवी समाजाबाबत बरंच काही शिकवलं होतं. लोकांनी जे केलंय ते त्यांनी का केलं, जे बोलले तसं का बोलले, ते जगतायत ते तसं का, ते खोटं का बोलले, ते का हसले... माणसांशी होणाऱ्या विरळ गाठीभेटींतून त्याच्या विचारांत स्पष्टता आली होती.

एका संध्याकाळी ती त्या ओट्याजवळ थांबली होती, तेव्हा सॅटिनचा पंजाबी ड्रेस घातलेली एक स्थूल स्त्री इमारतीबाहेर आली. ती नुकतीच लिफ्टच्या बाहेर आली होती, तरी तिला दम लागलेला होता. ती धापा टाकत होती. ओट्यापाशी येऊन ती त्यांच्या गप्पात सामील झाली. त्याने धापा टाकणाऱ्या स्त्रीची ओळख 'माझी बायको' अशी करून दिली. स्वच्छ डोळ्यांची, नितळ त्वचेची, शुद्ध पंजाबी बायका असतात तशी मांसल स्त्री होती ती.

ती तिथे नुसतीच उभी होती. काही न बोलता, आपल्या नवऱ्याकडे पाहून वरचेवर मान डोलावत– जणू त्याला विचारते आहे, असा गप्प का? बोल ना, बोल तिच्याशी.

ती– जी अविवाहित होती, मध्यमवयीन होती आणि आयुष्यात पोळलेली होती; त्या बाईच्या मांसल हनुवटीच्या वळ्यांमधून बाहेर फेकले जाणारे, तिने न उच्चारलेले शब्द ती वाचू शकत होती. तसंच तिचं ते खोटं-खोटं नम्र हसू ती समजू शकत होती. अशा 'पत्नी' प्रकाराशी ती परिचित होती. समाधानी नाही, परंतु अतृप्तही नाही. उत्साही नाही, निराशही नाही. ठाम नाही, अंतर्मुख ही नाही. परंतु सतत सजग. तिची एक भावजय अशा प्रकारची होती.

अशा स्त्रियांच्या बाबतीत चूक शोधून काढणं अवघड. त्या कधीही त्यांचं आयुष्य कसं बदलून गेलंय, कसं झालंय– याबाबत तक्रार करीत नाहीत. तुम्हाला कशासाठीही दोष देत नाहीत. तुम्हाला अपमानित वाटेल असं कधीही वागवत नाहीत. परंतु त्या तुम्हाला अशा गैरवाजवी संतापाशी नेऊन सोडतात की... तुम्ही आपसूक चूक करून बसता. तिच्या मोठ्या भावाला जुने रेडिओ दुरुस्त करायचा नाद लागला होता. तेव्हा त्याच्या लग्नाला पाच वर्षं झालेली होती. फक्त तिच्या भावजयीने त्या जुन्या रेडिओमध्ये वाया जाणारा वेळ, ते मिळविण्यात होणारा खर्च याबद्दल कधीही तक्रार केली नाही. परंतु दर थोड्या महिन्यांनी तिचा भाऊ रागारागाने एखादा तरी रेडिओ सेट भिरकावून तोडून टाकत असे. रागाने तो रेडिओ एवढ्या जोरात खोलीत भिरकावे की, तो ज्या लाकडी टेबलावर आपटायचा ते टेबलही तुटल्याशिवाय राहत नसे. ओह...! या अशा सहनशील बायकांना ती चांगलीच ओळखून होती.

आता तिला कळलं की, हा माणूस दिवसातले चार-पाच तास असा घराबाहेर बसून का काढायचा? तिच्या भावासारखाच सन्माननीयतेच्या पिंजऱ्यात हात फडकवत. तो पिंजराही असा तलम मऊ रबरासारखा चिवट की; कितीही रेडिओ सेट फोडले, तरी पिंजरा अबाधित!

ती त्या गोलाकार ओट्याजवळ उभी राहिली. त्या सॅटिनी बायकोशी काही तरी मित्रत्वाचं बोलता यावं म्हणून शब्द शोधत राहिली. तो त्या काँक्रीटच्या ओट्यावर कडेला अलगद बसून होता. हात उंचावून ताणून धर, पुन्हा त्यांना खांद्यापर्यंत खाली आण– असं करीत उंचावणं-ताणणं याची पुनरावृत्ती करीत.

तिच्या लक्षात आलं... तो ओटा म्हणजे त्याची हृदयातल्या वेदनेपासून मिळवलेली सुटका आहे, त्याचं विसाव्याचं ठिकाण. तो स्वत:च्या बायकोबरोबर निवृत्तीनंतरच्या प्रेमळ विश्वात हरवून जाऊ शकत नव्हता. त्याने त्याच्या कुटुंबाला चांगलंच वागवलं असेल. बहुधा बायकोवर कधीही हात उचलला नसेल. मर्यादेपेक्षा जास्त दारू प्यायला नसेल. मुलांवर ओरडणं नसेल. किंवा कदाचित त्याने हे सगळं केलंही असेल. त्याला कदाचित वाटलं असेल, आपण अशा बायकोवरही प्रेम करू शकतो. पण तो अपयशी ठरला होता. आणि त्याच्या अपयशाचंही कुणाला काही देणं-घेणं नव्हतं. त्याच्या बाबतीत प्रत्यक्ष दिसत होतं ते बदल्या, तीन-चार मुलं, फर्निचर, फ्लॅट वगैरे. वीस ते पंचवीस वर्षांचं वैवाहिक आयुष्य समोर दिसत असताना अयशस्वी प्रेमाचा अर्थ कसा सांगायचा? मुलांचे जन्म, पेन्शन– असं सगळं असताना प्रेम म्हणजे नेमकं काय?

ती तातडीने बाजारात गेली होती. आठ दिवसांचं वाणसामान भरून ठेवलं होतं आणि त्यानंतर आठ दिवस घराबाहेर पाऊल टाकलं नव्हतं. नवव्या दिवशी तिच्या घराची डोअरबेल वाजली.

तो दारात उभा होता. एखाद्या पातळशा पुस्तकासारखं दिसणारं काही तरी त्याच्या मोठ्या हातात घट्ट धरलेलं होतं. तिने हसून स्वागत करेपर्यंत तो हसला नव्हता. ती हसल्यानंतरच त्याने स्वत:ला हसण्याची परवानगी दिली होती. तथापि, तिने त्याला घरात आत येण्याचा, बसण्याचा इशारा केला नाही. ती दारातच उभी राहिली– त्याच्या बोलण्याची वाट पाहत.

"मी तुझ्यासाठी फिल्म आणली आहे." शेवटी एकदाचं तो बोलला.

तिने हात पुढे केला तशी त्याने बरोबर आणलेली डीव्हीडी तिच्या उपड्या तळव्यावर ठेवली. ती एक ऐतिहासिक प्रेमकथा होती. सत्य आणि तपशिलापेक्षाही जास्त विश्वासावर आधारित. तिने 'थँक्स' म्हटलं. मात्र ती दारातून बाजूला सरकली नाही किंवा तिने त्याला तिचं म्यूरल पाहण्यासाठी आत येण्याचं निमंत्रण दिलं नाही.

तो तिच्या दाराशी उभा राहिला होता. आळीपाळीने एकेका पायावर भार देत तो

बोलत होता. वातावरणातला गारवा कसा वाढतो आहे, कदाचित पाऊसही पडू शकतो. पाऊस पडलाच तर आणखी गारवा कसा वाढू शकतो आणि या सगळ्या गोष्टींची त्याला जास्त चिंता वाटते आहे. कारण तो तळमजल्यावर राहतो. तसाही या इमारतीत बिलकुलच सूर्यप्रकाश येत नाही.

चेहऱ्यावर हलकंसं नम्र स्मित खेळत ठेवून तिने त्याच्या बोलण्यावर मान डोलावली होती. त्यानंतर दोघांमध्ये शांतता पसरली. तो पाऊलभर मागे सरकला होता. त्याने ती फिल्म टीव्हीवर पाहिली होती. त्याला ती इतकी आवडली होती की, त्याने तिच्यासाठी या फिल्मची डीव्हीडी विकत आणली होती.

"तुलासुद्धा बहुतेक आवडेल ती. म्हणून मी इंटरनेटवरून ऑर्डर देऊन मागवली." तो म्हणाला.

तिने आभाराचे शब्द उच्चारले. जेव्हा तो जाण्यासाठी वळला, तेव्हा ती हळूच म्हणाली, "मी ती पाहू शकणार नाही."

तो थांबला. वळला. "तू ती पाहू शकणार नाहीस?"

"नाही. मला कशी पाहायची, ते माहीत नाही." तिने कबुली दिली होती.

त्याने तिच्याकडे पाहिलं. "तुझ्याकडे डीव्हीडी प्लेअर किंवा कॉम्प्युटर आहे का?"

तिने मान हलवली. त्यानेही मान हलवली आणि सुस्कारा सोडला. "अर्थात तू घरी येऊ शकतेस आणि तिथे ही फिल्म पाहू शकतेस किंवा तुला आवडणार असेल तर मी माझा प्लेअर घेऊन येऊ शकतो. तो मी इथे तुझ्यासाठी सेट करून देतो. रिमोट कसा वापरायचा हे मी तुला शिकवेन, काही मिनिटांत. शिकशील ना तू?"

ती दारातच उभी होती. मान खाली झुकलेली. तिच्या डोक्यात पुन:पुन्हा त्याचा प्रस्ताव रुंजी घालीत होता. तिने कल्पना केली... ती त्याच्या घरात बसलेली आहे. तिथल्या सजावटीची कल्पना केली. काचेची तावदानं असलेली लाकडी कपाटं, फ्रेम केलेले फोटो, बहुधा एक-दोन मेडल्स, फॅन्सी क्रोकरी, भौमितिक आकाराची प्रिंट असलेली बैठकीवरची आच्छादनं, टेबल- सोफा-डीव्हीडी सेट यावर आच्छादलेले क्रोशाचे रुमाल. त्याची बायको स्वयंपाकघरातून खाण्याचे पदार्थ घेऊन येतेय. जवळच त्याची मुलं चौकस नजरेने पाहतायत.

तिने स्वत:चं डोकं हलवून या विचारांना दूर सारलं. ती ही फिल्म नंतर कधी तरी पाहील. तशीही ती स्वत:साठी कॉम्प्युटर घेण्याच्या विचारात होतीच. ती त्याच्यावर डीव्हीडी पाहील. काय ते ती स्वत:च नंतर ठरवेल.

"मी ही डीव्हीडी काही दिवस ठेवून घेऊ शकते का?" तिने विचारलं होतं.

त्याने मान हलवली होकारार्थी आणि त्यानंतर तो तिथून निघून गेला होता.

ती दुसरी वेळ होती. दुसरी आणि शेवटचीच, जेव्हा त्याने तिच्या घराची डोअरबेल वाजवली असेल. अर्थात, त्यानंतरही ती त्याला पुन्हा भेटली होती. जवळजवळ दोन महिन्यांनी. मधल्या काळात तिने लॅपटॉप खरेदी केला होता आणि तिच्या भावाने तो कसा वापरायचा ते तिला शिकवलं होतं, जेणेकरून ती त्यावर फिल्म पाहू शकेल.

ती खाली त्या ओट्याजवळ गेली होती. त्याला डीव्हीडी परत करण्यासाठी. तसंच तिला ती फिल्म आवडली, हे सांगण्यासाठी. खरं तर त्याला ती डीव्हीडी परत मिळाली नाही तर चालेल का? का, तर तिला ती डीव्हीडी तिच्या संग्रही ठेवायला आवडलं असतं, हे विचारण्यासाठी.

तेव्हा पाच वाजून गेलेले होते. ती त्या गोल ओट्याजवळ पोहोचली तेव्हा तो तिथून उठला होता. घरी जाण्याच्या तयारीत होता.

तिने डीव्हीडी त्याच्यासमोर धरली. ''छान आहे ही फिल्म, खूपच चांगली. संग्रहित करण्यासारखी. सिनेमा पाहिल्यावर तू ती का विकत आणली असावीस, हे मी समजू शकते.''

त्याने ती तिच्या हातातून घेतली. काही क्षण क्षितिजाकडे नजर लावली आणि त्यानंतर ती पुन्हा तिला परत केली.

''ठेव ही.''

''नाही, नाही-'' ती हसली होती. ''मला तसं म्हणायचं नव्हतं.''

''मी सांगतो आहे ना, ठेव ती.''

ती त्याच्या हातातून डीव्हीडी परत घेत होती, तेव्हा त्या तरुण आयांचा ग्रुप ओट्यावर अवतरला. त्या चालत जाऊन लॅम्पपोस्टच्या दुसऱ्या बाजूला जाऊन बसल्या. ऊब मिळावी म्हणून एकमेकींना लगटून. त्या परस्परांना अक्षरशः खेटून बसल्या आणि खिदळू लागल्या.

त्यांच्यातील वयाने सर्वांत तरुण स्त्रीने मान हलवून पाहिलं. त्यांची नजर त्या दृश्यावर पडली. वृद्ध पुरुष-वृद्ध स्त्री एका डीव्हीडीच्या निमित्ताने एकत्र उभे आहेत. त्यांना दुसऱ्यांदा हास्याची उकळी फुटली.

तिला आपल्या शरीरात कंप जाणवला. गाल आरक्त झाले. एक अवघड क्षण. तिला दुसऱ्या बाजूला चालत जाऊन त्यांच्या तरुण चेहऱ्यावर थप्पड मारण्याचा मोह झाला, जो तिने कसाबसा आवरला. त्यानंतर ती मुद्दाम, आवश्यकतेपेक्षा मोठ्या आवाजात बोलत राहिली. त्यातल्या कलाकारांच्या स्वप्नांना समाजाने नाकारलेलं असतं आणि त्या नाकारण्याला त्या कलाकारांनी नाकारलेलं असतं, याबद्दल ती भरभरून बोलत राहिली.

तसंच स्वतःच्या म्यूरलच्या प्रगतीबद्दल बोलली. तिची अंगदुखी, वेदनेत

ठणकणारी तिची पाठ, उत्तरेतले दुष्काळी कोरडे पट्टे– जिथे जवळपास नद्या नसल्यामुळे वर्षभर पाऊस येण्याची वाट पाहण्याव्यतिरिक्त दुसरं काहीही करता येणं शक्य नसतं... असंच काहीबाही ती बोलत राहिली.

तिने तिच्या दुखऱ्या स्नायूंच्या वेदनेच्या छटा पॅलेटवर एकत्र करण्याचा प्रयत्न केला होता. तिने त्याला सांगितलं. तो त्याच्या वेदनांचं तिच्यासमोर वर्णन करेल, तर कदाचित ती त्याचेही रंग त्यामध्ये मिसळू शकेल. ती मुद्दामच मोठ्याने, आक्रमक होऊन बोलत होती. वाटू दे त्यांना, ती वेडी आहे की काय?

ती कशाविषयी बोलते आहे, हे त्यांना समजायला लागेपर्यंत या तरुण आयांच्या कळपातल्या मूर्ख स्त्रियांना सात जन्म घ्यावे लागतील आणि प्रत्येक जन्मात एक अशा सात पुरुषांशी लग्न करावं लागेल. हसू दे त्यांना किती हसायचं ते... तिने विचार केला.

तो तिच्याकडे पाहतच राहिला गोंधळून. डोळे मोठे. तो अद्याप तिचं ऐकत होता. त्याचं मस्तक पुढे झुकलेलं– त्याच्या मानेपासून, खांद्यापासून थोडं जास्तच पुढे आलेलं. परंतु तिचं बोलणं संपलं तेव्हा नेहमी तो पाहायचा तसा दूरवर नजर न लावता, त्याने मान झुकवली होती. जणू काही त्याला पराभूत झाल्यासारखं वाटतं आहे. तशी ओठ्याच्या दुसऱ्या बाजूने आणखी हसण्याच्या लकेरी उमटल्या.

ती बराच वेळ त्याच्या शेजारी उभी राहिली. अपराधी मनाने. नंतर तिने दीर्घ श्वास घेतला आणि त्याचं डोकं वर करून त्याला तिच्याकडे पाहायला लावलं. तिने बेफिकीरीने खांदे उडवले आणि नंतर 'घरी जायला हवं, स्वयंपाक करायचाय, पुन्हा कामही आहेच, असं काहीसं म्हणाली अन् तिथून निघून आली.

उरलेला सगळा महिना ती दिवसाउजेडी घराबाहेर पडली नाही. तिने फारशी चित्रं काढली नाहीत. कशा कोणास ठाऊक; परंतु आता त्या भिंतीवरच्या चित्राकृती दया वाटावी एवढ्या रुक्ष, भावहीन आणि निरुद्देश वाटू लागल्या होत्या.

त्या आकृतींपैकी एका आकृतीला तिने पंखांची जोडी काढली– ज्यायोगे एक निराश, वाकलेली मानवी आकृती वाटण्याऐवजी ती सुरकुत्यांच्या चेहऱ्यांची दयाळू देवदूत वाटावी. परंतु जेव्हा तिने थोडेसं मागं उभं राहून तिच्या या हस्तकौशल्याकडे लक्ष देऊन पाहिलं, तेव्हा तिला ती राक्षसाकृतीच वाटली. बदक आणि सारस पक्ष्याचं संकरित रूप. मानवी चेहरा असलेलं असंच काही तरी.

त्या आठवड्यात तिने काढलेली एकही गोष्ट मनासारखी येत नव्हती. तिची न्यूड्स. त्याच मध्यमवयीन प्रौढ स्त्रिया, त्यांची मजेदार पोटं आणि सुजलेले घोटे. जणू काही तिच्या ब्रशांविरुद्ध बंड करून उठले होते. त्यांचे चेहरे उपहासगर्भ आणि ठाम. जणू काही त्या म्हणतायत, 'आम्हाला एकटं राहू दे. मूर्ख! आम्ही वयस्कर आणि कुरूप दिसत असलो तरी आम्हाला त्याचं वाईट वाटत नाही. तुझ्यात तर

वेश्या बनण्याइतकी ही हिंमत नाहीये. तूसुद्धा कुरूपच आहेस. तू तुझा चेहरा कुठं लपवीत का नाहीस? भिंतीत प्लॅस्टर करून टाक, जेणेकरून तू कधीही कोणा मनुष्यप्राण्याच्या नजरेला पडणार नाहीस. तुला वाटतंय अशी इथे उभी राहून, वृद्ध स्त्रियांची गुपितं उघड करून तू तरुण होशील? आमची चित्रं काढून झाल्यानंतर तू कुठे जाशील? तुला असं वाटतंय, दुसरीकडे कुठे जाऊन तुझी सुटका होईल?'

'नाही,' ती पुटपुटायची. 'नाही, माझी सुटका होणार नाही.' या सगळ्या प्रतिकूल, थकलेल्या जीवांनी वेढलेल्या बेडरूममध्ये झोपणं तिला सहन होत नव्हतं. तिने एक तरुण चेहरा– फिल्म ॲक्टरसारखं हास्य, पांढरेशुभ्र दात असलेली टीनएजर काढण्याचाही प्रयत्न केला. ते चित्र खूपच गुलाबी दिसणाऱ्या एखाद्या स्वस्तात बनवलेल्या प्लॅस्टिक बाहुलीसारखं दिसू लागलं. तिला त्या चित्राचा तिरस्कार वाटू लागला. तिने चेहऱ्याचं वय तत्परतेने वीस वर्षं पुढं केलं. त्यासाठी तिने दात पिवळसर रंगवले, त्यावर तंबाखूचे डाग दाखवले. हनुवटी खाली ओघळलेली.

आता ती बरेच तास खिडकीशी उभी राहून घालवत होती. हिवाळ्यातल्या राखाडी प्रकाशाकडे आणि सकाळी उशिरा जाणवणाऱ्या निस्तेज, निळसर पिवळ्या उन्हाकडे पाहत राहायची. तिने ती चौथी भिंत गडद निळ्या रंगात रंगवली होती. ते काम अत्यंत निष्काळजीपणाचं, धब्बे-धब्बे असलेलं झालं होतं. पण तरीही पहिला रंग जरा कुठे वाळतो न वाळतो तोच तिने रंगाचा दुसरा जाड थर त्यावर दिला होता. वेगवेगळ्या छटांचे पट्टे असलेलं ते काम अत्यंत वाईट दिसत होतं. तिच्या कामात आता तो अगोदरचा सौंदर्याचा किंवा लयबद्धतेचा आवेश कुठेही उरला नव्हता. साधा भावना जागृत करण्याचा प्रयत्नदेखील राहिला नव्हता. होता तो फक्त ती राहत असलेल्या घराच्या सिमेंटच्या साध्या भिंतींविरुद्धचा निषेध!

काही दिवस ती संपूर्ण घर छतासह पर्शिअन ब्ल्यू रंगाने रंगवण्याचा विचार करत होती. एकसमान-अंतहीन मध्यरात्र– ज्यामध्ये इच्छा सांगण्यासाठीदेखील एकही तारा नसेल. परंतु तिच्या त्या वयस्कर स्त्रियांच्या न्यूड्सचाही तिला त्याग करवत नव्हता. एवढ्यात नाही.

या सगळ्या दिवसांत अंधार पडल्याशिवाय ती घराबाहेर पडली नाही. त्या वेळेपर्यंत तो त्याच्या घरी गेलेला असे आणि ओट्यावर दुर्मुखलेले-घुमे टीनएजर्स बसलेले असत. एकदा संध्याकाळी उशिरा तिने त्याला पाहिलं... तिच्यापासून तीस यार्डच्या अंतरावर.

तो बाहेर होता, ओट्याजवळ. पण या वेळी त्याचे कुटुंबीय त्याच्याबरोबर होते. इतर कुटुंबंही आजूबाजूला फिरत होती. तिला आठवलं, हा दिवाळीच्या अगोदरचा दिवस आहे आणि या दिवशी त्यांच्या हाउसिंग सोसायटीने महाभोज आयोजित

केलेलं होतं. सगळे जण एकत्र जेवण करणार होते. तिलादेखील आमंत्रण होतं. जरी तिने सुचवलेली वर्गणी १०१/– नम्रतेने दिले होते, तरी तिथे जेवण्याचा तिचा कोणताही इरादा नव्हता. तिला तिथे थांबण्याची किंवा कोणाला दिवाळीच्या शुभेच्छा देण्याचीही इच्छा नव्हती. परंतु तिने जेव्हा त्याला तिथे महाभोजसाठी आलेलं पाहिलं, तेव्हा ती थांबली.

तो महिना त्याच्यासाठी कठीण गेला असावा. तो पाय ओढत बुफे टेबलाजवळ चालला होता आणि त्याची सॅटिनी बायको त्याच्या प्लेटमध्ये भरपूर पदार्थ वाढून घेत होती. तिथे त्याला स्वत:साठी एक खुर्ची मिळाली. एकदा खुर्चीवर बसल्यावर त्याने वर पाहिलं आणि समोर दूरवर नजर लावली.

तिला वाटलं, तो तिच्याकडे पाहतो आहे– लक्ष देऊन पाहण्याचा प्रयत्न करतो आहे आणि तेव्हाच तिने पाहिलं. त्याचा चेहरा फुललेला वाटत होता. हरवल्यासारखा किंवा भांबावल्यासारखा दिसत होता. किंवा त्याला वेदना होत असाव्यात, असं वाटत होतं. वय होणं फार वाईट असतं. तिने स्वत:ला आठवण करून दिली. भयंकर... हे वयच त्याच्या या त्रासात दिसत होतं. ती घाईघाईने त्याच्याकडे गेली.

त्याची हनुवटी त्याच्या छातीला टेकली होती. तिने हळुवार आवाजात 'हॅलो' म्हटलं. पण त्याने ते ऐकलं नसावं. त्याची नजर त्याच्या पावलांवर स्थिर होती आणि त्याचे हात हलत होते. ती मिनिटभर त्याच्या खुर्चीजवळ उभी राहिली. त्याचं तिच्याकडे लक्ष जाण्याची वाट पाहत राहिली. परंतु, त्याने डोळे वर करून पाहिलंच नाही.

या गोष्टीलाही दोन आठवडे झाले होते. काल तिला बरेच लोक ओट्याजवळ जमलेले दिसले होते. इमारतीजवळ झेंडूची फुलं पडलेली होती. तरीही तिला अंदाज आला नव्हता. तिला ही बातमी नोटीस बोर्डवरच कळली होती.

तो कसा दिसला असेल? आता त्याला पाहायचं म्हटलं तरी खूप उशीर झाला होता. कालच त्याचं दफन करण्यात आलं असावं. तिच्या थोडं तरी लक्षात यायला हवं होतं. तिच्या मनात आलं– जेव्हा ती तिथे जमलेल्या लोकांना आणि त्या झेंडूच्या फुलांना ओलांडून पुढे गेली, तेव्हा तिच्या अंत:स्फूर्तीने तिला हे समजायला हवं होतं. परंतु काहीच घडलं नव्हतं. तिने त्या जमावावर दृष्टी टाकली होती आणि त्यातील काही स्त्रियांनी त्यांच्या तोंडावर रुमाल दाबून धरला, हेही पाहिलं होतं. सगळ्यांनी पांढऱ्या रंगाच्या छटांचे कपडे घातलेले होते.

तिने त्यांच्याजवळ जाऊन 'काय झालंय?' हे विचारायला हवं होतं. त्याला पाहण्याची ती तिच्यासाठी शेवटची संधी होती. तरी त्याचा तेव्हाचा चेहरा हा त्याच्या चेहऱ्यासारखा दिसत नसणार, हे तिला कळत होतं. तरीही त्याच्या कानात आणि नाकपुड्यात कापसाचे छोटे बोळे ठेवलेले असणार. तिथे त्याच्या सभोवती

त्याचं कुटुंब गोळा झालेलं असेल आणि त्या सगळ्यांच्या उपस्थितीत तो वेगळाच दिसत असेल.

अर्थातच ती रडली नसती किंवा पहिल्यांदाच आणि शेवटचाच ती त्याच्या चेहऱ्याला स्पर्श करायला पुढे झाली असती, असंही नाही. ती नम्रपणे दाराशी उभी राहिली असती. तिथल्या अरुंद हॉलमध्ये जाण्यासाठी तिची वेळी येण्याची वाट पाहत. त्यानंतर तिने त्याच्या चेहऱ्याकडे एकदा शेवटचं पाहिलं असतं. कदाचित निरोपाचा नमस्कार करण्यासाठी हात जोडले असते. बस, एवढंच. पण तेवढ्यानेही तिला बरं वाटलं असतं. हे असं एवढ्या उशिरा– को-ऑपरेटिव्ह हाउसिंग सोसायटीच्या नोटीस बोर्डवरून कळण्यापेक्षा ते खूपच बरं झालं असतं.

तो मृत्यू होता आणि तो तिच्या शेजारच्या घरात आला होता. एवढ्याच कारणाने ती तिथे जाऊ शकली असती. निदान ती त्याच्या मृत शरीराशेजारी गुडघे टेकून बसली असती. त्या पांढऱ्या आच्छादनाला स्पर्श केला असता. ती तेवढं करू शकत होती. ते फारसं वेगळं दिसलं नसतं.

आयुष्यात प्रथमच तिने या धार्मिक प्रथांचा विचार केला. दफनविधी किती असमाधानकारक असतो, असं तिच्या मनात आलं. तो खूपच अंतिम, सगळं संपवणारा असतो. जणू काही जग तुम्हाला सांगत असतं– ही व्यक्ती, त्याचा भूतकाळ, त्याच्या आशा, त्याच्या क्षमता या सगळ्यांची आता राख झाली आहे. ती वाळूपेक्षाही जास्त सुळसुळीत होती आणि सहजच हवेत मिसळून गेली आहे. हे सांगणं म्हणजेच जणू असं म्हणण्यासारखं होतं की– तुमचं आयुष्य असंच अशाश्वत, तरल आहे. त्यामुळे कोणत्याही गोष्टीला कवटाळून बसणं मूर्खपणाचं आहे.

हे योग्य नाही. तिच्या मनात आलं. मृत्यू हा अंतिम निरोप होता, परंतु त्याच्यामुळे शरीराची राख झाली नाही. मृत माणूस जिवंत माणसांपासून दूर उडून जात नाहीत, किंवा या संथ वाहणाऱ्या नद्या त्यांना दूरवर वाहून नेत नाहीत. ते तसेच राहतात.

तिचे वडील कुठेही गेले नव्हते. तिने त्यांची राख गंगेत मिसळलेली पाहिली होती, तरीही ते तिच्या आसपास रेंगाळायचे. दुसऱ्या खोलीतून येणारा त्यांच्या संथ–खर्जातल्या श्वासाचा आवाज, तिच्या आईला मृत्यूची बातमी सांगणारा तो फोनकॉल, तिच्या आईच्या अर्धा डझन किमती साड्या– ज्या कपाटात ठेवलेल्या होत्या त्या कपाटाच्या दारांचा थरथरता जोराचा आवाज... यातल्या कशाचीच राख झाली नव्हती.

ती तिच्या बेडरूममध्ये गेली. तिने स्वत:ला बेडवर झोकून दिलं. डोळे गच्च मिटून घेतले. संपूर्ण संध्याकाळ ती डोळे बंद करून पडून राहिली आणि तिच्या

आठवणीतली दृश्यं डोळ्यांसमोर आणत राहिली– तो दाराशी उभा असलेला, त्याच्या मोठमोठ्या हातात लपलेली डीव्हीडी. त्या ओट्यावर तो त्याचे हात गोलाकार फिरवीत बसलेला. गुडघे वर उचलून घेतलेला, दूरवर नजर लावून बसलेला, मान डोलावून ऐकणारा, किंचित डोकं झुकवलेला.

तिला आठवलं... दिवाळीच्या त्या महाभोज कार्यक्रमानंतर काही दिवसांनी तिने ओट्याजवळून घाईघाईने निघून जाण्याचा प्रयत्न कसा केला होता. तिने खूप घाईत असल्याचं ढोंग केलं होतं. फक्त जाता-जाता 'हॅलो' एवढं पुटपुटली होती. तिचे दोन्ही हात पर्शिअन ब्लू रंगाच्या दोन बकेट्सच्या ओझ्याने वाकले होते.

त्याने वळून तिच्याकडे पाहिलं होतं आणि थोडं मोठ्याने मुद्दाम 'हॅलो' म्हटलं होतं. तिला थांबावंच लागलं होतं, त्याच्या अभिवादनाचा स्वीकार करण्यासाठी. तो रंगाच्या बकेट्सकडे पाहतो आहे, हे तिच्या लक्षात आलं. काही तरी बोलण्यासाठी त्याने तोंड उघडलंही. परंतु तो जास्त काहीही बोलला नाही, नुसतंच 'हॅलो' म्हणाला.

ती पुढे निघून आली होती. परंतु काही पावले चालून गेल्यानंतर तिचा चेहरा आक्रसला आणि तिला छातीत धडधडल्यासारखं वाटलं. तिनं बकेट्स खाली ठेवल्या होत्या आणि वळून त्याच्यासमोर उभी राहिली होती.

"कसा आहेस?" तिने विचारलं होतं.

त्याने अनिश्चिततेत मान हलवली होती. तो बोलला तेव्हा त्याचा आवाज खूप जड वाटला होता. जणू वाळूच्या खोल खड्ड्यातून बाहेर येण्यासाठी धडपडत असावा, असा. जणू काही तो सहन करू शकतो त्यापेक्षा जास्त ऊर्जा त्याला बोलण्यासाठी उपयोगात आणावी लागते आहे.

"मी एक म्हातारा मनुष्य आहे– एक वृद्ध पुरुष. तुझी काय अपेक्षा आहे?"

तिने तिचं डोकं हलवलं होतं. "तू काही एवढा म्हातारा नाहीयेस."

"पुरेसा म्हातारा आहे. आता काही करण्यासारखंही राहिलं नाही."

ती तिथे रेंगाळली होती. तिथून पळून जावंसंही वाटत होतं आणि त्याचबरोबर त्याच्याशी आणखी बोलावंसंही वाटत होतं. या दोन इच्छांच्या झगड्यात ती अडकली होती. शेवटी त्याने त्या पेंटकडे निर्देश करत विचारलंच,

"तुझं काम चालू आहे?"

"हो," ती म्हणाली होती. "ती चौथी भिंत."

"छान. जरूर कर. पुढे काय होईल याची काळजी करू नकोस. शेवटी कोणालाच काहीही होत नाही. किंवा असं म्हण हवं तर की, सगळ्यांच्या बाबतीत गोष्टी समान घडतात. तरीही लोक त्यांना हवं ते करतात. आणि ते सगळं संपायचं तेव्हा संपतंच."

तेव्हा तिने चमकून त्याच्या डोळ्यांत पाहिलं होतं. पण तो तिच्याकडे असा

पाहत नव्हताच. जणू काही त्याने स्वीकारलं होतं– त्यांच्यात होऊ शकत होतं ते एवढंच. एकमेकांना म्हटलेलं ते सांकेतिक अर्थाचे 'हॅलो' आणि बाल्कनीत तसंच खिडक्यांच्या गजांआडचे सतर्क डोळे. जेव्हा तिने पुन्हा रंगांच्या बकेट्स हातात उचलून घेतल्या, तेव्हा तिला गुड बाय करण्यासाठी त्याने हात उचलला होता. पण... तो हात स्वत:च्या छातीपेक्षा वर उचलणं त्याला शक्य झालं नव्हतं.

◆

ती जी पुरेशा विम्यासह होती

ती सहा वर्षं ती दुःखी नव्हती, पण आनंदातही नव्हती. तो तिला सोडून गेल्यापासून तो पुन्हा तिच्याकडे परत येईपर्यंतचा काळ मी फक्त ढकलत होते. तो पुन्हा तिच्याकडे परत आला किंवा आमच्याकडे आला असं नाही, तर नुसताच परत आला– मला वाटतं, घराकडे आला असावा.

आमचं घर खरोखरच छान होतं. अर्थात मी इतर लोकांच्या घरी जायला सुरुवात करेपर्यंत मला ते माहीतच नव्हतं. मी लहान होते तेव्हा ती मला कुठेही जाऊ द्यायची नाही. पण तो निघून गेल्यानंतर तिला नोकरी करावी लागली, पर्यायच नव्हता दुसरा. आता तिने घराची एक किल्ली माझ्याजवळ दिली. चेहऱ्यावर शक्य तेवढी जरब दाखवत ती मला सांगायची, शाळेतून थेट घरी यायचंस. मी अजिबात तसं करायचे नाही आणि मी तसं करत नाहीये, हे तिला माहीत होतं.

शाळा सुटल्यानंतर मी माझ्या मित्र-मैत्रिणींच्या घरी जात असे. मला खूप जावंसं वाटायचं असं नाही, पण घरी एकट्याने राहणंही मला सहन व्हायचं नाही. त्या पहिल्या वर्षी ती खूप रडली. प्रत्येक वेळी ती घरी आली आणि मी बाहेर कोणा मित्र-मैत्रिणींकडे काही खाऊन आले आहे हे तिला कळलं की, ती रडायला सुरुवात करायची. ती म्हणत राहायची– ह्याचा तुझ्याशी काही संबंध नाहीये, तू तसा विचार कधीही करू नकोस.

ते खूप तापदायक होतं. पण एकदा का ती त्या रडण्याच्या चक्रात अडकली की, मी थोडं नरमाईने बोलायचे. तिला म्हणायचे– मला माहितीये, रडणं माझ्यासाठी नाहीये. त्याचा संबंध तुझ्याशीही नाहीये. हे त्याच्यासाठी आहे, हे त्याच्याविषयी आहे.

मी पहिल्यांदा असं म्हणाले, तेव्हा मी अकरा वर्षांची होते. ती अचंबित झाली होती. त्यानंतर तिने मला आवेगाने जवळ ओढून कुशीत घेतलं आणि जास्तच तीव्रतेने रडायला लागली होती. ती म्हणत राहिली– खरंच, माझं बाळ किती शहाणं आहे– अगदी देवदूत आहे!

मग हे ठरूनच गेलं. ती रडायची, मग मला विचारायची– मी जे म्हणाले होते तसं मला खरंच वाटत होतं का आणि या गोष्टींमध्ये तिच्या हातून चूक झालीये त्याचं काय? तिला बरं वाटावं म्हणून मी फारसं काही करायचे नाही. मी नुसतीच तिथे बसून राहायची, तिचं रडणं संपण्याची वाट पाहत. माझ्या तशा बसण्याने तिच्यावर दडपण आलं असावं, बहुधा. कदाचित त्यामुळे ती थोडी सजग होऊ लागली असावी. तिला वाटलं असावं मला धक्का बसला आहे किंवा मी घाबरले आहे. ती स्वत:ला सावरण्याचा प्रयत्न करू लागली, म्हणू लागली की बोलायची– ठीक आहे, आपल्या दोघींचंही चांगलंच होईल. आपल्याला कोणाची गरज नाहीये.

तसं ते वर्ष वाईटच होतं. आम्हाला पोलीस स्टेशनच्या चकरा माराव्या लागल्या. त्याचा शोध घेण्यासाठी काय करता येईल, त्याला कशा प्रकारे घरी परत आणता येईल याबाबत विचार करण्यासाठी, निर्णय घेण्यासाठी जावं लागे. तिचा शेजाऱ्यांवर विश्वास नव्हता. त्यामुळे सगळ्या ठिकाणी ती मला बरोबर घेऊन जात असे. ती मला बाजारात घेऊन जाई, दागिन्यांच्या दुकानात तसंच तिच्या जुन्या कॉलेजमध्येही नेत असे. कॉलेजमध्ये तिचे जुने डिग्री-मार्कशीट्स शोधण्यासाठी, ते मिळवण्यासाठी आम्ही जायचो. तिच्याबरोबर मी NGO ऑफिसमध्ये तिच्या मैत्रिणींच्या घरीही जायचे. तिथे बसून ती रडत राहायची. एवढी की, शेवटी तिच्या मैत्रिणीही अस्वस्थ होत.

एका वर्षानंतर माझी तुकडी बदलली, याबद्दल मला कृतज्ञता वाटली. कारण आता माझे नवे वर्गमित्र त्याच्याबद्दल क्वचितच प्रश्न विचारत. शाळेत चालत येणाऱ्या मुलींच्या एका ग्रुपशी माझी मैत्री झाली होती. त्यांच्यापैकी एका मुलीने मला एके दिवशी तिच्या घरी येण्याचे आमंत्रण दिले.

मी आजपर्यंत पाहिलेलं ते सर्वांत लहान घर होतं. जमीन संगमरवरी नव्हती. संगमरवरापेक्षा वेगळी फरशी असू शकते, हे मला माहीतदेखील नव्हतं. त्या घराला बाल्कनीही नव्हती. गंजलेलं ग्रिल असलेली एक खिडकी तेवढी होती. खरं सांगायचं तर, त्या खिडकीमुळे मी पूर्वी एकदा पाहिलेली मेंटल असायलमची चित्रंच माझ्या नजरेसमोर आली. बहुधा ती एकोणिसाव्या शतकातल्या ऐतिहासिक भयपटातली असावीत.

तथापि, तिथे राहणाऱ्या लोकांमध्ये वेड लागलेले बरेच होते. माझ्या मैत्रिणीने मला सांगितलं की, त्यांच्या इमारतीतले किमान तीन लोक तरी पूर्णपणे वेडे आहेत.

मी त्यांच्या घरी वरचेवर जाऊ लागले. तिला ते फारसं आवडायचं नाही. पण तिला माहीत होतं, तिच्या नापसंती दर्शवण्याने तिच्या-माझ्या नात्यात दुरावा येऊ शकत होता. टीनएजर्सबद्दल प्रत्येक जण तेच सांगायचा. अगदी रीडर्स डायजेस्टसारखं पाक्षिकसुद्धा. परंतु लहान मुलांच्या शोषणाबद्दलचा रीडर्स डायजेस्टमधला एक लेख

तिने मला वाचायला लावला होता. तेव्हा मी शहाण्यासारखी मान तुकवून तिला म्हणाले होते– ठीक आहे मी कधीही कोणा पुरुषाबरोबर एकटी राहणार नाही.

माझे हे नवे मित्र-मैत्रिणी खूपच मध्यमवर्गीय होते. म्हणजे तशी मी श्रीमंतांमध्ये मोडणारी नाही. परंतु ते राहत असलेला परिसर जेव्हा मी पहिल्यांदा पाहिला, तेव्हा मला वाटलं होतं की, ती झोपडपट्टी असावी. पण मग आमचे वर्गशिक्षक आम्हाला सगळ्यांना फील्ड ट्रिपसाठी, वास्तव अनुभवासाठी खऱ्याखुऱ्या झोपडपट्टीत घेऊन गेले; तेव्हा माझ्याइतकीच माझी मित्रमंडळी स्तंभित झाली होती. मुलांची रूम नेमकी कोणती असेल याचा आम्ही सारखा विचार करत होतो. या वेळेपावेतो मी एवढं नक्कीच शिकले होते की, बऱ्याच लहान मुलांना स्वतंत्र खोली नसते. वयात आलेल्या मुला-मुलींनादेखील आपली बेडरूम शेअर करावी लागते. त्यांनी स्वतंत्र रूमची घरं पाहिलेली नव्हती; जिथे मुलं त्यांचे पालक, आजी-आजोबा, विवाहित भावंडं, काका-काकू आणि चुलत भावंडांबरोबर एकत्र झोपतात. मला नवल वाटलं, रीडर्स डायजेस्टचं याबद्दल काय म्हणणं असेल? पण अशा एका खोलीच्या घरात राहणाऱ्या लोकांबद्दल त्या पुस्तकात कधीच काही यायचं नाही.

असो. एका मध्यमवर्गातही बरेच प्रकार असतात, हे मला आता कळायला लागलं होतं आणि ज्या पद्धतीने माझ्या नव्या मैत्रिणी होत्या, ते पाहून मी बऱ्याचदा अचंबित होत असे. त्यांच्या घराच्या भिंती गळायच्या. छतावर करड्या रंगाचे धब्बे पडलेले होते. संपूर्ण इमारतीला वरून खालच्या दिशेने पडलेले काळे तडे एखाद्या गोल सरपटणाऱ्या बहुपाद प्राण्यासारखे वाटत... मधूनच लावलेले सिमेंटचे थप्पे म्हणजे जणू ती संपूर्ण इमारत मृत्युपंथाला लागण्यापासून वाचावी म्हणून बांधलेली बँडेजेस होती. बाजूला वायर्सच्या जाळीने झाकलेली उघडी गटारं होती. लहान मुलं गटारात पडू नयेत यासाठी ती वायर्सची किंवा तारांची जाळी लावलेली असायची. लहान मुलं त्यांच्या मोठ्या भावंडांच्या कडेवर बसून मिरवायची. प्लॅस्टिक बॉलने क्रिकेट खेळणाऱ्या मुलांचा गोंगाट चाललेला असायचा. कुठे तरी अवघड ठिकाणी पडलेला क्रिकेटचा चेंडू काढण्यासाठी एखाद्या छोट्या मुलाला पिटाळलं जायचं आणि स्थूल स्त्रिया नाइटगाऊन घालून, गळ्याभोवती ओढणी बांधून बॅडमिंटन खेळत असायच्या. आपला उरोभाग झाकण्यासाठीच त्यांनी तशी ओढणी बांधलेली असायची. एका हाताने ओढणी पकडलेली आणि दुसऱ्या हाताने शटलकॉक मारण्यासाठी म्हणून उजवी-डावीकडून एखादं पाऊल पुढे टाकायच्या. त्यांचा प्रयत्न करायच्या. हे अगदी विचित्र होतं.

मला त्या बायका हळूहळू आवडू लागल्या. हे खरं होतं की, त्यांना बॅडमिंटनपेक्षा अधिक जोरदार शारीरिक हालचाली देणाऱ्या व्यायामाची गरज होती. या बिल्डिंगबद्दल मला सर्वाधिक आवडलेली गोष्ट म्हणजे, तिथली प्रत्येक गोष्ट अनुरूप वाटायची.

छोट्या-छोट्या मुली धावत घरात शिरायच्या, पण त्या अगोदर आपल्या पायांतले बूट काढून ठेवायच्या. पण प्लॅस्टिकचे मोठे ड्रम आणि पाइप्सच्या तुकड्यांबरोबर त्या शोभून दिसत. गबाळ्या ओढण्यांनी उरोभाग झाकणाऱ्या त्या नाइटगाऊनमधल्या बायकादेखील त्या वातावरणात अचूक मिसळून जायच्या.

त्यांच्या रबरी स्लीपर्स, त्यांच्या एकंदरीत अवताराला मागे वळवून बांधलेले केस, मोठे गाल आणि त्या शटलकॉक घ्यायला खाली वाकत तेव्हा बाहेर पडणारे त्यांचे सुस्कारे... सगळ्यांबरोबर जुळत होत्या. इथली प्रत्येक गोष्ट जणू कोणत्यातरी मोठ्या चित्राचा भाग होती आणि ते सगळे जण त्या चित्राचा असा एक भाग असण्यात अतिशय समाधानी होते.

त्यांच्या या समाधानाचं मला कुतूहल वाटलं होतं. किमान दोन वर्षं तरी. परंतु, नंतर मात्र त्यांच्या याच समाधानी वृत्तीचा मला तिरस्कार वाटू लागला. त्यांच्या अवतीभोवती असणंही नकोसं वाटू लागलं. म्हणून मग मी माझ्या मैत्रिणीच्या घरी जाणं थांबवलं. घासून स्वच्छ केल्यासारख्या समाधानात बुडवलेल्या जणू एका प्रकारच्या सुवासिक तेलात न्हायल्यागत येणाऱ्या त्या मैत्रिणी होत्या.

मला शाळेतून थेट घरीच जावं लागतं, असं मी त्यांना सांगायला सुरुवात केली. माझ्या आईने मला तसं बजावलं असावं, असं त्यांनी गृहीत धरलं असावं. कदाचित मी त्यामागचं कारण सांगण्याच्या फंदात कधीही पडले नाही. मी त्यांना न सांगताही बऱ्याच गोष्टींचा त्यांनी अंदाज केला असावा. ती मुलंसुद्धा अनेक गोष्टी बोलून न दाखवता जगत होती. सगळीच मुलं तसं करतात. मी स्वत: असमाधानी होते, अशातला भाग नाही. माझे पालक आनंदात नाहीयेत, हे मला नेहमीच कळायचं. पण तेवढं ठीक होतं, कारण इतर लोकांच्या घरी गेल्यानंतर पहिल्या पाच मिनिटांतच मला कळून यायचं– इथेही कोणीच आनंदात नाहीये. हाउसिंग कॉलनी आणि अपार्टमेंट हाउसेसमध्ये आनंद फार काळ सामावला जाऊ शकत नाही. बाकीच्या लोकांना त्यांच्या उपस्थितीत गुदमरायला होतं. जेव्हा खरं समाधान, खरा आनंद दृष्टीस येतो; तेव्हा त्यांना अस्वस्थ वाटतं. स्वत:ला किंवा अन्य कोणाला तरी दुखावण्याची प्रबळ इच्छा होते. कारण फक्त इतरांचं समाधान पाहण्याचीच शक्यता असते असं नाही, तर त्यामध्ये तो आनंद– जे किमान आनंदाच्या पातळीच्या खाली जगत आहेत अशांचा उपहास करतो. बऱ्याच लोकांना या आनंदाचा राग येतो तो यामुळेच.

आनंदाने आपल्याला कधी गोंजारलं नाही याचा मला विशेष खेद नव्हता, परंतु आता मी संध्याकाळचा वेळ घराबाहेर घालवत नव्हते. तसं माझ्या लक्षात आलं की, रात्रीचे सात-आठ वाजेपर्यंत ती घरी येत नाही. जेव्हा ती घरी परत यायची, मला वाट पाहत असलेलं पाहायची; तेव्हा तिला काळजीने, उत्सुकतेने हरखून जायला

व्हायचं. ती मला समजावून सांगायची– अगं, ऑफिसमध्ये आज मला खूप काम होतं आणि मी आता शहाणी, जबाबदार मुलगी आहे; होय ना? मग आई घरी नसेल तेव्हा माझं मला काही तरी सँडविच वगैरे खायला करून घ्यायला हवं. ती येईपर्यंत मी एखादं पुस्तक, कॉमिक्स वाचू शकते. जमेल ना?

अर्थात, हे मी जमवू शकते आणि तसं मी जमवलंही. सगळं घर तुमच्या एकट्याच्या विश्वासावर असणं मस्तच वाटायचं. शांती-सुख अनुभवाला यायचं. त्या पहिल्या वर्षीच घरातला काश्मिरी गालिचा आणि लहानसहान फर्निचर विकून झालेलं होतं. त्यामुळे संगमरवरी फरशी उघडी असायची. मी अनवाणी पायांनी संगमरवरावर चालायची, पॉप व्हिडिओमधल्या डान्सरप्रमाणे पाय नाचवत घरभर वावरायची. माझ्या डोळ्यांत हर तऱ्हेच्या विचित्र कल्पना उदयास येत. अशी एक कल्पना म्हणजे– मी प्रेमाचं मूल नाहीये, असा माझ्या मनाने घेतलेला समज. कुठल्या तरी पुस्तकात मी तो शब्द वाचला होता आणि त्यांचा अर्थ काय असावा याचा विचार करत असायचे. प्रेमाची मुलं म्हणजे अशी तर नव्हेत– ज्यांचा जन्म प्रेमातून होतो? मग बाकीच्यांचा जन्म कसा होतो? माझा जन्म कसा झाला असेल– प्रेमातून की तिरस्कारातून? तो तिच्यावर केला गेलेला अत्याचार होता का? मग माझ्यानंतर आणखी मुलांचा विचार तिने का केला नाही?

आतापर्यंत मला एक कळलं होतं की, बऱ्याच जोडप्यांचा प्रेमाबाबत फार लवकर भ्रमनिरास होतो आणि त्यानंतर मुलांमुळेच ते एकत्र राहतात. मुलं किंवा घर आणि संयुक्त बँक खाती. बऱ्याचदा, त्यांचं मुलावर खूप प्रेम असतं, म्हणूनच कदाचित मुलांबद्दल त्यांच्या मनात विशेष भाव असावेत. काहीसे आनंदाचे, सुखाचे भाव. घाणेरड्या, धुरकट शहरी रात्रीतून चोरलेलं सुख, कोणी बघत नसताना घाईने केलेलं प्रेम... कदाचित मुलं हाच प्रेम करण्याचा सुरक्षित स्वीकृत पर्याय असावा.

पण मी असं मूल असण्याच्या भूमिकेत अपयशी ठरले होते. माझ्यावरचं प्रेम त्यांना घरापासून दूर जाण्यापासून परावृत्त करू शकलं नव्हतं. घर असूनही, जॉइंट बँक अकाऊंट्स असूनही, मी असूनही ते निघून गेले होते. मी त्यांच्या वेदनेचं मूळ होते, त्यांच्या दुष्कृत्याची आठवण होते; असं तर नाही ना? माझं असणं ही त्यांच्या आनंदाच्या ठेव्याची स्मृती नव्हती का?

जेव्हा मी चौदा वर्षांची होते, तेव्हा मी तिला विचारलं होतं– माझा जन्म हा एक अपघात होता का? तिच्या भुवया उंचावल्या. तिने ओठ दातांखाली चावले आणि मग म्हणाली, आपण संध्याकाळी बोलायला हवं या विषयावर. मला वाटलं, तिला रीडर्स डायजेस्टमधल्या एखाद्या लेखातून काही वाचायची गरज वाटली असावी किंवा इतर स्त्रियांना सल्ला विचारायचा असावा. असो. ती संध्याकाळ म्हणजे माझ्यासाठी लैंगिक शिक्षण देणारी भयानक संध्याकाळ ठरली. तिने मला

'मुलं म्हणजे काय आणि ती कुठून येतात' इथपासून सांगायला सुरुवात केली. मी तिला मध्येच थांबवत म्हणाले, हे सगळं मला माहीत आहे. हो ना? मला फक्त एवढंच जाणून घ्यायचं होतं की, तुला मूल हवं होतं का? ती सांगायला लागली, तिचं माझ्यावर खूप प्रेम आहे. मी तिच्या आयुष्यातली सर्वांत महत्त्वाची गोष्ट होते वगैरे. मग तर माझी खात्रीच पटली. एखाद्या गोष्टीबाबत माहिती होणं हे तितकंसं वाईट नसतं; निदान त्याबद्दल विचार करत राहण्याइतकं वाईट तर नसतंच. पण तिच्यासाठी ते खूपच होतं. तिने प्रेमाचा भडिमार सुरू केला. जेवणाच्या डब्यात पराठे, तीन-तीन महिने अगोदरच वाढदिवसाच्या पार्टीचं नियोजन– असलं काय काय! हे सगळं सहन करणं अवघड होतं. मला भावंडं असती ना, तर मी नक्कीच त्यातल्या एकाला बदडून काढलं असतं.

असो. उर्वरित वर्ष आणि त्यानंतरची पुढली दोन वर्षंही सरली. मला विशेष अवघड परिस्थिती, प्रसंग असे स्मरत नाहीत. त्या काळात ती रडली नाही. मी शाळेत गेले, वाचन केलं, व्हिडिओ पाहिले, परीक्षा पास झाले. तिला एक प्रमोशन मिळालं आणि तिच्या एका सहकाऱ्याने दिलेल्या मेजवानी प्रसंगी मलाही बसून राहावं लागलं. एक-दोन रविवारी फराळासाठी तिने मैत्रिणींना आमच्या घरी बोलावलं होतं. त्या सोफ्यावर मांडी घालून बसल्या. सोफ्याला नवं कव्हर घातलेलं होतं.

मी नुकतीच कॉलेजला जायला लागले होते. जेव्हा तो परत आला, त्याच्या निघून जाण्याइतकंच त्याचं परत येणंही अचानक, साधं-सरळ होतं. मी घरी आले. डोअरबेल वाजवली. तिने येऊन दार उघडलं. मला मिठीत घेतलं. सोफ्यापर्यंत घेऊन गेली आणि मग तिच्या अश्रूंचा बांध फुटला. ती हमसून रडत होती. सहा वर्षांपूर्वी रडत होती, तशीच. आता अपवाद एवढाच की, तो हजर होता.

त्याच्यात फारसा बदल झालेला नव्हता. माझ्या आठवणीत होता त्यापेक्षा तो जरासा बुटका वाटला. ते ठीकच होतं म्हणा. कारण मी त्याला पुन्हा भेटेन तेव्हा तो काहीसा वाकलेला, थकलेला असण्याची अपेक्षा करत होते. पण तो याच घरात पुन्हा भेटेल, हे मला अपेक्षित नव्हतं. मी विचार केला होता की, मलाच त्याला शोधायला जावं लागेल. कदाचित दुसऱ्या एखाद्या शहरात आणि त्या वेळेपावेतो तो चांगलाच म्हातारा झालेला असेल.

त्याचे केस पांढरे व्हायला सुरुवात झाली होती. कपाळाच्या डाव्या बाजूच्या केसांची टोकं पांढरी होऊन चमकताना दिसत होती. त्याच्या चेहऱ्यात त्यामुळे काही लक्षणीय बदल झाल्यासारखं वाटत नव्हतं. तसंच चेहरा वाईट दिसावा, असंही काही नव्हतं. त्याचे कपडे पूर्वीसारखेच होते. तथापि, त्यांच्या डोळ्यांत काही तरी नवीन जाणवत होतं. भीती किंवा भूक यासारखं काही तरी.

मी तिथेच उभी होते. तो तिच्याकडे पाहत असलेलं मी पाहिलं आणि तेव्हाच मला जाणवलं, ती आता वेगळीच स्त्री झालीये. पहिली गोष्ट म्हणजे, तिचे हात मोकळे होते, एकाही बांगडीशिवाय. हा बदल केव्हा घडून आला होता, हे मला कळलंदेखील नव्हतं. परंतु आता ती बहुतांश वेळा स्लीव्हलेस ब्लाऊझ वापरत होती आणि सुटीच्या दिवशी जीन्स. तिने सलवार-कमीझ वापरणं सोडून दिलं होतं. कपाळाला सिंदूर नाही किंवा तिच्या बोटात अंगठीही नाही. तिच्या चेहऱ्यावर दोन्ही बाजूंनी रेशमी केसांच्या बटा लडिवाळपणे खाली झेपावत होत्या. केसांचा मधला भांग रेखीव होता.

तो निघून गेला होता तेव्हाची ती कोणी तरी वेगळीच होती. केस काहीसे अव्यवस्थित, छोट्याशा विरळ अंबाड्यात अदृश्य झालेले. रंग काहीसा उडालेला फिकट कुडता, त्याच्याखाली लायक्रा सलवार. पायांत सपाट सँडल्स. जणू काही कुठे जायचंय हे माहीत असेल, तर लगेच बाहेर पडतानाच्या तयारीत असलेली.

परंतु आता तो परत आला होता. तिने रडणं थांबवलं आणि मला त्याला 'हॅलो' म्हणायला सांगितलं. जणू काही ती एखाद्या नव्या माणसाशी माझी ओळख करून देत होती. जसं काही मी त्याला ओळखलंच नव्हतं. मला या गोष्टीचा रागच आला, म्हणून मी उडी मारून त्याला मिठी मारली.

पण तसं करणं शहाणपणाचं ठरलं नाही, कारण आता त्याने रडायला सुरुवात केली. रडणाऱ्या लोकांशी कसं वागावं, हे काही मला जमत नाही. मला त्याचा राग येतो. पण नाही जमत. मला वाटलं, त्याचं सांत्वन करावं, त्यांना सांगावं ठीक आहे, सगळं काही ठीक होईल– असं काहीसं. मी त्याच्या पाठीवर थोपटलं आणि त्याला रडू नको म्हणून सांगून माझ्या खोलीत गेले.

आता पुढे काय होईल याचा विचार करत मी माझ्या बेडवर बसले. हा जर एखादा हॉलीवुड सिनेमा असला असता, तर पुढच्याच दृश्यात आई माझ्या खोलीत आली असती. अर्थात दारावर थाप मारून मगच. हॉलीवुडच्या आया त्यांच्या मुलांच्या खोलीत येण्यापूर्वी दारावर थाप जरूर देतात. तर, आईही माझ्या शेजारी येऊन बसली असती आणि मग आमच्यामध्ये कुटुंब, प्रेम याबद्दल काही तात्त्विक संवाद झाला असता. किंवा कदाचित तिने नुसतंच विचारलं असतं, मी ठीक आहे ना? कदाचित आमच्यात खूप दिवसांपासून राहून गेलेली चर्चा झाली असती. त्याने घर सोडलंच का, याचा ऊहापोह झाला असता. ती बहुधा मग तो तिच्या बेडसाइड ड्रॉव्हरमधला फोटो घेऊन आली असती, जो मी सहा वर्षांपूर्वीच ड्रॉव्हर उघडून पाहिला होता. तिने मग त्या बिकिनीमधल्या सडपातळ, अनोळखी व्यक्तीविषयी काही सांगितलं असतं.

पण ती अशी हॉलीवुड टाइप नव्हती आणि एक प्रकारे माझ्यासाठी ती

आनंदाची बाब होती. मला माझ्या खोलीत एकांतात बसावंसं वाटत होतं. डोकं सुन्न झालं होतं. मात्र तिच्यात किती बदल झाले आहेत, हा विचार माझ्या मनात होताच. पूर्वीसारखे तिचे जबड्याजवळचे गाल खाली लोंबत नव्हते, जरी आता तिचं वय तेव्हापेक्षा जास्त होतं. कोणत्याही जिममध्ये न जातादेखील तिचं शरीर स्थूल नव्हतं. ती आता त्याने टाकून दिलेले टी-शर्ट्स वापरत नव्हती. स्वत:साठी नव्या टी-शर्ट्सची खरेदी करत होती. कोणतेही सोन्याचे दागिने नाहीत, तर जास्तीत जास्त मणी-बीड्स वापरत होती. पण आता तो परत आला होता.

त्या पहिल्या रात्री आम्ही सर्वांनी रात्रीचं जेवण एकत्र घेतलं. कोणत्याही प्रश्नांची उत्तरं देण्याचा दबाव न आणता किंवा त्यांच्या सामंजस्यपूर्ण पुनर्मैत्रीचा एक भाग न बनता मला शांतपणे जेवू देण्यात आलं, याचा मला आनंद वाटला. जे चाललंय ते तसंच चालू ठेवण्याचा निश्चय केल्यासारखी ती दिसत होती. तिच्या चेहऱ्यावरचे असे जिद्दी भाव सहा वर्षांपूर्वी पाहिल्याचं मला स्मरत होतं. हे म्हणजे हलक्या तापासारखं होतं. जो म्हणावा तितका गंभीर नसला, तरी त्यामुळे ती स्वस्थ मात्र नव्हती.

याउलट, तो मात्र शांत होता. एक नवी शांती-समाधान अनुभवल्यागत. त्याच्या चेहऱ्यावरचे भाव हे लग्नात तुम्हाला भेटणाऱ्या त्या लोकांच्या चेहऱ्यावरच्या भावांसारखे होते, जे वर किंवा वधू दोघांच्याही जवळच्या संबंधांतले नसतात. त्यांना कोणतीही काळजी वाटत नसते, मत्सर वाटत नसतो किंवा खरीखुरी उत्सुकताही नसते. ते त्यांच्यातच व्यग्र असतात. मधूनच एखादं तुटक स्मित करतात. जेवतात आणि लग्नाचं आमंत्रण केल्याबद्दल समाधानी दिसतात. तो तसाच दिसत होता. असा पाहुणा– जो जिथे येण्याबाबत खूश होता; पण तो आला नसता, तर त्याची अनुपस्थिती कोणाला फारशी जाणवलीही नसती, असा.

स्वयंपाक खूपच जास्त झाला होता. बरंच अन्न उरलं होतं. दोन व्यक्तींसाठी पुरेसा स्वयंपाक करण्याचा तिचा अंदाज दूर सारून स्वयंपाक केल्यामुळे तो जास्त झाला होता. याउलट, न्याहारीच्या वेळी पुरेसं खायला नव्हतं, कारण तिने काहीच बनवलं नव्हतं.

ती ऑफिसला लवकरच गेली, नेहमीपेक्षा खूपच लवकर. जाताना मला हलवून जागं करून गेली. मला 'गुड मॉर्निंग' म्हणाली. 'काळजी घे' एवढंच सांगितलं. बाकी मी काय करावं, याविषयी तिने कोणत्याही सूचना दिल्या नाहीत.

म्हणून मग मी उठले आणि स्वत:साठी चहा बनवून घेतला. नंतर माझ्या लक्षात आलं, तोही उठलाय आणि शांतपणे सोफ्यावर बसून आहे. मी त्याला 'चहा हवा का?' म्हणून विचारलं. तो हसला. 'चहा हवाय' असं म्हणाला. मी चहा बनवण्याइतपत मोठी झाले आहे, अशी काही तरी फुटकळ टिप्पणी

त्यानं केली.

मला ते ऐकून त्रासल्यासारखं वाटलं. वाटलं, त्याला सांगावं– मला खूप पूर्वीपासून चहा करता येतो. तो घर सोडून जाण्याच्याही आधीपासून. पण तो लहान वाटला. एखाद्या दूरच्या काकांसारखा– जे साधा विनयशील संवाद साधण्याचा प्रयत्न करत असावेत, असा. त्यामुळे मी नुसतं हसून प्रत्युत्तर दिलं.

रात्रीच्या जेवणाचं उरलेलं अन्न त्याला सकाळच्या न्याहारीसाठी चालेल का, असंही विचारलं. त्याची द्विधा मनःस्थिती पाहून मग मीच कॉर्नफ्लेक्स खाण्याचा प्रस्ताव मांडला. कॉर्नफ्लेक्सचं खोकं पाहिलं, तर त्यात फारसं काही शिल्लक नव्हतं. होते तेवढे कॉर्नफ्लेक्स त्याला दिले आणि मी रात्रीच्या उरलेल्या भाताला ताज्या टॉमेटोबरोबर परतून तो खाल्ला. त्याला ते आवडल्यासारखं वाटलं, म्हणून त्यानं थोडा भातही मागितला. मी जवळजवळ माझी अर्धी न्याहारी त्याला दिली. आता डब्यात नेण्यासाठी काहीच शिल्लक राहिलं नव्हतं.

त्याला काहीही काम नाहीये, हे लक्षात यायला मला जवळजवळ तीन दिवस लागले. किमान त्याला घराबाहेर पडावं लागेल असं कोणतंही काम किंवा नोकरी नव्हती. संपूर्ण दिवस तो घरीच असायचा. बाल्कनीत बसून किंवा सोफ्यावर आडवा पडून राहायचा. घरातल्या ए.सी.चं तापमान १६°C एवढं थंड ठेवलेलं. मी घरी परत यायचे तेव्हा तो हसायचा किंवा सुटकेचा निःश्वास टाकायचा. तो वरचेवर म्हणायचा, आपण कुटुंब आहोत. असे एकत्र राहतो याबद्दल आपण स्वतःला खूपच सुदैवी समजायला हवं. परंतु त्याचं असं बोलणं ऐकलं की मला वाटायचं– प्रत्यक्षात त्याला म्हणायचंय, हे असं घर त्याच्याकडे आहे याबाबत तो स्वतःला फार सुदैवी समजतो.

तो असा निष्क्रिय, निरुपयोगी बसून असतो म्हणून मला त्याचा राग येत होता. आठवड्यातून तीनदा एक मोलकरीण भांडी– फरशी करायला येत असे, तर दुसरी एक बाथरूम्स स्वच्छ करायला येत असे. तो स्वतःचा वापरलेला मग स्वयंपाकघरात ठेवायचे कष्टही घेत नसे. मात्र बाथरूम स्वच्छ करणाऱ्या मोलकरणीने रोज यावं, असा त्याचा आग्रह होता. त्याला बाथरूमची फरशी ओली ठेवलेली आवडायची नाही, असं त्याने सांगितलं. तो स्वतःच त्या मोलकरणीशी बोलणी करायला लागला. शेवटी त्यांच्या बोलण्याचा शेवट त्या मोलकरणीचा पगार दुप्पट ठरवण्यात झाला, कारण घराची मालकीण मध्ये पडायला तयारच नव्हती.

त्याला नोकरी मिळावी, अशी माझी इच्छा होती. तो जे काही करत होता तिथेच तो पुन्हा का जात नाहीये? पण मला त्याला तसं थेट विचारायचं नव्हतं. म्हणून आम्ही दोघीच असताना तिला विचारायचं मी ठरवलं. पण पुढचे बरेच आठवडे तसं झालंच नाही.

ती बराच वेळ घराबाहेर घालवू लागली. वाहतुकीत खोळंबा व्हायला नको म्हणून सकाळी घरून लवकर निघत होती. जर मी सकाळी लवकर उठले, तर ती मला किचनमध्ये दिसायची. स्वत:शीच पुटपुटत असलेली– 'माझं मलाच कळेनासं झालं आहे,' वगैरे...

अचानक आमच्या इमारतीच्या बेसमेंटमध्ये असलेली जिम जॉइन करायचं तिने ठरवलं. ती आठ वाजता घरी परत यायची, स्वत:साठी कपभर चहा बनवून घ्यायची आणि जिमचा जामानिमा घेऊन पुन्हा लगेच घराबाहेर पडायची.

तिने चहा सावकाश प्यावा, थोडंसं शांतपणे थांबावं, असा आग्रह करण्याचा तो प्रयत्न करायचा. असा घाईघाईत चहा घेऊ नकोस, बाल्कनीत उभं राहून संध्याकाळच्या गार वाऱ्याचा आनंद घे– असं सांगायचा. तो तिच्यापुढे बिस्किटं धरायचा. जणू काही ती दुडुदुडु धावणारं छोटं बाळ आहे आणि तो कनवाळू आजोबा– जे त्या मुलाला पाल किवा तसल्याच एखाद्या गोष्टीमागे धावण्या अगोदर काही तरी खाऊन घेण्यासाठी मागे लागले आहेत असा. पण ती नेहमीच डोकं नकारार्थी हलवायची, 'व्यायाम करण्याअगोदर खायचं नसतं' असं म्हणायची.

हातात बिस्कीट धरलेला तो अगदी बावळा दिसायचा. एखाद्या अनोळखी माणसाकडून स्नेह मिळविण्यासाठी हसणाऱ्या कुत्र्याच्या पिल्लासारखा. तिला त्याची दया यायची. त्या दोघांपैकी जास्त उद्वेगजनक कोण आहे ह्याची मला खात्री नव्हती.

ती घरात असेपर्यंत तो सावध आणि ताठ असायचा. अर्थात तिचं आसपास असणं त्याला आवडायचं. मला कळत होतं ते. परंतु ती घराबाहेर पडताच तो शरीराने मोकळा, आश्वस्त व्हायचा आणि घराचा प्रमुख असल्याच्या भावनेने वावरायचा. एके दिवशी तो नवी नेमप्लेट घरी घेऊन आला. आमची सगळ्यांची नावं त्यावर लिहिलेली होती, त्याचं स्वत:चं सर्वांत शेवटी होतं. जेव्हा त्याने ती नेमप्लेट दाखवली, तेव्हा ती एका शब्दानेही काही म्हणाली नाही आणि मला त्याचा इतका राग आला होता की, मी फटकळपणे वाक्ताडन केलं की, मला हे अजिबात आवडलेलं नाहीये.

त्यानंतर एके दिवशी तो बाहेर गेला आणि स्वत:चा विमा करवून आणला. लाभार्थी म्हणून आमची नावं होती– मी आणि ती. त्याने तिला एकदाही काही सांगितलं नाही. मला बाजूला बोलावलं आणि ती सगळी कागदपत्रं दाखवली. मग मला म्हणाला, त्याने आमची नावं घातली, त्यायोगे त्याचं काही बरं-वाईट झालं, तरी त्या दोघींचं भविष्य सुरक्षित असेल– तिचं आणि माझं. त्याने ती कागदपत्रं तिच्या कपाटातल्या लॉकरमध्ये सुरक्षित ठेवताना मी बघत राहिले आणि त्याच वेळी त्याच्याशिवाय सहा वर्षं आमचं बरं चाललं होतं याचीही त्याला आठवण करून दिली नाही. तसंच, तिला काही झालं तर तो काय करेल याची त्याने काळजी

करायला हवी, असंही सांगितलं नाही. मला वाटतं– त्याच्या विमा पॉलिसीसंबंधीचा निरोप माझ्यामार्फत तिच्यापर्यंत जाईल, अशी त्याची अपेक्षा होती. मी तसं काही केलं नाही, म्हणून मग त्याने एके रात्री ती सगळी कागदपत्रं डायनिंग टेबलावर ठेवून दिली. तिने ती वाचली. तो त्याच्या नेहमीच्या जागेवर बसून तिला ती कागदपत्रं नजरेखालून घालत असलेली पाहत राहिला. सजगतेने श्वास घेता-घेता तिने सगळा निग्रह एकवटला आणि अचानक ताड्‌कन उठून उभी राहिली. मोठ्याने श्वास घेतला आणि ओरडली, परत पुन:पुन्हा ओरडली– ''या हरामखोराने माझं आयुष्य उद्‌ध्वस्त केलं आहे!''

''काय झालंय?'' मी तिला विचारलं, तेव्हा तिने ती कागदपत्रं माझ्यापुढे केली आणि एका गोष्टीकडे माझं लक्ष वेधलं. मी ती वाचली तेव्हा पाहिलं की, ती पॉलिसी ज्या प्लॅनवर आधारित होती त्यानुसार त्याच्या बँकेच्या खात्यातून एक ठरावीक रक्कम दर सहा महिन्यांनी थेट पॉलिसी खात्यात जमा होणार होती.

तिला एवढा कशाचा राग आलाय, हे काही मला समजलं नाही. मग मी त्याच्या चेहऱ्याकडे नजर टाकली, तर तो एखाद्या घाबरलेल्या मुलासारखा दिसत होता– सोफ्यावर लघवी केल्याबद्दल अपराधी वाटणाऱ्या मुलासारखा. मग मला आठवलं, अजूनही ते खातं त्यांचं जॉइंट अकाउंट होतं. तो निघून गेल्यानंतर तिने नवं खातं उघडण्याची तसदी घेतली नव्हती. गेल्या सहा वर्षांत त्याने त्या खात्यात एक नवा पैसाही जमा केलेला नव्हता. मात्र आता स्वत:च्या नावे एक खर्चिक पॉलिसी विकत घेतली होती, तेही तिचे पैसे वापरून.

ती ओरडतच होती. शब्द ज्या आवेगाने बाहेर पडत होते ते स्पष्ट नव्हते, त्यामुळे तिच्या बोलण्यातून काहीच अर्थबोध होत नव्हता. ती म्हणाली, ''हे अगदी टिपिकल आहे– नेहमीचंच!'' मग अचानक ती मोडून पडली आणि मला त्या भयानक शांततेत सोडून ती तिच्या बेडरूममध्ये निघून गेली. त्याचा असमान लयीतला श्वास मी ऐकू शकत होते. त्याचबरोबर दुसरीकडे रूममधून तिचा कपाटात उचकापाचक करत असल्याचा आवाजही माझ्या कानांवर येत होता.

मी तिच्या बेडरूममध्ये गेले. ती एका फाइलमध्ये खाली वाकून काही वाचत होती. डोकं दोन्ही हातांत गच्च धरलेलं होतं. ती बाथरूमध्ये गेल्यानंतर ती काय वाचत होती, ते मी पाहिलं. ती बँकेची स्टेटमेंट्स आणि प्रॉपर्टीसंबंधीची कागदपत्रं होते. हो... या वेळी पहिल्यांदाच तिने दार जोरात आपटून बंद केलं होतं. ते पेपर्स पाहत असताना मला समजलं... हे घर त्याच्या मालकीचं होतं आणि आता मला कळत होतं– जर हे घर त्याच्या नावावर नसतं, तर तिने आठवड्याभरापूर्वीच त्याला घरातून हाकलून दिलं असतं.

हा माझ्यासाठी एक धक्काच होता. मी आमच्या घराबाबत असा विचार कधीच

केला नव्हता. असा प्रश्न की, कोण कोणाला घराबाहेर काढू शकतो– माझ्या मनात घरासाठी कधीच आला नव्हता. परंतु आता मी पाहत होते... तो आम्हाला सोडून गेला होता. घर त्याचं होतं आणि आता तो परत आला होता. घर अजूनही त्याचंच होतं. त्याला घरातून जायला सांगता येणार नव्हतं. मी पुन्हा एकदा कागदपत्रं तपासली. त्याचं नाव ठळक, वळणदार अक्षरात तारखेसह लिहिलेलं होतं. त्याने हे घर पंधरा वर्षांपूर्वी विकत घेतलेलं होतं.

जेव्हा ती बाथरूममधून बाहेर आली, तिने मला सर्व पेपर्स काळजीपूर्वक वाचायला सांगितलं. मला या गोष्टी समजायला हव्यात, असं ती म्हणाली. त्यानंतर ती विमनस्कपणे बसून राहिली. ती काय बोलते आहे ते तिचं तिलाच कळत नाहीये, त्यामुळे मी काळजी करू नये, असंही तिने मला सांगितलं आणि शेवटी ती न जेवताच झोपी गेली.

तिला स्वयंपाक करताना मी पुन्हा कधीच पाहिलं नाही. भांडी आणि फरशीचं काम करणाऱ्या मोलकरणीलाच सकाळ-संध्याकाळचं जेवण बनवण्याचं काम दिलं गेलं. मला प्रश्न पडला होता, तो नाराज झाला असावा का? तसं त्याने राग आल्याचं दाखवलं नाही. कदाचित त्याला काही वाटलंही नसेल. घर त्याचं होतं आणि त्याची इच्छा असेल तर तो तिला केव्हाही घर सोडायला सांगू शकत होता. कधी कधी मला आश्चर्य वाटायचं, त्याने तसं का सांगितलं नाही?

पण असं दिसत होतं की, त्याला ती आसपास वावरायला हवी आहे. हे नवीनच होतं. कारण तो तिच्याकडे पाहून फारसं हसताना, स्मित करताना पाहिल्याचं मला तरी आठवत नव्हतं. सहा वर्षांपूर्वी तो माझ्याकडे पाहून हसायचा, मला आठवतंय. तिच्याकडे पाहून नाही. सकाळी तो घाईघाईने ऑफिसला जायला निघायचा तेव्हाही नाही किंवा संध्याकाळी ऑफिसमधून घरी परत आल्यावरही नाही. त्याने तिला काही घेऊन दिल्याचंही मला आठवत नाहीये. अर्थात तो माझ्यासाठी नवनव्या गोष्टी आणायचा. खेळणी, टी-शर्ट्स. बहुधा तो तिला तिच्या गरजेच्या वस्तू बाहेरून विकत आणण्यासाठी पैसे देत असावा. मात्र आता त्याने फुलं आणायला सुरुवात केली होती. ती फारशी महाग नसतात. मला वाटतं, ती जिमला गेल्यानंतर तो बसस्टॉपजवळच्या मार्केटपर्यंत जाऊन तो जरबेरा, नार्शिअस घेऊन यायचा. एक-दोनदा त्याने ऑर्चिड्सदेखील विकत आणले होते.

त्याने ते फ्लॉवरपॉटमध्ये पाणी आणि चिमूटभर मीठ घालून व्यवस्थित ठेवावेत, अशा अर्थाचं काहीसं ती पुटपुटत असे. परंतु ती एकदाही त्याला 'थँक्यू, किती छान' किंवा असं काहीही म्हणाली नाही.

एके दिवशी तिला छानसा बेड टी करून द्यायचा म्हणून मी सकाळी लवकर उठायचं ठरवलं, ज्यायोगे सकाळी उठून ती किचनमध्ये आली की आम्हा दोघींनाच

एकांतात बोलता येईल. नेमकं काय बोलायचंय, ते मला नीटसं माहीत नव्हतं. परंतु आता घरातलं वातावरण बदललं नाही, तर माझा स्फोट होईल, असं मला वाटलं होतं.

मी सकाळी साडेपाचचा गजर लावला आणि तो वाजल्याबरोबर माझ्या रूममधून धावत बाहेर पडले. पाहते तो काय, ती अगोदरच उठलेली होती. सोफ्याजवळ उभी राहून ब्लँकेटची घडी करत होती. मी तिथे उभी आहे हे तिला कळलं असावं, तरी ती माझ्याकडे पाहणार नाही, म्हणून मग मीच सोफ्यावर जाऊन बसले आणि तिच्या हातातलं ब्लँकेट काढून घेतलं. ती माझ्या शेजारी येऊन बसली. मी तिला 'चहा हवा का विचारेपर्यंत ती गप्पच होती. मान हलवून तिने चहाला होकार दिला.

मी काहीच प्रश्न विचारले नाहीत, कुठून सुरुवात करावी तेच कळत नव्हतं. या सगळ्या रात्री ती सोफ्यावर झोपत होती; म्हणजेच तिला त्याच्याबरोबर बेड शेअर करण्याची इच्छा नव्हती, हे कळण्याइतपत मी आता मोठी झाले होते आणि ते ठीक आहे, असंच मला वाटत होतं. कारण मला माहीत होतं, ती काही त्याच्या प्रेमात नव्हती. मग विनाकारण तिच्याकडे स्पष्टीकरण मागण्यात काय अर्थ होता?

याउलट, तो मात्र तिला पुन्हा जिंकण्यासाठीच्या त्याच्या छोट्या-छोट्या प्लॅन्समध्ये मला सामील करून घेण्याचा प्रयत्न करत होता. मी कॉलेजमधून परत आल्यानंतर तो मला त्याच्याशेजारी बसवून घेई. मग शाळेबद्दल प्रश्न विचारे आणि चूक लक्षात येताच मोठ्याने हसे. मी आता कॉलेजमध्ये जाणारी मोठी मुलगी कशी झाले होते, त्याच्या डोळ्यांसमोर होते तशी छोटी राहिली नव्हते. तो म्हणायचा– अरे, आता तर तू एक नोंदणीकृत मतदार होशील.

तो घरातल्या वस्तूंवर नजर फिरवायचा आणि विचारायचा– हे कोठून आलं, ते कधी आणलं, कोणी विकत आणलं, किती छान आहे वगैरे. तिची अभिरुची नेहमीच कशी उत्तम होती, याबाबत तो बोलत राही. त्याला शक्य वाटत होतं त्यापेक्षा तिने किती तरी छान घर सजवलं आहे, असं त्याने आवर्जून सांगितलं. अर्थात यासाठी बराच खर्च आला असणार. त्यांनी घरातल्या तीन बेडरूम्सपैकी एका बेडरूमच्या दोन भिंती पाडून तिला हॉलमध्ये समाविष्ट केलं होतं. असं करायला त्याचा सुरुवातीला विरोध होता. आपल्याला आणखी मुलं झाली, तर त्या जास्तीच्या बेडरूमची गरज भासेल, असं त्याचं म्हणणं होतं. परंतु तिला मात्र नेहमीच मोठ्ठी, हवेशीर लिव्हिंग रूम हवी होती. शेवटी त्याने हट्ट सोडला. आता तो म्हणालाही की, तेव्हाचा तो निर्णय योग्यच होता. मलाही तसंच वाटतं ना, हेही त्याने विचारलं.

तो निर्णय योग्य होता असं मला वाटतंय, असं मी म्हणाले. त्यानंतर तो गडद, जाड कापडाच्या पडद्यांकडे वळला. त्याने निषेध नोंदविला होता. पण तिचंच बरोबर होतं. तो बेडरूममध्ये नेहमीच गाढ झोपत होता. त्याशिवाय जाड पडद्यांमुळे धूळही

थोपवून धरली जात होती. त्याला धुळीची ॲलर्जी होती आणि त्या दुसऱ्या घरात... बोलता-बोलता तो थांबला. मला आणखी तपशील सांगितले नाहीत, पण एवढा अर्थबोध होऊ दिला त्याचं दुसरं घर– दुसऱ्या स्त्रीबरोबर होतं. त्या घरातल्या आवडी-निवडी या घरापेक्षा भिन्न होत्या. तिथे हलके लेसी पडदे लावलेले होते, जे खरंचंच सुंदर दिसत. परंतु तो तिथं कधीच स्वस्थतेने झोपू शकला नाही.

घराविषयी तो भरभरून बोलत होता. तो म्हणाला– घर नेहमीच सुस्थितीत असायला हवं; ज्यायोगे प्रत्येक वेळी जेव्हा तुम्ही घराबाहेर जाता, तेव्हा ते नेहमीच तुम्हाला पुन्हा कुशीत घेण्यासाठी सज्ज असेल. कारण ते तसं नसेल तर आपण बेघर असल्याची भावना आपल्याला जाणवेल. जणू वादळात सापडलेली गवताची काडी किंवा धूळ असल्यासारखं असहाय वाटेल. तुम्ही अनेक निवाऱ्यांत राहिला असलात, तरी जोपर्यंत तुम्ही तुमचं घर उभं करत नाही तोपर्यंत तुम्हाला घरी असल्याची अनुभूती येणार नाही आणि तीच महत्त्वाची गोष्ट आहे. तशी ही जागा, हे ठिकाण त्याचं घर होतं.

मला वाटतं, मी त्याच्याकडून काही गोष्टी वदवून घ्याव्यात, अशी त्याची इच्छा होती. काही गोष्टींबद्दल स्पष्टीकरण मागावं... जसं की– त्याचा दुसरा निवारा कुठे आहे? ज्यांच्याबरोबर तो घर बनवू शकला नाही ते लोक कोण आहेत, कसे आहेत? वगैरे. म्हणून मग एके दिवशी मी ते विचारलं.

त्याने माझ्याकडे चोरटा कटाक्ष टाकला. तो लज्जित झाल्यासारखा दाखवत असला, तरी त्याला खरोखरच तसं वाटतं आहे याबाबत मला खात्री नव्हती. तिने अद्याप मला सांगितलेलं नाही का, असं त्याने विचारलं मी म्हटलं, नाही. तिने कधीही त्याच्याबद्दल शब्दही उच्चारलेला नाही. अचानक त्याचे डोळे भरून आले आणि तो पुन:पुन्हा म्हणत राहिला, ती फार चांगली स्त्री आहे. किती चांगली स्त्री! किती सुंदर स्त्री! अंतर्बाह्य सुंदर. परंतु तो त्या दुसऱ्या स्त्रियांबद्दल, त्यांच्याबरोबरच्या त्याच्या घराबद्दल काहीच बोलला नाही. ती घरं– ज्यांच्याबाबत तो अपयशी ठरला होता.

आता तो घरात तिच्या मागोमाग फिरू लागला. त्याला तिच्याकडे पाहताना, तिचं वरपासून खालपर्यंत निरीक्षण करताना मी वरचेवर पकडू लागले. जिमचा तिच्या बांध्यावर विशेष परिणाम झाल्याचं दिसत नव्हतं. अजूनही तिचे नितंब नजरेत भरत होते आणि जेव्हा ती टाइट ट्रॅक पँट्स घालायची, तेव्हा तर त्यांना दुर्लक्षित करणं केवळ अशक्य व्हायचं. त्याला तिच्या उरोजांकडे पाहतानाही मी पाहिलं होतं आणि तिला त्याची वासना जाणवली असेल, तर ती जाणवल्याचं कोणतंच चिन्ह तिच्या वागण्यात दिसत नव्हतं. त्याचा तिला त्रास होत असेल म्हणावं, तर ती तक्रारही करत नव्हती– किमान माझ्यासमोर तरी नाही.

या गोष्टींचा मला राग येत होता. तो तिचा नवरा आहे या विचाराचा, त्याने तिच्याकडे असं उपाशी कुत्र्यासारखं आशाळभूतपणे पाहावं याचा. मी तिच्या सकाळी पाच वाजताच्या अवताराचा पुन:पुन्हा विचार करायचे. तिचे विस्कटलेले केस, गालावर उमटलेली कुशनवरची नक्षी, ती सोफ्यावर झोपली होती हे माझ्यापासून लपवण्यासाठी तिचं घाईघाईने ब्लँकेट आवरून ठेवणं. पुन्हा आठवण व्हायची ती– ती ज्या पद्धतीने तिचं माझ्यावर खूप प्रेम आहे म्हणाली होती, त्याची. मी दुर्लक्षित मूल आहे असं मला अजिबात वाटू नये, असं ती मला सांगत होती, त्याची.

ती माझ्या डोक्यावर वरचेवर थोपटायची. मी तिच्याकडे पाहत असताना तिने मला पकडलंच, तर ती माझ्या डोळ्यांत रोखून पाहायची. काही सुटकेचं चिन्ह दिसतंय का, जणू काही या सगळ्या गोंधळातून मीच तिला मार्ग दाखवणार होते!

तो निघून गेला होता ती सहा वर्षं मी कधी फारशी आनंदात नव्हते. मी लोकांना टाळायचे आणि कोणत्याही गोष्टीचा मला फार पट्‌कन कंटाळा यायचा. मला सारखं तिच्या अवतीभोवती राहायला आवडायचं नाही. पण, ती आजूबाजूला नसली तर तेही आवडायचं नाही. असमाधान, अतृप्तीचा तो सगळा गुंता होता आणि तेच माझ्या सवयीचं झालं होतं.

तो घर सोडून जाण्याअगोदरच्या माझ्या फारशा आठवणी नाहीत. मला फक्त घटना आठवतात, त्यामागच्या भावना नाहीत. प्रेम हा शब्द तर माझ्या स्मृतिकोशात नाही. ती त्याच्या किंवा माझ्या प्रेमात आहे अथवा नाही, असा विचारही कधीच माझ्या मनात आला नव्हता. बस, गोष्टी जशा होत्या तशा होत्या. मला फक्त एवढं आठवतं की, आम्ही या घरात राहत होतो.

परंतु आता तो परत आला आहे तर मला दिसत होतं की, ती कधीच त्याच्याबरोबर खूश नव्हती. एक बायको म्हणून ती समाधानी होती आणि त्याच्या निघून जाण्याचा तिला रागही आला होता. परंतु त्या सहा वर्षांनी काही तरी केलं होतं नक्कीच– असं काही तरी, ज्यामुळे तिची आनंदाशी ओळख झाली होती. परमोच्च आनंद नाही किंवा तिच्या ओठांवर खेळत राहील असं पावसाळ्यातल्या कुंद हवेतील सूर्यदर्शनासारखं आल्हाददायक स्मित नाही, परंतु तरीही आनंदी. तिचं असं आनंदी असणं या सहा वर्षांत माझ्या लक्षातही आलं नव्हतं. पण आता ती ज्या असमाधानाच्या गर्तेत खोलवर बुडाली होती आणि सुटकेसाठी केविलवाणे प्रयत्न करत होती, त्या पार्श्वभूमीवर मला तिचं तो नसतानाचं आनंदी असणं कळलं होतं; जाणवलं होतं.

आठवड्यातून दोन दिवस ती ऑफिसमधून उशिरा घरी येऊ लागली होती. आठवड्यातले तीन दिवस तिच्या नेहमीच्या वेळेपेक्षा लवकर ऑफिसला जात होती. त्याने मला तिच्या कामाविषयी कधीच काही विचारलं नाही; पण आता तो थोडा

धार्मिक गोष्टींकडे वळतो आहे, असं दिसत होतं. त्याने प्रार्थना करायला सुरुवात केली होती.

रोज सकाळी तो दिवा लावायचा, डोक्याला रुमाल बांधून भक्तीपूर्वक स्तोत्र म्हणायचा, रविवारी सकाळी गुरुद्वारामध्ये जायचा. येताना पानांच्या द्रोणात प्रसाद घेऊन यायचा. तो गुरुद्वाराचा प्रसाद असल्यामुळे तिला नाही म्हणता यायचं नाही. पण ती कडवटपणे तक्रार मात्र करायची. म्हणायची– यातला घासभर प्रसाद खाल्ला, तरी जिममधील तीन दिवसांची मेहनत वाया जाते.

तो सोशिकतेने तिच्यासमोर द्रोण धरून वाट पाहायचा. तिचा राग, तिचं बोलणं शांत होण्याची आणि ती शांत होताच तो तिला चमचाभर शिरा भरवायचा. त्यानंतर दुसरा. सुरुवातीला ती त्याच्या हातातून चमचा घ्यायची आणि स्वत:च्या हाताने खायची. काही आठवड्यांतच ती पुढे झुकून त्याच्या हातातल्या चमच्याने प्रसाद खाऊ लागली. त्याचा चमचा धरलेला हात थरथरत असायचा, असा मला संशय होता.

या गोष्टींनी मला त्याच्या बाबतीत माया जाणवू लागली होती. त्याच्या परत येण्यामुळे मी खूप आनंदले होते असं नाही, परंतु त्याच्या घरात असण्यामध्ये काही तरी आश्वासक होतं. त्याचं बाल्कनीत उभं असणं, फुलं विकत आणणं. कधी कधी तो फुलांऐवजी छोट्या रोपांच्या कुंड्या घेऊन यायचा. रोपांना हळुवार कुरवाळताना मी त्याला पाहायचे. मला दिसत होतं... तिच्याकडे पाहताना त्याच्या डोळ्यांत जाणवणारी त्रासदायक भूक, त्याची नको एवढी भावुक नजर, वॉशिंग मशीनकडे जाताना त्याच्या जवळून जाण्यामुळे किंवा डायनिंग टेबलवर काही वाढताना तिचा हलकासा स्पर्श झाला, तरी तिच्या तेवढ्याशा शारीरिक संपर्कानेही तो कसा उल्हसित होतो... ते मात्र तिला कधीच जाणवलं नाही. तिच्या दृष्टीने तो तिच्या मार्गात असायचा, एवढंच. मी पाहत होते, तो जाणीवपूर्वक स्वत:हून तिच्या मधे-मधे करायचा, जेणेकरून ती त्याला स्पर्श करेल. मग भले, तसं करताना तिचं तोंडाने चक्‌चक् करत घाईघाईने काम उरकणं असो.

मी घरात जास्त वेळ राहू लागले होते. त्याच्याबरोबर राहत होते असंच काही नाही, पण नुसतंच घरी थांबत होते. कदाचित हे त्याच्यामुळे नसेलही. मी फारशी कोणाशी बोलत नव्हते. माझ्या कॉलेजमधल्या गँगबरोबरही नाही. तो परत आलाय, हेही मी माझ्या मैत्रिणींना सांगितलं नव्हतं. त्यांना अजूनही वाटायचं, मी तिच्या एकटी- बरोबरच राहते आहे आणि त्या त्याचा उल्लेख होणार नाही याची पुरेपूर काळजी घेत. मला प्रश्न नको होते, त्याचबरोबर मला कोणी घरीही यायला नको होतं. म्हणून मग मीही त्यांच्या घरी जाणं थांबवलं.

एके दिवशी मी खाली जिममध्ये गेले. त्याने मला पाठवलं होतं. तो सारखा

म्हणत होता की, ती नेहमीपेक्षा दहा मिनिटं जास्तच जिममध्ये आहे, कदाचित तिला बरं वाटत नसावं किंवा कशाची तरी गरज असावी. मी त्याला म्हटलं– नाही, तसंच काही असतं, तिला मदतीची गरज असली असती, तर आतापर्यंत कोणी तरी आपल्याला सांगायला आलं असतं. प्रत्येकालाच प्रत्येक जण कुठे राहतो ते माहीत होतं. पण तो ऐकायलाच तयार नव्हता. सारखा म्हणत राहिला, तिने जास्त व्यायाम करू नये. अजून तर तिने काहीच खाल्लेलंही नाही, वगैरे.

त्याचं ते बोलणं ऐकून माझं डोकं दुखायला लागलं. शिवाय ती अशी कठोर, अक्षमाशील, फक्त पैशांमध्ये रुची असलेली, त्यासाठी इतरांचा उपयोग करून घेणारी स्त्री आहे– असा विचार करणंही मला त्रासाचं होतं. या सगळ्यामागचं कारण त्याची बेकार अवस्था हेच होतं. सहा वर्षांपूर्वी तो जवळ असावा यासाठी ती चिंतित नव्हती का? तिने आत्यंतिक तळमळीने त्याला शोध घेतला नव्हता का? ते पोलीस रिपोर्ट्स आणि काय काय केलं होतंच ना? आणि आता, ती त्याला साधं गुड मॉर्निंगही म्हणत नव्हती.

मी धावत बेसमेंटमध्ये गेले. पण ती जिममध्ये नव्हती. तिथला इन्स्ट्रक्टर म्हणाला की, ती आज व्यायाम करायला नव्हती. मी तिथून निघणारच होते, तेवढ्यात माझं लक्ष रूमच्या विरुद्ध बाजूला टोकाशी असलेल्या शॉवररूम्सकडे गेलं. दाराजवळ भिंतीशी एक आकृती कोसळलेली दिसत होती. मी तो लाल शर्ट ओळखला आणि जागीच थिजले. त्यानंतर पळत तिथे पोहोचले.

ती जमिनीवर गोळा होऊन पडली होती. मी तिला स्पर्श केला तसं तिने डोकं हलवून वर पाहिलं. तिच्या चेहऱ्यावर अश्रूंचे छोटे ओघळ होते, नाकाच्या कडांशी येऊन थांबलेले. पण ती शांतपणे उठून उभी राहिली आणि माझ्याबरोबर घरी आली.

त्याच्या परत येण्यानंतरच्या आठ महिन्यांनी ते दोघे आमने-सामने आले. बोलण्याचे आवाज ऐकून मला जाग आली. ते घराबद्दल बोलत होते, एवढं समजण्याइतपत मला ऐकायला येत होतं. तो म्हणत होता, घरावर त्याचा हक्क आहे. ती म्हणत होती की, त्यांच्यात डील झालं होतं. त्या दोघांनीही घरामध्ये गुंतवणूक केली होती आणि अध्याहृत होतं की, जो कोणी दुसऱ्याला सोडून जाईल त्याच्यासाठी ते घरही सुटलेलं असेल. तो म्हणाला, त्याने सर्वाधिक कर्ज फेडलेलं आहे. ती म्हणाली, हा मूर्खपणा आहे, ती अजूनही हप्ते भरते आहे. त्याचा आवाज वाढत गेला. ती त्याला उद्ध्वस्त करते आहे, असा दोषारोप तो करत होता. ती त्याला 'शऽशऽ' म्हणत शांत राहायला सांगत होती. तो म्हणत होता, ती जर त्याला तो नियम लावत असेल तर तोच नियम तिला स्वत:लाही लागू करायला हवा. ती म्हणाली, ठीक आहे. शेवटी समाधानी असण्याचं ढोंग करत राहण्याइतकी त्या घराची किंमत खासच नव्हती. त्यानंतर मी त्याला काही तरी बोलताना ऐकलं.

आवाजात एवढा कंप होता की, शब्द समजणं अवघड होतं. तिने त्याला पुन्हा 'शऽशऽ' म्हणत शांत राहायला सांगितलं.

त्यानंतर ते नक्कीच कुजबुजत्या स्वरात बोलले असावेत. कारण मला काहीच ऐकायला आलं नाही आणि त्यानंतर मी पुन्हा झोपी गेले. मी उठले तेव्हा सकाळचे साडेनऊ वाजून गेले होते. तीही अजून सोफ्यावर झोपलेली होती. मी तिला हलवून जागं केलं आणि विचारलं, तिला आज ऑफिसला जायचं नाहीये का? किंवा ती आजारी आहे का?

तिने मला तिच्या कुशीत ओढून घेतलं आणि आम्ही दोघीही किती वेळ तशाच सोफ्यावर पडून राहिलो. माहीत नाही का, पण मला रडायला आलं. माझ्या डोळ्यांतून तिच्या मानेवर ओघळणारे अश्रू तिला नक्कीच जाणवले असावेत. मी स्वत:वर ताबा मिळवला आणि म्हणाले– सोफा तर चांगलाच आरामदायी आहे, माझ्या बिछान्यापेक्षाही मऊ. तिच्या चेहऱ्यावर स्मितरेषा उमटल्याचं जाणवलं.

त्या दिवशी नंतर उशिरा ती पोलीस स्टेशनला गेली. मला बरोबर घेऊन. आम्ही दोघीही एसीपींच्या ऑफिसकडे जाणाऱ्या वऱ्हांड्यातल्या बाकावर बसलो होतो. मला हे सगळंच खूप अपरिचित वाटत होतं. मी पूर्वी इथे आलेले होते. आम्ही दोघी पहिल्यांदा इथे आलो होतो ते जवळजवळ सात वर्षांपूर्वी. जेव्हा त्याला घर सोडल्याला आठवडा झाला होता आणि अजूनही तो परत येईल अशी तिला आशा वाटत होती, तेव्हा. त्या वेळी ती रात्री दाराची सेफ्टीचेनदेखील लावायची नाही. नेमका तो परत आला आणि त्याला डोअरबेल वाजवावीशी वाटली नाही, तर स्वत:ची किल्ली वापरून शांतपणे घरात येता यावं म्हणून. मला तो दिवस आजही आठवतो, ज्या दिवशी ती मला म्हणाली की– कदाचित तुला आज शाळा बुडवावी लागेल. ती स्वत: सुती साडी नेसली, मला घोट्यापर्यंत येणारा स्कर्ट घालायला दिला आणि तयार होऊन आम्ही दोघी पोलीस स्टेशनला गेलो. आमच्या दोघींपैकी कोणीही तिथे या अगोदर कधीच गेलेलं नव्हतं.

पूर्ण वेळ ती रडत होती. मला आठवतंय. त्या पोलीस स्टेशनमध्ये मुतारीची आणि कचऱ्याची दुर्गंधी येत होती. आमच्याकडे कोणीच लक्ष देत नव्हतं. तेवढ्यात एक रापलेला ऑफिसर आला आणि तिच्याशी बोलला. त्या ऑफिसरला काही तरी नाव असणारच. त्याच्या युनिफॉर्मच्या शर्टवरच्या बॅचवर ते लिहिलेलंही होतं खरं तर. पण मी त्याला 'ब्राउन ऑफिसर' असंच नाव दिलं. त्याचे केस तपकिरी होते. डोळे तपकिरी होते. युनिफॉर्मपण काहीसा तपकिरी होता. त्याचा चेहराही एकसारखा गडद तपकिरी रंगाचा होता. वरचे ओठ, हनुवटी या सगळ्यांसह आणि त्याच्या चेहऱ्याचा रंग त्याच्या तपकिरी खाकी रंगाच्या युनिफॉर्ममध्ये मिसळून गेला होता. त्याचं बोलणं, आवाज मला डार्क ब्राउन चॉकलेटची आठवण करून

देत होता.

तो ब्राउन ऑफिसर तेव्हा इन्स्पेक्टर होता. तो आम्हाला त्याच्या टेबलाकडे घेऊन गेला आणि नेमकं काय झालंय ते त्याने विचारलं. तिने सांगितलं, तिचा नवरा गायब झालाय. त्या इन्स्पेक्टरने पुढचा कोणताही प्रश्न विचारण्याअगोदर बराच वेळ तिच्याकडे रोखून पाहिलं. तिच्या डोळ्यांत पाहत विचारलं, तिचा नवरा काही बोलला होता का? तो निघून जातो आहे, असं म्हणाल्याचं तिने मान्य केलं. पण त्याने तो कुठं जातो आहे किंवा तो केव्हा परत येईल, हे काहीच सांगितलं नाही; नुसताच निघून गेलाय. ठीक आहे, हे कोणत्याही कायद्याच्या व्याख्येत बसत नसेल, पण तरीही तिला हे सर्व जाणून घेण्याचा अधिकार आहे. होय की नाही? ती एक नवरा हरवलेली बायको होती आणि तिला तशी तक्रार दाखल करायची होती. हे सर्व होत असताना ती खूप रडत होती.

त्या ब्राउन ऑफिसरने पुढे होऊन तिला हातरुमाल दिला होता. झाकून ठेवलेला पाण्याचा ग्लास तिच्यासमोर सरकवला होता. मला ते स्वच्छ आठवत होतं.

आम्ही पुन्हा एकदा गेलो होतो. नाही, मला आठवतंय– आम्ही त्या ब्राउन ऑफिसरला भेटायला गेलो होतो; पण पोलीस स्टेशनला नाही, तर इंडिया कॉफी हाऊसला. ती शाळेत आली होती मला घ्यायला. मग आम्ही टॅक्सी केली. कॉफी हाऊसच्या टेरेसवर कोपऱ्यातल्या टेबलाजवळ ती बसली होती. अस्वस्थतेने पाय हलवत होती. त्या दिवशी तिने स्लिव्हलेस ब्लाऊझ घातला होता. या अगोदर तिने असं काही घातलेलं मी पाहिलं नव्हतं.

मला माहीत होतं, ती भेट त्याच्याबाबत होती. तो नवरा– जो दोन महिन्यांपासून गायब होता, त्याच्याविषयी. परंतु तिने मला मी खाऊ शकेल त्यापेक्षाही खूप जास्त ऑर्डर करण्याची मुभा दिली. कोल्ड कॉफी विथ आइस्क्रीम आणि चॉकलेट सॉस, डोसा, कटलेट्स. ती म्हणाली, हा पार्टीचा दिवस आहे. कारण तिला नोकरी मिळालीय. तो ब्राउन ऑफिसर थोडा उशिराच आला. आताही तो युनिफॉर्ममध्येच होता. त्याने टेबलाच्या पलीकडून एक पांढऱ्या रंगाचं पाकीट तिच्यासामोर सरकवलं होतं. तिने ते उघडलं. त्यातला फोटो बाहेर काढला, त्याकडे पाहिलं. बऱ्याच वेळा मान डोलावली आणि फोटो पुन्हा पाकिटात ठेवून दिला. ब्राउन ऑफिसरने ब्लॅक कॉफी विथ क्रीम मागवली होती. दोघेही फारसे बोलले नाहीत. एक-दोनदा ती रडवेली झाली होती. पण त्याने या वेळी रुमाल पुढे केला नाही. मी माझ्या कोल्ड कॉफीत चांगलीच गुंतलेली होते आणि पोट एवढं भरलं होतं की, आता कटलेटला हातही लाववत नव्हता. मग त्या ऑफिसरने ते संपवून टाकलं होतं. मला आठवतंय, बिल त्याने दिलं होतं– नव्हे, तसा त्याचा आग्रहच होता.

मला आठवतंय– त्या पहिल्या काही महिन्यांत ती बऱ्याचदा बाहेर गेली होती.

मला सांगूनच की, ती पोलीस स्टेशनला जाते आहे. त्याच्याबाबत काही कळलंय का हे पाहायला हवं, तसं काहीही कळलं नाही. आणि नंतर तर मी अपेक्षा करणंही थांबवलं होतं. मी जसं हे गृहीत धरलं, तसंच हेही मानून चालले होते की, तिनेदेखील आता तपासासाठी पोलीस स्टेशनला जाणं थांबवलं असणार. तिनेही तशा भेटींचा कधी उल्लेख केला नाही.

परंतु आता आम्ही पुन्हा पोलीस स्टेशनमध्ये होतो आणि तोच ब्राउन ऑफिसर आमच्यासमोर उभा होता. आम्ही त्याच्या ऑफिसमध्ये यावं, असं हाताने खुणावत होता.

तिने हलकेच मला स्वत:पुढं ढकललं. दार आमच्यामागे आपसूक बंद झालं. या वेळी मी जास्त जवळून पाहिलं. त्याची त्वचा नितळ ब्राउन होती. अजूनही नजरेत भरावी एवढी मऊ. फक्त आता त्याच्या थकलेल्या शांत डोळ्यांच्या आजूबाजूला सुरकुत्या पडल्या होत्या.

तर, आता तो एसीपी झाला होता. मी त्याच्या टेबलापासून थोडी लांब बसले. ती पुढे झुकली होती. कोपर टेबलावर टेकवलं होतं आणि दीर्घ श्वास घेत होती. जणू काही तरी सांगण्यासाठी धैर्य एकवटत होती. शेवटी ती म्हणाली, ती तक्रार मागे घेतेय. सहा वर्षांपूर्वी व्यक्ती हरवल्याची तक्रार दिली होती, ती. तिचा नवरा परत आला होता ना! उत्तरादाखल ऑफिसर फक्त 'ओह!' म्हणाला.

ती म्हणाली, त्याचा वेळ वाया घालवणं योग्य नाही. तिला जाणीव आहे, पोलीस ऑफिसर्सवर कामाचा केवढा ताण असतो आणि तरीही त्याने तिला सहानुभूतीपूर्वक वागणूक दिली. विशेष मदत केली म्हणून ती स्वत:च त्याला सगळं सांगायला आली होती. तिचा आवाज कंप पावू लागला. त्या ब्राउन ऑफिसरने ऐकताना अनेकदा मान डोलावली, तळहातावर हनुवटी टेकवून तिचं सगळं बोलणं ऐकून घेतलं. त्याने झाकून ठेवलेला पाण्याचा ग्लास तिच्यासमोर सरकावला. ती पाणी प्यायली.

तिने अचानक विचारलं, "तुम्हाला आठवते ही?" तिची हनुवटी माझ्याकडे करत होती. "ही ती किती मोठी झालीये, नाही?" तिचा रडका स्वर. आताच्या जवळीक दाखवणाऱ्या चमकदार सुरांत मिसळून वेगळाच विचित्रसा आवाज झाला. हा जवळीक दर्शवणारा सूर– जो आमच्या घरातून कधीच गायब झालेला होता.

ऑफिसरने मान हलवली. त्याच्या हातांच्या तळव्यांमागे त्याचा चेहरा लपला होता. बराच वेळ कोणीच काही बोललं नाही. त्यानंतर मी म्हणाले, "मलाही तुम्ही आठवता."

मला माहीत नाही मी असं का म्हणाले ते. तिने वळून कपाळाला आठी घालत माझ्याकडे पाहिलं आणि ब्राउन ऑफिसरनेदेखील आता माझ्याकडे नीट पाहिलं. थेट

माझ्या डोळ्यांत. मला दिसलं, तोही रडण्याच्याच बेतात होता. म्हणून मग मीच काही ठरवलं, उभी राहिले आणि म्हणाले, ''मला बाथरूमकडे जायचं आहे.'' त्याने टेबलवरची घंटी वाजवली आणि त्यासरशी एक कॉन्स्टेबल आत आला.

मी त्या कॉन्स्टेबलच्या मागोमाग त्या लांबच लांब वऱ्हांड्यातून चालत होते. माझ्या सँडल्सच्या उंच पोकळ टाचांचा प्रतिध्वनी येत होता. भयानक दुर्गंधीयुक्त सार्वजनिक टॉयलेटसमोरून आम्ही गेलो, पण तो तिथे थांबला नाही.

कॉन्स्टेबलने मला दुसऱ्या खोलीकडे नेलं, ज्याला ॲटॅच्ड बाथरूम होतं. बहुधा खास पाहुण्यांसाठी किंवा खूप वरिष्ठ अधिकाऱ्यांसाठी ते वापरलं जात असावं. कॉन्स्टेबलने दार उघडण्यासाठी माझ्या हातात किल्ली दिली.

मी तिथे जवळपास पंधरा मिनिटं थांबून राहिले. त्यानंतर बाहेर आले. दाराला पुन्हा कुलूप लावलं आणि वऱ्हांड्यात आले. मी त्या कॉन्स्टेबलच्या मागोमाग पुन्हा ती उभी होती तिथे गेले. त्या ब्राउन ऑफिसरच्या केबिनबाहेर हाताची घडी घालून ती उभी होती, माझी वाट पाहत. तिचे दोन्ही हात तिच्या शरीराभोवती असे लपेटले होते, जणू काही तिला धरून ठेवण्याची गरज होती. तिने मला पाहिलं तेव्हा तिने आपले हात सोडले, पूर्ववत् दोन्ही बाजूंना सरळ आणि चालायला सुरुवात केली. मी पाऊलभर मागे चालत तिला अनुसरू लागले.

◆

ती जिच्यामध्ये चीज होतं

चहाचे रिकामे कप ठेवण्यासाठी ती स्वयंपाकघरात गेली. तिच्या मागोमाग तिची मैत्रीण खाण्याच्या पदार्थांचा ट्रे घेऊन आली, ज्यामध्ये ओलसर मठरी आणि डाएट स्नॅक्स होते. कोणी त्याला हातदेखील लावला नव्हता. पण खायला देण्यासारखं घरात दुसरंही काही नव्हतं. हल्ली ती स्वत:साठी काही बनवायचीच नाही.

स्वयंपाकघरात आल्यावर तिच्या मैत्रिणीने पाहिलं तर, सिंकची धातूची कड गच्च पकडून ती पुढं झुकली होती– जशी काही ती उलटी करते आहे. पण ती काही आजारी नव्हती, ती फक्त रडत होती. तिच्या मैत्रिणीने तिच्या पाठीवरून हात फिरवला. स्फुंदत-रडत ती तिच्या मिठीत कोसळली.

"नाही गं, याचा काही उपयोग होत नाहीये. देवा रेऽऽ"

जेव्हा एखाद्या जोडप्याला एकमेकांकडून कोणतीच आशा उरलेली नसते, तेव्हा ते लांबलचक दिवस संपण्याची वाट पाहत नाहीत; कारण त्यानंतरचा एकांत त्यांना हवाहवासा वाटत नसतो, सगळं जग त्यांच्यासाठी फक्त निरुपद्रवी गप्पांचा विषय होऊन राहतं. किंवा ज्यांचे डोळे एकमेकांभोवती भिरभिरत नाहीत, ज्यांच्या साहचर्यात अपेक्षांचे अदृश्य उबदार प्रवाह जाणवत नाहीत; तेव्हा त्यांच्या सहजीवनातली जादू नक्कीच हरवलेली असते. आणि त्या दोघांचं खरोखरच तसंच काहीसं झालं होतं.

तिच्या गरोदरपणापासूनच या गोष्टीला सुरुवात झाली होती. अगोदरचं ते आजारपण, तो डोहाळ्यांचा त्रास, मग बाळाचं आगमन आणि त्यासोबतची ती अखंड दमवणूक... गेलं संपूर्ण वर्ष ती तिच्या पतीसमवेत झोपत नव्हती.

अर्थात, या संपूर्ण प्रवासात तिचा नवरा तिच्यासोबत होता– नेहमीच होता. बाळ रांगायला लागलं तेव्हा तिला झालेला उत्कंठापूर्ण आनंद, त्याच्या लुटुलुटु धावण्याची तिला वाटलेली भीती... या सगळ्या गोष्टी त्यानेही तेवढ्याच आनंदाने, तितकंच अचंबित होऊन अनुभवल्या होत्या. मासिकांमधून-चित्रपटांमधून जसं दाखवतात, डॅडी ब्लॉगवर जसं सांगतात, तसाच तो वागत होता. जिथे जिथे आणि जेव्हा जेव्हा

त्याची गरज होती, तिथे तिथे आणि तेव्हा प्रत्येक वेळी तो हजर होता. तिला हॉस्पिटलमध्ये घेऊन जाण्यासाठी, नूतन बाळाचे फोटो काढण्यासाठी, नर्सेसना टिप देताना, बाळाला रिझवण्यासाठी, त्याचे लंगोट बदलण्यासाठी– अशा प्रत्येक वेळी तो हजर होता. जेव्हा त्याच्या कामामुळे त्याला शहराबाहेर जावं लागलं, तेव्हाही तो न चुकता मेसेजेस पाठवत होता. दिवसातून तीन-तीन, चार-चार वेळा. ते बिचारं पिलू बोलूही शकत नव्हतं. पण तरीही त्याच्या बाबाला त्याच्याशी फोनवर गप्पा मारायच्या असायच्या. ज्या खेळण्यांशी बाळ खेळण्याइतपत मोठं व्हायला अजून खूप अवकाश होता, अशी खेळणी तो विकत आणायचा– उत्साहाच्या भरात! तो प्रवासात नसेल अशा दिवसांत स्वयंपाक करण्याची त्याची तयारी असे. तो सारखा हसायचा. त्याला बहुतेक वाटत होतं की, त्याचं मस्त चाललंय.

हां, हे खरं होतं की, ते दोघे एकत्र झोपत नव्हते. तिने त्याची देखभाल करणं थांबवलं होतं. हेही खरं होतं की, आपल्या बायकोला वरचेवर रडण्याचे उमाळे का येतात, हे त्याला कळत नव्हतं. ती काही रडकी नव्हती. अडचणीच्या प्रसंगांमध्येही नाही. मग? पण बाळंतपणानंतर येणाऱ्या नैराश्याबद्दल कोणी तरी त्याला सांगितलं आणि तो शांत झाला. त्याने समजून घेतलं.

त्याला वाटलं, जर ही बाळंतपणानंतर येणारी समस्या असेल, तर ती तात्कालिक स्वरूपाची असावी. ती संपेल. वर्षाने, फार तर दोन वर्षांनी. म्हणून मग जेव्हा तिला रडण्याचा उमाळा येई, तेव्हा तो शांत राहायला शिकला. एखाद्या पाळीव कुत्र्यासारखा, संथ श्वास घेत. तिची मन:स्थिती ठीक होण्याची वाट पाहायला शिकला. तो स्थिर वृत्तीचा होता. आपण बायकोचे बदलणारे मूड्स सहन करू शकतो– त्याने स्वत:ला बजावलं होतं. प्रश्न होता तो त्यांच्यातील पूर्णपणे थांबलेल्या शारीरिक संबंधांचा. पण तो धीर धरणारा होता, तो दुसऱ्या स्त्रियांकडे पाहणाऱ्यांपैकी नव्हता. बरं, ठीक आहे. तो पाहील दुसऱ्या स्त्रीकडे, पण तसं पाहताना पकडलो जाणार नाही याची पुरती काळजी घेईल. शेवटी सेक्स हा सेक्सच असतो. त्याच्याशिवाय इतके दिवस राहणं आरोग्याच्या दृष्टीने वाईटच. पण आरोग्याशिवाय असेना, असे कितीसे पुरुष आपल्या बायकोला धोका देत असतील? तो स्वत:शी ठाम होता. तो तिच्या बाळंतपणानंतरचं नैराश्य दूर होण्याची वाट पाहणार होता.

मधल्या काळात ती वरचेवर स्फुंदून-स्फुंदून रडायला लागली होती. बऱ्याचदा हे रडणं तिच्या कॉलेजच्या दिवसांतल्या मैत्रिणीच्या गळ्यात पडून व्हायचं. हल्लीच त्यांची नव्याने भेट झाली होती.

"आमच्यात काहीच नीट नाहीये..." ती पुन:पुन्हा म्हणत राहायची.

परंतु तिची मैत्रीण हुशार होती. ती जाणून होती– तिला काहीही उत्तर दिलं,

समजावण्याचा प्रयत्न केला; तर ती विरोध करेल. त्याऐवजी तिच्या सुरात सूर मिसळला आणि तिचं अधिक नुकसान होऊ न देता तिने या लग्नबंधनातून बाहेर पडावं असं तिला सांगितलं; तर या नव्याने आई झालेल्या स्त्रीला, स्वत:चं लग्न वाचवण्यासाठी नव्याने प्रयत्न करायला बरोबर उद्युक्त करेल. स्वत:च्या कडवट अनुभवांवरून ती हे जाणून होती आणि त्याचबरोबर तिला याचीही जाणीव होती की, कसंही करून एकदा लग्न वाचलं की त्यानंतर तिच्या या लग्नबंधनातून बाहेर पडण्याचा, पुढचं नुकसान थांबव वगैरे सल्ल्याचा तिच्या मैत्रिणीला राग येणार आहे. त्यामुळे त्यांची मैत्रीही संपुष्टात येऊ शकते.

याउलट, जर एखादीने 'तुझं लग्न वाचवण्यासाठी दुप्पट जोमाने प्रयत्न कर, ते अनिवार्य आहे' असा सल्ला दिला असता; तर तिच्या मैत्रिणीला वाटलं असतं, तिची प्रिय मैत्रीणही तिला समजू शकत नाहीये– या अशा संकटप्रसंगी कोणीही तिच्या बाजूने नाहीये... वगैरे. त्यामुळे लग्नबंधन सुखी असो वा जाचक; ती त्यालाच धरून राहिली असती आणि तिला मैत्रिणीचा राग आला असता.

म्हणून मग त्या नव्या मैत्रिणीने तिच्या पाठीवरून सांत्वनपर हात फिरवला आणि म्हणाली, "शूऽऽ रडू नकोस. सगळं ठीक होईल. मी तुझ्यासाठी काही बनवू का?"

बोलण्यासाठी सोपी गोष्ट! कोणत्याही प्रकारच्या समस्येवेळी तुम्ही असं बोलू शकता. स्वयंपाक करण्याने बरीच मदत होते.

जेव्हा तिची मैत्रीण स्वयंपाक करत होती, तेव्हा ती मोठ्याने काळजीयुक्त स्वरात ती इथे कशी वावरतीये, हे सांगत होती. अनवाणी पावलांनी, बाळंतपणानंतरच्या निराश मन:स्थितीत– अशी स्वयंपाकघरात!

ती मनस्वी होती. तिच्याकडे पुढे जाण्याची मनीषा होती. तिने काही बेत आखले होते. तिच्याबाबतच्या अनेक आकर्षक बाबींपैकी या काही गोष्टी होत्या. तिच्या नवऱ्यानेही अनेकदा अभिमानाने म्हटलं होतं की, ती त्याच्या जीवनाची दिशादर्शक आहे.

पण तो दिशादर्शकच आता अस्थिर झाला होता. कोणत्या दिशेला वळावं, या संभ्रमात होता. तिची मैत्रीण गरमागरम ताजा स्वयंपाक करेपर्यंत तिने वाट पाहिली. मग आदल्या रात्री बनवलेलं बाळाचं खाणं त्याला भरवायला घेतलं– कुस्करलेले उकडलेले बटाटे, उकडलेलं अंडं, गाजर आणि भात. ते मिक्सरमध्ये फिरवून बारीक केलेलं होतं. त्या खाण्याकडे बघूनही तिला कसं तरी होत होतं. पण बाळ ते मजेने खात होतं. तिचा विश्वास बसत नव्हता– हा असा जीव तिनेच जन्माला घातलेला आहे, जो मीठ-बटरशिवाय गाजराचा लगदा मजेत खातो आहे! पण त्याच वेळी तुम्ही त्याला आइस्क्रीम भरवलंत, तर ते मात्र तो बाहेर काढेल. मूर्खपणा आहे न् काय! बाळ अगदीच तिच्याविरुद्ध आहे, ही गोष्ट तिच्या हृदयात कळ उठवणारी होती.

बाळ त्याच्या बाबांवर गेला होता. काळे कुरळे केस, मोठे डोळे, रॉक संगीताची जन्मजात नावड. ओह! तिने मेरालिका लावल्यानंतर बाळ कसं किंचाळत रडायला लागलं होतं. जवळजवळ वर्ष झालं असेल, तिला तिचं आवडतं संगीत ऐकायला मिळालं नव्हतं आणि या सगळ्यावर कडी म्हणजे, त्याची ही उकडलेल्या भाज्यांची अनोखी आवड! आपल्या बापाचा मुलगा शोभतो खरा! तिच्या नवऱ्यालाही आइस्क्रीम अजिबात आवडायचं नाही आणि तो आपल्या टोस्टला बटर कधीही लावत नसे.

एखाद्याला टोस्टवर बटर आवडत नाही म्हणजे काय? ती एक मूलभूत गोष्ट आहे. माणसांत असल्याचं चिन्ह आहे ते. कुत्र्या-मांजरांनादेखील बटर आवडतं, पण तिच्या नवऱ्याला नाही.

लोक त्याला असा प्रश्न विचारत, तेव्हा तो नेहमीच आश्चर्यचकित होई– तुम्हाला बटर कसं काय आवडत नाही? आइस्क्रीमचं काय? त्याला वाटायचं बहुतेक त्याला 'लॅक्टोज'चं वावडं असावं. पण तरीही त्याला दूध आवडायचं आणि चीज तर मनापासून प्रिय होतं– सगळ्या प्रकारचं चीज. घट्ट, कडक अन् वास येणारंसुद्धा.

हल्ली तो युरोपवाऱ्या वरचेवर करत होता आणि तिथे चीज हा त्याचा एकमेव दिलासा होता. तुम्ही स्वत:च्या कार्यक्रमानुसार एखाद्या अनोळखी शहरात जाता, तेव्हा फार काही करायला नसतंच. विशेषत: संध्याकाळी तर नाहीच नाही. पूर्ण दिवस काम-काम आणि त्यानंतर उदास वाटावं एवढ्या स्वच्छ हॉटेलरूम्स. शिवाय सुरुवातीला दोन-तीनदा तिथलं जेवण जेवल्यानंतर त्याला वरण, भात, पोळीची आठवण यायची. म्हणून मग बाहेर रेस्टॉरंटमध्ये जेवण्याऐवजी तो वेगवेगळ्या प्रकारचे पाव आणि चीज विकत आणायचा. स्वत:साठी हॉटेलरूममध्येच कोरडी सँडविचेस बनवायचा आणि टी-बॅगच्या चहाबरोबर घशाखाली ढकलायचा.

तो या गोष्टीत एक प्रकारचा गुप्त अभिमान अनुभवायचा. त्याने स्वत: बनवलेले सँडविचेस खाऊन तो एका अर्थाने पैसे वाचवत होता आणि विशेष म्हणजे, त्याला चीज आवडायचं. फ्रान्स, इटली आणि स्वित्झर्लंडमध्ये सुपरमार्केट्सच्या मांडणीवर ठेवलेल्या सगळ्या प्रकारच्या चीजचे नमुने त्याने चाखले होते. आता त्याला प्रतीक्षा होती ती त्याच्या जर्मनी टूरची– विशेषत: पूर्व जर्मनीला जाण्याची. त्याने असं ऐकलं होतं की खेडेगावात बनलेलं चीज वेगळंच असतं. तिथल्या डेअरींना भेट देण्याची त्याची इच्छा होती.

पण तो हे तिला सांगू शकत नव्हता. त्याबद्दल त्याला अपराधी वाटत असलं तरी ते त्याचं गुपित होतं. त्याला माहीत होतं, असा विचार करणं मूर्खपणा आहे. त्याच्या बायकोला चीज आवडायचं नाही, त्याला आवडायचं. त्याला ते मनापासून प्रिय होतं. पण असं असलं तरीही ड्यूटी फ्री दुकानांमधून चीज विकत आणणं त्याने

थांबवलं होतं. त्याऐवजी तो त्याचा सगळा कोटा त्याच्या परदेशवारीत पूर्ण करत असे. त्याबद्दल गुप्तता बाळगायची काहीच गरज नव्हती. त्याच्या चीजविषयक साहसकथा जाणून घ्यायला आवडणार नाहीत, असं ती कधीच म्हणाली नव्हती. पण तरीही त्याने या विषयावर बोलणं थांबवलं होतं.

तो त्याच्या बायकोला इतर सर्व सांगत असे. त्याने काय काय पाहिलं, काय खाल्लं, कशाचं त्याला आश्चर्य वाटलं, त्याने काय विकत आणलं, काय विकलं, कशाचा तिरस्कार वाटला, कशाचा मोह वाटला... सगळं. अशा छोट्या-छोट्या गोष्टी शेअर करणं, हा विवाहबंधनाचा मजबूत पाया असतो. पण का कोण जाणे, त्याला सापडलेलं नव्या चवीचं चीज आणि ते खाताना त्याला झालेला आनंद, वाटलेली मजा याविषयी तो तिला सांगूच शकत नसे. कदाचित वास येणाऱ्या चीजबद्दल तिच्या मनात जी किळस होती, त्यामुळेही असेल. ती म्हणायची, तिला फ्रिजमध्ये कोणत्याच प्रकारचं चीज ठेवावंसं वाटत नाही. वास न येणारंसुद्धा नाही. यामुळेही असेल. किंवा कदाचित ज्या नाखुशीने तिने बाळाला त्यानं आणलेलं खास चीज चाखवू देण्याची परवानगी दिली होती, त्यामुळे असेल. तिने फटकळपणे त्याला त्याच्या चीजप्रेमावरून तुझ्यात आणि डुकरात काही तरी साधर्म्य आहे, ही टिप्पणी केली होती, त्यामुळेही असेल.

कारण काहीही असो. चीज ही पहिली गोष्ट होती, ज्याविषयी त्याने तिच्याशी बोलणं थांबवलं होतं. पण त्याचबरोबर इतरही गोष्टी होत्या. त्याच्या डोक्यातला गुप्त कप्पा अशा छोट्या-छोट्या गोष्टींनी गच्च भरलेला होता– एका अंधाऱ्या, चिंचोळ्या रस्त्यावर प्रकाशमान जुन्या काळातला कंदील, तिसऱ्या मजल्यावरच्या बाल्कनीतून त्याच्याकडे डोकावून पाहणारी छोटी मुलगी– त्याच्याकडे हात पसरून पाहणारी– ती खाली उडी मारेल की काय, अशी मनात दाटलेली प्रचंड भीती... खिडकीतली गुलाबी-केशरी फुलं, लेसचे पडदे, बारबाहेर लांडग्यांसारखे विव्हळणारे तरुण पुरुष, हॉटेलच्या प्रतीक्षा कक्षातले चमकदार कोच, लेदर स्कर्ट्स, कंटाळवाणे डोळे, ताप, स्वप्न... खूप काही.

त्याला एकदा त्याच्या बायकोचं स्वप्न पडलं होतं. रात्रीचं दुःस्वप्न. त्याची बायको त्यांच्या बाळाला अंधाऱ्या विहिरीत फेकते आहे, असं. त्यानं तिला याबद्दल काहीच सांगितलं नव्हतं. आणि एकदा फ्रान्समध्ये एका एल आकाराच्या रस्त्यावरून शॉर्टकट म्हणून चाललेला असताना त्याची एका वेश्येशी टक्कर झाली होती. त्याला तिचा चेहरादेखील आठवत नव्हता. फक्त एवढंच स्मरत होतं की, तिच्या अंगावर काहीच कपडे नव्हते. काळे बूट आणि खूप लाल ओठ. त्याची तिच्याशी टक्कर होताच त्याने झट्‌कन माफी मागितली होती. पण त्या मुलीचा चेहरा भावहीन होता. डोळे जवळजवळ मिटलेले. तिने स्वतःच्या सपाट छातीवर हात फिरवायला

सुरुवात केली. ते अजिबात उद्दीपित करणारं वाटलं नाही. काहीच घडलं नाही. त्याला काहीच वाटलं नाही. त्याने त्या कोवळ्या तरुणीकडे पाठ फिरवली होती आणि तो पळून आला होता. पण त्याने त्याच्या बायकोला हे सांगितलं नव्हतं.

तसंच ते चार्म ब्रेसलेटचं प्रकरण. त्याने दक्षिण टर्कीतल्या एका म्हातारीकडून ते विकत आणलं होतं. त्या बाईचा असा दावा होता की, ते ब्रेसलेट खास आशीर्वादांसह विणण्यात आलं आहे, ज्यामुळे दुष्ट आत्म्यांपासून बाळाचं संरक्षण होईल. विशेषत: असे दुष्टात्मे– जे नवजात अर्भकांचा श्वास ओढून घेतात. त्याने ते विकत आणलं होतं आणि त्याच्या बाळाच्या मनगटावर बांधलं होतं. बांधताना त्या ब्रेसलेटच्या शक्तीमध्ये स्वत:च्या प्रार्थनेची ताकदही मिसळली होती. पण जेव्हा त्याच्या बायकोने ते पाहिलं, तेव्हा ती रागावली होती. ते ब्रेसलेट ओरबाडून काढत, 'मूर्ख आहेस' असं त्याच्यावर किंचाळत म्हणाली होती– टर्कीतील म्हाताऱ्या बाईवर ते कसा काय विश्वास ठेवू शकतात? ती कदाचित एखादी दुष्ट जादू असू शकते. जी ती ज्या गोष्टीखातर विकली गेली आहे, त्याच्या नेमकं विरुद्ध करू शकते. ती हा असला मूर्खपणा अजिबात खपवून घेणार नव्हती. तिच्या बाळाच्या संदर्भात तर नाहीच!

ती घाबरली आहे, इतकंच तो स्वत:ला समजावत राहिला. त्याने ते ब्रेसलेट उचलून स्वत:च्या लॅपटॉप बॅगमध्ये ठेवलं आणि एक नि:शब्द प्रार्थना म्हटली. जर खरोखरच त्या ब्रेसलेटमध्ये काही दुष्ट ताकद गुंफलेली असेल; तर त्याचे दुष्परिणाम त्याच्यावर होवोत, त्याच्या बाळावर नाही. त्याचबरोबर बोलताना ती 'तिचं बाळ' असं म्हणाली होती, हेही त्याने विसरायचा प्रयत्न केला.

एक छोटा शब्द आणि ती 'आपण'पासून किती दूर गेली होती! हे किती निष्ठुरपणाचं होतं, हे तिला जाणवलंच नव्हतं. तिच्या लक्षात आलेलं नाही याचं त्याला बरं वाटलं होतं. तिला असं म्हणावंसं कसं काय वाटेल?

बाळाच्या पहिल्या वाढदिवसाला त्याने खेळण्यातला, कापूस भरलेला जिराफ आणला होता. त्याने तिच्यासाठीही आठवणीने काही आणलं होतं. हिऱ्यांचं ब्रेसलेट. त्यात काही शुभ-अशुभ वगैरे नव्हतं. सहा वर्षांपूर्वी तीच म्हणाली होती की, तिला हिऱ्याची अंगठी नाही, तर हिऱ्याचं ब्रेसलेट हवंय. म्हणून मग त्यांच्या एंगेजमेंटला त्याने तिच्यासाठी अमेरिकन डायमंड्सचं ब्रेसलेट आणलं होतं आणि तिला वचन दिलं होतं की, एके दिवशी तो तिच्यासाठी खरंखुरं हिऱ्यांचं ब्रेसलेट घेऊन येईल. आता ते वचन निभावणं त्याच्या आवाक्यात होतं.

त्याने ते ब्रेसलेट कोऱ्या पांढऱ्याशुभ्र कागदात गुंडाळून निळ्या धाग्याने बांधलं होतं. अगदी याच पद्धतीने त्याने ते एंगेजमेंट ब्रेसलेट आणलेलं होतं.

जेव्हा तिने ते पुडकं उघडून पाहावं आणि ब्रेसलेट पाहिल्यानंतर आनंदाने चीत्कारावं याची तो वाट पाहत होता; तेव्हा त्याचा तो उत्सुक चेहरा, ती भेटवस्तू हे सगळं

पाहून तिला अश्रू अनावर झाले. तो एक अत्यंत तरल, भावुक क्षण होऊ शकला असता. पण ती रडणं थांबवू शकली नाही. त्याने तिला त्याच्या बाहुपाशात घेण्याचा प्रयत्न केला; पण ती जणू काही तिचा प्रेमभंग झाला आहे, अशा पद्धतीने रडत होती. नंतर त्याने पाहिलं– तिने ब्रेसलेट बाजूला ठेवलं, तिच्या कपाटात कुलपात बंद करून ठेवलं. अर्थात ते खऱ्या हिऱ्याचं होतं, ती ते घरात का वापरणार होती?

पुढच्या वेळी जेव्हा तो युरोपला गेला, तेव्हा त्याने हिरवा सिल्क ड्रेस विकत आणला होता. परंतु तो त्याने तिला दिला नाही. तीन आठवडे ते कागदी पाकिट त्याच्या सूटकेसमध्ये पडून होतं– त्याच्यावर स्टेपल केलेल्या 'आय लव्ह यू' नोटसह. तो तिला ते का देऊ शकला नाही, त्यालाच कळत नव्हतं.

कदाचित तो घरी परतला, तेव्हा ती रडण्याच्या मूडमध्ये होती. रात्रीचं जेवण बनवायला– एवढंच नाही तर जेवायलाही तिने नकार दिला होता, म्हणून असेल. त्याने तो ड्रेस तसाच पाकिटात ठेवला. दुसऱ्या एखाद्या प्रसंगी देता येईल, असा विचार करून ती चांगल्या मूडमध्ये असेल तेव्हा हा ड्रेस देऊन तिला आश्चर्यचकित करता येईल, त्याने विचार केला. शेवटचं 'आय लव्ह यू' ती कधी म्हणाली होती, हेही त्याला आठवत नव्हतं; ते विसरण्याचा त्याने आटोकाट प्रयत्न केला.

आठवडे सरले. तिचं बाळंतपणानंतरचं नैराश्य ओसरण्याचं काहीच चिन्ह दिसत नव्हतं. कोणत्याही कारणाशिवाय रडणं सुरूच होतं. त्यानेही त्याचं शांत-समजूतदार वागणं सुरूच ठेवलं होतं. नजर खाली घालून आपले दात निरखत तो तिचं रडणं थांबण्याची वाट पाहत असे, योग्य ते बोलण्याचा प्रयत्न करे, बाळाला चुचकारत खायला लावे किंवा सोफ्यावर नुसताच शांत बसून राही. थेट झोपायची वेळ होईपर्यंत तसाच शांत.

असेच महिने सरले. त्या काळात असेही क्षण होते, जेव्हा त्याला स्वत:लाच उन्मळून रडावंसं वाटलं. त्याने तिच्याशी बोलण्याचा प्रयत्न केला. जुन्या आठवणींचं स्मरण केलं. त्याने पाहिलेले कॅनॉल्स, टॉवर्स, फुलांबद्दल तिला सांगून पाहिलं. पण ती म्हणायची, तिला पुन्हा एकदा त्या कॉलेजकाळातल्या कहाण्या ऐकायच्या नाहीयेत. तिने त्या सर्व या अगोदरच ऐकलेल्या आहेत. किंवा 'ओ गॉडऽ, पुन्हा एखादं प्रवासवर्णन नकोय डिनरसोबत!'

रविवारी ते डीव्हीडी भाड्याने आणून सिनेमा पाहत असत. जर सिनेमा बघता-बघता मध्येच तिने रडायला सुरुवात केली, तर तो डीव्हीडी पॉझ करायचा– जेणेकरून तिचा तेवढा भाग पाहायचा राहून जाऊ नये. कधी काळी असं वागणं हे त्याच्या अमर्याद प्रेमाचं द्योतक होतं, आता तेच वागणं तिच्या नव्या अनावर दु:खावेगाला कारणीभूत होत होतं.

आणखी कोणत्याही गोष्टीपेक्षा जास्त तिला त्याच्यापासून सुटका हवी होती.

त्याचं घराबाहेर असणं हवं होतं. त्याच्याबरोबर जेवावं लागू नये, एकत्र एकाच बेडरूममध्ये झोपावं लागू नये, त्याच्याबरोबर सिनेमा पाहावा लागू नये– अशी तिची इच्छा होती. सकाळी उठताक्षणी त्याचं तिच्या कानात कुजबुजत विचारणं, 'उठलीस?' तिला नकोसं झालं होतं. त्याच्या नुसत्या असण्याचाही तिला राग येत होता आणि त्याचा चांगुलपणा त्या रागात आणखीच भर घालत होता. त्याला वाटत होतं, तिला कोणी दुसरा आवडू लागलाय बहुधा. नाही, नक्कीच. हीच शक्यता जास्त होती. सगळ्या घरात तशी चिन्हं दिसत होती. तो घरी नसताना कोणी तरी त्याच्या घरी येत होतं. असं कोणी तरी– जे फुलं, चॉकलेट्स, पिझ्झा घेऊन यायचं. कित्येकदा त्याने या उरलेल्या गोष्टी खाल्ल्या होत्या.

तो कुठे जातोय? सूटकेस वजनाने हलकी होती. तीन दिवसांचे कपडे घेतलेले. तो बारमध्ये जाऊ शकतो. पण फक्त तिची सोबत करायची म्हणून, त्याने तिला असं फसवावं का? त्याच्या मनात आलं, यामुळे त्याला कदाचित ठीक वाटेल. अथवा त्याने सरळ घरी जाऊन तिच्याशी समोरासमोर बोलावं, तिचा सामना करावा. तिचा सामना तो कशा परिस्थितीत करेल? पूर्ण उरलेला पिझ्झा?

तो चालत राहिला. त्याला आपल्या मांड्या जांघेतून पिळवटल्यासारख्या वाटायला लागेपर्यंत तो चालतच होता. त्यानंतर त्याने टॅक्सी केली आणि तो एअरपोर्टला गेला.

तो परत घरी आला, तेव्हा ती चांगल्या मूडमध्ये होती. बाळ पूर्ण दिवस रडलं नव्हतं. तिच्यासाठी तिने पिंक फ्लॉइडचा अल्बम लावला होता. जरी आवाज खूपच कमी ठेवावा लागला होता, पण ती लावू शकली होती. तिच्या मैत्रिणीने बटर चिकन आणलं होतं. स्वयंपाकाच्या बाईंनी मऊ, जाड बटर लावलेले पराठे बनवले होते. तिच्या नवऱ्याला बटर आवडत नाही. पण तो घरी नसल्याने त्याच्या आवडी-निवडीचा विचार करण्याचा प्रश्नच नव्हता. त्या संध्याकाळी ती जवळजवळ आनंदी होती.

जेव्हा तो घरी आला, तेव्हा खाद्य पदार्थ अगोदरच टेबलवर मांडण्यात आलेले होते. ती त्याची वाट पाहत थांबली आणि तसं वाट पाहायला लावल्याबद्दल तिने काही तक्रारही केली नाही. त्याने शॉवर घेतला, कपडे बदलले आणि डायनिंग टेबलजवळ येऊन बसला. बाळ आता उठलं होतं. टेबलाजवळच्या उंचशा खुर्चीवर त्याला बसवलं होतं. तो टेबलवर प्लॅस्टिक चमच्याने आवाज करत होता.

त्याने त्याचा हातातला चमचा काढून घेतला. तिच्या कपाळावर आठ्या उमटल्या. "तो प्लॅस्टिकचाच चमचा आहे. त्याने जास्त आवाज होणार नाही. खेळू दे त्याला."

"मला त्रास होतोय त्या आवाजाचा." त्याचा आवाज एवढा शांत होता की,

ती काय ते समजली. काही तरी बिनसलं होतं, नक्कीच.

"काय झालंय?"

"तू मला सांग– हे काय चाललंय?"

तिने त्याच्या चेहऱ्याकडे पाहिलं. त्याचे स्थिर डोळे...! तिला वाटलं, कसंही करून आता माझे डोळे अश्रूंनी भरून जावेत. पण का कोण जाणे, गेली दोन वर्षं सदैव भरून वाहणारा तिचा अश्रूंचा प्रवाह अचानक सुकला होता. ती नर्व्हस होऊन टेबलवर बोटं फिरवत होती. तिला नर्व्हस का वाटावं? तिने काहीच केलेलं नव्हतं.

तो काही तरी बोलण्याच्या बेतात होता. त्याने बोलण्यासाठी दोनदा तोंड उघडलं आणि पुन्हा न बोलताच थांबला. त्याऐवजी त्याने वाढून घ्यायला सुरुवात केली. वाढताना त्याच्या लक्षात आलं, ते काय आहे ते.

"हे कुठून आलं?" त्याने विचारलं.

"काय?"

"तू आजकाल चिकन बनवत नाहीस. तू म्हणाली होतीस ना, कच्चं मांस पाहून तुला शिसारी येते."

"मी बनवलं नाहीये ते."

"आपली स्वयंपाकाची बाई व्हेजिटेरियन आहे."

"हो. त्याचं काय?"

त्याने तिच्याकडे पाहिलं. तिने त्याच्या नजरेला नजर द्यावी, अशी त्याची इच्छा होती. पण तिने त्याच्याकडे परत पाहिलंच नाही, थेट तर नाहीच. ती स्वत:च्या प्लेटमध्ये वाढून घेण्यात गर्क होती.

तिला का अपराधी वाटायला हवं? तिने जेवायला सुरुवात केली. 'माझ्या जवळच्या मैत्रिणीने माझ्यासाठी बटर चिकन आणलंय– एवढी साधी गोष्ट. हेच खरं होतं. पूर्ण सत्य.' मग तिला असं कोंडीत पकडल्यासारखं का वाटावं?

ती बळेच हसली. "आपण पूर्वी कित्येकदा जेवणासाठी चिकन ऑर्डर केलेलं आहे. नव्हतं केलं का? शंभर वेळा केलं असेल."

"हे हॉटेलमध्ये बनवलेलं नाहीये, हा घरी बनवलेला पदार्थ आहे."

"तुला काय झालंय? मीदेखील ते बनवलेलं असू शकेल. नाही बनवता येणार मला?"

"मी फक्त विचारतोय. तू बनवलंस?"

"हे काही तरी नवीनच आहे, हे असं अन्नाबाबतचं झपाटलेपण! या अगोदर तू आम्हाला चीजमध्ये बुडवायचास आणि आता ही चिकनची चौकशी."

तो बोटांनी प्लेटशी खेळत राहिला. ती गोल-गोल फिरवत राहिला. आता त्याने एक दीर्घ श्वास घेतला.

“कोण आहे?”
“ते कोण?”
“कोण आहे?”
“तुझ्या आयुष्यात कोणी तरी दुसरा पुरुष आहे. तो माझ्या घरी येतो. हो ना?”

त्याने नजर उचलून वर पाहिलं. त्याला तिचे थरथरणारे हात दिसले, तोंडात घास तसाच होता. त्याने स्वतःच्या बोटांभोवती हात लपेटला आणि दोन्ही हात मांडीवर ठेवले.

ती स्तब्ध बसून राहिली. तिने चिडायला हवंय, हे ती जाणून होती आणि तेवढं तसं चिडण्याचा प्रयत्न करू पाहत होती. आताचा हा क्षण होता– जेव्हा तिने धाड्कन उभं राहायला हवंय, खुर्ची पडली तरी बेहत्तर! बाळ अनामिक भीतीने रडायला लागलं तरी रडू दे. अन्यायाने चिडून तिचे स्फोट व्हायला हवेत, तिने ओरडायला हवं... तो एवढा असंवेदनशील कसा असू शकतो म्हणून त्रागा करायला हवा. एवढे सगळे महिने त्याचं बाळ पोटात वाढवलं, स्वतःच्या आयुष्यातली एवढी सगळी वर्षं त्याला समर्पित केली आणि... आणि आता तिला एक मैत्रीण मिळालीये– एक स्त्री, तर त्याने असं बोलावं?

परंतु जेव्हा तिने बोलायचा प्रयत्न केला, तेव्हा जे शब्द तिच्या मुखातून बाहेर पडले ते चुकीचे होते.

“कशावरून तुला असं वाटतंय, माझ्या आयुष्यात दुसरा पुरुष आहे असं?”
“तू फक्त हो किंवा नाही, एवढंच उत्तर का देत नाहीस?”
“हा शुद्ध वेडेपणा आहे.”
“मी तुला प्रश्न विचारतोय– हो किंवा नाही?”
“तू माझा अपमान करतो आहेस! मला घालवून द्यायचा विचार आहे?”

शेवटी एकच टोकाची चीड नोंदवणं तिला जमलं. पण तिचा आवाज अजूनही गमतीशीर वाटत होता. त्यात तेवढा विश्वास, तेवढा दम नव्हता. अपराधीपणाचा एक मोठा कोरडा घोट तिच्या घशात अडकला होता. आणखी कोणी तिच्या आयुष्यात होता? अर्थातच, नाही. तिने फक्त 'नाही' म्हणायला हवंय. मग तसं म्हणणं अवघड का वाटतंय?

त्याने या टोकापासून त्या टोकापर्यंत डोकं हलवलं. त्याचे हात पुन्हा टेबलवर आले होते. त्याने त्याचं काही तरी करायला हवंय. मग त्याने कॅसेरोल उघडला, पराठा उचलला आणि त्याच्या प्लेटमध्ये ठेवला. त्याने तो तपासला. त्यावरचं वितळणारं पांढरं बटर हाताने स्पर्शून पाहिलं. त्याने तो पराठा परत कॅसेरोलमध्ये ठेवला. तो उठून उभा राहिला.

“हे माझ्यासाठी बनवलेलं नाहीये.” तो म्हणाला.

"तू काय म्हणतोयस, मला तर काहीच कळेनासं झालंय! हे सगळं तुझ्या डोक्यात आलं कुठून?"

"हे जेवण- काय आहे हे? मी फक्त निमित्तमात्र आहे, हो ना? हे जेवण दुसऱ्या कोणी तरी बनवलेलं आहे किंवा तू हे दुसऱ्या कोणासाठी तरी बनवलं आहेस. मी इथे आहे म्हणून तू ते मला वाढलंस- एखाद्या पाहुण्याला वाढावं तसं. हे असंच चाललंय, गेले कित्येक महिने. मला दारातून येताना पाहून तुला आनंद झालेला दिसायचा नाही. हे सगळं बोलायला मला इतके दिवस का लागले, माहीत नाही." तो रूममध्ये फेऱ्या मारत होता, बटर लागलेल्या बोटांनी, "तुझं माझ्यावर प्रेम नसेल तर तू..." आणि तो थबकला. "तू काय विचार करत होतीस? मी काय करेन असं तुला वाटलं? मी काय करू?" आणि तो पुन्हा थबकला, "मी काय केलं होतं?"

तिच्या उत्तराची त्याने वाट पाहिली, पण ती काहीही म्हणाली नाही. मग तो बाथरूममध्ये गेला. बटरने माखलेली बोटं धुतली. आणि बेडरूममध्ये जाऊन पडून राहिला. तिने बाळाला भरवलं. त्याचे लंगोट बदलले. थोडा वेळ त्याला खांद्यावर झुलवून-थोपटून झोपवलं. त्यानंतर तिने हॉलमधले दिवे मालवले आणि तिथेच सोफ्यावर आडवी झाली.

हे जरा विचित्रच होतं... तिला वाटलं. पण तिला विशेष राग आला नव्हता. फार रडायलाही आलं नाही. उलट, तिला एवढं भयंकर स्थिरावल्यासारखं वाटत होतं, जेव्हा ती त्याच्या प्रेमात पडली होती आणि तिने त्याच्याशी लग्न करायचं ठरवलं होतं. त्याच्या लग्नाबाबतच्या कडवट प्रतिक्रिया, विरोध, धार्मिक अडचण, कौटुंबिक पाठिंब्याशिवाय विवाहबद्ध होणं... या सगळ्या गोष्टी विचारात घेऊनदेखील ते दोघे आपल्या निर्णयावर ठाम होते. त्या रात्री तिने पहिल्यांदा ही भावना अनुभवली होती. ती शांतचित्त होती. त्या रात्री तिला आणखी काहीही नको होतं. श्वास आणि दर श्वासागणिक खोलवर जाणवणारी सुरक्षितता- ती कोणाबरोबर, कोणासाठी जगते आहे या विचारांनी येणारी सुरक्षितता... आणि आतादेखील तिने काय करायला हवंय, हे ती जाणून होती. निर्णय घेणं एवढं सोपं होतं की, त्यामुळे ती काहीशी नर्व्हस झाली. नक्कीच याचा विरुद्ध परिणाम होईल?

दुसऱ्या दिवशी सकाळी ब्लॅक कॉफीचा कप समोर ठेवत तिने त्याला उठवलं. ती त्याच्या शेजारी बसली. तो गोंधळला आणि बराच वेळ नुसता कपाकडे पाहत राहिला.

"ठीक आहे, घे ती कॉफी. मी काही तुला विष देणार नाही."

तिने विनोद केला. तो हसला नाही. तिने पुन्हा प्रयत्न केला.

"काल रात्री मी नाराज होते, त्यामुळे तुझ्याशी बोलायची इच्छा नव्हती. तू विचार करतो आहेस, तसं काहीही नाहीये. कदाचित मी स्वत:लाच समजून घेऊ

पाहत होते. हे मातृत्व, आईपण नवं आहे रे माझ्यासाठी. त्याच्याशी जमवून घेणं मला त्रासदायक होत होतं. तुझ्याबाबतीत कसं, तू जाणून होतास– तू कोण आहेस, तुला काय हवंय, तुला काय नकोय. मला वाटलं होतं, मलाही त्याच गोष्टी हव्यात. अगदी सुरुवातीला तुझ्याबरोबर असण्याचाच खूप आनंद होता. आता त्याशिवाय आणखी काही तरी मला हवंय, पण अजूनही तू मला हवाच आहेस आणि तुझ्या प्रश्नाचं उत्तर द्यायचं तर– नाही, माझ्या आयुष्यात दुसरा कोणी पुरुष नाहीये.''

त्याचा यावर विश्वास बसलेला नाही, हे तिला दिसत होतं– अगदी उघड होतं ते.

''माझ्या डोळ्यांत पाहून उत्तर दे.'' त्याने निर्धाराने सांगितलं. तिने तसं केलं, ''शपथ, माझ्या आयुष्यात दुसरा कोणी पुरुष नाही. मला नवी मैत्रीण मिळालीये. ती वरचेवर इथे येते. तिला स्वयंपाकाची आवड आहे. पण ती एकटी राहते, त्यामुळे आवडीने बनवलेलं खाऊ घालायला कोणी नाहीये तिच्या घरी. ती ते माझ्यासाठी घेऊन येते. मी वचन देते, तसं काही नाही दुसरा पुरुष वगैरे.''

''एक स्त्री?''

''माझी जुनी मैत्रीण. तू तिला भेटलेला नाहीस. ती शाळेतली मैत्रीण आहे आणि आता ती माझी बेस्ट फ्रेंड झालीये.''

''मला वाटत होतं, आपण दोघं बेस्ट फ्रेंड्स आहोत.''

तो अगदी रडण्याच्या बेतात होता. तिने पाहिलं आणि झट्‌कन पुढे होऊन त्याला तिच्या कुशीत ओढलं.

''आपण होतो, आपण आहोत. मला नाही कळत... पण मला वाटतं, मला एका स्त्री मैत्रिणीची गरज वाटते आहे. तू मला त्यासाठी दोष देणार नाहीस– नाही ना?'' तिने विचारलं.

पण तिला कळलं होतं– गोष्टी निवळणार आहेत, सगळं ठीक होणार आहे.

''तुझं माझ्यावर प्रेम आहे ना?'' त्याने दाटलेल्या आवाजात विचारलं. त्याला वाटलं, हे पचवणं खूप अवघड जाणार आहे. तिच्या उत्तराने काही फरक पडत नाही. त्याला अगोदरच माहीत होतं, ती दुसऱ्या कोणावर तरी प्रेम करते आहे आणि या बाबतीत तो काहीच करू शकत नव्हता. तुम्ही काय करू शकता अशा वेळी– जेव्हा तुम्हाला मूल होतं आणि तुमच्या बायकोला प्रेम करण्यासाठी एका स्त्री मैत्रिणीची गरज भासते? कोण काय करू शकतो?

तेवढ्यात ती त्याच्या कानात कुजबुजली. ती त्याला रडू नकोस म्हणून सांगत होती. ती म्हणत होती, ''माझं तुझ्यावर प्रेम आहे. मी नेहमीच तुझ्यावर प्रेम करत होते आणि नेहमीच करत राहीन.''

◆

ती जी कष्टाने पावले टाकत आली

सत्य तिला उशिरा उमगलं, पण एकदाचं उमगलं तर! त्याचं तिच्यावर प्रेम नव्हतं.

यामागे दुसरं कोणतंही स्पष्टीकरण नव्हतं. अर्थात, अजूनही संशय तिच्या मनात संभ्रम निर्माण करत होताच. तिच्या कल्पनेप्रमाणे प्रेम ही अशी गोष्ट होती, जी एखाद्याला गृहीत धरावी लागते किंवा त्याने ती गृहीत धरायला हवी. वास्तविक, जेव्हा कोणी पुरुष तुम्हाला लग्नाची मागणी घालतो; तेव्हा तुम्ही तुमच्या मनाला 'त्याचं खरंच माझ्यावर प्रेम आहे ना, खरंखुरं प्रेम आहे ना?' असं विचारत नाही.

परंतु आता तो लग्नच रद्द करत होता, त्यामुळे तिला सत्य स्वीकारणं भाग होतं. त्याचं तिच्यावर प्रेम नव्हतं. तिने स्वतःचं सांत्वन करण्याचा प्रयत्न केला. कदाचित, त्याच्या मनातले भीतीचे गूढ ओरखडे आणि स्वयंतिरस्काराची भावना त्याला लग्नासारखं ठाम बंधन स्वीकारण्यापासून रोखत असावी. कदाचित त्याने तिच्यावर थोडा जास्त विश्वास ठेवण्याची गरज होती. परंतु तिच्या इच्छेविरुद्ध सत्याची दुसरी बाजू डरकाळी फोडत समोर आलीच. प्रत्यक्षात, त्याने तिला लग्नाची मागणीच घातली नव्हती.

तो म्हणाला होता, 'ठीक आहे, तर मग आपण लग्न करू या.' आणि तेव्हा तिच्या मनात जागलेल्या सुटकेच्या भावनेपुढे संशय अगदीच संदर्भहीन होता. अविश्वसनीयदेखील. तिची अपेक्षा तरी काय आहे? तिने स्वतःच्या हृदयातल्या संशयी कोपऱ्याकडे जरा रागानेच पाहिलं. त्याने काय आता ॲफिडेव्हिट करायला हवंय? हे शाश्वत बंधन मान्य असल्याचं शपथेवर सांगायला हवंय?

मूर्ख! मूर्ख आहेस अगदी! तो भ्रमसुद्धा नव्हता. ती स्वतःशी जास्तच मवाळपणे वागत होती. 'गैरसमज' हाच योग्य शब्द होता. होय, तिचा गैरसमज झाला होता. तो जेव्हा तिला म्हणाला होता, 'माझं तुझ्यावर प्रेम आहे. परंतु आपण दोघांनीही एकमेकांवर थोडा अधिक विश्वास दाखवायला हवाय', तेव्हा त्याच्यावर विश्वास

ठेवण्याइतकी मोठी ती नक्कीच होती.

प्रेम आणि विश्वास यांच्यातला विरोधाभासाचा खेळ हा अगदीच नवथर वयात योग्य वाटतो. 'मला विश्वास ठेवायला काही अडचणी आहेत', 'माझं तुझ्यावर प्रेम आहे. तुला माहितीये ते. पण आपल्या दोघांनाही नेहमीसाठी एकत्र राहायला आवडेल, हे कसं कळणार?', 'माझं तुझ्यावर प्राणाहूनही अधिक प्रेम आहे. पण तुला माझा विश्वास कमवावा लागेल. तेवढं आपण एकमेकांसाठी करायलाच हवं.' असे लहान मुलांचे मूर्ख खेळ!

'विश्वास' ही प्रेमाच्या विश्वातली एक छोटी गोष्ट आहे. प्रेमाच्या अवाढव्य शरीरातला छोटा अवयव. एखाद्या अविश्वासू माणसालाही प्रेमात विश्वास ठेवण्याची इच्छा होईल. मर्यादा लवचिक होतील. तुम्ही फक्त अशाच लोकांवर विश्वास ठेवू शकत नाही, ज्या लोकांवर तुम्ही प्रेम करत नाही.

म्हणून मग हा विश्वासाचा खेळ खेळायचाच नाही, असं तिनं ठरवलं. तिने स्वीकारून टाकलं– त्याचं तिच्यावर प्रेम नाहीये. आणि एकदा तिने हे सत्य स्वीकारलं, तसं इतर प्रत्येकाला हे किती उघडपणे कळत असणार– हा विचार मनात येऊन ती वरमली. तिच्या आईला तिच्या लग्नाची, तिच्या सासरी जाण्याची घाई झालेली असतानादेखील तिने त्याच्या प्रेमावर संशय व्यक्त केला होता.

आता तिला सगळंच स्वच्छ दिसत होतं. त्याच्याशी लग्न करशील का, असं तिने विषय काढल्यावर त्याने तिला विचारलं होतं. (स्वत:ला दुष्टपणे आठवण द्यायची तर– त्याने तिच्याशी लग्न करण्याचं मान्य केलं होतं.)

कौटुंबिक दबावही होताच. ते तिच्या लग्नाच्या तयारीला लागले होते. अवास्तव अपेक्षांचे काय परिणाम होऊ शकतात, यावर तिला त्यांच्याकडून लेक्चर दिलं जाई. तिला खात्री करून घ्यायची होती.

तिनेच विषय काढला होता. लग्न केव्हा ना केव्हा होणारच होतं. आणि तुम्ही कधीही तयारीला सुरुवात करा; सुरुवात लवकर झाली, असं कधीच होत नाही. शिवाय घरात इतरही सदस्य होते, ज्यांच्याबाबत विचार करायला हवा होता. प्रत्येकालाच स्वत:चे बेत आखावे लागतील. बरोबर आहे ना! कुटुंबातले काही सदस्य सातासमुद्रापार राहतात. त्यांना तिकडून विमानाने इथे यावं लागेल. या सगळ्यासाठी महिनाभर आधी बुकिंग करावं लागतं. ती म्हणाली होती, 'तुला सगळंच स्पष्ट करून सांगायची गरज नाहीये. छोटेखानी, शांत असेल तितकं चांगलं.' त्याची बहीण ऑस्ट्रेलियाहून कधी परत येणार आहे?– तिने त्याला विचारलं होतं. लग्नासाठी ती वेळ योग्य होईल. त्याच्या बहिणीला आणखी जास्त दिवस राहता यावं यासाठी तसंच कारण मिळेल. त्याची आईही यामुळे आनंदित होईल. हो ना?

तो सगळं ऐकत होता. मान हलवत होता. शेवटी त्याने खांदे उडवले आणि म्हणाला, 'ठीक आहे. आपण लग्न करू या.' आणि भरल्या डोळ्यांनी ती 'हो' म्हणाली होती– जसा काही त्यानेच प्रश्न विचारला होताच!

तिला आठवतंय. तिच्या आईने पहिला प्रश्न हाच विचारला होता. माँने विचारलं होतं... 'लग्न करशील का?' हा प्रश्न त्याने विचारला होता की तू?'

तिला आश्चर्य वाटलं होतं. 'त्यामुळे काय फरक पडतो?' तिच्या आईने सुस्कारा सोडला होता आणि जडावलेल्या पायांनी ती स्वयंपाकघराकडे गेली होती.

मायलेकींचा तो नित्यक्रम झाला होता. हा प्रश्न दोघांपैकी कोणी विचारला यामुळे काय फरक पडतो? त्यावर बोलणं आणि नंतर गंभीरपणे डोकं हलवत निघून जाणं. सगळा दिवस एखाद्या लाथाडलेल्या कुत्र्यासारखा गोळामोळा होऊन रेंगाळत राहायचा– ज्याचे कान आणि डोळे जमिनीच्या दिशेने लोंबत आहेत, जो जागेवर बसूनही सतर्क आहे असा.

ती स्वत:ला समजवायची– 'ठीक आहे. प्रत्येक आई विचारते असे राग आणणारे प्रश्न.' तिच्या सगळ्या मैत्रिणींनी याला दुजोरा दिला होता. मातृत्वाचे कोमल, हळुवार गुणधर्म कुमारवयात, तारुण्यात जुलमाचे स्रोत वाटायला लागतात. सगळ्या आया त्यांच्यामध्ये हे वादविवादाचं बीज घेऊन वावरत असतात, अशा निर्णयाप्रत त्या सगळ्या मैत्रिणी आल्या होत्या. जेवढ्या जास्त कोमलतेने, काळजीने त्यांनी आपल्या गर्भातल्या या फुलांची जोपासना केलेली असते, तेवढं हे बीज जास्त खोल रुजलेलं असतं आणि तिची आई तर असामान्य कोमल, हळुवार जोपासना करणारी होती.

ती तिच्या वाग्दत्त वराला भेटली होती, तेव्हापासून तिची आईबरोबरच्या विवादांची धार काहीशी बोथट झाली होती. सगळ्या भावना– प्रोत्साहन, टीका, प्रतिबंध– सर्व काही एक प्रकारच्या स्फोटक शांततेत बदललं होतं; ज्याचा शेवट त्या संतापजनक प्रश्नात व्हायचा.

दोघी मायलेकी खरेदीला जात होत्या. त्यांनी नातेवाइकांना फोन केले आणि अजूनही तिच्या आईचा प्रश्न होताच, "त्याने तुला स्पष्टच विचारलं ना, तू त्याच्याशी लग्न करशील का म्हणून?"

पण ती तर आनंदाच्या हिंदोळ्यावर झुलत होती आणि म्हणूनच डोळ्यांनीच ती उत्तर द्यायची. जणू काही एखाद्या लहान मुलाच्या सततच्या प्रश्नाची तिला गंमत वाटते आहे. तिच्या आईने तिला शेवटचा हा प्रश्न पुन्हा विचारला होता तो लग्नाअगोदर एक आठवड्यापूर्वी. तिनेही फटकारून विचारलं होतं, "काय माँ, तुला मी लग्न करावं असं तरी वाटतंय ना? कधी तरी?"

माँ स्वयंपाकघरात निघून गेली होती आणि शांतपणे खीर बनवायला लागली

होती. नंतर तिने दु:खित अंत:करणाने नात्यातल्या सगळ्यांना फोन केले होते. येत्या आठवड्यात धार्मिक प्रथांनुसार होणाऱ्या पूजा तसेच मेजवान्यांच्या प्रसंगी उपस्थित राहण्याचं आमंत्रण दिलं होतं. मात्र मोठ्या मावशीच्या सुनेशी फोनवर बोलत असताना तिच्या अश्रूंचा बांध फुटला होता.

तिच्या आईने जेव्हा उदासपणे तिच्या चौकोनी जबड्यावरचे अश्रू पुसले, तेव्हा तिला स्वत:लाही आतून काहीसं निरुत्साही वाटलं होतं. पण ती उत्फुल्लपणे केस मागे उडवून आणि ठरवून छानसं हसली होती. एक देखणा पुरुष– जो एक चांगला व्यवसाय करतो आहे– तिच्याशी लग्न करणार होता. आनंदी, ठरवल्याप्रमाणे सुखी आयुष्याचा तिने निश्चय केला होता आणि ती आनंदी होणार आहे, असं तिने ठरवलं होतं. तिने पुढं होऊन तिच्या आईच्या हातातून फोन काढून घेतला होता.

आता त्या गोष्टीचा विचार केला तरी तिला मळमळल्यासारखं होत होतं. तिचा तो भयंकर उत्साही निश्चय... तिची आई काय सांगायचा प्रयत्न करते आहे, हेच समजून घ्यायला तिने नकार दिला होता आणि त्यानंतर एकाच दिवसानंतर तिच्या ठरलेल्या नवऱ्याचा फोन आला होता– आपण लग्नाची तारीख पुढे ढकलू शकत ''नाही का?, नाही, तसं काही काळजी करण्यासारखं झालेलं नव्हतं. पण त्याला आणखी थोडा वेळ हवा होता, निर्णयाची खात्री करून घेण्याची गरज वाटत होती; तिलादेखील असं वाटत नाही का? त्याने विचारलं होतं.

ती रागावली होती, अर्थातच. पण तो राग या उघड वास्तवासाठी नव्हता की, तो तिच्यावर वेड्यासारखा प्रेम करू शकत नाही, आंधळेपणाने प्रेम करू शकत नाही किंवा तो त्यांच्या साध्या-सोप्या विवाहसमारंभाबाबत उत्सुक नाही. ती स्वत:वरच रागावली होती. तिने गृहीत धरलं होतं– त्यालाही हे सगळं हवं आहे... त्या सहवासाच्या रात्री, ते एकत्र राहणं, हनिमून, कुटुंब. ओह! त्याने असं विचारेपर्यंत तिने वाट पाहायला नको होती.

कोणताही प्रश्न विचारलेला नसताना ती 'हो' म्हणाली होती. ती आठवण निर्लज्जपणे तिच्या कानात निनादली. पश्चात्तापाचा ट्यूमर तिच्या डोक्यात ठसठसत होता. तिला स्वत:चीच लाज वाटत होती. राग येत होता. त्याला गरज होती तेव्हा त्याला आधार दिल्याची आठवण किंवा बेडरूममध्ये त्याला दूर ठेवण्याची आठवण या सगळ्या गोष्टींपेक्षाही 'हो' म्हटल्याचा तिला पश्चात्ताप जास्त होत होता.

जर तिच्या आयुष्यातून कोणतीही एक गोष्ट तिला पुसून टाकता येणार असेल तर तिला स्वत:चा तो आवाज– ज्या आनंदाने तिने तो अपायकारक 'हो'चा चीत्कार काढला होता, तो– पुसून टाकायला आवडलं असतं. त्याचबरोबर तिचं ते त्याच्या हनुवटीवर स्वत:चा ओला गाल घासत, स्फुंदत स्वत:च्या भावनाशील आवेगाबद्दल त्याची क्षमा मागणंही तिला मागे घ्यायला आवडलं असतं. त्याऐवजी त्या प्रसंगी

अधिक संयमी, शांत प्रतिसाद ठेवता आला तर तिला हवा होता. 'नक्कीच! चल, आपण करू या' किंवा उत्साहात 'ओके का नाही?' असं काही तरी उत्तरही चाललं असतं.

परंतु जे झालं ते होऊन गेलं होतं आणि आता तिचा स्वाभिमान, तिची अस्मिता पुनर्प्रस्थापित करणं अवघड होतं. ती एक व्यवहारी तरुण मुलगी होती आणि तिला ताठ मानेने वावरायची सवय होती. तिच्या बाविसाव्या वाढदिवसाअगोदर दोन-चार दिवसांपूर्वी ती झाडावरून पडली होती. मरता-मरता वाचली होती. मानेपासून घोट्यांपर्यंत प्लॅस्टर घालावं लागलं होतं. कदाचित पुन्हा कधीही चालता येणार नाही, या शक्यतेचा सामना तिने मोठ्या धैर्याने केला होता आणि नंतर त्या शक्यतेला काळजीपूर्वक नाकारलं होतं. नाहीऽ! ती असं होऊ देणार नाही. तिने निर्धार केला होता. आणि त्यानंतर वर्षभरात ती ताठ उभं राहायला, कोणाच्या मदतीशिवाय चालायला शिकली होती.

आणि म्हणूनच तिने स्वत:ला बजावलं– हे ठरलेलं लग्न रद्द होणं ही काही फार मोठी समस्या नाही. जर ती सात फ्रॅक्चर्समधून वर्षभरात बरी होऊ शकते, तर या लग्नामधून बाहेर यायला तिला एक दिवसही पुरेसा आहे.

तिच्या वाग्दत्त वराचे अडतीस फोन कॉल्स रिजेक्ट केल्यानंतर तिने स्वत: त्याला फोन केला. तिने अतिशय कोरड्या, नेमक्या शब्दांत त्याची माफी मागितली.

"मी तुझी माफी मागते" ती म्हणाली. त्याने मधेच बोलायला सुरुवात केली. "आपण या गोष्टीला प्लीज थोडा आणखी वेळ देऊ शकतो का? मला तुला दुखवायचं नाहीये. पण..."

तिने त्याचं बोलणं अर्धवट तोडत म्हटलं, "होय मला माहितीये. तू तयार नाहीयेस, पण मी आहे."

तिचा वधुवेष तयार होता, दागिने तयार होते. तिने हेअरड्रेसर आणि मेंदी काढणाऱ्या मुलीची अपॉइंटमेंट घेऊन ठेवली होती. तिने स्वत: जेवणाचा मेन्यू ठरवला होता. लग्न अतिशय साधेपणाने होणार होतं. त्यांचा मुख्य खर्च, सगळा थाट जेवणावर होता. त्याला फार काही 'तमाशा' नको होता. त्याने तो शब्द वापरला होता आणि तेव्हाच त्याबद्दल त्याला जाब का विचारला नाही, म्हणून ती पुन्हा स्वत:वरच चिडली. त्याला विचारायला हवं होतं, 'तमाशा नको म्हणजे तुला म्हणायचंय तरी काय?' –पण त्याला काय म्हणायचंय, हे ती जाणून होती. प्रेमाचा अभाव– दुसरं काय!

आता तो दुसरंच काही तरी म्हणत होता, "प्लीज असं बोलू नकोस. मी..."

"शट् अप! गप्प राहा." ती म्हणाली.

त्यानंतर तिने त्याला सांगितलं होतं– लग्न तो मोडतोय, त्यामुळे प्रत्येकाला

त्याबाबतचं स्पष्टीकरण देण्याची जबाबदारीही त्याची आहे.

ती तिच्या नंबरवर येणारे सगळे फोन त्याच्याकडे ट्रान्सफर करणार आहे. त्याने बचावाचा-निषेधाचा प्रयत्न करायला सुरुवात केली, परंतु तिने अजिबात ऐकून घेतलं नाही. "आणि हो, ही बातमी तूच माँला सांगायचीस. काऽय?" आणि एवढं बोलून तिने फोन ठेवून दिला. तो 'हॅलो हॅलो' म्हणत राहिला. नंतरही त्याने तिला फोन करण्याचा प्रयत्न केला. पण तिने तिचा सेलफोन स्विच-ऑफ करून ठेवला होता.

सर्वांत अगोदर माँना फोन करायला हवा. तो काही क्षण विचारात पडला, नेमकं कसं बोलावं? त्यांची मुलगी कुठे आहे, हे त्याला माहीत नव्हतं; ना तो तिला पुढच्या अर्ध्या तासात भेटण्याची शक्यता होती. आणि हो, ती किती अस्वस्थ असेल, हे तो समजू शकतो. त्यातून घरात चाललेला गोंधळ, उलटसुलट चर्चा. पण आता तशी काही गरज नाहीये. कारण... अरे, तिने सांगितलं नाही तुम्हाला? एवढ्यात काही लग्न होणार नाहीये, इतक्यात नाही.

त्याला बरीच बोलणी खावी लागली, दूषणं दिली गेली. 'तुझं कधी चांगलं होणार नाही' असा तळतळाटही दिला गेला. त्याच्या मातापित्यांबाबत खोचक टोमणे ऐकावे लागले. एवढा सगळा तपशील सोडला, तर बाकी ठीकच होतं. तोही स्वत:ला सांगत होता. त्यांनी अशा प्रतिक्रिया देणं रास्त आहे. काही दिवसांनंतर या सगळ्या नाट्यमय गोष्टींचं त्यांना हसू येईल, गंमत वाटेल. एक वर्षानंतर किंवा कदाचित एका महिन्याच्या आत हा सगळा वेडेपणा संपून जाईल. पण काहीही असो; या सर्वांत महत्त्वाचं काय, तर या आठवड्याच्या शेवटी तो विवाहबद्ध होणार नव्हता.

त्याला अगदी सुटल्यासारखं वाटत होतं. तिने त्याला खूप भरीस घातलं होतं; परंतु शेवटी तो आपल्या मताशी ठाम राहिला होता आणि त्याला लग्न नकोय, हे त्याने मान्य केलं होतं. तिची आई हा एक तात्पुरता वैताग होता. हा विचार करून त्याने त्यांचं– त्या वृद्ध स्त्रीचं– ज्यांना तो आता माँ म्हणून संबोधू लागला होता, सर्व काही ऐकून घेतलं. जोपर्यंत त्यांनी शिरच्छेद करणाऱ्या यंत्राची आठवण करून देणाऱ्या निर्दयतेने खाट्कन फोन आपटून ठेवला नाही, तोपर्यंत.

त्यानंतर मित्रांचे फोन आले. एका ग्रुपने विचारलं, 'त्या सगळ्या जणी मॅचिंग लहेंगा घालू शकतात का?' दुसऱ्या एका मित्राने विचारलं, 'डिजिटल मीडियामधली गिफ्ट दिलेली आवडेल का?' आणखी एका मैत्रिणीने तिला फक्त रिसेप्शनला यायला जमतंय, यासाठी माफी मागितली. रिसेप्शन ठेवणार आहात ना? रेल्वेची चौकशी, फ्लाइट्सचं वेळापत्रक, सगळ्यांच्या बोलण्यात जाणवणारा उत्साह, उत्सुकतेची परिसीमा, ॲलर्जी, फुलांची व्यवस्था आणि बरंच काही.

त्याने फोन कॉल्स डिस्कनेक्ट करायला सुरुवात केली. आणि एक टेम्प्लेट

तयार करून ती सगळ्यांना पाठवून दिली. 'काही एका अडचणीमुळे लग्न पुढे ढकलण्यात आलं आहे. आम्ही दोघेही आता बोलण्याच्या मन:स्थितीत नाही. काही दिवसांतच तुमच्याशी संपर्क साधण्यात येईल.'

हे काही दिवस सहा आठवड्यांपर्यंत लांबले. सहा आठवडे कोणालाही तिचा फोन आला नाही. ते सर्व जण तिला फोन करण्याचा प्रयत्न करत आणि तो कॉल त्याच्याकडे फॉरवर्ड होत असल्याने ते सर्व जण त्याच्याकडेच चौकशी करत– तिला काय झालंय? जर तो 'मला माहिती नाही' असं म्हणाला, तर ते मित्र-नातेवाईक त्याच्या या बेपर्वाईबद्दल त्यालाच दूषणं देत. एका काकांनी तर त्याने फसवणूक केली आहे, अशी केस फाइल करण्याची धमकी दिली. एक मावशी म्हणाल्या– तो हुंड्यासाठी त्रास देतो आहे, मानसिक छळ करतो आहे किंवा आत्महत्येस प्रवृत्त करतो आहे या कारणांसाठी त्या त्याला अटक करवू शकतात. तुरुंगात पाठवू शकतात.

अशा परिस्थितीत इतके सगळे कायदे लागू होऊ शकतात याची त्याने कल्पनाही केली नव्हती. आत्महत्येची शक्यता निर्माण झाली नव्हती, परंतु अद्यापही त्याची प्रमुख भावना सुटकेचीच होती. त्याची वाग्दत्त वधूही बहुधा बऱ्या मन:स्थितीत होती. आत्महत्येचा धोका नव्हता. असा विचार खूप स्वार्थीपणाचा होता... तरीही.

माँनी त्याला पुन्हा फोन केला नव्हता किंवा सांगायचं तर फोन केला होता, पण त्याने हॅलो म्हणताक्षणीच त्यांनी फोन ठेवून दिला होता. सहा आठवड्यांनंतर त्याने स्वत:साठी नवा फोन घेतला आणि तसंच आपल्या एक्स गर्लफ्रेंडबरोबर पुन्हा जुळवून घेतलं. ती नाताळ आणि नववर्षाची सुरुवात कंबोडियात साजरी करणार होती. खरंच, या असल्या गोष्टींसाठी एखाद्याने किती दिवस रोष सहन करत राहावं? गोष्टी यशस्वी होतात किंवा होत नाहीत.

दरम्यान, ती मात्र अजूनही स्वत:ला दोष देत होती. संपूर्णत: अनोळखी शहरात, एका धुळकट हॉटेलच्या खोलीत प्रत्येक रात्री आरामखुर्चीत बसून ती हाच विचार करायची. पाय वर मुडपून घेऊन गुडघ्यांभोवती हातांची मिठी घातलेली, खोलीतले दिवे मालवलेले... आणि तिला आठवत राहायचं, कशी सगळी तिचीच चूक होती ते. गोष्टी स्पष्ट दिसत होत्या, पण तिला सत्य पाहायचं नव्हतं : त्याचं तिच्यावर प्रेम नव्हतंच.

पहिले दोन आठवडे अत्यंत कठीण होते. तिने सेलफोन स्विच-ऑफ केल्यानंतर शांतपणे बॅग भरली होती आणि विमानतळ गाठला होता. ते थेट कानपूरला पोहोचल्यानंतर तिने आईला मेसेज केला होता. तेही एवढंच सांगण्यासाठी की, ती कानपूरला आहे आणि तिला अजिबात बोलण्याची इच्छा नाहीये– आत्ता तर नाहीच. म्हणून माँ, निदान मी परत येईपर्यंत शांत राहशील– प्लीज, आणि तेही दु:खाने

मोडून न पडता?

मॉंनी फोनवरून दूषणं देण्याचा कार्यक्रम नुकताच आटोपला होता. ती स्वत:च्या शब्दसंग्रहाबद्दल आश्चर्यचकित झाली होती आणि त्याबरोबर निषेधाचं तुणतुणं वाजवून थकलीही होती. तिची मुलगी या दु:खातून कशी बाहेर येणार आहे, तिला कल्पना नव्हती. कानपूरला गेलीये म्हणजे तिच्या कॉलेजमधल्या जुन्या विश्वासू मैत्रिणीकडे गेली असावी. तिने बी.कॉम. कानपूरमध्ये केले होते.

पण त्यांची मुलगी एका कामचलाऊ टू-स्टार हॉटेलमध्ये उतरली होती. जेव्हा तिने तिथे दोन रात्री घालवल्या. त्यानंतर तिने हॉटेलच्या रिसेप्शनवर सांगून एसटीडी फोनसाठी विचारणा केली होती.

तिने मॉंला फोन लावला आणि म्हणाली होती, 'अद्याप कानपूरमध्येच आहे. अजून जिवंत आहे आणि अजूनही बोलण्याच्या मन:स्थितीत नाहीये' आणि तिने फोन ठेवून दिला होता.

फोन बंद झाला तशी मॉं फक्त सुस्कारा सोडू शकली होती. तिच्या मुलीने ज्या नंबरवरून फोन केला होता, तो नंबर तिने काळजीपूर्वक लिहून घेतला. दुसऱ्या दिवशी सकाळी लवकरच तिने तिथे फोन केला होता. फोन अर्थातच एका दारू पिऊन तर्र झालेल्या बेलबॉयने उचलला होता. तिथे रूममध्ये फोन देण्यासाठी 'कॉल रिडायरेक्टची' सुविधा नाहीये, त्यामुळे त्यांनी साडेदहाला परत फोन करावा, असं त्याने सांगितलं होतं.

साडेदहाला मॉंने परत त्या हॉटेलला फोन केला, तेव्हा तिला २० मिनिटं होल्डवर ठेवलं गेलं. नंतर सांगण्यात आलं की, तिच्या मुलीने केव्हाच रूम सोडलीये. ती सकाळी साडेआठलाच हॉटेल सोडून निघून गेली होती.

जेव्हा सकाळी साडेआठला बेलबॉय तिला सांगायला आला की, घरून कोणी तरी फोन केला होता आणि पुन्हा फोन करणार आहे, तेव्हाच तिने हॉटेल सोडलं होतं. चेक-आउटची औपचारिकता पूर्ण करण्याचीही तिने पर्वा केली नव्हती. तिने दिलेली आगाऊ रक्कम हॉटेलचं दोन दिवसांचं भाडं वसूल करायला पुरेशी होती आणि त्या दोन दिवसांत तिने काहीही खाल्लं नव्हतं. त्यामुळे तिने स्वत:ची बॅग उचलली आणि हॉटेलमधून बाहेर पडली होती.

पुढे तिने सीतापूरला जाणारी बस पकडली होती. तिचा त्या गावाशी काहीही संबंध नव्हता. ना कोणी कॉलेजची मैत्रीण, ना कोणी नातेवाईक. पण ती बस स्टँडवर पोहोचली त्यानंतर बरोबर सहा मिनिटांनी कानपूर स्टेट ट्रान्सपोर्टच्या एका बसने कानपूर सोडलं होतं आणि ती बस सीतापूरला जाणारी होती.

सीतापूर काय वाईट आहे? तिने विचार केला. आणि जेव्हा ती तिथे पोहोचली, तेव्हा तिने तिला मेन रोडवर उतरवण्यास सांगितलं. बसस्टॉपला लागून असलेल्या

त्या रस्त्याच्या दोन्ही बाजूला स्वस्त हॉटेल्स होती.

तिने एका हॉटेलमध्ये रूम घेतली. एवढा वेळ काहीही न खाल्ल्यामुळे तिचं डोकं गरगरत होतं. तिने चहा-टोस्ट मागवले. टोस्ट बटरने माखलेले होते. तिने ते खाल्ले आणि तितक्याच तत्परतेने जोरकस उलटी करून बाहेर टाकून दिले.

ती बेडवर दहा मिनिटं उताणी पडून राहिली. बिछान्याला धूळ आणि नैराश्याचा गंध घेरलेला होता. तिने बेल वाजवली. उत्तरादाखल कोणी तरी रूमच्या दाराजवळ आलं, टकटक झाली. ती अंगाचं मुटकुळं करून खुर्चीत बसून राहिली होती. तोपर्यंत त्याने आत येऊन बेडशीट बदलली, बाथरूम-टॉयलेट तपासून पाहिले. बेडशीट लाल-काळ्या, तपकिरी चेक्सची होती याची तिच्या मनाने नोंद घेतली. त्या कामवाल्या मुलाच्या चेहऱ्याकडे मात्र तिने पाहिलं नाही. जेव्हा हळुवार आवाज करून दार बंद केलं गेलं, तेव्हा तिने पुन्हा रूम सर्व्हिससाठी कॉल केला. आणखी एकदा चहा-टोस्ट मागवले आणि या वेळी तिने सावकाश, काळजीपूर्वक खाल्लं; जेणेकरून ते उलटून पडणार नाही. नंतर दात न घासताच ती झोपी गेली.

दुसऱ्या दिवशी सकाळी अनेक प्रयत्न केल्यानंतर कसा तरी तिला तिच्या आईचा फोन लागला. तो सतत एंगेज येत होता, कारण तिची आई झटका आल्याप्रमाणे कानपूरमधल्या तिला माहिती असलेल्या प्रत्येकाला फोन करत सुटली होती. जेव्हा तिचा फोन लागला, तेव्हा ती आईला म्हणाली, ''माँ, शांत हो. मी जिवंत आहे. सीतापूरमध्ये आहे. आता तू मला काहीही सांगू नकोस.''

माँने बोलायचा प्रयत्न केला, ''बेटा, तुला कसं सांगू, मला काय वाटतंय...'' पण तिचं बोलणं उद्धटपणे मधेच थांबवलं गेलं. ''आत्ता या क्षणी दुसऱ्या कोणाला काय वाटतंय याची मला फारशी पर्वा वाटत नाही'' एवढं बोलून तिने फोन ठेवून दिला. तिने पब्लिक बूथवरून फोन केला होता. या वेळी हॉटेलच्या स्टाफला तिच्या वैयक्तिक दुर्दैवाची चर्चा करण्याची संधी द्यायची नाही, असं तिने ठरवलं होतं. या आया कधी काय करतील, कोणी सांगू शकत नाही.

सीतापूरमध्ये तिने टीव्ही पाहण्यात दोन दिवस घालवले. तो टीव्ही सेट एवढा जुन्या जमान्याचा होता की, चॅनेल बदलण्यासाठी तिला खुर्चीवरून उठून टीव्हीजवळ जावं लागलं. रिमोट नव्हताच. तिला दर पाच मिनिटांनी खुर्चीतून उठण्याचा कंटाळा आला तशी ती पुढचे बरेच तास खुर्चीतच बसून राहिली– केबल टीव्हीवर स्थानिक रामलीला खेळाचं सुमार रेकॉर्डिंग पाहत.

पहिल्या रात्री तिला शांत झोप लागली, परंतु दुसऱ्या रात्री ती झोपू शकली नाही. तिसऱ्या दिवशी सकाळी तिने चेक-आउट केलं. डझनभर केळी विकत घेतली आणि लखनौची ट्रेन पकडली. तिने रेल्वे स्टेशनवरच्या फोन बूथमधून माँला फोन केला. ती जाणून होती, यामुळे माँ काहीशी आश्वस्त होईल : आता ती मोठ्या

शहरात जाते आहे, जिथे काहीशी चांगली हॉटेल्स असतात.

परंतु तिने ती रात्र लखनौमध्ये घालवली नाही. त्याऐवजी पूर्वेकडे जाणारी दुसरी ट्रेन पकडली. ती जनरल बोगीमधून प्रवास करत होती, जमिनीवर फतकल मारून. एका रडणाऱ्या बाळाचा त्रास पूर्ण रात्र सहन करत होती.

ती वाराणसी स्टेशनवर ट्रेनमधून उतरली आणि थेट घाटावर गेली. तिथे बसून तिने सहा प्रेतांवर अग्निसंस्कार होताना पाहिले. जळत-जळत चिता राख होईपर्यंत ती तिथेच बसून होती. नंतर तिने एक सायकलरिक्षा शोधून काढली. सीटवर झोपलेल्या मुलाला उठवलं आणि तिला एखाद्या स्वस्त हॉटेलमध्ये घेऊन जायला सांगितलं.

तिच्या झोपेचा साधारण पॅटर्न तयार झाला होता. जर ती झोपू शकली तर ती झोपायची, अन्यथा उरलेली सगळी रात्र ती तिच्या गैरसमजाबाबत विचार करत राहायची. एका पोकळी भरण्याच्या व्यवस्थेला नातेसंबंधांमध्ये प्रस्थापित करण्याचा शुद्ध वेडेपणा. कदाचित सगळेच संबंध हे असे तात्कालिक, पोकळी भरून काढण्यासाठी असावेत आणि प्रेम ही फक्त एक भावना असावी. जेव्हा तुम्हाला वाटतं, तुम्ही एकट्याने सगळ्या जगाचा सामना करू शकत नाही किंवा जेव्हा तुम्ही लैंगिक सुखाबाबत असुरक्षिततेचा अनुभव घेता, अशा वेळी तुमच्या मनात येणारी भावना.

तिच्या वाग्दत्त वराचे, त्याच्या मैत्रिणीशी पूर्वी दृढसंबंध होते. अजूनही तो म्हणायचा, 'ती माझ्या आयुष्याचं प्रेम होती.' तो हे इतक्यांदा म्हणाला होता की, तिचा विश्वास बसू लागला होता... बहुधा त्याने त्याचं सर्वोत्तम असं या पहिल्या प्रेमसंबंधात दिलेलं आहे आणि तिला यापेक्षा जास्त चांगलं प्रेम मिळण्याची आशा बाळगण्यात अर्थ नाही. पण बहुधा तो खोटं बोलत होता.

बहुधा त्याला अगोदरच कोणी नवी मैत्रीण मिळालेली होती आणि कदाचित आता तो म्हणेल की, ती माझ्या आयुष्याचं प्रेम होती! पुढे नंतर तिच्याशी लग्न करेल किंवा त्याही पुढचीशी. बहुतेक त्याच्या आयुष्यातली तिची भूमिका ही त्याला बदलाशी जुळवून घेण्यात मदत करणं, एवढीच होती. ते भेटले तेव्हा तो आपल्या गर्लफ्रेंडबरोबरच्या आठ वर्षांपासूनच्या प्रेमसंबंधांतून नुकताच बाहेर पडला होता. त्याला स्त्रीच्या आसपास असण्याची सवय झालेली होती. ती आसपास होती आणि हीच त्याच्यासाठी पर्यायी व्यवस्था ठरली– दुसरी कोणी मिळेपर्यंतची पर्यायी व्यवस्था. हे सगळं लक्षात यायला तिला एवढा वेळ का लागला?

काही लोक व्यवसायात अयशस्वी होतात. प्रत्येक व्यवसायात अयशस्वी होत जातात आणि तरीही आपण व्यवसाय करू शकत नाही, या गोष्टीचा ते स्वीकारच करत नाहीत. इतरांना वाटतं– हे लोक मूर्ख आहेत, अयशस्वी होण्याच्याच

लायकीचे आहेत. त्यांना एवढंही कळत नाही– संबंधित चिन्हं वाचता येत नाहीत, तर काय उपयोग! तीही प्रेमात अयशस्वी झाली होती. पुन:पुन्हा आणि प्रत्येक वेळी अधिकाधिक मोठ्या प्रमाणांवर. शेवटी तर तिला विवाहवेदीवर सोडून देण्यापर्यंत मजल गेली होती. तोच पॅटर्न!

कोणी तरी तिला एकदा सांगितलं होतं... जर लोकांना वयाच्या तिशीपर्यंत त्यांच्या स्वत:च्या आयुष्यातले पॅटर्न ओळखता आले नाहीत, तर कदाचित त्यानंतरही ते कधीच ओळखू शकणार नाहीत. तिने आता तिचा पॅटर्न पाहिला होता, परंतु पुन्हा त्या पॅटर्नमध्ये अडकू नये म्हणून ती फक्त एवढंच करू शकत होती– आणि ते म्हणजे असंच फिरत राहणं. बस पकडा, ट्रेनमध्ये चढा, हॉटेलमध्ये मुक्काम करा. एका पावलामागोमाग दुसरं पाऊल टाकत राहा. चहा आणि टोस्ट मागवत राहा. कोणत्याही भविष्यकालीन योजना आखू नका. आजवर ज्या गोष्टींच्या साह्याने तिने तिचं आयुष्य घडवत आणलं, त्या गोष्टीची मदत घेणं टाळायचं आणि स्वत:च्या आयुष्याचा पॅटर्न शोधायचा.

तिच्या आईच्या नोंदवहीमध्ये फोन नंबर्सची संख्या वाढत चालली होती. वाराणसी, अलाहाबाद, मिर्झापूर, मोरादाबाद, आग्रा, भरतपूर, जयपूर, सिक्रीरो, नथडवार, पालनपूर, जामनगर, पोरबंदर, नवसारी, सुरत.

माँने भारताचा छोटा नकाशा विकत आणला होता. ज्यामध्ये रस्ते आणि लोहमार्ग तपशिलासह देण्यात आले होते. रोज सकाळी ती स्वत:ला बिछान्यातून ओढून काढायची. कार्पेटवर फतकल मारून समोर नकाशा पसरून बसायची. शेवटच्या वेळी तिच्या मुलीने जिथून फोन केला असेल, त्या राज्याच्या नकाशाकडे बारकाईने पाहायची. तिच्या मनात येई, या नकाशानेच काही तरी सांगावं. एखादं गूढ उकलावं, कोणत्या तरी संकेताकडे निर्देश करावा. तिच्या मुलीच्या अशा प्रवासामागे काही पॅटर्न सापडतो आहे का? ती दक्षिणेकडे जाते आहे? की पश्चिमेकडे?

एकदा वाराणसी तिला बरंच चांगलं वाटलं होतं. माँची आशा होती– तिथली गर्दी, तिथले गंगेचे घाट, तो आरतीचा थाट आणि अशाश्वततेचे स्मरण करून देणाऱ्या तिथल्या काही गोष्टी यामुळे तिच्या मुलीच्या जखमी मनाला मलम लावलं जाईल. वाराणसी तिला दाखवून देईल, मानवता कशी प्रत्येक लहानसहान बाबीतून दु:ख शोषून घेते. अशा परिस्थितीत रद्द झालेल्या लग्नाचं ओझं किती दिवस बाळगावं? परंतु तिच्या मुलीने वाराणसीतील मुक्काम लवकरच आटोपता घेतला.

जेव्हा तिने जयपूरहून फोन केला होता, तेव्हा माँला आशा वाटली होती– जयपूरचे रंग, राजस्थानचं सौंदर्य तिच्या मुलीचं लक्ष वेधून घेईल, तिला आपल्या दु:खाचा विसर पडेल. पण ती तिथूनही निघून गेली आणि पालमपूरचं काय? तिथे

जाण्यात काय अर्थ होता? तिथलं जेवणही चांगलं नसतं. आपली मुलगी काय खात असेल, हा विचार मनात येताच माँ रडायला सुरुवात करायची.

दरम्यान,तिच्या मैत्रिणी माँपर्यंत माहिती पोहोचवत होत्या. त्यांनी त्याच्या माजी गर्लफ्रेंडबद्दल सांगितलं. जिने त्यांच्या मुलीच्या वाग्दत्त वराबरोबर प्रेमसंबंध तोडले होते, ते दोघे आता पुन्हा एकत्र आले होते. तिच्या मैत्रिणीने फोनवरूनही शिव्या दिल्या होत्या. ते नातेसंबंध तोडणं, पुन्हा एकत्र येणं यासाठी त्यांनी त्याला भरपूर दूषणं दिली होती आणि त्या आशा बाळगून होत्या की, दोघेही पुन्हा विभक्त होतील. बहुधा नववर्षाच्या पूर्वसंध्येअगोदरच. त्याच्यासाठी हीच शिक्षा योग्य आहे. त्यानंतर त्या तिच्याबद्दल विचारायच्या. देवाची कृपा...! ती निदान संपर्कात तरी आहे, असं म्हणून मदतीचा हात पुढे करायच्या. त्यांना काही मदत हवी, असं आवर्जून विचारायच्या.

हल्ली बोलता-बोलता माँ मध्येच एखाद्या वाक्याला अडखळायची. कोण काय मदत करणार? तिने नातेवाइकांचे फोन घेणंही थांबवलं होतं. आता बोलायला उरलंच काय होतं? नवी काही बातमी नव्हती. नकाशावरचा नुसताच नवा ठिपका.

सुरतनंतर तिने पुढे काहीच कळवलं नव्हतं. तिचा शेवटचा फोन चार दिवसांपूर्वी आला होता. भीतीने सगळ्या घराला वेढलं होतं. पाहुणी म्हणून त्यांच्या घरी आलेल्या चुलत बहिणीच्या अंगावर माँने फुलदाणी जवळजवळ फेकून मारली होती. का तर, तिने माँचा फोन वापरून दूर राहणाऱ्या कोणा नातेवाइकांना फोन लावला होता आणि सुमारे अर्धा तास ती फोनवर बोलत होती. जेव्हा त्या मूर्ख स्त्रीने फोन ठेवला तेव्हा तिने सांगितलं, ''ओह, सांगायचं राहिलंच! मला वाटतं, कोणी तरी फोन करायचा प्रयत्न करत होतं. सारखा-सारखा तो बीपऽबीपचा गमतीशीर आवाज येत होता.''

न किंचाळता किंवा काहीही न फोडता राहायचं म्हणजे खूपच सौजन्य अंगी असायला हवं. माँने त्या पाहुणीला नम्रतेने बाहेरचा रस्ता दाखवला आणि फोन मांडीवर घेऊन बसून राहिली. ती संपूर्ण संध्याकाळ तशीच बसून राहिली, परंतु फोन काही आला नाही. दुसऱ्या दिवशीही नाही आणि त्यानंतरही नाही.

चार दिवस आणि चार रात्रींनंतर एकदा सकाळी-सकाळी फोन वाजू लागला. माँ घाईघाईने उठायला गेली. पांघरुणात पाय अडकला आणि ती पडली. त्या गडबडीत तिच्या घोट्याच्या लिगामेंटला इजा झाली, ते फाटलंच.

माँ तिच्या गुडघ्यांवर चालत फोनपर्यंत पोहोचली. ती तिथे पोहोचेपर्यंत तो वाजतच होता आणि तेवढ्यात तिला तिच्या आवडत्या देवाचे आभार मानण्याची आठवण झाली. तिने पट्कन देवाला 'थँक्यू' पाठवून दिले.

तो तिचाच फोन होता. ती विचारत होती, ''तू मला न्यायला स्टेशनवर येऊ

शकतेस का?''

वाक्याच्या शेवटी तिने प्रश्नचिन्ह ठेवलं नाही, उच्चारलं नाही याचा माँला काहीसा राग आला. तिने प्रश्न विचारला नव्हता. माँ येणारच, हे तिने गृहीत धरलं होतं. माँने फक्त विचारलं, ''कधी यायचं? आता मी लवकरच पोहोचते आहे.''

माँने स्वत:ला सावरलं. पर्स उचलली आणि गडबडीने घराबाहेर पडली. रस्त्यावर येताच तिने रिक्षा थांबवली आणि ड्रायव्हर रेल्वे स्टेशनकडे यायला तयार आहे की नाही याची चौकशी न करताच ती आत बसली.

ड्रायव्हरने 'कोणत्या स्टेशनला?' हा प्रश्न विचारला, तेव्हा कुठे ती थोडीफार ताळ्यावर आली. कोणत्या बाजूला? कोणत्या स्टेशनवर? स्टेशनवर कुठे? तिने यापैकी काहीच सांगितलं नव्हतं आणि ती फोन बूथवरून बोलत होती. म्हणजेच, हे प्रश्न तिला पुन्हा विचारण्याचा कोणताच मार्ग नव्हता.

माँने ड्रायव्हरच्या खांद्यावर हाताने स्पर्श केला, इशाऱ्यानेच त्याला रिक्षा थांबवायला सांगितली. तो थांबला. आपल्या जागेवरून मागे वळून पाहू लागला. आपला गोल फुगलेला चेहरा ओंजळीत खुपसून रडणाऱ्या माँला त्याने पाहिले, तसा तो सावध झाला.

तिचं रडणं संपायला सात-आठ मिनिटं लागली. एव्हाना रिक्षाचं मीटर दुप्पट भाडं दाखवत होतं. एकाच जागेवर उभी असून, इंजिन थांबलेलं असूनही जेव्हा माँचं तिकडे लक्ष गेलं, तिने सवयीनुसार ड्रायव्हरवर ओरडायला सुरुवात केली. रिक्षा ड्रायव्हर नेहमीच अशा असहाय प्रवाशांचा गैरफायदा घेतात. त्यानंतर ती शांत झाली. हा ड्रायव्हर तिचं रडणं संपण्याची सहनशीलतेने वाट पाहत थांबला होता. या म्हाताऱ्या बायकांना कुठे जायचंय हेही माहीत नसतं, अशी तणतण करत नव्हता.

माँने दीर्घ श्वास घेतला. तिला लोहमार्गांचा नकाशा पाठ होता. त्यामुळे तिला आठवलं– गुजरातहून येणाऱ्या बहुसंख्य ट्रेन्स न्यू दिल्ली स्टेशनवर येतात, तिथे जाण्यातच शहाणपणा आहे. तथापि, तिला हेही आठवलं की, अशीही एक ट्रेन आहे, जी कॅनॉट प्लेसला थांबते आणि पुढे जुन्या दिल्ली स्टेशनवर तिचा प्रवास संपतो. न्यायला जाणाऱ्यांसाठी ती सर्वांत वाईट ट्रेन होती. परंतु, तिच्या मुलीचं सध्याचं वागणं पाहता– छोटी शहरं, छोटी हॉटेल्स, कमी महत्त्वाच्या मार्गांवरून धावणाऱ्या ट्रेन्स– खूपच शक्यता होती. तिने परतीच्या प्रवासासाठी ही स्लो ट्रेन घेतली असावी.

माँने रिक्षा ड्रायव्हरला जुन्या दिल्ली स्टेशनकडे रिक्षा घेण्यास सांगितलं. पण काहीएक किलोमीटर्स गेल्यानंतर ती पुन्हा गोंधळली. निझामुद्दीन स्टेशनपर्यंतच जाणारी एखादी ट्रेन नसेल, कशावरून? शिवाय ही दु:खी मुलगी सुरतहूनच येतेय का हे समजायलाही काही मार्ग नव्हता. शक्य आहे– ती दुसऱ्याच कुठल्या तरी

ठिकाणाहून येत असावी.

तिने पुन्हा एकदा रिक्षा ड्रायव्हरच्या खांद्याला स्पर्श केला आणि त्याला सांगितलं– तिची स्टेशनची निवड बहुधा चुकली, म्हणून त्याने तिला पुन्हा नवी दिल्ली स्टेशनला घेऊन जावं. त्याने समोरच्या रिअर व्ह्यू मिररमध्ये काही सेकंदांसाठी टक लावून पाहिलं. तो पुटपुटला, ''लोकांना काय ते नेमकं ठरवता का येत नाही.'' परंतु क्षणभरातच तो म्हणाला, ''हो हो, का नाही? नेईन ना! का नाही?''

ती तिथे होती, जुन्या दिल्ली स्टेशनवर. धावत-पळत दुसरं स्टेशन गाठण्याची गरज नव्हती. ती तिथे होती– वाट पाहत.

प्रीपेड काउंटरजवळ ती तिच्या बॅगवर बसून होती. माँ तिला पाहतच राहिली. तिचे केस कापायला हवे होते, पायाचं वॅक्सिंग करण्याची गरज होती. तिने जीन्स घातलेल्या होत्या गुडघ्यापर्यंत दुमडलेल्या. तिचं वजनही बरंच कमी झालेलं दिसत होतं; ज्यामुळे तिचे डोळे भीतिदायक, आजारी असल्यासारखे वाटत होते. जणू काही ती एखाद्या भयानक आजारातून नुकतीच उठली आहे– एखादा टीबीसारखा आजार. तिचा शर्ट तिच्या उरोजांवरून सैलसर लटकत होता.

ती बॅगवर सहज बसली होती. निश्चल. प्रवाशांचे टॅक्सी ड्रायव्हरशी वाद घालतानाचे आवाज, त्यांची घाई, त्यांचं सामान वाहून नेणं, हळूहळू पुढे सरकणारी रांग... ती शांतपणे सगळं पाहत होती. रिक्षातून बाहेर डोकावणाऱ्या तिच्या आईकडे लक्ष जाताच ती उठून उभी राहिली.

चालताना ती आपला एक पाय ओढत चालते आहे, हे माँच्या लक्षात आलं. तिच्या बॅगचे मागच्या बाजूचे बंद तुटले होते, ज्यामुळे तिला बॅग हातात धरावी लागत होती. एखाद्या लहान बाळाला घ्यावं तशी. ती रिक्षाजवळ आली. बॅग आतमध्ये फेकून स्वत:ही आत येऊन बसली. तिने आईला मिठी मारली नाही.

या वेळी कुठे जायचं आहे, हे रिक्षा ड्रायव्हरला सांगावं लागलं नाही. तो रिक्षा वळवून, ते ज्या रस्त्याने आले होते त्याच रस्त्याने परत निघाला.

''तू लंगडते का आहेस?'' माँने विचारलं.

''फोड आलेत'' तिने सांगितलं. परतीचा प्रवास धुळीने माखलेला होता, जो शांततेत आणि त्वरित संपला.

जेव्हा त्या दोघी घराच्या दारासमोर रिक्षातून उतरल्या, तेव्हा तिच्या लक्षात आलं की तिची आई लंगडते आहे. तिने विचारलं, ''काय झालं?''

क्रोध, चीड यांचा एक संमिश्र ओहोळ तिच्या आईच्या घशापर्यंत आला. तिने अजून आईला 'हाय'देखील म्हटलं नव्हतं. पुन्हा एकदा, तिने वाक्याच्या शेवटी प्रश्नचिन्हाचा उच्चार केला नव्हता. त्या दोघी घरात बैठकीच्या खोलीत जाईपर्यंत माँने धीर धरला.

"तू असे प्रश्न विचारायला कधीपासून सुरुवात केलीस?"

तिने विचारलं, "असे म्हणजे कसे?"

"असे म्हणजे आता तू विचारते आहेस, तसे–जसे काही ते प्रश्न नाहीयेत, सरळ साधी विधानं. जणू काही तुला त्यांची उत्तरं जाणून घेण्यात काहीही रुची नाहीये."

तिने खांदे उडवले, बोलली काहीच नाही आणि हो, तिने पुढे कोणतेही प्रश्नही विचारले नाहीत. तिने जेवण केलं, अंघोळ केली आणि झोपायला गेली. दोन दिवसांनंतर तिने आपला सेलफोन ऑन केला आणि 'कॉल फॉरवर्ड'ची सूचना रद्द केली.

आठवडाभर तिला फोन आले नाहीत. मात्र आठवड्याच्या शेवटी त्याचा फोन आला. ती डोळे विस्फारून सेलफोनकडे पाहत राहिली. द्विधा मन:स्थितीत तिने फोन घेतला. एवढ्यात तिची आईशी नजरानजर झाली. माँ खोलीच्या विरुद्ध बाजूला बसली होती. पाय स्टूलवर ठेवलेले आणि ती ते बर्फाने शेकत होती. तिच्या उंचावलेल्या भुवयांमध्ये निश्चित एक प्रश्न होता.

त्याला बऱ्याच वेळा, "हॅलो, हॅलोऽऽ, तू ऐकते आहेस ना?" असं विचारावं लागलं होतं.

ती फोन घेऊन खिडकीजवळ गेली, नेटवर्क खराब असल्याचं नाटक करत होती.

"तू परत आलीस तर? कशी आहेस?" त्याने विचारलं.

अचानक तिची माँ कशाविषयी बोलत होती, हे तिच्या लक्षात आलं. हीच ती प्रश्न विचारण्याची पद्धत. जणू प्रश्न नाहीये, ते तर साधं विधान आहे. जसं काही–उत्तर काय असेल याच्याने काही फरक पडणार नाहीये. तिने त्याच्याकडून ही सवय घेतली होती.

"तू खरंच मला विचारतो आहेस?" तिने विचारलं आणि आठवणीने वाक्याच्या शेवटी स्वर उंचावत प्रश्नांकित केला.

"काय? म्हणजे, हो. माझ्या फोनवर मला तुझ्यासाठीचे कॉल्स आले नाहीत–गेले काही आठवडेशिवाय. तुझ्या मैत्रिणींनीही मला दूषणं देणं थांबवलं होतं." इथे तो अस्वस्थसा, हलकेच थोडासा हसला.

"मला खरं तर चुकल्यासारखं वाटत होतं. सवय झाली होती ना. म्हणून वाटलं ती परत आली की काय? तसंही तू मला फोन करणार नाहीस. म्हणून मग मला वाटलं. आपणच फोन करू या."

तिने शांतपणे तिचा प्रश्न पुन्हा विचारला. "तुला, मी कशी आहे, हे जाणून घेण्यात खरोखर रस आहे?"

त्याने सुस्कारा सोडला, "मला तुला दुखवायचं नव्हतं. मला खरंच तुझी

काळजी वाटते. हॅलो? ऐकते आहेस ना?''

ती काहीच बोलली नाही. तसा तो पुढे म्हणाला, ''तू माझा तिरस्कार करतेस. हो ना?''

ती म्हणाली, ''नाही.''

हे म्हणताच तिला जाणवलं. ते खरं होतं. ती त्याचा तिरस्कार करत नाहीये. त्याच्या आवाजात तिला सुटकेची भावना जाणवली.

'जर मी तुला सांगितलं की मला मनापासून तुझी माफी मागायचीये आणि तू मला खूप आवडतेस... म्हणजे मला म्हणायचंय, मला आत्ता कळतंय. मी किती चुकत होतो. मी खरंतर तयार आहे. फक्त ते मला स्वत:लाच आत्तापर्यंत कळत नव्हतं.''

तिला तिच्यावर स्थिरावलेली तिच्या आईची नजर जाणवत होती. 'तुझा नेमका प्रश्न काय आहे?'

''मला असं म्हणायचंय हे की, मागच्या वेळी जे झालं त्याबद्दल मला माफ कर. माझं चुकलंच. पण आपलं प्रेम खरं आहे, बरोबर! म्हणून...'' आणि त्याने एक दीर्घ श्वास घेतलेला तिने ऐकला. ''म्हणून आपण लग्न करू या का?''

तिच्या हृदयाचा ठोका चुकला. ''हा प्रश्न आहे का?''

तो गोंधळलेला वाटला. ''म्हणजे तुला काय म्हणायचंय?'' जेव्हा तिला वाक्याच्या शेवटी प्रश्नचिन्ह जाणवलं, तेव्हा तिला हसू आलं. ''ठीक आहे. तो नक्कीच प्रश्न वाटत होता. पण मी त्याचं उत्तर कसं काय देऊ? तुला खरंच वाईट वाटतंय की नाही, हे मला कसं कळणार?''

माँने सुस्कारा टाकला. स्टूलवरून बर्फाची पिशवी ढकलून दिली आणि सावकाश, वेदनादायक पावलं टाकत स्वयंपाकघरात वावरत राहिली. तो जणू अदृश्य डोळ्यांनीच तिच्या आईचा संथ हालचालींचा पाठलाग करत होता!

तो म्हणत होता, ''तू वेगळीच वाटते आहेस आनंदी. सुटी तुझ्यासाठी चांगली होती. होय ना?''

''माझी सुटी! विसर ते. मला दुसरं काही तरी विचार. खराखुरा प्रश्न.''

तो पुन्हा म्हणाला, ''काय? आय ॲम सॉरी?''

या वेळी ती मोठ्याने हसली– दीर्घ श्वास घेत. नंतर तिने विचारलं, ''तुला माझ्या आईची माफी मागायला आवडेल?''

''नक्कीच. मी मागू शकेन. म्हणजे मला म्हणायचंय, मी मागायला हवी. होय ना?''

तिने स्वत:चं डोकं हलवलं, ''प्रश्न, प्रश्न... किती तरी प्रश्न! उत्तरं नाहीत.''

''सॉरी, काय?''

''आता काय कळेल!''

ती स्वयंपाकघरात आईच्या मागे गेली आणि फोन तिच्या कानाजवळ धरला. ती म्हणाली, "माँ, त्याला तुझ्याशी बोलायचंय."

माँने तिला दूर करण्याचा प्रयत्न केला. जिभेने तोंडात नकारार्थी 'चक्' केलं. पण ती मागेच लागली. "माँ, त्याला माफी मागायची आहे." ती मुद्दामच मोठ्याने म्हणाली.

फोनवर त्याचा आवाज तोंडात पुटपुटल्यासारखा, वरमल्यासारखा येत होता. "अं, हॅलो! आँटी? हॅलोऽ. मला फक्त एवढंच म्हणायचं होतं– आय ॲम सॉरी. मला माफ करा?"

त्यांना त्याचा गोंधळ जाणवत होता. त्याच्या सगळ्याच शब्दांच्या शेवटी जाणवणारं प्रश्नचिन्ह. ती हसत होती. हसता-हसता वाकली होती.

माँने टोकदार आवाजात प्रश्न विचारला, "मी तुला विचारू शकते का– कंबोडियामध्ये मजा केलीस ना?"

तो म्हणाला, "म्हणजे?"

माँला थकल्यासारखं वाटू लागलं. असे मूर्खपणाचे खेळ खेळण्यापेक्षा तिला इतर अनेक कामं होती. तिने फोन तिच्या मुलीच्या हातात परत दिला आणि म्हणाली, "त्याला सांग नाही– माझ्या बाजूने नाही. मी त्याला कधीही 'हो' म्हणणार नाही."

तिने फोन परत घेतला आणि म्हणाली, "तू माँला काय विचारलंस मला माहीत नाही. पण तिने तुला सांगायला सांगितलंय. तिचं उत्तर 'नाही' आहे."

"आणि तू? तुझंही उत्तर 'नाही' असंच आहे?"

ती स्वयंपाकघरात उभी राहिली. अनवाणी पावलांवर झुलत. तिने माँच्या गोल, फुगीर, कापऱ्या चेहऱ्याकडे पाहिलं. ती रात्रीच्या जेवणासाठी सकाळचं उरलेलं अन्न गरम करत होती. तिने तिच्या मानेजवळ फोन दाबून धरला.

"तो विचारतोय– तो प्रश्न विचारतोय माँ..." ती म्हणाली. "ऐक माँ, तो विचारतोय."

माँने एका हाताने पातेल्यातली भाजी ढवळली आणि दुसऱ्या हाताने तव्यावरचा पराठा उलटला. नंतर ती ताटं घ्यायला वळली आणि पुन्हा लंगडत गॅसजवळ आली. ती काहीच बोलली नाही.

ती आईकडे पाहत राहिली. तिच्या मनात त्या सगळ्या आठवणी जाग्या झाल्या. बटर निथळणारे टोस्ट, तिचं ते उलटी करणं, ते लाल-काळ्या चौकटीचं बेडशीट... रेल्वे स्टेशनवरच्या रांगा, सार्वजनिक फोन बूथवरून केलेले फोन... ते बेल-बॉइज, त्या धुळकट खोल्या... आरामखुर्चीचा विचार तिच्या मनात आला आणि ती म्हणाली, "हो' माझंही उत्तर 'नाही' असंच आहे."

◆

ती जी मूर्खपणातून आली

ते दोघेही जूनमध्ये विवाहबद्ध झाले होते (अर्थातच वेगवेगळ्या जोडीदारांबरोबर) आणि तेव्हापासून गोष्टी जरा सुरळीत होत आहेत, असं वाटत होतं.

त्याला लग्न करायचं होतं, तिलाही लग्न करायचं होतं. त्याला लवकर लग्न करायचं होतं, तर तिला लवकरात लवकर! परंतु तशीच वेळ आली तर 'लवकर' चालवून घ्यायलाही ती तयार झाली असती. दोघांनाही त्या 'कोणाला तरी' शोधण्याची घाई झाली होती.

त्याला एक मोठ्ठं, हवेशीर घर हवं होतं. त्या घरात कुत्रा असावा आणि स्वयंपाकघराचं छत लाल रंगाचं असावं, अशी त्याची इच्छा होती. तिलाही मोठ्ठं, हवेशीर घर आणि त्यात मूल हवं होतं. स्वयंपाकघराचं छत लाल रंगाचं असण्याच्या कल्पनेला तिचा कडाडून विरोध नव्हता, परंतु व्हाइटवॉश दिलेल्या दगडी भिंतींना तिची पहिली पसंती होती. ग्लासमध्ये काही तरी छानसं पेय घेऊन रात्री उशिरापर्यंत जागायला त्याला खूप आवडायचं. खरं तर प्रत्यक्ष गप्पा मारण्यापेक्षाही जास्त ती कल्पना अनुभवणं त्याच्यासाठी जास्त सुखद होतं. याउलट, तिला मात्र खूप गप्पा मारण्यासाठी जागायला आवडायचं.

ते दोघे एकमेकांना बऱ्याच वर्षांपासून ओळखतात हे जर एखाद्याला माहीत असतं, तर ते दोघे एकदाचे एकमेकांशी लग्न का करत नाहीत म्हणून त्याने आरडाओरडा केला असता. जर त्या दोघांचे कॉमन मित्र-मैत्रिणी असते, तर त्यांनी तसं सुचवलं असतं. परंतु त्यांचे कॉमन मित्र नव्हते. एकमेकांच्या गोष्टीत अशा प्रकारे भाग घेऊन गोंधळ वाढवणं त्यांना आवडायचं नाही. आपल्या आसपास असलेल्या गोष्टींमधली संगती आणि परिचितपणा दोघांनाही प्रिय होता. बहुधा या प्रेमानेच त्या दोघांना एकमेकांपासून वेगळं ठेवलं असावं. ते सोपं होतं. ते दोघे एकमेकांचे चांगले मित्र होते, अशा नेटक्या गृहीतकाला धक्का का लावायचा?

गर्दीच्या वेळी दोन तासांच्या ऑफिसला येतानाच्या किंवा घरी जातानाच्या

प्रवासानंतर ती कशी दिसते, हे त्याला माहीत होतं. तिला सुरीने मासे खाणं जमत नाही, चॉपस्टिक्स वापरता येत नाहीत, हेही त्याला माहीत होतं. त्याचा ऑफिस शर्ट चुरगळलेला, बेल्टमधून बाहेर आलेला, अव्यवस्थित 'अवतार... कसा दिसतो, हे तिला माहीत होतं. काहीही हाताने खायला तो कसा नाराज असतो, तो खाण्याच्या गोष्टींना हाताचा स्पर्श होऊ देत नाही, हेही तिला माहीत होतं. तिला तिच्या अंतर्वस्त्रांमध्ये पाहण्याची त्याची इच्छा नसावी किंवा कदाचित तसे विचार त्याच्या मनात आलेही असावेत. नसते आले तर ते फारच अनैसर्गिक झालं असतं. तो तिला दिवसातून एकदा तरी फोन करायचा. आपल्या मुलांशी जोडलेलं राहावं म्हणून तो त्याच्या कुटुंबाला फोन करायचा, तसांच तिलाही. तिने तिच्या शुक्रवार-शनिवारच्या संध्याकाळ त्याच्यासाठी राखून ठेवलेल्या असत. दोघांचे एकत्र काही प्लॅन्स आहेत का हे ती त्याला विचारायची. त्याने त्याची स्वप्नं, त्याच्या सुखद कल्पना तिला सांगायला सुरुवात केली होती. जेव्हा ते दोघे खरेदीला जात, तेव्हा ती त्याचा सल्ला घेत असे. जेवणाच्या सुटीदरम्यान तो तिच्या ऑफिसजवळ असेल, तर एकटीने कॅन्टीनमध्ये जेवण्यापेक्षा ती त्याच्याबरोबर बाहेर जेवायला येईल, हे त्याने गृहीत धरलं होतं. रात्रीची कोणतीही वेळ असो– तो तिला घरी सोडायला येणारच, हे तिने गृहीत धरलं होतं.

होय, म्हणूनच बहुधा त्या दोघांनाही हे माहीत होतं की, त्या दोघांमध्ये मैत्रीपेक्षा अधिक काही तरी आहे. कदाचित हृदयात त्या दुःखाची जाणीव ठेवूनच वर्षभर ते स्वत:शी झगडत होते– आपल्याला एकमेकांशिवाय इतर कोणी डेटिंगसाठी का मिळत नाही? नंतर एके दिवशी तिच्या एका सहकाऱ्याने तिला विचारलं– स्वत:च्या मुलांबाबत, त्यांच्या जन्माबाबत तिच्या काय योजना आहेत; तेव्हा कुठे तिच्या डोक्यात प्रकाश पडला. अरेच्चा! सगळ्यांना वाटतंय, तिचं अगोदरच लग्न झालेलं आहे. अर्थात, म्हणूनच तर तिच्या ऑफिसमधील एकाही पुरुषाने तिच्यामध्ये कोणतीही रुची दर्शवली नव्हती. ती एखाद्या विवाहित स्त्रीप्रमाणेच वागत होती. दररोज एकाच पुरुषाशी बोलत होती. कधी-कधी दिवसातून दोनदा-तीनदादेखील. नेहमी त्याच्याबद्दलच बोलायची. त्याच्याबरोबर सिनेमा पाहायला, जाझ रेस्टॉरंटमध्ये जात असे. शेवटच्या क्षणी त्याने सुचवलेल्या प्लॅनप्रमाणे करण्यासाठी ती आपले सगळे प्लॅन्स रद्द करायची.

हे असं चालणार नाही– तिने स्वत:ला बजावलं. नाही, नाही? अजिबात नाही! जर तिने स्वत:चा सगळा वेळ आणि स्वत:ची सगळी ऊर्जा एका मित्रावर खर्च केली, तर ती स्वत:साठी नवरा कशी काय शोधणार होती? म्हणूनच पुढच्या वेळी ते दोघे भेटले, तेव्हा तिने तिच्या नेहमीच्या थेट बोलण्याच्या पद्धतीनुसार त्याला सांगून टाकले... ते दोघे एकमेकांबरोबर जरा जास्तच वेळ घालवतात. आता त्याने

स्वत:साठी मुलगी शोधायला हवी आणि तिलाही नवरा शोधायची गरज आहे.

हे ऐकून तो अवाक् झाला. पण तो काय बोलू शकत होता? आणि आता तिने एकदा सांगितलंय म्हटल्यानंतर, ती बरोबर आहे– हेही त्याला स्वच्छ कळलं. त्याच्या रोमान्स डिपार्टमेंटमध्ये अयशस्वी होण्यामागचं कारण ती होती. अशा प्रकारे ते दोघंही आपापल्या घरी गेले. आनंदात नसले तरी किमान कसल्याशा ज्ञानाने उजळून गेले.

कदाचित त्या दोघांच्या एकत्र येण्याबाबतच्या शक्यतेचाही त्यांनी विचार केला असावा. पण लगेचच त्या कल्पनेविरुद्ध त्यांच्या मनाने बंड केलं. नाही, नाही! त्या दोघांनीही एकमेकांमध्ये एवढी गुंतवणूक केलेली होती की, आता त्यातील काहीही गमावण्याची जोखीम त्यांना नको होती.

शिवाय, त्यांची स्वप्नं होतीच. त्याला बायको म्हणून एक विशिष्ट प्रकारची मुलगी आवडली असती– त्याच्या प्रकारातली मुलगी. कोणी तरी सौम्य डोळ्यांची, फिक्या सोनेरी रंगाचे केस (काहीशी भुऱ्या केसांची) आणि नितंब नीटस, लहान, आकर्षक असलेली मुलगी. उरलेला सगळा तपशील त्याने बारकाईने ठरवलेला नसला तरीही एवढं नक्की की, त्या मुलीचं हसणं स्वच्छ, नाजूक, किणकिणणारं असावं आणि तिला बिअरची आवड असावी. त्याला बिअर फार प्रिय होती अशातली गोष्ट नाही. वास्तविक, तो व्हिस्कीचा चाहता होता. परंतु जी मुलगी बिअर घेऊ शकते, तिचा जीवनाकडे पाहण्याचा दृष्टिकोन खुला असू शकतो, असं त्याला मनातून वाटत होतं. मुलांसारखी बिअर घेणारी, आयुष्याच्या प्रवाहात सामावू पाहणारी. त्याला अशीच मुलगी हवी होती, जिला सगळ्या गोष्टींत सामील होण्याची इच्छा असेल.

ती बिअर पिणाऱ्यातली नव्हती आणि ती नेहमी आपल्या नितंबांना झाकणारे कपडे घालायची. नेहमी जीन्स आणि कुर्ता. अर्थात, चांगल्या कारणासाठीच.

त्याव्यतिरिक्त, तिच्याही मनात एक विशिष्ट प्रकारचा पुरुष होता. भेदक काळे डोळे, रिच ब्राऊन कॉम्प्लेक्शन, उंच, दाट-भरघोस केसांचा. तिचा नवरा कधीच दारू पिणार नाही. ती स्वत: एकदा घ्यायला बसली तर वाइनची अख्खी बाटली रिचवू शकेल. परंतु अशा प्रकारच्या लग्नाची कल्पना– जिथे बायको दारू घेते, परंतु नवरा नाही– तिच्या मनाला खूपच भावली होती. शिवाय, तिला एकत्र कुटुंबात राहायला अजिबात आवडणार नाही याचीही तिला खात्री होती. तिच्या नवऱ्याकडे त्याचा स्वत:चा फ्लॅट असणं गरजेचं होतं. तो त्याच्या आई-वडिलांबरोबर एका छोट्या फ्लॅटमध्ये राहत होता आणि त्याचा धाकटा भाऊ अन् तो या दोघांची मिळून एक बेडरूम होती. त्याचबरोबर तो बराच गोरा होता. अगदी उत्तर-भारतीय प्रमाणानुसारही पाहिलं, तरीही गोरा होता. आणि ज्या रेस्टॉरंटमध्ये लिकर परवाना नसेल, अशा

रेस्टॉरंटमध्ये तो जेवायला कधीही तयार व्हायचा नाही.

तर अशा प्रकारे आपण एकमेकांसाठी मिस्मॅच आहोत, हे त्यांना माहीत होतं. म्हणून मग त्यांनी अनुक्रमे शुभविवाह आणि भारत मॅट्रिमोनी या विवाहमंडळात नावनोंदणी केली. बहुधा सर्वच व्यावसायिक योजनांमध्ये एखाद्या प्रॉजेक्टबाबत तुम्ही पुरेसे गंभीर आहात हे गृहीत धरलं, तरी तो प्रॉजेक्ट कल्पनेतून प्रत्यक्ष उपयोगात येईपर्यंत किमान एक वर्षाचा कालावधी लागतो– याची त्याने स्वत:ला आठवण करून दिली. म्हणून मग त्याला लग्न करावंसं वाटेल अशी मुलगी शोधण्याच्या कल्पनेतून त्याने बरेच प्रयत्न केले. अगणित प्रोफाइल्स नजरेखालून घातल्या. दर रविवारी संध्याकाळी मुलींना भेटला. कमीत कमी पन्नास मुलींना भेटल्यानंतर एक्कावन्नाव्या मुलीमध्ये त्याला हवे असलेले बहुतेक गुण असावेत, असं त्याला वाटलं. तांबूस-भुरे केस, टाइट जीन्समधले नीटस छोटे नितंब, मोठ्ठे राखाडी डोळे. जेव्हा त्याने डिनरअगोदर ड्रिंक्स घेण्याविषयी सुचवलं, तेव्हा तिने बिअरचा पर्याय निवडला. आठवड्याभरात त्याच्या मनाने निर्णय घेतला. जूनमध्ये लग्न करायचं निश्चित झालं.

तिच्या बाबतीत बोलायचं तर– व्यावसायिक योजना कशा प्रकारे अमलात आणाव्यात, हे तिला माहीत नव्हतं. लग्न हे दुसरे लोक तुमच्यासाठी ठरवतात म्हणून मग तिने तिच्या बाबांना तिच्यासाठी योग्य उमेदवारांची निवडयादी तयार करू दिली. त्या यादीत तीन मुलांचा समावेश होता, ज्यांच्याकडे चांगले जॉब होते. त्यांच्यापैकी एक जण उंच, काळा-सावळा आणि भरघोस दाट केस असलेला होता. तो तिच्यापेक्षा नऊ वर्षांनी मोठा होता आणि त्याने बायको ड्रिंक्स घेणारी नसावी, ही विशेष विनंती केलेली होती. तिने ती बाब झटकून टाकली. एवढ्यातच सगळं काही उघड करण्याची गरज नाहीये, असं तिला वाटलं.

तिला एप्रिलमध्येच लग्न करण्याची इच्छा होती, जेव्हा हवामान सुखद होतं असतं. परंतु तिच्या भावी सासू-सासऱ्यांनी जूनपर्यंत थांबण्याचा आग्रह धरला, ज्यायोगे त्यांच्या तीनही विवाहित मुलींना लग्नात सहभागी होता येईल. तिच्या सासरकडील भाचेमंडळींच्या शाळेच्या परीक्षा संपेपर्यंत थांबणं तिला अपरिहार्य होतं.

तिने तिच्या बेस्ट फ्रेंडला फोन केला. चांगल्या स्वभावाच्या माणसाला करता येतील तेवढे दोषारोप करत त्याला बोलून घेतलं. त्याला स्वत:च्या लग्नाचं आमंत्रण दिलं, तेव्हा कुठे तिला कळलं की– तिच्या अगोदर तीन दिवस तो लग्न करतोय.

तिने किंचाळायला सुरुवात केली. जर त्याच्या स्वत:च्याच लग्नात त्याचा सगळा वेळ जाणार असेल, तर तो तिच्या लग्नासाठी तिला मदत कशी काय करणार होता? त्याने तिला उलट शिव्या दिल्या नाहीत. स्वत:चा मुद्दा सिद्ध करण्यासाठी तो लग्न करतोय त्या दरम्यानच तीही लग्न करते आहे म्हणून तिला

चिडवलं फक्त. त्यांनी पुन्हा भेटायचं ठरवलं.

दोघांच्याही बोटात एंगेजमेंटच्या अंगठ्या होत्या आणि लग्नं अगदी जवळ आलेली होती. त्यामुळे नव्या आत्मविश्वासाने मिस्कील गप्पा मारत तिने त्याला त्याच्या त्या मुलींना भेटण्याच्या ५० रविवारच्या संध्याकाळवरून भरपूर चिडवलं. एका भेटीतच या स्त्रीला पुन्हा भेटावंसं वाटणार नाही, असा निर्णय तो इतक्या झटपट कसा काय घेऊ शकला?

तो लाजला, पण त्याने तिला खरं सांगायचं ठरवलं. त्यांच्या नितंबाच्या रूपाकडे पाहून त्याने निर्णय घेतला. त्या जायला निघेपर्यंत तो थांबायचा. त्यानंतर जे काही पाहिलं ते त्याला आवडलं नाही, तर तो त्यांना पुन्हा फोन करायचा नाही. अर्थातच, त्याच्या वाग्दत्त वधूचे नितंब परिपूर्ण होते म्हणूनच त्याने तिला पुन्हा फोन केला आणि दुसऱ्या भेटीत लग्नाबद्दल विचारलं.

ती त्याच्या या गोष्टीला खूप हसली. तिने त्याला सांगितलं, टाइट जीन्समुळे तुमचे नितंब चांगल्या शेपमध्ये आहेत, हे दाखवायला मदत होते. त्या असतातच एवढ्यासाठी. त्यामुळे त्याची निराशाही होऊ शकते.

त्याने खांदे उडवले आणि जाहीर केलं की, खरं काय ते त्याला लवकरच कळेल. जर त्याची वधू त्याच्या अपेक्षेप्रमाणे नसेल, तर तो इतरत्र पाहील. तशी एक वेबसाइटही आहे, जिथे स्त्रिया त्यांच्या संबंधित सौंदर्याच्या पुराव्यादाखल काही फोटो अपलोड करतात.

ते गमतीने बोलत होते, परंतु तरीही त्याच्या मनात संशयाची पाल चुकचुकलीच. स्त्रियांच्या जीन्सबाबत त्याला काहीही अनुभव नव्हता आणि त्याहीपेक्षा नगण्य त्यांच्या नितंबाचा होता. स्त्री-शरीराबाबतच्या त्याच्या सगळ्या कल्पना मासिकांमधून आलेल्या होत्या– स्विमसूट स्पेशल अंक! फोटोंमध्ये, जे बहुधा फॉरेन मॉडेल्स किंवा अभिनेत्रींचे असतात, त्या सगळ्यांचे नितंब एकसारखेच दिसायचे. मग परिपूर्ण नितंब ते कोणते? आणि तिच्या केसांचं काय? त्याला खरंच त्या सोनेरी छटांची एवढी आवड आहे? पण एखाद्या खऱ्या स्त्रीबरोबर बेडवर असताना त्याच्या लक्षात आलं की, त्याची निराशा झाली आहे, तर काय करायचं याचा त्याने विचारच केला नव्हता. आणि याहूनही वाईट म्हणजे, त्याच्या स्वतःच्या शरीराने तिची निराशा झाली तर?

हा विचार त्याच्या नव्याने प्राप्त केलेल्या आनंदाला वारंवार कुरतडू लागला. त्याच्या आत्तापर्यंतच्या अडचणीचा विचार करण्यास त्याला उद्युक्त करू लागला. जाझ बारमधल्या स्त्रियांशी केलेली जवळीक त्याला निराशेशिवाय काही देऊन गेली नव्हती, तो कोणाचीही निवड करू शकला नव्हता. त्याच्या स्वतःच्या बेडरूममध्ये

बंद दाराआड, स्वस्थतेने पोर्न फिल्म पाहणंही त्याला जमलं नव्हतं. कारण त्याच्या घरात दरवाजे लावून घ्यायची पद्धत नव्हती. आत्ता बॅचलर असताना आपलं जे काही होतंय, तसंच लग्नानंतरही होईल, या भीतीने त्याला ग्रासलं होतं. हळूहळू त्याला ही जाणीव होऊ लागली होती की, कदाचित त्याला आपल्या भावी बायकोचे नितंब कधीही पाहायला मिळणार नाहीत. त्याने असं ऐकलं होतं– बऱ्याच बायका रात्री एकांतात त्यांचे कपडे उतरवण्यापूर्वी लाइट बंद करण्याचा आग्रह धरतात. त्याला स्वत:साठी आता वाईट वाटायला लागलं होतं.

'लग्नापूर्वी तुझ्याबरोबर एखादी रात्र एकत्रित घालवावी, अशी माझी खूप इच्छा आहे' हे त्याच्या वाग्दत्त वधूला सांगण्याचं धैर्य तो एकवटू शकला असता, तर त्यांचे ते लग्नापूर्वीचे अधीर दिवस खूप छान गेले असते. पण त्याला भीती वाटली होती, असं विचारल्यावर ठरलेलं लग्न मोडलं तर ती तिच्या कुटुंबीयांकडे सांगू शकते– जे त्याच्या कुटुंबीयांकडे तक्रार करू शकतात. विनाकारण मानहानी होऊ शकते.

जसजसे हे विचार त्याच्या डोक्यात गर्दी करू लागले, तसे त्याने डोळे बंद करून घेतले आणि सकारात्मक दृष्टिकोन ठेवण्याबाबत स्वत:ला पुन्हा आठवण करून दिली. असाच जून महिना आला आणि त्याचं लग्न झालं. तीनच दिवसांनी तीदेखील विवाहबद्ध झाली.

शेवटच्या घाई-गडबडीच्या दिवसांमध्ये– जेव्हा ते अद्यापही अविवाहित होते तेव्हा– त्यांनी एक शेवटची शनिवारची संध्याकाळ एकत्र बाहेर घालवण्याची संधी महत्प्रयासाने मिळवली. फक्त ते दोघेच.

अर्थात, हे तसं समजण्यासारखं नव्हतंच मुळी– अशी शेवटची शनिवारच्या रात्रीची कल्पना! ते भेटतीलच पुन्हा– अशा किती तरी शनिवारच्या संध्याकाळ असतील. ते एकत्र बाहेर जेवायला जातील, सुटीच्या दिवशी मॅटिनी शो पाहायला जातील, त्यांच्या वैवाहिक जोडीदारांसह किंवा त्यांच्याशिवाय. त्यांनी एकमेकांना तसं वचन दिलं होतं. तरीही ही शेवटच्या शनिवारची संध्याकाळ –असं वाटत राहिलंच.

किती तरी वेळा तिला काही तरी सांगायचं त्याच्या अगदी ओठांपर्यंत आलं होतं. त्या दोघांसंबंधी मनात आलेली कल्पना, मनाने त्या कल्पनेशी केलेला खेळ याची तिला कबुली द्यायची होती. पण त्याला भीती वाटायची, हे त्याला तिला सांगायचं होतं. त्याच्या वाग्दत्त वधूने संपूर्ण अनावृत होण्यास नकार दिला तर? त्याला तिच्याजवळ कबूल करायचं होतं– हे सौम्य डोळे, भुरे केस, सुंदर नितंब या गोष्टींवरून मुलगी नक्की करणं हा त्यानं स्विमसूट कॅलेंडर्सवरची अनेक मॉडेल्स पाहिल्याचा परिणाम होता. ती त्याच्या मनातली परिचित प्रतिमा होती, त्याची खरी इच्छा नव्हती. त्याच्या ते आता लक्षात आलं होतं. त्याने आणखी काही गोष्टींचा

तिच्याजवळ कबुली देण्याचाही विचार केला होता. हेच की– आता काही स्वस्तातली देशी पोर्न पुस्तकं विकत घेतली होती, ज्यातली मॉडेल्स काळी किंवा जाड किंवा दोन्हीही असतील. परंतु त्याची निराशा झाली होती. कारण कॅमेऱ्याचा भर नितंबांपेक्षाही उरोजांवर अधिक होता.

पण त्याने त्यातलं काहीच सांगितलं नाही. व्हिस्कीचा ग्लास हातात धरून तो बसून होता. तिनेही कुठली तरी स्वस्तातली वाइन घेतलेली होती. आपण कुठे जात आहोत, याबद्दल दोघांनीही घरी खोटं सांगितलं होतं. त्याने बॅचलर पार्टीला जातोय असं सांगितलं होतं, तर तिने ऑफिसमधल्या मुलींबरोबर रात्री उशिराचा सिनेमा पाहायला जातेय असं सांगितलं होतं.

सध्या ती मेकअप करू लागलीये, हे त्याच्या लक्षात आलं होतं. तिच्या डोळ्यांच्या पापण्यांवर काही तरी चंदेरी होतं. तसंच त्याचा हात वारंवार त्याच्या छातीवरून फिरत होता– जणू काही त्याच्या छातीत दुखत असावं. ही नवीच सवय त्याला लागलीये, हे तिच्या लक्षात आलं.

थोड्याच दिवसांनंतर दोघांचीही लग्नं झाली. दोघंही एकमेकांच्या लग्नाला हजर होते आणि त्यानंतर जवळजवळ चार महिने त्यांची भेट झाली नाही.

एका नव्या जपानी रेस्टॉरंटमध्ये त्याच्या क्लाएंटची वाट पाहत थांबला होता, तेव्हा ती तिथे आली. एकटी. त्यांनी एकमेकांना पाहिलं आणि पहिल्यांदाच शेकहॅन्ड केला. त्या दुपारी खरं तर दोघांनाही परस्परांना उबदार आलिंगन द्यायला जास्त आवडलं असतं, पण दोघांनाही परस्परांमधलं अवघडलेपण– नवलच आहे, पण ते होतं– पार करता आलं नाही.

ती टेबल मिळण्याची, तिचा नवरा येण्याची वाट पाहत होती. वेटर तिला टेबल देईपर्यंत तिने त्याच्या टेबलजवळ बसावं, असं त्याने सुचवलं. त्या दोघांनाही इतक्या दिवसांच्या साचलेल्या गप्पा मारता येतील.

तिने नोकरी सोडली होती. तिला त्याचा पश्चात्ताप होत होता. त्याने नोकरी बदलली होती. लवकरच त्याला या गोष्टीचा पश्चात्ताप होणार आहे, अशी त्याला शंका वाटत होती. त्याचं वजन जरासं वाढलं होतं आणि हल्ली तो कॉन्टॅक्ट लेन्सेसऐवजी चष्मा वापरू लागला होता. खूपच त्रासदायक होतं ते– त्याने स्पष्टीकरण दिलं होतं. तिची तब्येत मात्र किंचित कमी झाली होती. डोळे चेहऱ्यावर बाहेर आल्यासारखे वाटत होते, छातीही तशी सपाट दिसायला लागली होती.

ती आजारी होती का? त्याने विचारलं. तिने उडवून लावलं. काही नाही रे, नव्या आयुष्याशी जुळवून घेते आहे, इतकंच... तिने समजावलं.

त्याच्या मनात आलं, तिला बऱ्याच तडजोडी कराव्या लागल्या असतील का? पण त्याने तसं विचारलं नाही. त्याऐवजी त्याने तिच्या चेहऱ्यावरील बारीकसारीक

तपशिलांची नोंद घेतली. टेबलवर ज्या कोनातून तिचे कोपर टेकले होते त्याची, तिचा आपल्या बोटांशी जो चाळा चालला होता त्याची.

तिनेही त्याला विचारलं, काळजीपूर्वक शब्द निवडून– तो बरा आहे ना? शेवटच्या क्षणी 'आनंदी' हा शब्द तिने गिळून घेतला. तो काही उत्तर देणार एवढ्यात त्याचे क्लाएंट आले आणि ती तत्परतेने दुसऱ्या टेबलजवळ जाऊन बसली.

त्याची क्लाएंटबरोबरची मीटिंग वाईट झाली. असो. तसाही त्याचा त्यामध्ये इंटरेस्ट नव्हताच. संपूर्ण वेळ तिच्याकडे पाहायचं टाळण्यातच त्याची सगळी ऊर्जा केंद्रित झाली होती. त्याने तिच्या नवऱ्याला आलेलं पाहिलं होतं. लग्नाच्या रिसेप्शनच्या वेळी त्या दोघांची जुजबी ओळख करून दिली गेली होती. तेव्हा जो स्वयंकेंद्रित अतिआत्मविश्वासाने भारलेला नवरदेव वाटला होता, तोच आता अतिसंवेदनशील, स्वयंकेंद्रित नवरा झाला होता.

मनातून तिच्या नवऱ्याच्या निवडीबाबत त्याची निराशा झाली होती, पण त्याचबरोबर तो आनंदितही झाला होता. वरून दाखवता येणार नाही असा आनंद त्याला वाटला होता. नंतर त्याला यासाठी स्वत:चीच लाज वाटली होती. डोळ्यांच्या कोपऱ्यातून तो त्यांच्या टेबलकडे पाहत होता. संपूर्ण वेळ ती सगळ्याच क्षुल्लक गोष्टींमध्ये घालवत होती. बराच वेळ मेन्यूकार्ड वाचण्यात, सूप बाऊलमध्ये पाहण्यात किंवा पाण्याच्या ग्लासकडे नजर लावून बसली होती. त्यानंतर स्वत:च्या प्लेटजवळच्या वस्तू इतरत्र ठेवत होती. थोडीदेखील हसली नाही.

त्याचा क्लाएंट गेल्यानंतर तो तिच्या नवऱ्याला 'हॅलो' म्हणण्यासाठी त्यांच्या टेबलजवळ आला. त्यांनी पुन्हा हस्तांदोलन केलं. त्याला नेमका अर्थ सांगता आला नसता, पण तेव्हा तिच्या नजरेत काही तरी होतं. तेव्हा नाही, पण नंतर रात्री जेव्हा तो स्वस्थ पडून तिचा चेहरा आठवत होता– ज्या पद्धतीने तिने त्याला 'बाय' म्हटलं होतं, त्याचा विचार करत होता आणि त्याला कळलं.

शुक्रवारी सकाळी त्याने तिला फोन केला. लंचला जाऊ या– त्याने सुचवलं. जर तुला डिनरसाठी बाहेर पडता येत नसेल, तर लंचला काय हरकत आहे? क्षण-दोन क्षण ती विचारात पडली. त्यानंतर तिने निर्णय घेतला. डिनर, जाझ, व्हिस्की. त्याने त्याचा चष्मा काढून ठेवला आणि पुन्हा कॉन्टॅक्ट लेन्सेस घातले.

डिनरप्रसंगी तिने मनातली खंत बोलून दाखवली. तिचा नवरा तिच्या स्वप्नातला टॉल, डार्क मुलगा प्रत्यक्षात फेअरनेस क्रीम वापरत होता. त्यानेही तिच्याजवळ कबुली दिली की, त्याची बायको बिअर पिणाऱ्यांमधली नव्हती. त्या वेळी तिने बिअर ऑर्डर केली होती. कारण तेवढी एकच गोष्ट विनामूर्खता कशा प्रकारे ऑर्डर करावी, हे तिला माहीत होतं. यावर दोघेही मनसोक्त हसले. तिने आपले केस मागे सारले. आणि हसता-हसताच त्याच्याकडे त्याच्या बायकोच्या पार्श्वभागाची चौकशी केली.

त्याच्या मनाप्रमाणे, आवडीप्रमाणे तो आहे की नाही? तो तक्रार करत नव्हता, पण तरीही आपण नशीबवान आहोत किंवा नाही हे त्याला सांगता आलं नाही. निदान जोपर्यंत अतिशय तोकड्या बिकिनी घातलेल्या फॉरिन ब्लाँड मॉडेल्सपासून पाच इंच अंतरावर उभे राहून त्यांना पाहू शकत नाही, तोपर्यंत. तरच तो व्यवस्थित तुलना करू शकेल. तिने आश्चर्याने विचारलं– पाच इंच अंतरावर का? त्याने स्पष्ट करून सांगितलं, अगं, जास्त जवळ गेलो तर मी त्यांना पाहू शकणार नाही ना! तिला पुन्हा हसू आलं आणि मग अचानकच ती गप्प झाली.

ते दोघेही व्हिस्की पीत होते. तिने स्वत:चा ग्लास पुन्हा भरला आणि म्हणाली, कधी कधी मला फक्त कोणी तरी जवळ घ्यावं, असं वाटतं. हे म्हणजे खूप काही मागणं नाही. नाही का? तो म्हणाला, अर्थातच नाही. पण ती फक्त तसं विचारू शकते, विचारू शकत नाही का? ती काहीच बोलली नाही. त्यानंतर तिने आपल्या पेल्यातील मद्याचा मोठ्ठा घोट घेतला आणि म्हणाली, बहुधा तिच्या नवऱ्याला ती आवडत नाही. फारशी नाही.

तोच तो क्षण होता, ज्या वेळी त्याची ही जवळची मैत्रीण तिच्या वस्त्रप्रावरणांच्या आत कशी दिसत असेल, असे विचार त्याच्या मनात येऊ लागले.

ती बराच वेळ तिच्या पेल्यातील द्रवाकडे टक लावून पाहत राहिली आणि शेवटी तिने विचारलं– का? बाकी काही सांगण्याची तिला गरजच उरली नाही. ती काय विचारतीये हे त्याला तत्काळ समजलं. मी खूप थकलो आहे, तसंच मी फार दु:खी आहे– असं तो म्हणाला. पन्नास वेळा पन्नास मुलींबरोबर डिनरला गेल्यानंतर त्याला वाटलं, त्याच्या स्वप्नातली मुलगी त्याला कधीच मिळणार नाही. यादीतील तीनमधला एक पुरुष एवढीच तिची झेप होती. तो आणखी काय करू शकत होता?

यातून काही अर्थपूर्ण झालं नाही, ती म्हणाली. हो ना– त्यानेही दुजोरा दिला. त्याच्या ग्लासमधील मद्य जवळजवळ संपलं होतं. तिने शेवटचं थोडंसं उरलेलं मद्य पिऊन टाकलं. तो तिला म्हणाला, पुरे आता. थोडंसं खाऊन घे. तू खूप जास्त पिते आहेस. ती म्हणाली– होय, घेते आहे मी थोडी जास्त. खरोखरच ती जरा जास्तच घेत होती आणि मग असं आणखी एका राउंडबद्दल विचारलं. तो तिला घरी सोडायला येईल ना, असं आर्जवानं विचारलं. त्याने हलकेच तिच्या दंडावर चापट मारली. जणू त्याला म्हणायचं होतं, हे काय विचारणं झालं का? ते त्याला काहीसं अपमानास्पददेखील वाटलं.

मग त्याने त्याच्या बायकोला फोन केला आणि सांगितलं– रात्री त्याला घरी यायला उशीर होईल, तिने वाट पाहत जागं राहू नये.

◆

जी बंद पडलेल्या बसमधून खाली उतरली

माझे नवे राखाडी निळ्या रंगाचे नॉर्थ स्टार्स हरवणं, हा माझ्यासाठी अंतिम आघात होता. माझी खात्री झाली होती की, आता मी मरणार आहे, नियतीने माझ्यासाठी हेच वाढून ठेवलं आहे– खरंच! नाही तर कशाला उगीचच मी या हिमालयाच्या पायथ्याशी असलेल्या टेकड्यांत पुढे पुढे जातो आहे– तेही मित्र-मैत्रिणींशिवाय, कोणताही प्लॅन डोळ्यांसमोर नसताना आणि परतीच्या तिकिटाशिवाय?

आणि शिवाय बूटही नाहीत. माझी जीन्स मला जेवढं खाली वाकू देईल तेवढं खाली वाकून मी माझ्या रांगेतल्या सगळ्या बाकांखाली नजर टाकली. बसच्या धक्क्याबरोबर चप्पल-बूट नेहमी घरंगळत जातात. पण नाही, माझे बूट अत्यंत खात्रीलायकरीत्या हरवले होते.

हवेत गारवा होता आणि बसमध्ये धूळ होती. मी चवड्यांवर चालत तक्रार करण्यासाठी कंडक्टरकडे गेलो. त्याने अगोदर खाली माझ्या अनवाणी पायांकडे आणि नंतर वर माझ्या चेहऱ्याकडे पाहिलं अन् तो हसला. ''तुमचे बूट काढू नका, असं मी तुम्हाला सांगितलं होतं ना?'

हे खरं होतं. या भागात बुटांची टंचाई आहे आणि म्हणूनच इथल्या टेकड्यांवर रात्र सहलीसाठी आलेल्या किती तरी व्यक्तींना सहलीच्या शेवटी अनवाणी जावं लागलेलं आहे, असा सावधानतेचा इशारा त्याने मला दिला होता. उरलेला सगळा प्रवास तसाच घाणेरड्या पायांनी करायचं मी स्वत:शीच नाकारलं आणि बसमधून खाली उतरलो.

आजूबाजूला फार काही दिसत नव्हतं. नेहमीचंच– मोठ्ठीशी किटली घेऊन फिरणारा छोटा मुलगा, गरम तव्यावर शिंपडलेल्या पाण्याचा गाणारा आवाज, मन लावून जाड पराठे करणारा सरदारजी, छोटीशी शेकोटी, हलकसं धुकं... असा तो हायवे होता.

या टेकड्यांबाबतची एकमेव चांगली गोष्ट म्हणजे, इथे कमी लोक होते.

पायातली धूळ कमी होती. मानवनिर्मित धूळ तर खूपच कमी. ज्या काही प्रवाशांनी माझ्याबरोबरच ती बस घेतली होती, तेही या कमी वर्दळीच्या ढाब्यावर थांबले होते. तिथे बसून श्वासातून वाफ सोडत होते.

मी सगळ्यांच्या पावलांकडे पाहिलं. त्यांच्यापैकी कोणाच्या पायांत माझे नॉर्थ स्टार्स सापडण्याची अपेक्षा नव्हती; पण जमीन एवढी थंड आणि गुदगुल्या करणारी होती की, त्यांच्या पादत्राणांमुळे मला त्यांचा हेवा वाटत होता. मी त्या कंडक्टरचं ऐकायला हवं होतं.

एका उंच स्टीलच्या ग्लासमध्ये सरदारजीने मला चहा दिला. मला तो ग्लास आवडला. मी माझे दोन्ही तळवे त्या ग्लासभोवती लपेटले आणि रस्ता ओलांडला. रस्त्याच्या त्या बाजूला कठडा होता आणि तिथून खाली दरीत जाणारा उतार.

जर तुम्ही खाली पडलात, तर संपलंच. पण एक अशक्यप्राय सुंदर दृश्य डोळ्यांत घेऊन तुम्ही मराल. छोट्या-छोट्या झोपड्या. धुराची वलयं आणि वळणदार जिन्यासारखा डौल असलेली टेकड्यांवरची पायवाट. अधूनमधून दिसणारे रंगीत ठिपके. ती माणसं आहेत हे तुम्हाला माहीत आहे म्हणून, नाही तर त्या इवल्याशा ठिपक्यांना असे मोठे प्रॉब्लेम्स असतील, अशी तुम्हाला कल्पनाही करवणार नाही आणि खूप मोठ्या अडचणी असतील, असं तर अजिबात वाटणार नाही.

पुढच्याच क्षणी ती माझ्या कोपराशी होती. माझ्यासारखाच दोन्ही तळव्यांत धरलेला स्टीलचा ग्लास, माझ्याप्रमाणेच तीही कठड्याला रेलून उभी होती आणि माझ्यासारखीच दरीकडे हरवून बघत होती.

"ही कोणती जागा आहे?"

मी खांदे उडवले, "मी इथं पहिल्यांदाच येतोय."

तिने चहाचा घोट शांतपणे घेतला. मी डोळ्यांच्या कोपऱ्यातून तिच्याकडे पाहिलं. बहुधा पहाडी असावी. तिच्या गालांचे उंचवटे, तिचे डोळे... पंचवीस वर्षांचं वय, एखादं दुसरं वर्ष कमी-जास्त फार तर. पीएच.डी. किंवा एम.फिल.ची विद्यार्थिनी असावीशी वाटत होती. तिच्या अंगातला स्वेटर नक्कीच तिबेटियन मार्केटचा माल होता. तिने झट्कन मान वळवली आणि मला तिच्याकडे पाहताना पकडलं. मी खाली पाहिलं, "अजून किती वेळ लागेल असं तुला वाटतं?" मी विचारलं. दुसरीकडे पाहत ती म्हणाली, "तुम्ही कुठे जाताय, यावर ते अवलंबून आहे."

अर्थातच. तोच सुपर-सीनिअर ॲटिट्यूड. यांना प्रश्न विचारायला तर आवडतं, पण स्वत: कोणतीही उत्तरं देण्याची इच्छा नसते. युनिव्हर्सिटीतील अशा खूप मुली मला माहीत होत्या, त्यात आणखी एकीची भर नको होती. ती इथे थांबू शकते, त्याने मला काय फरक पडणार आहे?

मी माझ्या खांद्यावरून पलीकडे पाहिलं. आमच्या ड्रायव्हरने बाजेवर ताणून दिली होती. आमच्या बसला कुठेही जाण्याची घाई नव्हती. मी दोन्ही तळवे गालांवर धरले आणि दीर्घ श्वास सोडला.

''व्हॅली ऑफ फ्लॉवर्स?'' तिने अचानक विचारलं.

''सॉरी?''

''तू व्हॅली ऑफ फ्लॉवर्सला जातोयस का?''

''नाही,'' मी उत्तरलो. ''मला फुलांची फारशी आवड नाहीये.''

''मला आवडतात.''

''ओके.''

''मला फुलं आवडतात...'' आणि तिने भोवतालच्या टेकड्यांकडे नजर फिरवली– जणू एखादे फूल तिच्या नजरेस पडेल.

थोड्या वेळानंतर तिने सुधारणा केली, ''काही फुलंच फक्त, सगळी नाही.''

''अच्छा, आय सी.''

तिने आपला चहा संपवला होता. रिकाम्या ग्लासच्या तळाशी बघत ती पुटपुटली. ''तो पुरेसा नव्हता.''

''हो नं!'' मीही तिच्या तक्रारीत सूर मिसळला.

''गंमत आहे, नाही? इथे त्यांचं वाढणं-देणं हे किती उदारपणे, मोठ्या प्रमाणात आहे. चंडीगडपासून पुढे तुम्हाला मोठे मोठे पराठे मिळतात. हीऽऽ एवढी लस्सी, त्यावर एवढ्ढालीऽऽ मलई. पण एवढ्याशा कपापेक्षा जास्त चहा कधीही नाही.''

मला अचानक जाणवलं, मी थोडा नम्र असायला हवंय– विशेषत: स्त्रियांशी वागताना थोडंसं नम्र आणि शूर! काहीही असो; पुरुषांमध्ये काय आणि स्त्रियांमध्ये काय, एकूण एकच.

''मी तुझ्यासाठी आणखी चहा आणू का?''

''नाहीऽ नाही! नको, थँक्स!'' तिने खाली माझ्या पावलांकडे पाहिलं. ''खरं तर मी तुझ्यासाठी आणखी चहा आणायला हवा. दे तर तो ग्लास इकडे.'

तिने माझ्या हातातून ग्लास काढून घेतला आणि वळून ढाब्याकडे चालू लागली. मी तिची पाठमोरी आकृती पाहत होतो. तिच्या पायांकडे, पावलांकडे माझी नजर गेली. राखाडी निळ्या रंगाचे नॉर्थ स्टार्स. तिच्यापेक्षा ते किमान दोन साईझ मोठे होते, हे मी शपथेवर सांगू शकलो असतो. आता ती परत येण्याची वाट पाहणं, एवढंच शक्य होतं. दोन्ही ग्लास– ज्यांच्याभोवती तिने आपल्या ओढणीचा कोपरा गुंडाळला होता– हातांत गच्च धरून ती येत होती. माझे डोळे तिच्या पावलांवर खिळले होते.

"हं, हे घे. पट्कन, फार गरम आहे."

मी तिच्या हातातून तो स्टील ग्लास घेतला. ती पुन्हा तिच्या चहा पिण्याच्या आणि दरीचं अवलोकन करण्याच्या कामात गुंग झाली. ते बूट नक्कीच माझे होते. मी चहाचा घोट घेतला. पुन्हा दुसरा घोट घेतला.

"एक्सक्यूज मी–" शेवटी मी म्हणालोच. "पण मला वाटतं, ते माझे बूट आहेत."

"ओह! खरंच का?" तिने खाली तिच्या पावलांकडे पाहत म्हटलं, "हे?"

"हो. माझे नाहीत?" क्षणभर मलाही वाटलं, माझी काही चूक तर झाली नाही? पण लगेचच मी स्वत:ला सावरलं, शांतपणे विचार केला, "अगोदरच माझ्या लक्षात यायला हवं होतं. तू माझ्यापुढेच बसली होतीस, नाही का?"

"हो, ठीक आहे. असतीलही ते तुमचे. दुसरं काय करावं मला सुचेना, म्हणून मग मी ते घेतले."

"तुला कळेना दुसरं काय करावं ते– म्हणजे काय? तुला काय म्हणायचंय? सामान्यत: तू कसं करतेस? ते तुझ्या मापाचेही नाहीत."

"हो, पण माझे बूटही गेले होते. मी सगळ्या बसभर शोधले. कोणी तरी ते घेतले असणार, नक्कीच. अगदी नवे होते रे ते. या ट्रिपसाठीच विकत आणले होते. त्यानंतर हे बूट मला दिसले. माझ्या सीटखालीच होते ते. म्हणून मग मला वाटलं, कदाचित माझ्या बुटांच्या जागी चोराने हे बूट मागे ठेवले असावेत. म्हणून मी ते घेतले."

"बरोबर, बरोबर! आणि मी इथे असा अनवाणी उभा आहे, हे तू पाहिलंच नाहीस? हायवेवर अनवाणी! आणि तू छान आरामात फिरते आहेस!"

"ते पाहिलं मी," तिने मला मधेच थांबवत म्हटलं, "नंतर मला वाटलंदेखील की, ते तुझेच बूट असावेत. माझ्याकडून चूक झाली आहे. आपण बसमध्ये परत गेल्यानंतर मी ते तुला परतही केले असते. फक्त अजून थोडा वेळ ते तुझ्याकडून उसने घ्यावेत, असा मी विचार केला."

"उसने घेईन? वा! कोणतीही गोष्ट उसनी घेण्याअगोदर तुम्हाला तशी परवानगी घ्यावी लागते ना?"

"तू माझ्याबरोबरीने बसमधून खाली उतरला नाहीस. तू गाढ झोपेत होतास. तुझा प्रॉब्लेम काय आहे?"

तिच्या त्या सहज प्रतिसादाचं मला एवढं आश्चर्य वाटलं, मी चक्क हसलो. "माझा विश्वास बसत नाहीये या गोष्टीवर."

"का? तुला काय वाटतं? मी ते चोरले, असा तर तू माझ्यावर आरोप करत नाहीयेस ना?" आता तिचे डोळे चमकत होते आणि एका जोरदार झटक्यासरशी

तिने आपली ओढणी खांद्यावर टाकली.

"अरेच्चा! तू माझे बूट घातले आहेस! म्हणजे, मला म्हणायचंय– ते तुझ्या साईझचेदेखील नाहीयेत."

"तेच तर! म्हणूनच तू निश्चिंत रहा. मी ते घेऊन पळून जाणार नाही." एका क्षणानंतर ती पुन्हा उसळून म्हणाली, "तुम्ही सगळे पुरुष असे का असता?"

"सगळे पुरुष? मी एकटाच आहे इथे."

"नाही, तुम्ही सगळेच– नेहमी चुकीचा निष्कर्ष काढणारे. तुम्ही थोडंसं थांबून विचारही करणार नाही, फक्त चूक दाखवणार आणि आरोप करणार."

"मला वाटतं, कोणी नाराज व्हायचं असेल तर ते मी व्हायला हवं. मी इथं अनवाणी उभा आहे."

"बरं, मी ते बूट परत करेन."

"हो, प्लीज कर."

"देईन मी."

"ओके."

"ओके, ठीक आहे. बसमध्ये गेले की मी ते काढेन."

तिने तिचा चहाचा ग्लास माझ्या पावलांजवळ जमिनीवर ठेवला आणि पाय आपटत बसकडे गेली. मी माझा दुसरा चहा संपवला, दोन्ही ग्लास ढाब्यावर परत केले आणि बसमध्ये परतलो.

तिने बूट काढले होते आणि माझ्या जागेवर बसून खाली ठेवले होते.

"तुझे मौल्यवान बूट!"

मी ते घालायला सुरुवात केली. तिने जिभेने च्च्ऽच्च् असा आवाज केला.

"तू अगोदर तुझे पाय धुवायला नकोत का? तू अनवाणी चालत होतास."

"बसमध्ये पाय कसे धुणार?"

"त्या ढाब्यावर उजव्या बाजूला नळ आहे, तिथे जा. तुझे मौल्यवान बूटही घेऊन जा बरोबर."

मी बूट उचलले आणि नळावर गेलो. माझे पाय धुतले. ते रुमालाने पुसून कोरडे केले. त्यानंतर खिशातून पायमोजे काढून घातले. अखेर माझी पावलं पुन्हा उबदार झाली.

तो ड्रायव्हर अद्याप डुलकीच घेत होता. सूर्यही अजून पूर्णपणे वर आलेला नव्हता. मी बसमध्ये परत गेलो. आता मी तिच्या जागेवर दोन सीट्सवर मिळून मी आडवा झालो आणि डोळे बंद करून घेतले.

"मग, आता कोण चोरी करतंय?"

मी उठून बसलो.

“एक्सक्यूज मी– ती सीट तुझी नाहीये.’’’

“मी माझे डोळे फिरवत म्हटलं, ‘मी फक्त काही मिनिटांसाठी आडवा झालो होतो.’’

“उसनी जागा घेत होतास हो ना? कोणाची परवानगी घेतली आहेस तू?’’

मी उसासा टाकला. “हे बघ, मला तुझ्यावर कोणताही आरोप करायचा नाहीये. तू अशा प्रकारे माझे बूट घ्यावेस, हे मला विचित्र वाटतं. मला वाटलं ते चोरीला गेले असावेत.’’

“का?’’

“कारण ते तिथे नव्हते.’’

“वेल, हा आयुष्याकडे बघण्याचा तुझा दृष्टिकोन झाला. मुळात तू लोकांकडे संशयाने पाहतोस– जणू काही ते सगळे तुला दुखावण्यासाठीच आहेत.’’

“माझ्या आयुष्याबद्दलच्या दृष्टिकोनाबद्दल तुला काडीचीही माहिती नाहीये.’’

तिने मासिकातलं मध्यवर्ती पान फाडलं आणि ते जमिनीवर तिच्या पायतळी अंथरलं. तिने हातविणीचे जाड पायमोजे घातले होते. तिबेटियन वस्तू. त्यांवर बागडणाऱ्या लहान मुलांचं चित्र विणलेलं होतं. बहुतेक ती दिल्ली युनिव्हर्सिटीची मुलगी असावी. अर्थातच, मानवतावादाची अभ्यासक.

“तुझ्या चेहऱ्याकडे पाहून मी सांगू शकते ते.’’ ती म्हणाली. “लोकांना भेटल्यानंतर लगेचच त्यांच्या व्यक्तिमत्त्वाविषयी अंदाज बांधण्यात मी कुशल आहे.’’

या बायका! कधी गप्प बसावं, हे त्यांना कळतच नाही. मी पुन्हा माझे डोळे मिटून घेतले. मासिकाची पानं उलटल्याचा आवाज येत राहिला आणि सोबतीने तिचं बोलणंही सुरू होतं.

“उदाहरणार्थ’’ ती म्हणाली, “आत्ताचंच बघ ना– तू काय विचार करतो आहेस, ते मी सांगू शकेन. तू विचार करतोयस की, या बायका किती वैताग आणतात. फक्त मी असं नाही, तर सामान्यत: सगळ्या बायका. मला गप्प करण्याचा उपाय तुला माहीत असता, तर किती बरं झालं असतं– असं तुला वाटतंय. हो ना?’’

आता मी डोळे उघडले. दोन्ही सीट्सच्या मधल्या फटीतून मी तिच्याकडे पाहू शकत होतो. ती अजूनही मासिकात डोकं घालून बसलेली होती. कोणतं बरं होतं ते? मी उठून बसलो.

“नाही, मी हा विचार करत नव्हतो.’’

तिने मासिक बाजूला टाकलं आणि माझ्यासारखीच दोन्ही पाय तिच्या समोरच्या सीटवर ठेवून बसली.

आम्ही दोघंही खिडकीच्या काचेला रेलून बसलो होतो.

तिची सीट आणि बसची भिंत यांच्या मधल्या फटीमधून तिने माझ्याकडे पाहिलं. "हो, तू असाच विचार करत होतास."

"छे!"

"होय, तू करत होतास. पण तुला माझ्याशी बोलायचीही इच्छा होती, म्हणून तर तू परत बसमध्ये आलास. नाही तर तुझे ते मूर्ख बूट घालून तू त्या बावळट कठड्याला रेलून एकटाच उभा राहिला असतास."

माझं हसू लपवण्यासाठी मी मान वळवली. "मी बसमध्ये परत आलो कारण मला झोपायचं होतं."

"पुरुष किती खोटारडे असतात."

"ओहो! पुरुष– लगेच सगळे पुरुष, सरसकट?"

तिचा सेलफोन वाजला. तिने तो खिशातून बाहेर काढला, डोळे बारीक करून कॉल कोणाचा आहे ते पाहिलं आणि कॉल डिस्कनेक्ट केला.

समोरच्या पलीकडच्या रांगेतल्या खिडकीतून दिसणारं दृश्य बघण्यात तिचे डोळे गुंतलेले होते.

मनमोहक हिमालयाचंच असणार, पण खिडकीच्या काचांवर बसलेली धूळ ते दृश्य धूसर दाखवत होती.

"बॉयफ्रेंडचा फोन?" मी स्फोटक अंदाज वर्तवला.

तिने वळून माझ्याकडे पहिलं. बसच्या सीट्स आणि बसची बाजू यांच्या मधल्या फटीतून आमची नजरानजर झाली. मला माहीत होतं, मी योग्य अंदाज केलेला आहे.

"नाही" ती उत्तरली.

मी हसलो. "बायका किती खोटारड्या असतात."

तिने एक मंद उदास स्मित केलं आणि दुसरीकडे पाहू लागली. मी माझ्या सीटवर सरसावून बसलो.

"मग, कोणती फुलं तुला आवडत नाहीत?"

ती गोंधळलेली दिसली.

"बाहेर तू म्हणत नव्हतीस का– की, तुला सगळीच फुलं आवडत नाहीत, फक्त काही काहीच फुलं आवडतात."

"अच्छा, ते!" ती माझ्याकडे पाहून हसली. "मला गुलाब आवडत नाहीत."

"काऽय? लाल गुलाबसुद्धा नाही?" मी हेतुपुरस्सर माझ्या भुवया उंचावल्या.

"लाल गुलाब नाही, विशेषत: ते इंग्लिश गुलाब. ते कसे.... खूपच... मला नेमकं कसं सांगावं, कळत नाहीये. ते अगदी फोटोतल्यासारखेच दिसतात."

"ते तसेच तर दिसायला हवे असतात!"

"मला त्याचा फार राग येतो." ती म्हणाली. "वस्तू अशा थेट त्यांच्या फोटोसारख्या दिसू नयेत. त्यामुळे त्यांच्याबाबतची उत्सुकता संपते. तुम्ही स्वत:चीच विश्वासार्ह प्रतिकृती, फक्त तेवढीच आणि तशीच असू नये. अत्यंत त्रासदायक होईल ते. नव्याने शोधण्यासारखं काही नाहीच. जणू एखादा पुतळा– एखादा फोटो!"

"आपण अजूनही गुलाबाबद्दलच बोलत आहोत ना?"

तिने काहीच उत्तर दिलं नाही. आता ती बसच्या बाकाची मागची बाजू धरून माझ्याकडे थेट पाहत गुडघ्यावर तोल सावरून बसली होती. तिचे डोळे चमकत होते.

"बुकेच पाहा ना– ते किती सुंदर दिसतात! नीटनेटके, व्यवस्थित. आर्चिजचं थ्रीडी कार्डच जसं काही. तुला माहितीये, त्यांच्यापैकी काही तर मरतदेखील नाहीत. ते कोमेजतील, सुकून जाण्याचं काही तरी चिन्ह दाखवतील म्हणून मी वाट पाहत राहते. कितीतरी दिवस! किती भीतिदायक आहे हे!"

"ओहो, कमॉनऽऽ"

"नाही, ऐक तर. हे फ्रँकेन्स्टिनसारखं आहे."

"फ्रँकेन्स्टिन?"

"मार्क शेलीच्या कादंबरीतील एका शास्त्रज्ञावरून तयार झालेली उपमा – जी अशा वस्तूसाठी वापरतात, जी आपल्या निर्मात्याच्या नाशाला कारणीभूत ठरते. थोडक्यात सांगायचं तर – एखादी अशी वस्तू जी मूलत: मृत आहे, पण कोणा दुसऱ्याच्या महत्त्वाकांक्षेच्या जोरावर ती जिवंत ठेवण्यात आली आहे, काम करते आहे. अमानवी आहे हे."

"गुलाब... आपण गुलाबांबद्दल बोलत होतो." मी तिला आठवण करून दिली. "आणि गुलाब म्हणजे माणूस नाही."

"पण त्यांनाही जीव असतो. माणसांसारखेच तेही जगतात आणि मृत्यू पावतात."

"ऐक, ते वनस्पती वर्गात मोडतात. वनस्पतीसुद्धा नाही– फक्त कापलेली फुलं, बुके– ज्यांचे दांडे लांब असतात, काटे काढून टाकलेले. कृत्रिम सुवास, चकचकीत पारदर्शक प्लॅस्टिकमध्ये गुंडाळलेले. गुलाबी चंदेरी रिबन्सने एकत्रित बांधलेले. त्यांच्याकडून मानवी गुणधर्माची अपेक्षा तू कशी काय करतेस?"

"मला नाही सांगता येत. का ते मला माहीत नाही, पण मला त्या फुलांचा राग येतो. त्यांच्यात काही जीवच नसल्यासारखे– नेटके, व्यवस्थित, सुंदर पण निष्प्राण. त्यातून ते लवकर सुकतही नाहीत, जेणेकरून तुम्ही त्यांना फेकून देऊ शकाल. तुला नाही असं वाटत – एखादी गोष्ट खूप निरागस, दैवी, सुंदर आहे;

पण तुम्हाला ती सहन होत नाही; कारण तिच्या आत कुठे तरी दुष्ट शक्तींचा वास आहे, हे तुम्ही आतून जाणून आहात. हो ना?''

मी तिच्याकडे पाहत राहिलो. तिनेही माझ्याकडे पाहिले. जणू काही ती माझ्याकडून उत्तराची अपेक्षा करत असावी. काय मजेशीर मुलगी आहे! माझ्या मनात विचार आला. गमतीशीर हे होतं की, तिला माझ्या दुखत्या नसा कशा काय माहीत होत्या आणि ती बरोबर त्याच विषयांकडे कशी काय वळत होती, कोण जाणे!

मी नजर वळवली.

''ओके. इंग्लिश गुलाबात दुष्ट शक्ती असते, ठीक आहे. मग तुला कोणती फुलं आवडतात? सचेत, सजीव?'' मी विचारलं.

''कर्दळी, गुलमोहोर, जाई, डॅफोडिल, लिलीच्या जातीचं स्नेक ड्रॅगन.'' ती उत्तरली. ''देशी. रानफुलंसुद्धा आवडतात.''

मी हसलो. ''बरंच पट्‌कन आलं हे उत्तर! या फुलांबाबत विचार करण्यात तू बराच वेळ घालवलायस, हो ना?''

''अर्थातच! तुम्हाला काय आवडतं आणि काय आवडत नाही, याबाबत तुम्ही विचार करायलाच हवा. तुला कोणती फुलं आवडतात?''

''मला नाही सांगता येणार.''

''तू त्याविषयी कधीच विचार केलेला नाहीस?''

''नाही.''

तिने आपल्या तळहातावर हनुवटी तोलून धरत माझ्या डोळ्यांत पाहत म्हटलं, ''पुरुष असे का असतात?''

''असे म्हणजे कसे? फुलांविरुद्ध माझी काहीच तक्रार नाहीये. चांगली असतात ती. साधारणत: सगळीच फुलं.''

''मी फुलांविषयी म्हणत नाहीये. माझा प्रश्न आहे की, तुम्ही लोक नेहमीच आम्ही विचारलेल्या प्रत्येक प्रश्नाला 'मला माहीत नाही, किंवा 'मी याविषयी कधीच विचार केलेला नाही' असं उत्तर का देता?''

''मी नाही देत. खरं तर मला नेहमी वाटायचं की, ''मला नाही माहीत'' हे खास मुलींचं नेहमीचं ठरलेलं उत्तर असतं.''

''अर्थातच नाही.''

''अर्थातच हो. काहीही स्पष्ट नाही, कशाबाबतच ठाम नाही. त्यांना त्यांचं स्वत:चं मनही स्वच्छ कळत नाही. काहीही विचारा– तुला ड्रिंक हवंय का? मला नाही माहीत. तू काही खाणार का? माहीत नाही. तुला काय खायला आवडेल? मला नाही माहीत! आणि तरीही तुम्हाला नेहमी प्रश्न विचारायचे असतात – खूप

सगळे प्रश्न! पुरुषांना मात्र सगळं काही माहीत असायला हवं, अगदी तुम्हाला माहीत नसलेल्या गोष्टीसुद्धा!''

ती खळखळून हसली.

''मी विनोद करत नाहीये, माझं बोलणं गांभीर्याने घे.'' मी म्हणालो.

''सॉरी!'' ती म्हणाली, आणि दुसऱ्या क्षणी तिने विचारलं, ''तिचं नाव काय?''

''ओहऽ प्लीज!'' मी माझे हात हवेत उडवत म्हटलं आणि प्रतिकार करण्याच्या हेतूने उठून बसलो. ती अजूनही हसतच होती.

''मी अनोळखी आहे, तू मला सांगू शकतोस. पुढच्या दोन-तीन तासांनंतर मी कुठे तरी धुक्यात, टेकड्यांमध्ये अदृश्य होईन. तुला पुन्हा कधी दिसणारही नाही. त्यामुळे मला सांगणं हे तू तुझ्याशीच बोलण्यासारखं आहे. बोलून तुझं मन हलकं होईल. चल, घाबरू नकोस– बोलून टाक.''

''मी काही घाबरत नाहीये.''

''तू घाबरतोयस. तू बसमध्ये चढलास तेव्हाच मी पाहिलं, तू किती तरी चिंतेत होतास – एक मोठा ट्रक भरून चिंता.''

''तुम्ही असं भरपूर काही तरी ट्रकभर बरोबर घेऊन बसमध्ये चढू शकत नाही.''

तिने जिभेने चक्ऽचक् असा आवाज केला. ''माझं बोलणं तांत्रिकदृष्ट्या घेऊ नकोस. तू फक्त मला सांग. कम ऑन, सांग ना.''

मी पुन्हा माझे हात हवेत उडवले. त्या मुलीला मर्यादांचं काहीच भान नव्हतं. कदाचित ती दिल्ली युनिव्हर्सिटीची मुलगी नसावीच. 'कदाचित इन्टेलेक्च्युअल प्रॉपर्टी लॉ!'

मी घसा खाकरत म्हटलं. ''इतरांच्या खासगी आयुष्यात नाक खुपसणं, वैयक्तिक चौकशा करणं– हा उद्धटपणा होतोय, असं नाही वाटत तुला?''

''मग? हो, मग काय झालं? मी इथं तुझ्याशी नम्रतेने वागायला आलेली नाहीये.'' ती म्हणाली.

''ओहऽ असं आहे तर! म्हणजे मी इथं तुझी प्रवासातली करमणूक म्हणून आलोय? कसा माझा प्रेमभंग झालाय, कसा मी चिंतेत असतो, मला कसा सगळ्याच गोष्टींचा– खास करून स्त्रियांचा तिरस्कार वाटतो... याबाबतची मूर्ख कहाणी सांगून मी तुझं मनोरंजन करावं, असं वाटतंय तुला?''

माझ्या मनात संताप खदखदत होता. आवाज चढला होता. ती माझ्याकडे एकटक पाहत होती.

''आणि खरंचच, तू स्त्रियांचा तिरस्कार करतोस?''

''तू वेडी आहेस का?'' मी उसळून म्हणालो, ''तुला काय वाटतं, तू काय

अजमावते आहेस? तू काय शिकतेस, मानसशास्त्र? मी म्हणजे तुझी एखादी केसस्टडी आहे, असं तर नाही ना? पर्वतीय प्रदेशात स्त्रियांचा तिरस्कार वगैरे? हं?''

तिने पापणीही लववली नाही. तिच्या तळव्यावर नाजूक बोटांनी तिने तिची हनुवटी उचलून धरली होती. मी खोल श्वास घेतला. पुन्हा दुसरा श्वास घेतला. ''मी स्त्रियांचा तिरस्कार करत नाही,'' मी म्हणालो, ''मी एक सामान्य विधान केलं, बस् एवढंच. मला माफ कर, माझा आवाज चढला होता.''

तिने तिच्या अंगठ्याने इशारा केला, जणू काही ''ठीक आहे– '' असंच तिला सांगायचं होतं.

मी पुन्हा माझ्या सीटवर आडवा झालो आणि खिडकीतून बाहेर पाहू लागलो. ऊन माझ्या डोळ्यांवर आलं असतं, पण खिडकीवरच्या काचेवरची धूळ ते थोपवून धरत होतं.

''तू फारच वाईट प्रकारे दुखावलेला आहेस तर?''

देवा रे! ही मुलगी थांबायचं नावच घेत नाहीये. मी एक उसासा टाकला आणि माझा चेहरा तिच्याकडे वळवला.

''कोण दुखावलेलं नसतं? तू नाहीस?''

''नाही. कशाच्या आधारावर तू असं म्हणतोयस?''

''तू तेवढी मूर्खही वाटत नाहीस. तू लहान मुलगीही नाहीयेस, तसंच तुझं लग्नही झालेलं दिसत नाही. मग विशीच्या अधेमधे असलेली कोणतीही स्त्री किमान एकदा तरी वाईट तऱ्हेने दुखावलेली असणारच.''

''ओहो, शेरलॉक होम्स!''

ती वळली आणि तिने आपली खिडकी पूर्ण उघडली. थंड हवेचा झोत आत झेपावला. मी बाहेर नजर फिरवली. आमच्याबरोबरचे काही प्रवासी धाब्यावर आरामात पहुडले होते. त्यांच्या बायका शेजारी लाकडी बाकावर बसलेल्या होत्या. डोकं खाली करून डुलकी घेत. तेवढ्यात सेलफोनची घंटी वाजली. प्रत्येकाने तत्परतेने स्वत:चा फोन बाहेर काढून हाताच्या अंतरावर उलटसुलट धरून पाहिला. नेटवर्क येतंय का, हे तपासलं.

''गंमत आहे नाही– लोक कसे सतत नेटवर्क तपासत असतात!'' मी म्हणालो. ''म्हणजे त्यांना काय सांगायचं असतं? कोणाशी संवाद साधायचा असतो? तासचे तास उलटले तरी ते समवेत असलेल्या त्यांच्या बायकोशीही बोलत नाहीत. आता आपल्याला या बसमध्ये आठ तास झाले आहेत. कोणीही एकमेकांशी बोलत नाहीये, पण ते आपले फोन सारखे-सारखे तपासत राहतात. नेटवर्क कुठे हरवलंय आणि कुठे परत आलंय, ते पाहत राहतात.''

तिने काहीच प्रत्युत्तर दिलं नाही. ढाब्यावरून येणाऱ्या अन्नपदार्थांच्या वासाने मला आठवलं की, मी अजून नाश्ता केला नाहीये.

मी माझ्या बॅगेतून सँडविचेस आणि कॉफी बाहेर काढली. पदार्थांचं पॅकेट मांडीवर घेऊन मी तिच्यासमोरच्या रांगेतल्या बाकावर बसलो. तिने खिडकीजवळून मान वळवली.

"ते नेटवर्क तपासत नसतात, त्यांना दुवा हवा असतो." ती म्हणाली.

"काय?"

"हो, खराखुरा दुवा. नेटवर्क फक्त जगाचं प्रतिनिधित्व करतं. त्यांना त्या जगाशी संपर्क तुटण्याची भीती वाटते. इतरांचा संपर्क प्रस्थापित होतो आहे आणि त्यांना जगाशी जोडणारा दुवा हरवलाय, याची त्यांना काळजी वाटते. कोणी तरी कोणाशी तरी संपर्क करतो आहे, पण त्यांना कोणाचाच फोन येत नाहीये. म्हणून दुसऱ्यांचा फोन वाजला की ते नेटवर्क तर गेलेलं नाही ना, याची खात्री करतात. नाही तर कोणी तरी मला फोन करत असेल आणि नेटवर्कच नसेल तर.... असा त्यांना प्रश्न पडतो."

तिचे मोठ्ठे डोळे... त्यांच्या खोबणीत काहीसे खोल गेलेले आहेत. माझ्या लक्षात आलं – विद्यार्थ्यांचे डोळे. तिचे ओठ परिपूर्ण होते. फारसे रुंदही नाहीत आणि पातळही नाहीत. खूप गुलाबीही नाहीत. थोडेशी निळसर किंवा काळी झाक असलेले. ती बोलते तेव्हा तिच्या ओठांची कमीत कमी हालचाल करते, हेही माझ्या लक्षात आलं होतं. जणू काही आपण ते शब्द उच्चारलेच नाहीत, असं तिला दाखवायचं असतं.

फॉइलमधे गुंडाळलेलं सँडविच मी तिच्यासमोर धरलं, तिने मान हलवली. मी ते फॉइलमधून बाहेर काढत म्हटलं,

"पीनट बटर आणि जॅम. तुला नक्की नकोय ते?"

तिने पुन्हा मान हलवली.

"तू प्रवासात स्वत:बरोबर सँडविचेस घेऊनच येतोस तर?"

तिला आश्चर्य वाटल्यासारखा तिचा चेहरा दिसत होता. जणू काही मी तऱ्हेवाईक लहान मुलांसारखा होतो, ज्यांना नानाविध प्रकारच्या रंगीत जेम्स गोळ्यांमधून फक्त लाल रंगाच्याच जेम्स खायच्या असतात.

किंवा त्या उच्चभ्रू वर्गातल्या 'शुद्ध शाकाहारी' प्रकारात मोडणाऱ्या लोकांसारखा– जे रेल्वेप्रवासात त्यांच्या घरच्या पुऱ्या, भाजी, चटणी आणि लाडवांशिवाय अजिबात येणार नाहीत. मला तिला स्पष्टीकरण देण्याची गरज वाटली.

"मागचा संपूर्ण आठवडाभर मी एवढा पराठा-राजमा, राजमा-भात आणि चना भटुरा खाल्लेला आहे की – आता पुन्हा तेच खावं लागलं तर मी मरेनच, असं मला

वाटलं. शिवाय सकाळी-सकाळी सहा वाजता कोणाला गरम पराठा खायला आवडेल? पराठा नसेल, तर तळलेला सामोसा किंवा कचोरी. हे लोक तर ब्रेडसुद्धा तळतात. लोक कसं काय ते खाऊ शकतात, माहीत नाही.''

''आणि तू न्याहारीमध्ये फक्त टोस्ट खातोस?''

''बरोबर कॉफीही घेतो. माझ्याजवळ थर्मासमध्ये आहे. तुला हवी थोडी?''

ती किंचितशी अडखळली आणि त्याचा अर्थ मी 'हो' असा घेतला. कॉफी थंडगार असणार होती, पण ती किमान ब्लॅक कॉफी तर होती. थर्मासच्या झाकणाच्या पेल्यात मी थोडी कॉफी ओतली आणि पेला तिच्या हातात दिला.

''तू कसा काय पिशील?'' तिने विचारलं.

''तू घे तर. मी माझ्यासाठीही काही तरी शोधतो.''

''पण....''

''नाही, प्लीजऽऽ मला वाटतं, माझ्या बॅगेत कुठे तरी पेपरकपसुद्धा होता.'' मी म्हणालो आणि दुसरं सँडविच फॉइलमधून बाहेर काढू लागलो.

''तू काही तरी खायला हवंस. प्लीजऽ हे एक खा ना – माझ्याजवळ आणखी आहे.''

क्षणभर ती अडखळली. नंतर तिने माझ्या हातातलं सँडविच घेतलं आणि त्याचे दोन भाग केले. अर्धं मला परत करत ती म्हणाली, ''थँक्स!'' तिच्या खाण्यातून तिला भूक लागलेली आहे, हे जाणवत होतं. ''तू कुठून आलास?''

''दिल्ली.''

''प्रॉपर दिल्ली?''

''सोनीपत.''

''मी ऐकलंय या गावाबद्दल, पण मी दिल्लीबाहेर कुठेच गेलेली नाही.'' ती म्हणाली, ''तसंही दिल्लीपासून इतक्या दूर दिल्लीचं कोणी भेटणं खूप वेगळं वाटतं; नाही?''

''असं आहे? मला भेटणारा प्रत्येक जण दिल्लीचाच असतो. मी कुठेही गेलो तरी, दिल्लीकडचे लोक भेटणारच. फार निराशाजनक आहे हे. आणि आता तर माझ्या सभोवतालची सगळी शहरं हळूहळू दिल्लीसारखीच होत आहेत. गाझियाबाद, फरिदाबाद, गुरगाव, मेहरौली, नोएडा... सगळं दिल्ली. एक मोठा गोल. आपण सगळे त्यातलेच.''

''हंऽऽ'' ती म्हणाली. ''मला पीनट बटर आवडतं.''

''आणखी एक सँडविच घे ना– अजून एक आहे.''

''नको, नको...''

''नाही हं, तुला घ्यायलाच हवं.''

मी खांदे उडवले. ''ढाब्यावर पराठा-राजमा आहे.''

आता मात्र तिने शेवटचं सँडविच उचललं, पुन्हा त्याचे दोन भाग केले. तिने अर्ध सँडविच एका घासात गिळलेलं मी पाहिलं.

''तर तू आय.पी.ची आहेस?'' मी विचारलं. तिच्या चेहऱ्यावरचे भाव मला उत्तर देऊन गेले. मी पट्कन पुढे म्हटलं, ''माझा पहिला अंदाज होता तो डी.यू.च्या स्कूल ऑफ इकॉनॉमिक्सचा.''

ती हसली, ''मी कॉलेज सोडलं.''

''ओह! का?''

तिने एक हात हवेत उडवला– विषय उडवून लावल्यासारखा. मी पुढे काही विचारू नये, असं सुचवणारा.

''मग आता तू कुठे शिकते आहेस?'' मी विचारलं.

''कुठेही नाही.''

''एऽ काळजी करू नकोस. मी तुझा पाठलाग करत डी.यू.मध्ये येणार नाही किंवा तुझ्या वर्गाबाहेर तुझी वाट बघत थांबणार नाही. वा तसल्या कोणत्या मूर्खपणाच्या गोष्टीही करणार नाही. तू मला सांगू शकतेस.''

''मी तुला आधीच सांगितलंय– मी कुठेही शिकत नाहीये.''

''खरंच? मला वाटलं, तू विद्यार्थी आहेस. चेहऱ्यावरून तू तशीच दिसतेस.''

मी हसलो आणि तिने नजर खाली वळवली.

''मग काय करतेस तू?''

''काहीच नाही.''

''काहीच नाही?''

''नाही.''

''ओहो, कम ऑन– तू मला सांगू शकतेस. एवढ्यातच तूच म्हणाली होतीस ना, आपण अनोळखी आहोत. काही तासांतच मी अदृश्य होईन, धुक्यात हरवून जाईन; त्यामुळे माझ्याशी बोलणं हे तू स्वत:शीच बोलण्यासारखं आहे.''

''किंवा कबुलीजबाब दिल्यानंतर धर्मगुरूला मारून टाकण्यासारखं आहे.'' ती म्हणाली.

मी हसलो. ''बाप रे! म्हणजे तुझी सिक्रेट्स एवढी नाट्यमय आहेत? तू मला सांगितलंस तर तुला मरावं लागेल, इतकी? बरं, ठीक आहे. मी धोका पत्करायला तयार आहे. कम ऑन, आपण दोघे एकमेकांचा मस्त टाइमपास होऊ शकतो.''

''टाइमपास?'' ती खिदळली. ''तुला माहितीये, आम्ही 'टाइमपास' म्हणतो, तेव्हा त्याचा अर्थ काय असतो?''

''आम्ही?''

"आम्ही मुली... मी जेव्हा विद्यार्थी होते तेव्हा एक मुलगी म्हणाली होती अमुक अमुक माझा 'टाइमपास' आहे. म्हणजे ती मुलगी त्या मुलाबरोबर फिरते आहे, पण तिला त्याच्याबरोबर लग्न करायचं नाहीये."

माझ्या चेहऱ्यावरून हसू गायब झालं असावं, कारण तिच्या चेहऱ्यावरचे भाव बदललेले दिसले. माझ्या बॅगेतल्या अर्धा डझन वस्तू हाताने चाचपडून पाहिल्यानंतर मला बॅगेतला पेपरकप सापडला. मी स्वत:साठी थोडीशी कॉफी त्यात ओतली आणि एका कडवट घोटासरशी ती पिऊन टाकली.

"काही मुली तसं करतात." तिचा स्वर क्षमायाचनेचा होता. "मला वाटतं, मुलंही असा काही तरी शब्दप्रयोग वापरतच असतील. अशा मुलींसाठी– ज्यांना ते फक्त टाइमपास म्हणून पाहतात. काय म्हणता तुम्ही त्यांना?"

अशा मुलींना आम्ही किमान अर्धा डझन संबोधनं वापरत असू, पण मी तिला त्यातलं काहीही सांगणार नव्हतो. मी खांदे उडवले. जणू काही मी तशा मुलांपैकी नव्हतो, हे मला तिला सांगायचं होतं. थर्मासच्या झाकणावरचं भांडं तिने मला परत केलं, उरलेली कॉफी माझ्या पेपरकपमध्ये ओतून मी ते लावून टाकलं. "मी लग्नाची वाट पाहतीये," ती अचानक म्हणाली, "घरी बसून लग्न होण्याची वाट पाहतीये."

काय बोलावं, मला सुचलं नाही. त्यामुळे मी काहीच प्रतिक्रिया दिली नाही. बसच्या दोन रांगांच्या मधल्या जागेत ती उभी होती. टाचांवर उभं राहून पुढे-मागे झुलत होती.

"मी तशीच दिसते– हो ना?"

"नाही" मी थोडंसं घाईनेच म्हणालो, "म्हणजे मला म्हणायचंय, या गोष्टीचा तुम्ही कशा दिसता याच्याशी काही संबंध नसतो."

"लोक म्हणतात, मी लग्न करून संसार थाटणाऱ्या मुलींसारखी दिसत नाही. मी काही तरी करणाऱ्या मुलींपैकी दिसते. तुला माहितीये– माझ्या आतापर्यंतच्या आयुष्यात आपण काही तरी करणार आहोत, असाच मी विचार करत आले. मी अगदी पाच-सहा वर्षांची होते, तेव्हाही लोक माझ्याकडे पाहून म्हणत असत की, ती किती प्रगल्भ दिसते. 'गंभीर', 'विचारी', 'प्रगल्भ' या शब्दांची मला भीतीच वाटते. शाळेत असताना जेव्हा आम्ही बारा-तेरा वर्षांच्या असू; तेव्हा एखाद्या मुलीचे स्तन मोठे असतील, तर 'ती मॅच्युअर दिसते' असं आम्ही म्हणत असू."

कॉफी घेता-घेता ते ऐकून मला ठसकाच लागला. तिने माझ्याकडे एक धूर्त कटाक्ष टाकला.

"काय– आता तुला वाटेल, काय मुलगी आहे ही– अनोळखी पुरुषासमोर 'स्तन' वगैरे बोलते आहे!"

"नाहीऽ नाही, मला थोडंसं आश्चर्य वाटलं, इतकंच. मुली एकमेकींकडे

असंही पाहतात, हे मला माहीतंच नव्हतं. एकमेकींच्या....''

''स्तनांकडे?''

''हो''

''तू स्तन शब्द उच्चारू शकतोस. त्यामुळे मला अपमानास्पद वाटणार नाही.''

''थँक्स! तू असा विचार करतेस, हे पाहून बरं वाटलं. हं, तर तू काय म्हणत होतीस?''

''हेच की– मला तसे उरोज नाहीत.''

''अच्छा, आलं लक्षात.''

''नाही, खरं तर तुला कळलं नाहीये.''

''खरं सांगायचं तर... हो, मला नाही कळलं.''

''मला म्हणायचंय, अजूनही मला तितकेसे उन्नत उरोज नाहीत– पाहण्यासारखे तर नाहीतच.''

मी काही तरी बोलण्यासाठी तोंड उघडलं, पण वेळीच स्वत:ला आवरलं. आता मी काहीही बोलणं म्हणजे अडचणीत सापडण्यासारखंच होतं.

''तर, मी 'मॅच्युअर' नव्हते– निदान माझ्या मते तरी नाही.''

ती पुढे बोलत राहिली, ''पण सगळ्याच काका-मावशी, आत्यांना तसं वाटायचं. स्वत:चं निरीक्षण करत मी आरशासमोर तासन्‌तास घालवायचे. माझ्या मैत्रिणींकडे पाहायचे, त्यांच्या आणि माझ्या शरीराची तुलना करायचे. त्यांच्यापैकी कोणाचेच वडील त्यांना 'मॅच्युअर' म्हणत नसत. मला एकटं पडल्यासारखं, कोणी तरी आपल्यावर लक्ष ठेवून आहे, असं वाटत राही.''

''मग?''

''मी तेव्हा सतरा वर्षांची असेन, आंतरमहाविद्यालयीन नाट्यस्पर्धेत आमच्या कॉलेजतर्फे भाग घेतला होता. नाटकाच्या तालमींसाठी आम्ही कॉलेज बुडवत असू. आमच्या शिक्षकांना आम्ही खोटंच सांगितलं की, प्राचार्यांनी कॉलेजमध्ये अनुपस्थित राहण्याची सवलत आम्हाला दिली आहे. पुढे आम्ही पकडले गेलो. नाट्यमहोत्सवाच्या दोन दिवस अगोदर फक्त. मला आठवतं– आम्हाला पकडणाऱ्या त्या सायकोच्या मॅडम होत्या.''

''म्हणजे तू सायकॉलाजीचा अभ्यास केला होतास!''

''हो. सायको, सोशलॉजी, पॉलिटिक्स. आमच्या सायकोच्या मॅडम फार कडक होत्या. त्यांच्या चेहऱ्यावर एखाद्या दु:खी कुत्र्यासारखे भाव होते. असा एखादा बुलडॉग– ज्याला वाटलं तर तो तुम्हाला फाडून खाईल, पण तुम्ही तसं करण्याच्याही लायकीचे आहात असं त्याला वाटत नाहीये... असा चेहरा होता त्यांचा. जेव्हा आम्ही खोटं बोलत होतो हे त्यांच्या लक्षात आलं, तेव्हा जवळजवळ वीस मिनिटं

त्या आम्हाला अप्रामाणिकपणा, तसंच आयुष्यातल्या प्रायॉरिटीजवर लेक्चर देत होत्या. आम्ही सगळे तिथे निमूट उभे होतो. माना खाली घालून. जणू आम्हाला स्वत:च्या वागण्याची लाज वाटत आहे. एवढं संपलं की आपण पुन्हा तालमीला जाऊ शकतो, असंच आम्हाला वाटत होतं. तेवढ्यात त्या अचानक माझ्याकडे वळल्या आणि म्हणाल्या, 'तूसुद्धा! मला तू मॅच्युअर वाटायचीस.' मला आठवतं, शरमेने मी लाल झाले होते. मला एवढा राग आला होता की, शक्य असतं तर डस्टर किंवा खडूचा बॉक्स मी त्यांना फेकून मारला असता."

"हो? एवढी रागावली होतीस तू?"

"मी रडायला सुरुवात केली होती."

"नाही."

"मी स्वत:ला रोखूच शकले नाही. रडले आणि त्यामुळे परिस्थिती आणखीनच बिघडली. त्यांनी मला एकटीला स्वतंत्रपणे स्टाफरूममध्ये बोलावलं आणि आणखी थोडा उपदेश केला. कसं मोठ्या माणसांसारखं वागावं, जबाबदारीने वागावं वगैरे वगैरे."

"मग काय झालं?"

"त्यानंतर मला शेवटी कळलं– लोक जेव्हा 'मॅच्युअर' म्हणतात, तेव्हा त्यांना म्हणायचं असतं– आज्ञाधारक आणि अप्रामाणिक."

"अप्रामाणिक?"

"दबलेली. स्वत:च्या भावना दुर्लक्षित करणारी, एक प्रकारे खोटं वागणारी."

"हे जरा टोकाचं होतंय."

"पण ते खरं आहे. जेव्हा लोक म्हणतात ना– हे मूल मॅच्युअर आहे, म्हणजेच लहान वयातच मोठ्या माणसांच्या जगातल्या ट्रिक्स त्याने आत्मसात केलेल्या आहेत आणि लोकांना वाटायचं, मी तशी आहे. जेव्हा कोणी तरी मला सांगायचं की, माझा फ्रॉक खूप सुंदर आहे; त्या वेळी मी म्हणायचे, 'खरंच? खरंच तुम्हाला असं वाटतं? आपण तुमच्यासाठीही असाच एक आणू या?' आणि सगळी मोठी माणसं, बाबांचे मित्र हसायचे. त्यांना मजेशीर वाटायचं. मला प्रश्न विचारायला त्यांना छान वाटत असे. ते विचारत, 'काय करत होतीस?' मी उत्तर द्यायचे, 'काही विशेष नाही, नथिंग प्रॉडक्टिव्ह! फक्त जगात काय चाललंय ते पाहत होते.' अशा प्रकारची उत्तरं."

"लहान मुलं मोठ्यांचं अनुकरण करतात."

"जर कोणी मला रागावलं तर मी रडायचीही नाही. फक्त मान लटकवून 'सॉरी' म्हणायचे. वर्गात कोणा दुसऱ्या मुलीचा पहिला नंबर आला तर मी घरी आल्यावर आईला सांगायचे– मला खात्री आहे, नक्कीच तिने माझ्यापेक्षा जास्त कष्ट घेतले असावेत.

"तुला कळतंय? मी खोटारडी होते, खोटं बोलायचे. सामान्य प्रकारच्या मुलांसारखं खोटं बोलणं नाही– जे चॉकलेट चोरल्यानंतर खोटं बोलतात किंवा गृहपाठ न केल्याची खोटी कारणं सांगतात. मला काय वाटतंय, याविषयी मी खोटं बोलायचे. मी दुखावले गेले किंवा दु:खी असले तरीही मी कधीही रडले नाही. मला वाटतं, म्हणजेच मी मॅच्युअर होते."

ती माझ्यासमोरच्या सीटवर येऊन बसली. सँडविचला गुंडाळलेल्या सिल्व्हर फॉइलचा चुरगळून मी एक चेंडू बनवला.

"मग तू केव्हा रडायचीस?" मी विचारलं. "कधी तरी तर नक्कीच रडली असशील?"

काही वेळ ती शांत होती, नंतर उठून उभी राहिली आणि पुन्हा माझ्यासमोर आली.

"आता तू मला सांग."

"तुला सांग? काय?"

"तुझी गुपितं. मी तुला सांगितली. हे सगळं मी माझ्या फ्रेंड्सनादेखील सांगितलं नाहीये."

"अच्छा, म्हणजे तू मला या गोष्टी सांगतीयेस म्हणून मी तुला तशाच सांगायला हव्यात?"

"मला वाटतं, तसंच आपलं ठरलं होतं."

"आपलं ठरलं होतं?"

आणि तेवढ्यात हॉर्न वाजला. मी पाहिलं नव्हतं, पण मधल्या काळात ड्रायव्हर बसमध्ये चढला होता आणि इतर प्रवाशांना ओरडून बोलावत होता. ते एकामागोमाग एक हळूहळू, रेंगाळत बसमध्ये शिरले. सगळे सारखेच दु:खी दिसत होते. आणखी काही वेळा हॉर्न तीव्र वाजल्यानंतर कंडक्टर बसमध्ये चढला. त्याने दरवाजा आपटून बंद केला आणि आम्ही निघालो.

तिथून उठून आपल्या जागेवर परत जाण्याचा ती विचार करतीये, असं दिसत होतं. पण आमच्याव्यतिरिक्त बसमध्ये फक्त सहा इतर प्रवासी होते आणि ते सगळे पुढच्या जागांवर बसले होते. म्हणून मग ती जिथे होती तिथेच थांबली.

बस डचमळली. कंडक्टरने रेडिओ सुरू केला. मी नि:श्वास टाकला आणि माझे डोळे बंद करून घेतले.

"एऽऽ"

मी डोळे उघडले.

"कॉफीबद्दल थँक्स."

"तुझं स्वागत आहे. पण हे सगळं विसरू नकोस."

"मी कधीच विसरत नाही," ती म्हणाली, "मी डोंगरदऱ्यांतली मुलगी आहे."

"हो?"

"नैनीताल! पंधरा वर्षांपूर्वी आमचं कुटुंब दिल्लीला राहायला आलं. खरं तर माझ्यासाठीच. माझ्या पालकांना वाटलं, मी काही तरी करेन. वर्गात अव्वल नंबर. नंतर माझा नाटकातला सहभाग. त्यांना वाटलं, माझ्यासारख्या मुलीने नैनीतालसारख्या जागेत स्वत:ला बंदिस्त करू नये. मला प्रगतीसाठी पोषक वातावरण, संधी मिळायला हव्यात; म्हणून माझ्या वडिलांनी बदली मागून घेतली. ते निवृत्त झाल्यानंतर पुन्हा नैनीतालला जातील."

"पण तू तर घरी बसलीयेस, लग्न होण्याची वाट पाहते आहेस."

"बरोबर."

"का?"

"मी तेच पाहत आलीये. मीही त्याचंच अनुकरण का करू नये? माझे आई-वडील उत्तम उदाहरण आहेत माझ्यासमोर– रोल मॉडेल्स."

"म्हणजे, तुला तुझ्या आईसारखं व्हायचंय?"

"म्हणजे तशा प्रकारची खात्री हवी आहे."

"तेच ते."

"पण माझी आई..." काही क्षण ती संभ्रमात पडली बोलावं की नाही? मग म्हणाली, "माझी आई खूप चांगली आहे. झाडूवाल्याच्या मुलीला शाळेतून काढून टाकलं तर?' याची तिला काळजी वाटते. आमच्या स्वयंपाक्यासाठी आम्ही क्वार्टर्सची सोय केली नाही तर त्याच्याशी लग्न कोण करेल, याची तिला काळजी वाटते. युद्धामध्ये विधवा झालेल्या स्त्रियांची कौशल्यवृद्धी कशी करता येईल याचा ती प्रयत्न करते. सगळ्यांची काळजी घेते ती."

"ती खूपच प्रेमळ असावी, असं वाटतंय."

काही क्षण तिने खिडकीतून दूरवर पाहिले, "पण मी नाहीये."

"काय?"

"मी प्रेमळ व्यक्ती नाहीये आणि माझी आई तिच्या तरुणपणी खूपच सुरेख होती. अगदी अवाक् करणारं सौंदर्य. मी तेवढी सुरेख नाहीये."

परत तसंच एक डावपेच खेळणारं दुसरं वाक्य. त्यावर योग्य प्रतिक्रिया देणं तसं अवघडच. माझ्या समर्थनार्थ मी माझे हात प्रश्नार्थक वळवले. ती हसली.

"माझ्याकडे तसं अवाक् करणारं सौंदर्य नाही याचं मला वाईट वाटत नाही. यापुढे तर तसं वाटणारही नाही. आता माझं वयही ते राहिलेलं नाही."

"खरंच? बघू तर– हंऽऽ तू नक्कीच...." मी माझे डोळे बारीक करत तिच्याकडे पाहत म्हणालो, "मला वाटतं– बासष्ट?"

ती हसली, "मी सव्वीस वर्षांची आहे. तुला कसं कळलं?"

“सव्वीस वर्षं वयाचे लोक त्यांच्या दिसण्याबद्दल बेपर्वा नसतात.”

“मी लग्न करणार आहे.”

“तू लग्न करणार आहेस? एक क्षण... याचा अर्थ मघाशी तू जे ‘लग्न होण्याची वाट पाहतीये’ म्हणालीस तेव्हा तुला म्हणायचं होतं, तुझ्या लग्नाच्या दिवसाची तू वाट पाहतीयेस.”

“हो, या ट्रिपनंतर लगेचच.”

“एक सेकंद थांब.”

मी उभा राहिलो आणि माझ्या हाताच्या तळव्याचा सपाट भाग सामानाच्या रॅकवर आपटला. कंडक्टरने त्याच्या जागेवरून वळून माझ्याकडे पाहिलं.

“आवाज थोडा कमी कराल का भाऊ? प्लीज?” रेडिओचा आवाज थोडा कमी झाला. मी पुन्हा माझ्या जागेवर टेकलो आणि दोन रांगांच्या मधल्या भागात पुढे वाकून तिला सामोरा बसलो.

“का?” मी विचारलं.

“का काय? मी लग्न का करतीये, की मी ट्रिपला का आलीये?”

“दोन्ही.”

“मी लग्न करतीये, कारण आता माझं लग्नाचं वय आहे आणि मी ट्रिपला आले, कारण मला यायचं होतं.”

“एकटीच?”

“हो. त्यात काय झालं? आजकाल किती तरी स्त्रिया एकटीने प्रवास करतात. फक्त कामासाठी नाही, तर पर्यटक म्हणूनसुद्धा.”

“मला माहीत आहे ते.”

बसने एक हिसका दिला आणि त्यासरशी संगीत पुन्हा तारस्वरात वाजू लागलं. मी माझ्या जागेवर अर्धवट उठलो, पण मला काहीही सांगावं लागलं नाही. अर्धवट मागे आमच्याकडे दृष्टिक्षेप टाकून कंडक्टरने स्वत:च आवाज कमी केला.

“म्हणजे आता तू तुझं छोटंसं स्वप्न पूर्ण करते आहेस तर! स्वत:च्या बळावर व्हॅली ऑफ फ्लॉवर्स पाहायला जातीयस आणि त्यानंतर काय करणार, तर तेच सामान्य काम– वैवाहिक आयुष्याचा उपभोग घेणार, स्वत:ची प्रजा जन्माला घालणार आणि पुढे अनेक वर्षं त्याचं संगोपन करत राहणार... अशीच कल्पना आहे ना?”

तिचे डोळे कठोर झाले. तिने आपला चेहरा खिडकीकडे वळवला. मी माझी बडबड चालूच ठेवली.

“माझा अंदाज आहे.... ही ट्रिप तू तुझ्या प्रियकरासमवेत करते आहेस, अशी स्वप्नं नेहमीच तुझ्या कल्पनेत रुंजी घालत असतील... पण तसं होऊ शकलं नाही.

तुला प्रियकर होता, पण त्याला फुलं आवडत नव्हती किंवा कदाचित तो ट्रिप पुढे पुढे ढकलत होता. त्याची लग्नाचीही तयारी नव्हती. म्हणून मग तुमच्यात बिनसलं. तुलाही राग आला असावा. अशी किती स्वप्नं त्याच्यासाठी म्हणून दूर ठेवायची, असा विचार करून तू ट्रिपला आली असावीस. वाया गेलेली मागची सारी वर्षं... कदाचित त्याच्याबरोबरचा तुझा सेक्सचा अनुभवही वाईटच असावा; पण तरीही 'असू दे, त्याने काय फरक पडतो?' असा विचार करून तू तो विषय बंद केला असशील. जसं की, बहुतेक स्त्रिया करतात. आणि एवढं करूनही अजूनही तो तुझ्याशी लग्न करत नसेल. म्हणूनच तू या ठरवलेल्या लग्नाला तयार झालीस. त्यानंतरची ही व्हॅली ऑफ फ्लॉवर्सची ट्रिप म्हणजे तुझा स्वत:साठीचा संयमित शोक असावा.''

तिने माझ्याकडे जळजळीत नजरेने पाहिलं, ''तुला वाटतंय – तू खूप स्मार्ट आहेस, हुशार आहेस; होय ना?''

मी खांदे उडवले, ''एखाद्या गाढवापेक्षा नाही.''

ती उठून उभी राहिली आणि माझ्यापुढे असलेल्या तिच्या सीटवर परत गेली. बसला अजून एक हिसका बसला आणि पुन्हा संगीत तारस्वरात किंचाळू लागलं. मला तिचं नावदेखील माहीत नाहीये, हे लक्षात येताच मी ते तिला विचारलं. तिने उत्तर दिलं नाही. मी तिच्या खांद्यावर टकटक केलं, तिने मागे वळून पाहिलं नाही. मी माझ्या सीटवरून उठलो आणि तिच्या शेजारच्या जागेवर बसलो.

''तू काय करतोयस?'' ती म्हणाली.

''तुझ्या जवळ येतोय, म्हणजे आपल्याला बोलता येईल.''

''मला तुझ्याशी बोलायचं नाहीये.''

''ऐक, मी सेक्स हा शब्द पुन:पुन्हा वापरणार आहे.''

''मला तुझ्याशी सेक्सविषयी बोलायचं नाहीये.''

''मी 'स्तन' हा शब्द वापरू शकतो, असं तू म्हणालीस.''

''तो शब्द स्तनपानाशी– बाळाच्या जन्माशी संबंधित आहे.''

मी मजेत डोळे फिरवले. तिने लाजून तिच्या बॅगमधलं मासिक ओढलं आणि त्याच्या मागे आपला चेहरा लपविला. मी माझ्या बोटांच्या पुढच्या टोकांनी मासिकावर टकटक केलं.

''हेऽ ओके. मी नाही बोलणार सेक्सबद्दल, मी दुसऱ्या कशावर तरी बोलेन.''

मासिक तिच्या डोळ्यांसमोर तसंच होतं. त्यावर असलेली पूर्वाश्रमीची 'मिस वर्ल्ड' अर्धवट बटण्स काढलेल्या शर्टमध्ये उभी होती.

माझ्या बोटांना वाकवून त्या टोकांनी मी मासिकावर टॅप केलं.

''टक टक... नॉक, नॉक.''

"गो टु हेल!"

"नॉक नॉक."

"कोण आहे तिकडे?"

"त्रास देणारा!"

"कोण त्रास देणारा?"

"ज्याला स्वत:लाही त्रास देऊन घ्यावासा वाटतो आहे, तो!"

मासिक खाली झालं. तिच्या डोळ्यांत हसू होतं. आता तिची वेळ होती.

"नॉक, नॉक!"

"कोण आहे तिकडे?"

"वेडू"

"वेडू कोण?"

"तू!"

आणि तिला हास्याच्या उकळ्यांवर उकळ्या फुटल्या. कंडक्टरने मागं वळून आमच्याकडे पाहिलं. आम्ही दोघंही आमच्या सीट्सवर खाली वाकून लपून बसलो.

"ओके. मी वेडू आणि त्रासदायक आहे. खूश?"

"नाही." ती म्हणाली, "तुला चकली आवडते?"

"माहीत नाही. म्हणजे ठीक आहे, चालेल."

तिने तिच्या बॅगमधून एक प्लॅस्टिकची पिशवी बाहेर काढली. चकली, चिप्स, पाण्याची बाटली आणि प्लमकेक. तिने माझ्या नजरेच्या अनुषंगाने पाहिलं आणि केकला स्पर्श केला.

"तू गोडखाऊ आहेस?"

"हो तर! थँक्स."

तिने माझ्या छातीवर कोपर मारलं. मी हसलो.

"म्हणजे, तुला खाऱ्या गोष्टी आवडत नाहीत असं दिसतंय. मघाचं तुझं सँडविचसुद्धा गोडच होतं."

मी खांदे उडवले. "बहुतेक वेळा मी बहुतेक सगळ्या गोष्टी खातो."

तिने केक समोर धरला, "माझ्याजवळ सुरी किंवा काटा काहीच नाहीये. असाच तोडून घास घे."

"असाच?"

"हो, सफरचंद खातात तसं खा ना–"

"संपूर्ण केक तुम्ही तसा खाऊ शकत नाही."

तिने केक तिच्या तोंडाजवळ नेला आणि कडेने एक तुकडा तोडून खाल्ला.

"असा– खा आता."

मीही एक घास घेतला आणि त्यानंतर आम्ही एकमेकांकडे केक पास करत राहिलो.

"मग-" तिने विचारलं, "तुझं मोठ्ठं गुपित कोणतं आहे?"

"तू अगोदर सांग."

"असं नाही हं. तुला आधीच माझ्याबद्दल खूप काही माहीत झालंय आणि मला मात्र तुझ्याबद्दल काहीच माहीत नाहीये. तू नऊ नंबरचे शूज वापरतोस, हे सोडून!"

"तू मला फार काही सांगितलं नाहीस. मीच सगळे अंदाज करत गेलो आणि ते अचूक निघाले."

"मग, आता मी तुझ्याबद्दल अंदाज करू?" ती आपल्या सीटवर वळून बसली, जेणेकरून तिला माझ्या चेहऱ्याकडे सरळ पाहता येईल.

"जे.एन.यू.मध्ये पीएच.डी.?"

मी माझं डोकं हलवलं आणि माझ्या दाढीचे खुंट वाढलेल्या गालांवरून हात फिरवला. जवळजवळ आठवडा झाला असेल, मी स्वत:ला आरशात पाहिलंदेखील नव्हतं.

"एवढा गबाळा दिसतो मी?"

"हो. फक्त जे.एन.यू.मध्ये पीएच.डी. करणाऱ्या विद्यार्थ्याइतका गबाळा."

"पीएच.डी. करणाऱ्यांचं एक उल्लेखनीय लक्षण आहे. हो, ती एक जमातच आहे म्हण ना! फॅब इंडियाचे कपडे, महागडे बूट घालणारे आणि अन्नाविषयक बेफिकीर असणारे."

मी हसलो. "पीएच.डी. करणाऱ्यांबद्दल तुला खूपच माहिती आहे?"

"तुझ्या बाजूने एकही प्रश्न नकोय. तू पंचवीस वर्षांचा आहेस?"

"सव्वीस."

"मीडियामध्ये काम करतोस?"

"विस्ताराने पाहिलं तर, हो."

"माहितीपट (डॉक्युमेंटरीज) बनवतोयस?"

"नाही."

"एनजीओ? संशोधन?"

"नाही."

"ओके, मी हरले. आता तूच मला सांग. सांग ना- मी काही तुझ्या ऑफिसपर्यंत तुझा पाठलाग करत येणार नाही."

"तू येऊही शकणार नाहीस," मी म्हणालो. "मागच्याच आठवड्यात मला कामावरून काढून टाकलंय."

"ओह!" तिने पाण्याची बाटली हातात घेतली, "तुला हवंय थोडं पाणी?"

“नको.”

“अच्छा, त्यामुळे तू असा देवदासछाप दिसतो आहेस तर! मला वाटत होतं, तुझा कोणा तरी मुलीबरोबर नक्कीच प्रेमभंग झालाय.”

“तुझी निराशा झाली, त्याबद्दल मला माफ कर. माझ्यासाठी प्रेमसंबंधांपेक्षा काम जास्त महत्त्वाचं आहे.”

“तू खोटं बोलतोयस.”

“नाही गं, खरंच नाही. काम तुम्हाला ओळख देतं. बघ ना– मघाशी जेव्हा तू मला विचारलंस; ‘तू कोण आहेस?’, तेव्हा मी कोणाबरोबर प्रेमात आहे, हे तुला जाणून घ्यायचं नव्हतं– मी काय करतो, हे तुला विचारायचं होतं आणि मी काहीच करत नाही. म्हणजेच माझ्या मते तुझ्या प्रश्नाचं उत्तर द्यायचं झालं तर– मी काहीच नाहीये.”

“कमॉन.”

“अगं, ठीक आहे. मी घेतलाय तो अनुभव. एकदा माझा प्रेमभंग झालाय. माझा पहिलाच प्रेमभंग आणि त्यानंतर लगेचच माझी नोकरीही गेली. माझी नोकरी गेल्याबद्दल मला जास्त वाईट वाटलं.”

“आता तू खोटं बोलतोयस.”

“हे खरं नाही हं...”

“तुम्ही कोणावर तरी प्रेम करता आणि त्याबाबत एवढ्या सहजतेने बोलता, हे शक्य नाही. प्रेम ही अस्तित्वात असलेली सर्वांत प्रबळ भावना आहे.”

मी प्रसन्नतेने हसण्याचा प्रयत्न केला, पण ते चुकीच्या पद्धतीने आलं. मी दुसरीकडे मान वळवली.

“मला माहितीय, तू कशाचा विचार करतोयस!” ती म्हणाली, “तुला वाटतंय, मी काय बोलतीय ते मला कळत नाहीयए कारण मला स्वत:ला कधीच नोकरी नव्हती. कारण मला करिअर करायचंय, असंही नाही. त्यामुळे तुम्ही कामात किती गुंतून पडता, ते कसं तुमची ओळख बनून जातं वगैरे गोष्टी मला माहीत नसाव्यात, असं तुला वाटतंय. तुझ्या मनात येत असेल, स्वत: मिळवलेले पैसे खर्च करणं म्हणजे काय वाटतं, हेही मला माहीत नाहीय आणि मला केवळ आरामात राहता यावं म्हणून मी लग्न करतीय. असं सगळं असताना मी प्रेमाबद्दल बोलू नये?”

“मी असं काहीही म्हटलेलं नाहीय.”

“तू म्हटलंयस. तोंड न उघडताही तुम्ही अनेक गोष्टी बोलू शकता!” मी उसासा टाकला. “हे बघ, मी खरंच या प्रेमाबिमाच्या वाटेला जात नाही. ती एक संकल्पना आहे. जसं की देव, जसं की लोकशाही आणि स्वातंत्र्य. ही एक सुंदर कल्पना आहे, पण ती पूर्ण स्वरूपात स्वत:लाच दिलेल्या वचनांच्या आवृत्तीसारखी

कधीच सामोरी येत नाही. खरं काय ते आपल्याला कधीच कळणार नाही.''

''म्हणजे प्रेमाची ताकद असते, हे तू अमान्य करशील?''

''मी स्वत:ला अशा भ्रामक कल्पनांमध्ये हरवू इच्छित नाही. हे एक सिनेमा बघण्यासारखं आहे. तुम्ही काही असत्य, स्वप्नील बघण्यासाठीच पैसे खर्च करता; पण त्याच वेळी ते तसंच आहे, हे तुम्हाला माहीत असतं. त्या खोटेपणात तुम्ही हरवून जाता. काही तासांनंतर तुम्ही अंधाऱ्या सिनेमाघरातून बाहेर पडता आणि तेव्हाच त्या खोटेपणाच्या अमलाबाहेर येता. प्रेमाबाबत अडचण काय आहे माहितीये का– लोकांना वाटतं, सिनेमा असाच चालू राहील कायम... पण तसं होत नाही.''

''काही लोकांसाठी ते तसं होतं.''

''नाही होत. मला एकही जण माहीत नाहीय, जो काही वर्षांनंतरही आपल्या जोडीदाराच्या प्रेमात आहे.''

''माझा नाही विश्वास बसत यावर.''

''नको बसू दे. आपण देव किंवा संत असल्याचं ढोंग चांगलं वठवणारेही कोणी ना कोणी असतातच, पण मी त्यांना ओळखू शकतो. मी परिकथांच्या मागे धावत नाही. मी तेवढा व्यवहारी आहे.''

''व्यवहारी?''

''हो. प्रेमाची भूक मी मान्य करतो. सेक्सच्या पलीकडे काही तरी अधिक. रोमान्स, आपुलकी, मैत्री, सेक्ससुद्धा. एकाच माणसाकडून या सगळ्या आघाड्यांवर उत्तम प्रतिसादाची अपेक्षा करणं कितपत शहाणपणाचं आहे, मला नाही सांगता येणार. माझ्या संबंधातील प्रत्येक व्यक्तीकडून यातील थोड्या-थोड्या गोष्टींची मी अपेक्षा करत असतो. काही स्त्रिया छान मैत्रिणी असतात, काहींच्या बरोबर मी फ्लर्ट करू शकतो, तर कोणा एकीबरोबर सेक्स.''

''हे किती स्वार्थी आहे!''

''स्वार्थी कसं? मी त्यांना मुक्त ठेवतोय. त्यांच्या आयुष्यातला माझा रोल सीमित स्वरूपात असेल. त्यामुळे त्यांना जे हवंय, ते त्या निवडू शकतात.''

''हे संपूर्णत: स्वार्थी आहे आणि भेकडपणाचंसुद्धा.''

आचका देऊन बस थांब्यावर थांबली. संगीत तारसप्तकात वाजू लागलं. आवाज कमी केला जाईल याची मी वाट पाहिली. मिनिट-दोन मिनिटांनी तसं घडलं नाही, तेव्हा मी अर्धवट उभा राहिलो. गाडीचं इंजिन शांत होत होतं. ड्रायव्हर त्याच्या केबिनमधून खाली उतरत होता. बाकीचे प्रवासीही बाहेर पडण्याच्या तयारीत होते.

''काय झालंय?'' तिने विचारलं.

''मलाही माहीत नाही. थांब, पाहतो.''

मी बसमधून खाली उतरलो. आळस दिला. बाहेर छान ऊन पडलेलं होतं.

गाडीतले बरेचसे पुरुष बसच्या अंतर्गत-यांत्रिक भागाची तपासणी करत होते. त्यांच्या वागण्या-बोलण्यात पुरेशी नम्रता होती, पण ड्रायव्हर नाराज दिसत होता.

"हे..."

"मी बघतोय ना?" तो खेकसला. "कदाचित वेळ लागेल."

मी आजूबाजूला पाहिलं. एका मैलाच्या दगडावर लिहिलेलं होतं, 'जोशीमठ ३८'

मी बसच्या कडेने चालत गेलो आणि तिच्या खिडकीवर टकटक केलं.

"कोण आहे तिकडे?"

"समस्या."

"तसा तू एकटाच नाहीयेस ना?"

तिने खिडकीबाहेर डोकं काढलं. मी तिच्याकडे पाहून हसलो.

"तू खाली का उतरत नाहीयेस? ये, जरा पाय मोकळे होतील. बाहेर छान ऊन आहे."

तिने खिडकी काठावर आपले पाय ठेवले आणि चवडे हलवून दाखवले. मला आठवलं, तिच्याजवळ बूट नव्हते.

मी कंडक्टरला सांगून सामान ठेवलेला कप्पा उघडायला लावला. त्यामधून माझी सॅक बाहेर काढली. सॅकमध्ये हात घालून स्लिपर्सचा एक जोड काढला. तिने पायांतले मोजे ओढून काढले आणि तिच्या खिशात कोंबले. आता जेव्हा ती बसमधून खाली उतरली, तेव्हा तिच्या पावलांचा जमिनीवर चपऽचप असा आवाज व्हायला लागला. सगळ्यांनाच त्याचं हसू आलं. इतर प्रवासी आम्हाला दोघांनाही हसले.

"त्यांना वाटतंय, आपण जोडपं आहोत!"

"कदाचित."

"नक्कीच! त्यांचे चेहरे सांगतायत तसं. जसं की त्यांना वाटतंय, 'बाबांनो, आता हवी तेवढी मजा करा, पण एके दिवशी तुम्हीही आमच्यासारखेच त्रासून जाणार आहात!"

तिने माझ्या या बोलण्यावर मान उडवली.

"काय झालंय तुला? तू असा निराशावादी कसा काय झालास?"

"अगं, बघ तर त्यांच्याकडे– तुला नाही वाटत ते दुःखी आहेत?" मी तिचे खांदे पकडून तिला इतर प्रवाशांच्या दिशेने वळवलं. तिने क्षणभर त्यांचं निरीक्षण केलं.

"मला त्यांच्या चेहऱ्यावरचे भाव अजिबात आवडत नाहीत," ती म्हणाली. "तरुण जोडप्याला पाहिल्यानंतर इतर जोडपी ज्या प्रकारे 'कित्ती छान!' किंवा असंच काही तरी म्हणतात, त्याचा फार राग येतो. त्यांना असं म्हणताना तुमचं कौतुक वाटत नसतं किंवा तुमच्याबद्दल विश्वास वाटत नसतो, तर त्यांचे आपापसातील

संबंध कुरूप झालेले आहेत, पण तरीही त्यांना तुमचा हेवा वाटत नाहीये या गोष्टीवर तुम्ही विश्वास ठेवावा, अशी त्यांची इच्छा असते. तथापि, त्यांना हेवा वाटत असतोच.''

''वाव! हे फारच गंभीर आहे.''

''पण सत्य आहे.''

''अनेक तरुण जोडपीदेखील दु:खी असतात. ते जेव्हा एखाद्या वृद्ध जोडप्याला हातात हात धरून परस्परांना आधार देताना पाहतात, तेव्हा तेदेखील 'किती छान!', 'कित्ती गोड' –असं काही तरी म्हणतातच ना?''

''ते वेगळं. वृद्ध जोडप्याने हातात हात गुंफणं खरंचच फार गोड वाटतं.''

मी जोरात हसलो. तिने तिच्या खांद्यावरून माझ्याकडे पाहिलं. इतर लोकही आमच्याकडे पाहत होते. एक हसरं तरुण जोडपं. आम्ही पुढे चालू लागलो. जवळच्याच एका दुर्लक्षित झाडाजवळ गेलो.

''आणि नोंद करायची झाल्यास–'' ती म्हणाली, ''मी तुला पहिला प्रश्न विचारला तो– तू कोण आहेस किंवा तू काय करतोस हा नाही; मी विचारलं होतं, 'तिचं नाव काय आहे?' म्हणजेच तू कोणाच्या प्रेमात आहेस, हेच मला वास्तवत: जाणून घ्यायचं होतं; तू काय काम करतोस, हे नाही.''

''ठीक आहे, तू जिंकलीस!'' मी प्रश्नाला बगल देत विचारलं, ''त्याचं नाव काय?''

''त्याचं?''

''हो, त्या व्यक्तीचं.''

''व्यक्ती?''

''तू ज्याच्याशी लग्न करतीयेस, त्याचं.''

''ओह! मला नाही माहीत.''

''तुला माहीत नाही?''

''मला आठवत नाही. माझ्या आईने मला सांगितलं होतं... पण कोण जाणे, माझ्या मनाने तशी नोंदच केली नाही. तो आमच्या शेजारच्यांचा पुतण्या आहे. मला वाटतं, एका उन्हाळ्याच्या सुटीत मी त्याला प्रत्यक्ष भेटलीये. तेव्हा मी नक्कीच आठवी किंवा नववीत असेन.''

''तू त्याला अद्याप भेटलेली नाहीस, असं तर तुला म्हणायचं नाही ना?''

''मी भेटलीय. आत्ताच तर सांगितलं मी तुला. जेव्हा मी नववीत होते, तेव्हा.''

''तुला त्याचं नावही लक्षात नाहीय?'' मी पुटपुटलो. ''तू या सगळ्या प्रकरणात सामील नव्हतीस?''

''त्यात काय एवढं? आपल्या आजी लोकांनीही असंच केलं नेहमी.''

"पण आपण नाही तसं करत."

"वेल, मी तसं करायचं ठरवलंय. आणखी एखादा आठवडा फार तर."

"मूर्खपणा करू नकोस."

पुन्हा तिचा चेहरा कठोर होऊ लागला. दुसऱ्या मिनिटाला ती चालू लागली.

"काय झालं? एवढी घाई कशाची? तू गरोदर वगैरे तर नाहीस ना?"

तिने रागाने चक् केलं आणि तिचे केस मागे उडवले.

"मग घाई कशाची?" तिने चालू लागू नये, म्हणून मी तिचे खांदे धरले.

"त्याला ओळखल्याशिवाय, तो आवडल्याशिवायच लग्न?"

"तुझा खऱ्या प्रेमावर विश्वास नाहीए, हो ना?" तिने विचारलं.

"बहुधा नाही. व्यावहारिक दृष्ट्या विचार करता, नाहीच."

"माझा आहे. मी संपूर्ण, समर्पित प्रेमावर विश्वास ठेवते. प्रेम– जे तुम्हाला जगण्याची इच्छा देतं, अशा प्रेमावर माझा विश्वास आहे. प्रेम– जे तुम्हाला प्रत्येक नव्या दिवसाला सामोरं जाण्यासाठीचं कारण देतं, प्रत्येक रात्री घरी परतण्याचा मार्ग दाखवतं. माझा विश्वास आहे, प्रेम हे स्वत:च एक घर आहे. प्रत्येक जीव जन्माला आल्या क्षणापासून प्रेमासाठी रडतो आणि तेव्हाच समजून जातो की, आता इथून पुढे प्रत्येक जण त्याचा-त्याचा आहे. यापुढे कोणीही तुमच्यासाठी श्वास घेणार नाही, तुमच्यासाठी अन्न ग्रहण करणार नाही वा तुमच्यासोबत मरणार नाही. मी कुठे तरी वाचलंय– जन्म हा एक वेदनादायी अनुभव असतो. छोट्या बाळांना बहुधा खूप एकाकी, मुळापासून तोडल्यासारखं वाटत असणार. एका क्षणी तुम्ही शतप्रतिशत जोडलेले होता, दुसऱ्या व्यक्तीच्या शरीराशी नाळ बांधून होता, कोणाच्या तरी हृदयाची स्पंदनं तुमच्या कानाला चोवीस तास थोपटत होती आणि आता... आपण कधीच त्यातून सावरत नाही आणि प्रेमिकांना तशा प्रकारचं जोडलेपण हवं असतं."

"म्हणजे, तुला म्हणायचंय– आम्ही 'आई' शोधत असतो?"

"मी गांभीर्याने बोलतीये. मी जे म्हणाले, ते मानवी स्पर्श आणि मानवी स्वीकार यांच्या आपल्याला असलेल्या गरजेविषयी होतं. संपूर्ण, शतप्रतिशत स्वीकार. आपल्या हृदयात खोल कुठे तरी धूसर स्मृती असते, गर्भातल्या त्या जोडलेपणाची. आपण कितीही प्रयत्न केला तरी तसं जोडलेपण पुन्हा आपल्यात येत नाही. आपण पुन:पुन्हा प्रयत्न करतो. वेगवेगळ्या लोकांना आपल्या आयुष्यात जागा देत राहतो. म्हणूनच जेव्हा आपण एकाकीपणाचा अनुभव घेत असतो, तेव्हा इतर लोक जे प्रेमात आहेत, परस्परांशी जोडलेले आहेत अशांना पाहून आपल्या हृदयात कळ उठते."

"चल, तुझं बरोबर आहे असं मानलं, तरी–?"

"म्हणूनच मला वाटतं, प्रेम नक्कीच हवंय वाटण्यालायक आहे. पण ते नेहमी तुम्हाला निराश करतं, म्हणूनच बहुधा ते अयशस्वी होण्याची शक्यता जास्त

असते. कोणीही त्या शतप्रतिशत जोडलेपणापर्यंत पोहोचू शकत नाही. मी तुझ्यावर थोडंफार प्रेम करत असेन, तर मी तुझ्यावर अजिबात प्रेम करत नसताना तुला दाखवलं असतं त्यापेक्षा जास्त तू आत्ता दुखावला जातोस.''

''म्हणून तू अनोळखी माणसाशी लग्न करणार? कारण तू त्याच्या प्रेमात नाहीयेस म्हणून?''

''मी त्याच्यावर प्रेम करावं, अशी अपेक्षा तो करत नाही. कदाचित लग्नानंतर आम्ही एकमेकांच्या प्रेमात पडू, अशी त्याला आशा वाटत असेल. मी परत जाईन तेव्हा आम्ही भेटू. मी एका ठरावीक पद्धतीने वागावं, एवढीच त्याची अपेक्षा असणार. मी तसंच वागेन. त्याच्या अपेक्षा पूर्ण होतील; माझी कशाचीच अपेक्षा नाहीये. त्यामुळे मी समाधानी असेन. त्यानंतर आम्ही लग्न करू.''

''चल! तू समजूतदार मुलगी आहेस. तुला माहितीये, हे सगळं तशा प्रकारे होत नाही.''

''का नाही? तू कधी प्रयत्न केला आहेस?''

''काहीच अपेक्षा नाही हे शक्य नाही, आपल्या अपेक्षा असतातच. तू तुझ्या कॉलनीच्या प्रवेशदारातून आत जाताना गेटवरच्या सुरक्षारक्षकाने तुला सलाम करावा अशी तुझी अपेक्षा नसते? तुझ्या स्वयंपाक्याने स्वयंपाकाच्या भांड्यात थुंकी उडू देऊ नये, अशी अपेक्षा तू करशीलच. घरी बेरोजगार बसून आहेस तेव्हा तुझ्या पालकांनी सपोर्ट करावा, अशी तुझी अपेक्षा आहे. त्याचप्रमाणे, तू तुझ्या नवऱ्याकडूनही सतत अपेक्षा करत राहणार.''

''पण यातली मेख अशी आहे की, तुम्ही पूर्ण करू शकाल अशाच अपेक्षांच्या गराड्यात तुम्ही स्वतःला ठेवावं. मी त्याच्याकडून घर चालवण्याची अपेक्षा करणार जो ती विनातक्रार पूर्ण करेल. मी त्याच्यासाठी सकाळी आणि संध्याकाळी चहा करावा अशी त्याची अपेक्षा असेल, जी मी करेन. मी त्याच्या आईला वाकून नमस्कार करावा, अशीही त्याची अपेक्षा असेल. मी त्यांना चरणस्पर्श करेन. दिवाळीत त्याने माझ्यासाठी नवी साडी आणावी, ही माझी अपेक्षा तो सहज पूर्ण करेल.''

''दिवाळीला नवी साडी? बस, एवढंच?''

''हो, लग्न म्हणजे हेच सगळं असतं. स्वयंपाक, सासूला मान देणं, भेटवस्तू आणि मूल.''

मी एक पूर्ण मिनिट तिच्याकडे पाहत राहिलो. तिने माझ्या नजरेला नजर भिडली.

''तू खोटं बोलतीयेस.'' मी म्हणालो, ''तुला असं काहीही म्हणायचं नाहीय. आत्ता तू दुखावलेली आहेस म्हणून काहीशी कडवट आहेस, बस!''

''मला सांग–'', ती म्हणाली, ''तू आत्ताच म्हणालास, व्यवहारीदृष्ट्या प्रेम

शक्य आहे, यावर तुझा विश्वास नाही. निराशा पदरी पडणारच, हे तू गृहीत धरून आहेस. मग मुलगी कोणीही असो; बरोबर?''

''बरोबर.''

''मग लग्न का करत नाहीस? तुला कधीही प्रेम मिळणार नाही याची जर एवढी खात्री वाटतेय आहे, तर मग कोणाशीही लग्न करायला काय हरकत आहे? तुला शारीरिक संबंधाचा आनंद मिळेल, तू रसिकतेने प्रेम करू शकशील. बहुधा सगळ्या पत्नी यासाठी राजी असतात. तू एखाद्या बुद्धिमतीची निवड केलीस, तर तुमच्यात छान संवाद होईल. ती जर सुगरण असेल, तर तुझी मजाच आहे! अशा सगळ्या योग्य घटकांनी युक्त वधूचा शोध का घेत नाहीस?''

''हे असं नसतं. लग्न हा फक्त सामाजिक अनुमतीचा शिक्का आहे. संबंध तितकेच वाईट असतील, तर लग्न यशस्वी होऊ शकत नाही. जेव्हा तुम्ही एखाद्या अनोळखी व्यक्तीशी लग्न करता, तेव्हा काही बाबतींत ढोंगीपणा करायला सुरुवात करता आणि तसं तुम्ही केलं नाही, तर तुमच्या लग्नात बेबनाव होतो. मग तुम्ही काय कराल?''

तिने खांदे उडवले. ''घटस्फोट घ्यायचा. त्यामुळे फार काही फरक पडणार नाही. तुमचं जर त्या पुरुषावर प्रेमच नसेल, तर त्याला सोडून देणं तितकंसं त्रासदायक असणार नाही.''

''तुला वाटतंय, हे इतकं सोपं आहे?''

''कदाचित नसेलही. पण मी ठरवलंय, वाट पाहायची नाही. मलाही माझं आयुष्य आहे.''

''प्रेमाशिवाय आयुष्य दुःखी असेल.''

''पण प्रेमसुद्धा तुमच्या आयुष्यात दुःख आणतंच की. काहीही केलं तरी नुकसान हे ठरलेलंच. तुला माहितीये, प्रेमात यशस्वी होण्यासाठी तुमच्याजवळ संत–महात्म्यांसारखा धीर आणि फकिरासारखी अस्मिता असायला हवी.''

''पण कदाचित प्रेम अगदी सहजतेने तुमच्याकडे चालत येईल, अचानक. कदाचित ते दोन्ही बाजूंनी असेल.''

''लाखात एखादी शक्यता आणि तुझ्या प्राणसखा सिद्धान्तानुसार बघायचं तर, सहाशे कोटींमध्ये एखादी शक्यता. तुला माहितीये, पूर्वी मला सातत्याने अयशस्वी होणाऱ्या माणसांसारखं वाटायचं. दर वर्षी आपण अशा लोकांबद्दल वर्तमानपत्रात वाचतो. म्युनिसिपालिटीमधला सफाई कामगार– जो पंधरा वर्षं पुन:पुन्हा नापास होत राहिला, तरीही त्याने जिद्द सोडली नाही आणि अखेरीस तो आपली हायस्कूल परीक्षा उत्तीर्ण झाला.''

''अशा गोष्टी प्रेरणादायी वाटतात.''

"नाही! पास झाल्यानंतर तो सफाई कामगार काय करतो? त्याचं आयुष्य बदलेल का? नाही. कदाचित आता कंत्राटी कामगार असण्याऐवजी नगरपालिकेत त्याला कायम नोकरी लागेल, पण तरीही त्याचं संपूर्ण आयुष्य तो रस्ते साफ करतच घालवेल. आपल्या परीक्षेत पास होण्याचं एवढंसंही महत्त्व नाहीये, हे उमजून त्याला वाईट वाटण्याचीच शक्यता जास्त आहे. जे ध्येय समाजाने त्याच्यासमोर ठेवलं होतं आणि तो ते प्राप्त करू न शकल्याने ते त्याच्या डोक्यात मोठं, अधिक मोठं होत गेलं. ते ध्येय मिळवल्यानंतर डोक्यातला तो फुगा फुटला. आता ती डिग्री, ती परीक्षा कुचकामी झाली."

"म्हणजे प्रेमासाठी वेळापत्रक असतं, असं तुला म्हणायचंय का? तुमच्या विशीच्या मध्यापर्यंत तुम्ही प्रेमात पडला नाहीत, तर त्यानंतर ते बिनमहत्त्वाचं होतं?"

"जर तुम्हाला लग्न करायचं असेल आणि मुलं, एकत्रित बँक खातं हवं असेल किंवा घटस्फोटाच्या संदर्भात बोलायचं तर एकत्रित ताबा हवा असेल; तर होय. त्यासाठी वेळापत्रक आहे. प्रेमाची वाट पाहत राहिलात, तर तुमच्या इतर सर्व योजनांवर बोळा फिरेल. तुम्हाला प्रेम सापडेल तेव्हा कदाचित शारीरिक संबंधांच्या दृष्टीने तुमचं वय वाढलेलं असेल किंवा अशा सर्व गोष्टी– ज्याची तुम्ही स्वप्नं पाहिली होती– जसं की, एकत्रितपणे तुमच्या पहिल्या घराची खरेदी किंवा आपल्या जोडीदाराचे केस पांढरे होत जाताना त्याच्या सोबत असणं– हे होऊ शकणार नाही."

"व्हॅली ऑफ फ्लॉवर्सला ट्रेकिंगसाठी जाते आहेस?"

तिने खांदे उडवले. "मला त्या दुसऱ्या गोष्टींमध्ये रुची आहे. प्रेम होईल न होईल, पण मी माझी इतर स्वप्नं पूर्ण करेन."

मी झाडाखाली बसलो. तिने आपली पावलं आत–बाहेर वळवून घेतली. "ओके," मी म्हणालो, "बघ हं, अशी परिस्थिती आहे– तुमचा– जो झाडूवाला, तोच जो परीक्षेत नापास झालाय आणि आता प्रेमाच्या गल्लीत किरकोळ काम करतोय, तो– ठरवतो, बस झालं. थांबवू या हे प्रयत्न आणि त्याच रस्त्याने पुढे जाऊन लग्नाच्या मार्गाला लागतो. तो आता दुसऱ्या परीक्षेला बसलाय आणि अजूनही तो नापासच होतोय, हे त्याच्या लक्षात आलं तर? तो प्रेमात नापास झाला आणि लग्नातही अयशस्वी होतोय. तो कोणत्याही परीक्षेला बसू दे, रस्ते झाडणं हेच त्याचं भविष्य आहे; तर?"

"लग्नाचा रस्ता हा प्रेमाच्या रस्त्यापेक्षा खूपच नीटनेटका आहे. तिथे वाहतुकीचे नियम आहेत, वन वे आहेत, अधिकृत व्यक्तीचं पाठबळ आहे, नोकरीची शाश्वती आहे. प्रेमाचा रस्ता मात्र धोकादायक आहे. लोक तुम्हाला दुखावतात. तुमच्यावर वस्तू फेकतात, तुम्हाला नीट साफही करू देत नाहीत. तुम्ही सफाई संपवताय तोच कोणी तरी त्याचं सामान तुमच्या परसदारी आणून टाकेल. प्रेमाची गल्ली रंगीबेरंगी

दिसते, पण दीर्घ काळ मुक्काम करण्यासाठी ती फारशी चांगली जागा नाही. वेड्यांच्या इस्पितळात राहण्यासारखं आहे ते. खूप एकाकी, प्रचंड उत्साही, आत्महत्येचे प्रयत्न, पळून जाणं, वेगळ्याच भूमिकेत वावरणं... सगळं आदिम प्राण्यांसारखं वर्तन. म्हणूनच त्या झाडूवाल्याने शहाणपणा करून लग्नाच्या मार्गावर पदवीधर व्हावं.''

ती येरझाऱ्या मारत होती. स्लिपर्सचा फतक्ऽऽफतक् आवाज होत होता. मी तिच्याकडे पाहत होतो.

''प्रेमात एकच सर्वोत्तम गोष्ट घडण्याची तुम्ही आशा करू शकता, हेच की – तुम्ही दोघेही तारुण्यातच मृत्यू पावलात, एकमेकांना दुखावणारी सुरुवात करण्या-अगोदरच...'' ती म्हणाली.

''वॉव!'' मी म्हणालो, ''कोण तुझ्याबरोबर असं वागलंय?''

''मी इतरांकडे पाहून सांगतीए.''

मी उठून उभा राहिलो. ''वेल, लग्नाचा मार्ग तुझ्यासाठी विनासायास आणि सहज असा निघो, अशी मी आशा करतो आणि तुला झाडूवाल्याची नोकरी मिळू नये, अशीही आशा करतो.''

तिने आशा दर्शवण्यासाठी आपली बोटं एकमेकांत गुंफली आणि मला दाखवली. आमच्या गाडीच्या हॉर्नचा आवाज आला. आम्ही परत निघालो. बाकीचे प्रवासी अजूनही बाहेर उभे होते. नाराज वाटत होते. कंडक्टर क्षमायाचना करत होता.

''या दुरुस्तीला दोन-तीन तास तरी लागतील.''

''दोन-तीन तास!''

''हॅत् तिच्या मारी!''

तिने एवढ्या मोठ्याने नाराजीचा उद्‌गार काढला की, तो कंडक्टरनेही ऐकला. ऐकून त्याला धक्का बसल्याचं दिसलं.

''इंजिन बिघडलंय. मी मॅकेनिकला बोलावलंय, पण त्याला वेळ लागेल असं दिसतंय. डोंगराळ भागात अवघडच. तो मॅकेनिकही लवकर कसा येऊ शकेल? दुसरी बस यायला किमान दोन-तीन तासांचा अवधी असेल. पण माझं बोलणं झालंय. आम्ही तुम्हा सर्वांची दुसऱ्या बसमध्ये व्यवस्था करू– कोणतेही जास्त पैसे न घेता.''

लोकांची कुरकुर, अस्वस्थतेने पाय बदलणं स्पष्टच दिसत होतं. ती आणखी अपशब्द उच्चारण्याच्या पवित्र्यात होती. मी तिच्या पाठीवर थोपटलं.

''व्हॅली ऑफ फ्लॉवर्स कुठे पळून जात नाहीय... आणखी दोन तास ती प्रतीक्षा करू शकते.''

ती फणकाऱ्याने मागे, आमच्या झाडाकडे चालत गेली आणि त्याच्या खाली बसली. मी तिच्या मागोमाग गेलो. ती अश्रू थोपवून धरते आहे, हे लक्षात यायला

मला थोडा वेळ लागला.

"एऽऽ!" मी पुढे झुकलो आणि तिच्या मस्तकावर थोपटलं. "एऽ वेडाबाई! एवढी काही मोठ्ठी अडचण नाही. फार तर अजून तीन तासांनी तू तुझ्या व्हॅली ऑफ फ्लॉवर्समध्ये असशील. तिथे कर्दळी असण्याची शक्यता खूपच कमी आहे. मी फक्त राजपत्रित अधिकाऱ्यांच्या बंगल्याबाहेर किंवा फॅक्टरी मॅनेजर्सच्या ऑफिसेस – बाहेर कर्दळी पाहिल्या आहेत. मला वाटतं, म्हणूनच तुला ती फुलं आवडत असावीत. तुझे वडीलही राजपत्रित अधिकारी होते ना? तथापि, कर्दळी ही प्रतिष्ठित फुलं नाहीत, झेंडूही नाहीत. सध्या त्यांची चलती नाहीये. आजकाल कोणीही फुलदाण्यांतून त्यांची सजावट करत नाही. दिल्लीमध्ये स्वीट विल्यम आणि कॉर्नफ्लॉवरचीच जास्त मागणी आहे. तुला आवडतात कॉर्नफ्लॉवर्स? नक्की आवडत असणार, पैजेवर सांगतो."

"एकच गोष्ट– एवढी एकच गोष्ट मला वाटतं, मी घडवू शकेन."

"फक्त दोनच तास. आणखी दोन तास फार तर तुला मला सहन करावं लागेल. तुझी इच्छा असेल, तर मी बसमध्ये जाऊन बसतो."

"मी नाही करू शकणार हे."

"करू शकशील."

"हा एक मोठ्ठा ट्रेक आहे. आता वेळही पुरेसा नाही. सूर्यास्तापर्यंत मी तिथे पोहोचूदेखील शकत नाही आणि नंतर तर सगळाच अंधार होईल."

"तू मुक्काम करू शकतेस. आजची रात्र जोशीमठात रहा. तो व्हॅली ऑफ फ्लॉवर्सपासून खूप जवळ आहे. तिथे मुक्कामाची काही ना काही सोय नक्की असेल. एखादं गेस्टहाऊस वगैरे."

"मी मुक्काम करू शकत नाही. परवा रात्रीच्या जेवणाच्या वेळी त्या माणसाला भेटायचं ठरलंय. मी आईला वचन दिलंय– मी वेळेत घरी परत येईन." निराशेने तिचा आवाज जड झाला होता.

"माझी खात्री आहे तुझी आई समजू शकेल. तिला फोन कर आणि सांग– बसला उशीर होतोय."

"ती म्हणेल, टॅक्सी बोलव आणि एकदाची घरी परत ये."

"तिला फक्त एवढंच सांग की, तू सुरक्षित आहेस आणि तुला आणखी एक दिवस हवाय. त्या माणसाला तुझ्याशी लग्न करायचं असेल, तर तो एक दिवस वाट पाहील. हवं तर त्याला विचार."

"महिनोन् महिने मी या गोष्टींचा विचार केला आहे– एकटीने करायचा बसप्रवास. बस ड्रायव्हरला आवडणाऱ्या भयानक फिल्मी गाण्यांची सोबत आणि त्यानंतर एकटीने व्हॅली ऑफ फ्लॉवर्समध्ये केलेली भटकंती... शेकडो प्रकारची फुलं!"

"मग आता ते विचार प्रत्यक्षात आण ना."

"घरी गेल्यावर आमच्यात वाद होईल."

"ते सगळं जेव्हा तू घरी जाशील तेव्हा."

"आणखी भरीस भर म्हणजे माझे बूटही हरवलेत. हा एक मोठ्ठा चढ आहे. मला कळत नाहीये, मी का आले? काही तरी मूर्ख कल्पना. सोळा तासांचा ट्रेक एकटीने, तेही एका दिवसात? मला वाटलंच होतं, मी हे करू शकणार नाही. शक्यच नव्हतं. मी नेहमीच काही तरी अतर्क्य गोष्टी करण्याचा प्रयत्न करते आणि अर्थातच अपयशी होते... मी नेहमीच अपयशी होते."

माझं मैलाच्या दगडाकडे लक्ष गेलं. मी तिचा हात ओढला आणि तिला स्वतःच्या पायावर उभं राहायला भाग पाडलं.

"चल, आपल्या बॅग घेऊन येऊ या."

"बॅग्ज?"

"सामान. तुझ्याजवळ किती बॅग आहेत?"

"एकच... पण..."

"माझी सॅक आहे. आठ किलोमीटर अंतर जाण्यासारखं आहे."

तिने मला थांबवण्याअगोदर मी बसच्या दिशेने धावत गेलो. बॅग आमच्या पाठीवर होत्या आणि आम्ही चालत जोशीमठाकडे निघालो होतो. तिच्या अनवाणी पायांत आता माझ्या स्लिपर्स होत्या. चपाक्ऽचपाक् आवाज करत. "जोशीमठाशी नक्कीच दुकानं असतील. आपण तिथे तुझ्यासाठी चांगले बूट विकत घेऊ या. रस्ता फार अवघड नाहीये. कदाचित आपल्याला शॉर्टकटही सापडतील. बूट घेतल्यानंतर आपण काही तरी खाऊ या. तिथे बसून मेकॅनिक येण्याची, बस दुरुस्त होण्याची वाट पाहण्यापेक्षा हे चांगलं. इथे मेकॅनिक तरी असेल की नाही, देव जाणे. आपल्याला रस्त्यात एखादी जीपही दिसू शकते. तिला हात करून आपल्या दोघांना घेऊन जाण्याविषयी मी विनंती करेन. तुला जर बॅगचं ओझं होत असेल, तर मला सांग. मी घेऊ शकतो ती."

"ऐक–"

"ऐकतोय."

"पण तुझं काय?"

"माझं काय?"

"तू तर कुठे दुसरीकडे जाणार होतास... कुठे जातोयस तू?"

"जोशीमठ. माझे काका तिथे गेस्टहाऊस चालवतात. पण मला तिथे फार काम नाहीये. मी तुला व्हॅली ऑफ फ्लॉवर्सला नेऊ शकतो."

"तुला तसं करायची गरज नाहीय."

"मला माहितीय ते. ठीक आहे. हां, फक्त तुलाच मी बरोबर यायला नको असेल, तुला व्हॅली ऑफ फ्लॉवर्स एकटीने फिरायचं असेल तर..."

"नाही. मला फक्त तुला तुझ्या कामातून बाहेर काढायचं नव्हतं," ती थांबली. "जे काय काम असेल त्यातून."

"मला कोणीही कोणत्याही दिशेने ओढत नाहीये. माझं डोकं शांत होईपर्यंत मी जोशीमठामध्ये पडून राहणार होतो, पण व्हॅली ऑफ फ्लॉवर्समधल्या एका दिवसाने मी मरणार नक्कीच नाही."

अशा प्रकारे आम्ही निघालो. तिच्या स्लिपर्स चप्ऽचप् आवाज करत होत्या. रस्ता अरुंद होता, त्यावरचा मैलाचा पिवळाधमक दगड आणि झाडाच्या बुंध्यावर लाल पांढऱ्या रंगाचे पट्टे मारलेले. जणू काही कोणत्या तरी प्राचीन रूढीनुसार त्यांचं त्या महामार्गाशी लग्न झालेलं आहे. कोणीही आम्हाला ओलांडून पुढे गेलं नाही. ना जीप, ना बस, ना कोणी व्यक्ती.

"ही चुकीची वेळ आहे. पावसाळी ऋतू. मी ऐकलंय, या दिवसात इथे दरडी कोसळतात."

माझ्या लक्षात आलं, ती हलके-हलके धापा टाकत होती. तिचे लाल झालेले चवडे अवघडून माझ्या स्लिपर्सच्या मानेभोवती आवळलेले होते. मी थांबलो आणि माझ्या पायांतील बूट काढायला सुरुवात केली.

"तू काय करतोयस?"

"तू घाल हे. या स्लिपर्स तुझ्या मापाच्या नाहीयेत."

"ऐक–"

"फक्त ऐकून तर घे. स्लिपर्समुळे तुझा चालण्याचा वेग कमी होतोय. तुझे पायमोजे घाल आणि बुटांचे बंद घोट्याजवळ बांध. हे घे–"

ती तशीच तिथे उभी राहिली, म्हणून मी तिला किंचित हलवलं.

"कम ऑन, माझ्या स्लिपर्स आहेत त्या आणि मी त्या तुझ्याकडे परत मागतोय."

मी तिच्या पाठीवरून बॅगचा बंद सरकवला आणि ती बॅग काढून घेऊन माझ्या खांद्याला अडकवली. तिने माझ्या नॉर्थ स्टार्सचे बंद तिच्या पायांभोवती बांधले. त्यानंतर आम्ही पुन्हा चालायला सुरुवात केली. आमच्या दोघांच्याही बॅग्ज मी घेतल्या आहेत, हे लक्षात यायला तिला बराच वेळ लागला.

"ती बॅग माझ्याकडे दे. छे– छे! मी तुला असं करू देणार नाही."

"फक्त थोडा वेळ." मी म्हणालो. "आपल्याला जीप किंवा बस मिळत नाही तोपर्यंत. तू आजूबाजूच्या दृश्यांचा आनंद घे."

ती जागेवरच थांबली.

“ऐक हं– तू जर असंच वागत राहिलास, तर मी नाही....”

“लोकांनी तुझ्याशी चांगलं वागलेलं तुला आवडत नाही का?”

“मी खूपच घेते आहे आणि तू मला पुरेसं ओळखतही नाहीस.”

“मी मोबदल्यात तुला काही तरी मागेन याची तुला भीती वाटते आहे का? कशाचे तरी उपकार? तुला वाटतंय, मी तुझ्यावर मैत्री लादेन. काही लोक करतात तसं. करतात ना? ते तुमच्यासाठी काही ना काही करत राहतात, जेणेकरून त्या चांगुलपणाच्या दबावाने तुम्हाला त्यांच्याशी चांगलंच वागावं लागेल. मग तुम्हाला सापळ्यात अडकल्यासारखं वाटू शकतं. तसं काही आहे का? काळजी करू नकोस. आठवतंय ना– आपण दोन अनोळखी व्यक्ती आहोत, ज्या पुढे धुक्यात अदृश्य होऊन जाणार आहेत. आपलं तसं ठरलंय.”

मी पुढे चालत राहिलो. क्षणभरानंतर तीही माझ्या बरोबरीने आली. मी तिच्यासाठी वेग कमी केला. सूर्य तळपत होता. तिने डोकं हलवून केस सैलसर सोडले आणि त्यातून हातांची बोटं फिरवायला सुरुवात केली. “माझा बॉयफ्रेंड,” ती म्हणाली, “मी त्याला भेटले तेव्हा शेवटच्या वर्षाला शिकत होते. मी तुला सांगितलं ना, मुलींच्या कॉलेजात होते ते? असो. कॉलेजच्या वाटेवर खूप मुलं त्यांच्या बाइकसह उभी असायची. ते एक तर त्यांच्या मैत्रिणींची वाट पाहत असायचे किंवा नुसतंच मुलींना न्याहाळण्यासाठी आलेले असायचे. मी रिक्षाने जात असे. त्याच्या एका एक्स-गर्लफ्रेंडने आमची ओळख करून दिली होती. ती माझी प्रोजेक्ट पार्टनर होती. अशा प्रकारे आम्ही एकमेकांशी बोलायला लागलो. त्यानंतर तो मला लिफ्ट देत असे, प्रिंट आउट्स वगैरे गोष्टीत मदत करायचा. लॅमिनेशनचे पैसे दे, फ्रेंडशिप डेला भेटवस्तू दे. मग वाढदिवस, व्हॅलेंटाईन डे या दिवशीही भेटवस्तू, लाल गुलाब देत असे.”

“फ्रँकेस्टाईन?”

“मला अभ्यास करायचा नव्हता. म्हणजे मला कशाचा अभ्यास करायला आवडेल, हेच मला कळत नव्हतं. बाबा माझ्यामागे घाई करत होते. त्यांना निवृत्त व्हायला फक्त चार वर्षं बाकी होती आणि तेवढ्या अवधीत मी सर्व काही– एमबीए, नोकरी, लग्न– करून टाकावं, अशी त्यांची इच्छा होती. सगळं काही फटाफट करून जगापुढे त्यांची सर्वोत्तम भेट म्हणून सादर व्हावं.”

“असं नाहीये ते–”

“गप्प राहा. मला आधी बोलू दे. ही काय पटापट-पटापट संपवण्याची संस्कृती? सगळ्या गोष्टी क्रमाने आणि वेळेवर व्हायला हव्यात. अगोदर तुम्ही शिक्षण घ्या. त्यानंतर तुम्हाला आवडेल त्या विषयाचा अभ्यास करा. मग नोकरी आणि नंतर लग्न. याचाच मला राग येतो. माझं लग्न झाल्यानंतर काय होतंय याची

कोणाला पर्वाच नाही. ती माझ्या पालकांची डोकेदुखी असणार नाही. दुसरी कोणी तरी व्यक्ती माझी काळजी करेल. तुला माहितीये, जेव्हा मला इकडे यावंसं वाटतंय असं मी माझ्या आईला सांगितलं, तेव्हा ती म्हणाली, तू लग्नानंतर जाऊ शकतेस. तुझ्या हनिमूनला तिकडे जा. मी तिला सांगतीये, मला माझ्यासाठी प्रवास करायचाय. नव्या लोकांना जाणून घ्यायचंय, मला स्वत:ला काय हवंय याचा विचार करायचाय; आणि ती म्हणते, हनिमूनसाठी जा. मी मग विचारलं, का? ती म्हणते, ते सुरक्षित राहील. सुरक्षित! कशापासून सुरक्षित? दरड कोसळण्यापासून? सर्पदंशापासून? तर तिचं म्हणणं तुझ्याबरोबर कोणी तरी असेल, म्हणजे मुळात मी एकटीने मरूसुद्धा शकत नाही. कोणी तरी साक्षीदार हवाच मला दफन केलेलं पाहण्यासाठी किंवा मी वेदनेने विव्हळत असलेली पाहण्यासाठी माझा नवरा असायला हवा. मी मेले तर त्यामुळे काही बिघडणार नाही, फक्त नंतर त्याबद्दल सांगायला कोणी तरी असायला हवं.''

''आणि मला वाटलं– माझ्या आतच असा प्रचंड राग-चीड धुमसतेय.''

''मी चिडलेली आहे. तुला माहितीये, इतर पालक त्यांच्या मुलींना प्रेमप्रकरणांपासून थांबवतात; पण मी जेव्हा माझा एम.फिल.चा फॉर्म भरू शकले नाही, तेव्हा माझ्या बाबांनी मला लग्न करण्याबद्दल विचारलं. मी युनिव्हर्सिटीत कोणी तरी शोधावा किंवा त्यांना वरसंशोधन करू द्यावं– पण मुख्यत: घराबाहेर जावं.''

''तुझ्या बाबांबद्दल फारच कठोर बोलतेयस.''

''त्यांना माझा बॉयफ्रेंड आवडला नव्हता, पण त्याने काही फरक पडत नाही. मी लग्न करून घराबाहेर जातीये ना! मी नोकरी करायचा प्रयत्न केला असता तरी माझ्या वडिलांनी माझ्याकडून एक पैसाही घेतला नसता. मुलींच्या पैशाला स्पर्शही करायचा नाही, अशी आपल्याकडे पद्धत आहे ना. एक वर्षापूर्वी मी एका जाहिरात कंपनीत इंटर्नशिप केली. त्यांनी मला पगारही दिला, पण बाबा ते पैसे घेणार नाहीत. म्हणजेच मला त्यांना मदत करायची इच्छा असली तरी ते करू देणार नाहीत. त्यांना फक्त मी घरातून जायला हवंय, हे सत्य आहे आणि मला त्यासह जगणं असह्य झालंय. मला अशा दुटप्पी वागण्याचा तिरस्कार वाटतो.

''आम्ही इंजिनाचा आवाज ऐकला. मी तिच्या हाताला धरून तिला रस्त्याच्या कडेला केलं. ती जीप होती. डोंगराळ भागातल्या लोकांनी खचाखच भरलेली. त्यातच धान्याची– किराण्याची पोती, मेंढरंसुद्धा. आम्ही कसंबसं आत घुसण्यात यशस्वी झालो. तसं तिने मेंढीच्या कोकराशी खेळायला सुरुवात केली. त्या कोकराचा मालक एक म्हातारा होता. ऐंशीच्या आसपास वयाचा. या लोकांचं वय सांगणं तसं कठीणच. तो सस्मित चेहऱ्याने पाहत होता. तिने आपल्या पिशवीतून चकली काढली आणि त्या कोकराला भरवायचा प्रयत्न केला, पण त्या अजाण प्राण्याने स्वत:च्या बचावार्थ बें-बें आवाज केला. त्या म्हाताऱ्या माणसाला आणखी

हसू आलं.

"तर, तुझा बॉयफ्रेंड...."

"दोन-तीन वर्षं त्याने नेहमीच्याच गोष्टी केल्या. माझ्यासाठी भेटवस्तू आणल्या. मला बाहेर जेवायला-खायला नेलं. त्यानंतर तो माझ्याशी फटकून वागू लागला. मी कशी निरुपयोगी आहे, सतत अबला स्त्री असल्याचा आव आणून त्याचा गैरफायदा घेते– असे आरोप करू लागला. मी त्याच्याकडे कशाचीही मदत मागायचं थांबवलं. मग त्याने मी दुःखी-रडकी आहे, असा आरोप करायला सुरुवात केली. बहुधा मला कंटाळला असावा."

ती थांबली. त्या म्हाताऱ्याकडे बघून तोंडभर हसली आणि तिने त्याला चकली देऊ केली. ते पाकीट पुढे इतर प्रवाशांकडेही फिरलं. ती कोकराच्या शरीरावरची लोकर कुरवाळत होती.

"मी त्याला सांगितलं– तो ज्या पद्धतीने मला वागवतोय, ते मला अजिबात आवडत नाहीये. तो म्हणाला, जा मग दुसरा कोणी तरी शोध– जो तुझ्याबरोबर राहू शकेल. त्याने मला संबंध तोडण्याच्या टोकावर आणून ठेवलं."

शब्दांची जुळवाजुळव करताना मी कोकराला कुरवाळत राहिलो.

"तू बरोबर केलंस."

"ते मी जाणते."

चहा-नाश्त्याच्या टपरीवर जीप थांबली. तो म्हातारा माणूस हातवाऱ्यांनी काही सांगू लागला. माझ्या अंदाजाप्रमाणे तो आम्हाला व्हॅलीला जायचं असेल तर इथे उतरणं सोईचं होईल, हे सुचवू पाहत होता. मी ड्रायव्हरला पैसे दिले.

आम्ही आधी त्या टपरीवर गेलो आणि नाश्त्यासाठी उपलब्ध पर्यायांचा शोध घेतला. तिला हसू आलं.

"पराठ्यांचा जुलूम!"

मीही हसलो. खरं तर मी एक प्रकारे तेच मिळण्याची अपेक्षा करत होतो. आम्ही पराठे तयार होण्याची वाट पाहत तिथे बसलो. टपरीवरच्या स्त्रीने पूर्वतयारी केली. ताजी कोथिंबीर, कांदे, जास्तीच्या मिरच्या आणि पांढरं लोणी.

"मग आता सांग ना मला–" ती म्हणाली.

"काय सांगू?"

"तुझी गोष्ट!"

मी खांदे उडवले, "सांगण्यासारखं विशेष काही नाही."

"काय? ते एखादा विशेष दस्तऐवज आहेत काय? अत्यंत गोपनीय? तुझ्या प्रेमप्रकरणाबाबत कोणाला काही कळलं, तर राष्ट्राची सुरक्षा धोक्यात येईल का?"

मी निःश्वास टाकला, "मी जोशीमठाला आलो, कारण मला संन्यास घेण्याबाबत

गांभीर्याने विचार करायचा होता.''

तिच्या भुवया उंचावल्या. ''तू नोकरी गमावलीस म्हणून?''

मी हसलो, ''ठीक आहे, ऐक.''

''ऐकतेय.''

''गोष्टी चुकत होत्या. अशा सगळ्या चुकलेल्या गोष्टींबाबत मी खूप विचार केला.''

''आणि?''

''मी काय चुकीचं करत होतो, हे काही मी शोधू शकलो नाही. मी माझी स्त्री गमावली, नोकरी गमावली; पण माझं व्यवस्थित चाललं होतं. नोकऱ्या मिळत होत्या. मुली तर नेहमीच आजूबाजूला होत्या. मला वाटायचं, हे ठीक आहे. ही शेवटची नोकरी, ती गमावताना मी दुखावलो नाही. मी ऑफिसमधून सहजच बाहेर पडलो आणि मला...''

''स्वतंत्र वाटलं?''

''नाही, स्वतंत्र नाही. असं वाटलं, या सगळ्यामागे एक कारण आहे–''

''कारण?''

ती माझ्याकडे पाहते आहे, हे मला माहीत होतं. मला आत्ताच तिच्याकडे पाहायचं नव्हतं. मी पराठ्याचा तुकडा तोंडात टाकला आणि सावकाश खात राहिलो.

टपरीवरच्या बाईला मी हाताने खूण केली. ती चहाची किटली स्टोव्हवर ठेवत होती.

''असं वाटलं, हे त्रास करून घेण्याच्या योग्यतेचं नाहीये.'' जितकं सहज वाटेल तितक्या सहजपणे मी म्हणालो.

''तुझ्या पहिल्या मैत्रिणीमुळे?''

''बायको. पण मागच्याच आठवड्यात आमचा घटस्फोट झाला!''

ती पाहतच राहिली. मी पुन्हा खायला सुरुवात केली.

''हो, मला माहितीये, लग्नासाठी मी लहानच होतो.''

''नाही. मला तुझा हेवा वाटतोय. २६ वर्षं आणि घटस्फोटित! तुझी काय जोरदार सुरुवात झाली!''

''मी त्याबाबत अनभिज्ञच होतो. घटस्फोटाच्या मार्गावर आहोत, हे मला कळलंच नाही. मी योग्य तेच करत होतो. मी समुपदेशकाकडेसुद्धा गेलो आणि तिची काहीच तक्रार नव्हती. आम्ही एकत्र होतो तेव्हाही नाही. मी तिच्या गरजा ओळखून वागायचो, मी तिला किती तरी मुक्त ठेवलं होतं. माझे सगळी क्रेडिट कार्ड्स तिच्याजवळ असायची. कुटुंबनियोजनाचा निर्णयदेखील तिचाच होता. मुलं नसण्याचा मला काही त्रास व्हायचा नाही. तिला माझ्या मित्रांमधे मिळून-मिसळून वागायला आवडायचं नाही. मीही तसा आग्रह धरला नाही. मी मात्र तिच्या मित्रमैत्रिणींना

सर्व प्रकारची मदत करायचो. मी तिला फसवलं नाही. माझ्या सर्व गोष्टींत तिला मुक्त संचार होता. माझे ई-मेल, पासवर्ड्स– सगळंच. माझ्या आयुष्यात मी तिला पूर्णपणे सहभागी करून घेतलं होतं आणि एके दिवशी....''

''काय चुकलं?''

''मला नाही कळलं, अजूनही नाही कळलेलं. एका छानशा सकाळी ती उठते आणि म्हणते की, मी थंड आहे. म्हणते, 'तुझं माझ्यावर प्रेम नाही.' मी तिला सांगत राहिलो, हा काय मूर्खपणा आहे? ती म्हणाली, तिने माझ्या सगळ्या जुन्या ई-मेल्स वाचल्या आहेत. मी शाळेत असताना, चॅटसाइटवर भेटलेल्या एका मुलीला लिहिलेल्या भयंकर कविता. मी प्रत्यक्ष आयुष्यात तिला कधीच भेटलो नाही. ते सगळं फक्त ऑनलाइन होतं. मी तिला लिहीत असे. ती माझ्या पेनफ्रेंडसारखीच होती. पण....मला कळत नाही, कदाचित....''

तिच्या कपाळावर आठ्या पडल्या, जणू ती माझ्यासाठी चिंतित होती. आता काय होणार आहे या चिंतेत. फरक एवढाच की, जे व्हायचं ते अगोदरच होऊन गेलं होतं.

''तू काय म्हणालास मग?''

''त्या सगळ्या गोष्टी– ज्यात तुला काहीच अर्थपूर्ण वाटणार नाही. तिला फोटो पाठवायला सांगितलं. मी घेतलेले काही फोटो तिला पाठवले. शहरातील स्मारकांचेच बहुतेक फोटो होते आणि माझ्या बायकोला ते आत्यंतिक प्रेमपूर्ण वाटले. मी तिला आजपर्यंत बोललेल्या कोणत्याही गोष्टींपेक्षा अधिक प्रेमपूर्ण. मी तेवीस वर्षांचा होतो. ती कशाबद्दल बोलते आहे, मला काहीच माहीत नव्हतं. तिचं म्हणणं– मी तिचे फोटो काढले नाहीत, यावरून हेच सिद्ध होतंय की, माझं तिच्यावर प्रेम नाही.''

''आणि तू फोटोग्राफर आहेस.''

ती माझ्याकडे दु:खाने पाहत होती. मी हात धुवायला उठलो आणि नंतर खाण्याचे पैसे द्यायला गेलो. मी काही बिस्कीट पुडे विकत घेतले. पाण्याची बाटली भरून घेतली. तोपर्यंत तिने तिचं खाणं संपवलं. आम्ही टपरीवरून निघालो, तेव्हा मी दोन्ही बॅग्ज घेतल्या. या वेळी तिने अजिबात प्रतिकार केला नाही.

आम्ही पुन्हा काहीच बोललो नाही. जेव्हा आम्ही एका अरुंद पायवाटेला लागलो– जी पुढे जाऊन वर्दळीच्या रस्त्याला मिळत होती– तेव्हा ती म्हणाली....

''मी तुझी बायको असते, तर मलाही फोटो घेतलेले आवडलं असतं. पुढच्या वेळी तू नक्की फोटो काढले पाहिजेत. फोटोग्राफर बरोबर असताना बायकांची तशी अपेक्षा असते.''

''मी स्त्रियांचे फोटो काढत नाही. तसंही इकडे येण्याअगोदर मी कॅमेरा विकून टाकला.''

"तू क्षमा करू शकत नाहीस, तसंच हे विसरू शकत नाहीस?"

"क्षमा करण्यासारखं काही नाहीच. ती निघून गेल्यानंतर मी गोष्टी जमवल्या. फ्लॅट बुक केला. पहिल्यापेक्षाही चांगली नोकरी मिळाली आणि पाच महिन्यांतच दुसऱ्या मुलीशी सूत जुळवलं. माझ्या बायकोने परत येण्याचं ठरवलं असतं, तरी तिच्यासाठी एकही खिडकी उघडी नव्हती. मला वाटत होतं, ती मला कंटाळली आहे आणि माझ्या आयुष्यातून निघून जाण्यासाठी काही तरी कारण शोधते आहे. अशा वेळी तिला पटवून देण्यात काही अर्थच नव्हता."

"तुला तिची आठवण येत नाही?"

मी खांदे उडवले. "मला येते तिची आठवण, की नाही येत? मी इथे या डोंगराळ भागात काय करतोय? समाजापासून दूर, एकाकी?"

"मला धक्काच बसला होता. तीन वर्षांत तिने कोणताही संपर्क केला नाही आणि नंतर धडाम्! ती म्हणाली, ती कार घेऊन तडजोड करायला तयार आहे. मी घर ठेवू शकतो. तिच्या वकिलाचं म्हणणं होतं, तिला तसा अधिकार आहे. मग माझ्या कुटुंबातील लोक मला वकिलांकडे घेऊन गेले. त्या वकिलांनी मलादेखील असे अधिकार आहेत, तसंच कर्जाचाही विचार व्हायला हवा, असं सांगितलं. म्हणून मग मी तिच्यासमोर कर्जाची विभागणी करण्याचा प्रस्ताव ठेवला. त्याचबरोबर क्रेडिट कार्डची बिलंही ठेवली. तिला कोणतंही बिल नको होतं, म्हणून ती कारवर तडजोड करायला तयार आहे, असं ती म्हणाली. कार, काही डीव्हीडीज आणि फॅन्सी बेड कव्हर्स.

तथापि, ती अजूनही तिच्या प्रश्नाच्या उत्तराच्या प्रतीक्षेत होती– मला माझ्या बायकोची आठवण येते का?

"मी कामातून सुटी घेत होतो. कोर्टात वकिलांकडे वेळ जात होता. नवी बेडशीट्स खरेदी करावी लागली. मी सहकाऱ्यांशी फटकून वागत होतो. पगारवाढ मिळाली नाही म्हणून वरिष्ठांशी वाद घातला. त्यामुळे माझी नोकरी गेली. काही महिने मी घरी बसून काढले. फ्लॅटचे ईएमआय देण्याचे थांबले. कुटुंबातल्या सदस्यांनी मला समजावलं– तू असा एकटा राहू नकोस, निराश होऊ नकोस. विश्वास ठेव, देव सगळं चांगलं करेल. तिची आठवण येते की नाही, हे नाही मला सांगता येणार. हां, पण खूप गोष्टी चुकीच्या झाल्या, असं मात्र वाटतं."

"ती पुन्हा तुझ्या मिठीत आहे, असं स्वप्नं पाहत तू कधीच झोपी गेला नाहीस?"

"नाही."

"मग तू तिच्यावर तेवढं खूप प्रेम केलंच नाहीस. संन्यास घ्यायची काही गरज नाही."

मी माझ्या बायकोवर खूप प्रेम केलं नाही? आणि मी किती प्रेम केलं, हे मला सांगायला मला दुसऱ्या स्त्रीची गरज भासावी? ही बाई– जी माझे नॉर्थस्टार घालून माझ्या बाजूने चालते आहे, एका अनोळखी माणसाशी व्यवहारी दृष्टिकोनातून लग्नाला तयार झालेली ही स्त्री– तिला कसं काय जमलं हे दाखवून द्यायला की, तिने एवढ्या तीव्रतेने प्रेम केलं होतं त्यामुळेच आता उर्वरित आयुष्य प्रेमाशिवाय घालवण्याची तिची तयारी आहे?

"तुला माहितीये," मी म्हणालो, "तुला प्रेमाविषयी काहीही कल्पना नाही. तुझा हा असा ॲटिट्यूड आहे ना, तो खरंच असंवेदनशील आहे."

"सॉरी, मला..."

मी तिला मध्येच थांबवलं, "त्या बिचाऱ्या माणसाचा जरा विचार कर, जो तुझ्याबरोबर डिनरला जाण्याची वाट पाहतो आहे. त्याची अपेक्षा आहे की, तू त्याच्या प्रेमात पडशील– अगदी तशीच जसा तो तुझ्या प्रेमात पडेल. तू जाणून आहेस, तो प्रेमात पडणार आहे. तू त्याच्या मनात तुझ्याबद्दल प्रेम जागं करशील. मग तूही त्याच्या प्रेमाला प्रतिसाद द्यावास, अशी तो अपेक्षा करेल. त्याला लाल गुलाब आणि फोनवरच्या दीर्घ संभाषणाची मनीषा असेल. तुलाही प्रेमगुंजन करावंच लागेल. 'मिस यू बेबी!' रोज रात्री जर त्याच्या लक्षात आलं, तू हे ढोंग करतीयेस, तर तो तुझ्याशी लग्नच करणार नाही."

तिने माझ्या हनुवटीवर ठोसा देण्यासाठी नेम धरला. मी बाजूला झालो.

"तुला वाटतं, तू तुझ्या कर्तव्यांची पूर्ती करून निभावून नेशील? असं नाही होत. पुरुषांना ठरवून केलेल्या लग्नातसुद्धा प्रेम हवं असतं. हृदयाचं पूर्ण समर्पण. तुम्ही अपयशी झालात, तर सगळंच बिघडतं. वकिलाची फी, वाया गेलेला हुंडा इत्यादी."

"मला हुंडा द्यावा लागणार नाही." ती म्हणाली. "आणि आपल्याला माहितीये, ठरवून केलेलं लग्न म्हणजे कसं असतं ते. शिवाय आता तो वयाने पुरेसा मोठा असणार... त्यामुळे तसल्या नवथर रोमँटिक गोष्टींची तो अपेक्षाही करणार नाही."

"तुला आश्चर्य वाटेल, पण मला असे अनेक पुरुष माहिती आहेत, जे त्यांच्या वयाच्या तिशीत-चाळिशीतसुद्धा तशा प्रसंगाची अपेक्षा ठेवतात. फोनवरचं लाडिक बोलणं, फुलांच्या देवाण-घेवाणीबरोबरचे निःश्वास, चांदण्यांशी व्यक्त केलेल्या इच्छा... वगैरे वगैरे."

"तो तसा नाहीये."

"तू अजून त्याला भेटली नाहीयेस."

"तो स्थिर वृत्तीचा, शांत डोक्याचा आहे. बोलण्यात फार वेळ वाया घालवत नाही. पुस्तक वाचत नाही किंवा सिनेमा पाहत नाही. तो त्यांच्या कौटुंबिक व्यवसायात बराच व्यग्र असतो. त्याच्या मनात भावनिक वेडेपणाला थारा नसणार."

"तू अजून पुरुषांना ओळखलं नाहीयेस. त्याच्यासारखे पुरुष तर सर्वांत वाईट. सोशल लाइफ नाही, मुलींना भेटायला वेळ नाही, तारुण्यातली कोणतीही आसक्ती नाही. अन् दुपारच्या निवांत गप्पागोष्टी करायला एखादी सुंदर माजी गर्लफ्रेंड नाही. अशा परिस्थितीत बायको त्याचं सर्वस्व बनते. त्याचं सगळं लक्ष तुझ्यावर केंद्रित होईल. अनेक गोष्टींसाठी तो तुझ्याकडे पाहणार. त्याचे इस्त्री केलेले कपडे, त्याच्या अव्यक्त भावना समजून घेणं, त्याच्या हातात हात देणं– अशा किती तरी गोष्टी. तू बघच."

"तू गप्प राहा हं! तू तुझा कॅमेरा विकून मोकळा झालास. भावुक पुरुषांबद्दल बोलायचा तुला काही अधिकार नाही."

"तो एक व्यवहारी सौदा होता. मला त्यातून बरे पैसे मिळाले."

ती थांबली तसा मीही थांबलो. ती माझ्याकडे रागाने पाहत होती.

"संपल्या या हुशारीच्या गोष्टी? आता तुझ्याबद्दल बोलू या. तू ते फोटो तुझ्याजवळ ठेवून घेतलेस. हो ना? तुझ्या त्या पत्रमैत्रिणीला केलेल्या ई-मेल्स अजूनही तुझ्याकडे आहेत. तुमची सगळी चॅट हिस्ट्री आहे. तुला कळतंय, मी काय विचार करतीये? मला वाटतं, तुलाच तुझ्या बायकोने तुला सोडून जायला हवं होतं. वाईटपणा न घेता ते कसं करावं, हे तुला कळत नव्हतं; कारण तुझ्या बायकोने कधीच कशाची तक्रार केली नव्हती. ती एक गोड, सामान्य, समाधानी, सन्माननीय गृहिणी होती. म्हणून तू तुझ्या अकाउंटचा पासवर्ड तिला दिलास. तुला माहीत होतं– ती कंटाळलेली असली की ती नक्कीच ते अकाऊंट पहाणार, कदाचित तू तुझ्या जुन्या ई-मेल्स व्यवस्थित लावून, चांगलंसं नाव दिलेल्या फोल्डरमध्येदेखील ठेवल्या असशील आणि त्यातल्या एकाला त्या मुलीचं नाव असेल आणि दुसऱ्या स्त्रीच्या नावाचं फोल्डर असेल, तर तुझी बायको ते पाहणारच. हे सगळं असं होतं– जणू काही तिने ते शोधून काढावं, अशीच तुझी इच्छा होती. आपल्यावर प्रेम केलं जातंय, हा तिचा भ्रम तुला दूर करायचा होता."

मी पुढे चालायला सुरुवात केली.

"घर डोक्यावर घेतलं असशील ना? काय की पळून आलास?" ती माझ्यामागे ओरडून म्हणाली.

"तू मला ओळखत नाहीस," मी माझ्या खांद्यावरून मागे पाहत म्हटलं, "आणि मला तुझ्या सायकॉलॉजीच्या फालतू उदाहरणाची गरज नाहीये."

ती माझ्या मागे पळत आली, माझ्या दंडाला पकडून आणि माझ्या पुढ्यात येऊन उभी राहिली.

"जर माझं चुकत असेल, तर तसं बोलून दाखव. माझ्या डोळ्यांत पाहून सांग की, मी चुकते आहे."

मी तिच्यापासून बाजूला होण्याचा प्रयत्न केला... पण ती माझ्याभोवती नाचत, माझा रस्ता अडवत राहिली, माझ्या शर्टचा पुढचा भाग ओढत राहिली. आता ती सहा वर्षांच्या बिनसलेल्या, रुसलेल्या मुलासारखी वाटत होती.

"माझं चुकलंय? सांग ना. आधी माझ्याकडे पाहा. तुझं तुझ्या बायकोवर फार प्रेम होतं ना? तिने तुला सोडून जावं, असं तुला कधीच वाटलं नाही ना? तिच्याशी लग्न करणं ही तुझी चूक नव्हती, होय ना? सांग मला. तिने घटस्फोटाची विचारणा केली तेव्हा तुला फसवल्यासारखं वाटलं का? तुझी ती चॅट हिस्ट्री फक्त पत्रमैत्रिणीच्याच प्रकारात मोडणारी होती का? सांग ना मला–"

"तुला काय झालंय काय?"

"फक्त कबूल कर– तुला कंटाळा आला होता, तिला नाही. तू तिला स्वत:ला फासावर लटकवून घेता येईल असा लांब दोर दिलास. इतर बायका ज्या चुका करतात, तसल्याच चुका तिच्याकडून व्हाव्यात अशी हत्यारं तिला दिलीस; पण तिने तसलं काहीही केलं नाही म्हणून मग तुझं तिच्यावर प्रेम नाही, हे तू तिच्या निदर्शनास आणलंस. तू तिने पाहावसं म्हणूनच तसं केलंस, हेही तिच्या लक्षात आलं. तिला आत्मसन्मान असणारच, म्हणूनच ती तुला सोडून गेली."

मी खाली गवतावर बसलो आणि माझ्या खांद्यावरच्या दोन्ही बॅग्ज काढून टाकल्या.

"तुला घोटभर पाणी हवं का? मला वाटतं, तू थोडं पाणी प्यायला हवंस."

"विषय बदलू नकोस."

"तो भूतकाळ होता." मी म्हणालो, "माझी बायको... माझी बायको तो निकालात काढू शकत होती, पण तिने तसं केलं नाही."

"बायका मूर्ख नसतात. बरं, तुला माहितीये, फसवण्याचे वेगवेगळे प्रकार असतात. फक्त सेक्स म्हणजेच फसवणं नाही. या फसवणुकीचा अर्थ होतो– मला तू नको आहेस; मला दुसरंच कोणी तरी हवं आहे."

उताणा झोपून मी वर सूर्याकडे डोळे बारीक करून पाहिले. ती माझ्यावर सावली धरून उभी होती. वाऱ्याच्या झुळुकीने तिचे केस उडत होते. तिने ते एकत्रित धरून व आंबाड्याच्या स्वरूपात बांधले, पण काही क्षणांतच ते पुन्हा सळसळत खाली आले.

"सॉरी!" ती म्हणाली.

मी माझे डोळे मिटून पडून राहिलो. काही क्षणांत मला जाणवलं, ती माझ्याजवळ गुडघे टेकून बसली होती.

"तू नाराज आहेस...?"

"नाही."

"तू आहेस."

"मी तुला काही विचारू का? एक फक्त अभ्यासक्रमातला प्रश्न."

"विचार."

"तुला वाटतं– स्त्री-पुरुषांमध्ये शारीरिक आकर्षणाशिवाय, सेक्सशिवाय प्रेम असू शकतं?"

"तुम्ही सेक्सशिवाय प्रेमात पडू शकता, पण एकदा प्रेमात पडल्यानंतर या ना त्या प्रकारे सेक्स येणारच. तुम्ही तुमची ती गरज अन्य कोठेही पूर्ण करू शकता, पण त्यामुळे तुमचे प्रेमसंबंध उद्ध्वस्त होतील."

"बघ कळलं तुला, ते गुंतागुंतीचं होतं. प्रेम नष्ट करायला किती तरी गोष्टी कारणीभूत होऊ शकतात. तुमच्या प्रेमाचा स्वीकार न करणं, तुम्ही प्रेम करत नाही आहात या गोष्टीचा स्वीकार न होणं, एकत्र झोपणं, एकत्र न झोपणं. या मुलीप्रमाणेच माझ्या वडिलांची बहीणही बर्मिंगहॅमच्या एका गोऱ्या मुलाला भेटत होती– तीन वर्षं! पण त्याच्या कधी लक्षात यायचं नाही. त्याने केलेला तिच्या प्रेमाचा स्वीकार इतरांपर्यंत गेलाच नाही. 'ही माझी गर्लफ्रेंड' अशी तिची ओळख त्याने कधीच करून दिली नाही. अगदी त्याच्या डेटच्या दिवशीही नाही आणि नंतर तो सोडून गेला." ती म्हणत राहिली– "त्याचं माझ्यावर एवढं प्रेम आहे की, स्वत:च्या तीव्र भावनांची त्यालाच भीती वाटते."

मिनिटभर शांतता होती. पर्वतावरची हवा माझ्या कानांत, माझ्या चेहऱ्यावर रेंगाळत होती. ती गवतावर माझ्या शेजारी असल्याचा आवाज मी ऐकू शकत होतो. कदाचित तीही माझ्याशेजारी पहुडली असावी. तिचा आवाज माझ्या कानांना जवळून जाणवत होता.

"एकदा मला माझी मोठी चुलत बहीण आणि तिच्या वाग्दत्त वराबरोबर देवळात पाठवण्यात आलं होतं. मी फक्त दहा वर्षांची होते, पण मी त्यांना सांभाळून घ्यायचं होतं– जसं काही एक लहान मूल मोठ्या माणसांमधला शारीरिक संबंध थोपवू शकणार होतं. मला थोडं दूर पाठवण्यात आलं आणि त्या दोघांनी परस्परांना किस केलं. मी ते पाहिलं आणि मी पाहिलेलं त्यांनी पाहिलं. माझ्या बहिणीचा वाग्दत्त नवरा म्हणाला होता, आम्हाला तसं करायलाच हवं. लग्नाअगोदर सगळेच जण करतात. मला देवाच्या प्रतिमेसमोर डोळे बंद करून उभं राहायला सांगितलं आणि तेव्हा त्याने तिचं चुंबन घेतलं. ती अनुत्सुक दिसत होती. आम्ही घरी परत आलो तेव्हा माझ्या बहिणीला ताप आला होता. मला वाटलं, त्यानेच काही तरी केलं असावं, त्यामुळेच ती आजारी पडली असावी. म्हणून मी तिच्या कानात कुजबुजले, 'आपण बाबांकडे त्याची तक्रार करायची का?' तिने मला घट्ट धरलं आणि मग रडायलाच सुरुवात केली.

"ती म्हणत राहिली की, ती खूप घाबरली होती आणि मी म्हणत राहिले की,

आपण बाबांकडे तक्रार करू या. ती म्हणाली, नको. तिला तिच्या होणाऱ्या नवऱ्याशी लग्न करायचं होतं, पण त्याने तिला घाबरवलं होतं. तिने वापरलेले नेमके शब्द मला आजही आठवतात, 'तो मला उद्ध्वस्त करेल, तो मला त्रास देईल...' मला आजही आठवतं.....मला तिच्याबद्दल कणव वाटली होती. मला वाटलं होतं, तो तिला ठार मारणार आहे."

मी माझे डोळे उघडले. ती माझ्याशेजारी पहुडली होती. तिचं डोकं तिच्या बॅगवर विसावलं होतं.

"तू कशाचा विचार करतोयस?" तिने विचारलं.

"मी तुझ्या चुलत बहिणीचा विचार करतो आहे."

"मूर्ख, नाही?"

"नाही, ती घाबरली त्यात तिचं काही चुकलं नाही. ती बहुधा त्याच्या प्रेमात होती. तुम्ही वीस वेगवेगळ्या प्रकारांनी प्रेमाचं विश्लेषण करू शकता. सगळ्या मानसशास्त्रीय कोनांतून पाहा– स्वयंप्रतिमा, स्वाभिमान, प्रेरणा, आश्वासक... पण प्रत्येकासाठी ते सारखंच असतं. प्रेम तुम्हाला वेदनेने तळमळायला लावणारच. त्यापासून सुटकाच नाही."

"अच्छा, म्हणून तू संन्यास घेतो आहेस तर!"

मी उठून बसलो. वारा पडला होता. त्यामुळे सगळीकडे खोलवर शांतता होती. मी पुढे होऊन तिचे केस मागे सारणार होतो, इतक्यात तीसुद्धा उठून बसली. आम्ही एकमेकांकडे पाहिलं. एक इंचभर सरकण्याचीही मला भीती वाटत होती. जणू काही आम्ही एखाद्या मंत्राच्या प्रभावाखाली मुग्ध होतो आणि आता आम्ही काही हालचाल केली तर, न जाणो काय होईल?

नंतर ती घाईघाईने उभी राहिली.

"तुला आता तुझे शूज हवेत का?"

"नाही."

"मला नवे शूज घेण्यासाठी आपण जोशीमठाला थांबलोच नाही."

"आपण परत जाताना थांबू या."

मी उभा राहिलो. तिने तिची बॅग उचलली आणि दोन्ही खांद्यांतून अडकवली.

"मी घेते ती आता." ती म्हणाली.

"ती खूप जड नाहीये, मी घेऊ शकतो."

"नाही, हे योग्य नाही. तुझं स्वतःला असं थकवणं ठीक नाही. त्यातून तुला फुलंदेखील आवडत नाहीत. मला कळत नाही, तू का येतोयस ते. मला म्हणायचंय, तू माझ्याबरोबर येण्याची सक्ती नाही."

"मला माहीत आहे, मी नाही आलं तरी चालेल."

"म्हणजे... तू फक्त तू येशील असं म्हणालास म्हणून..."

ती थांबली. तिने वाक्य संपवण्याची मी वाट पाहिली. "म्हणजे मला म्हणायचंय, तू माझ्याबरोबर आला नाहीस तर मी समजू शकते. तू आता खाली जोशीमठाला जाऊ शकतोस आणि तुझ्या पूर्वनियोजित गोष्टी करू शकतोस."

"मी निघून जावं, असं तुला वाटतंय का?" मी विचारलं.

ती वळली, दूरवरच्या पर्वताकडे पाहिलं आणि खोल श्वास घेतला.

"तुला एकटीने राहायला हवंय का?" मी पुन्हा विचारलं.

"मला नाही माहीत."

"तुला मी काय करायला हवंय? ही तुझी ट्रिप आहे आणि मला ती बिघडवायची नाहीये."

माझ्याकडे बघण्यासाठी ती मागे वळली. मला वाटतं, तिचे डोळे डबडबले होते.

"मला नाही माहीत." तिने पुनरुच्चार केला.

मी माझे दोन्ही हात उंचावले आणि थोडंसं हसलो. जणू काही मला म्हणायचं होतं, तू माझी काहीच मदत करत नाहीयेस. तीही तिच्या डोळ्यांतल्या अश्रूंमधून थोडंसं हसली.

"मला काहीच माहीत नाही. काय प्रसंग आहे ते तुला कळतंय."

"तू एक एकटी मुलगी आहेस, तुझी प्रवासी बस बंद पडली आहे, तुझं लग्न ठरलेलं आहे– असा आहे प्रसंग."

"माझं लग्न होणार आहे, जर त्या माणसाने मला नकार दिला नाही तर. जे होऊही शकतं. तथापि, मला नाही वाटत मी आणखी एखादा नकार पचवू शकेन. मी थोडी लिपस्टिक लावेन, केस मऊ करून घेईन, सुगंधी अत्तरदेखील लावेन. मला फुलं आवडतात, पण अत्तराचा तिटकारा वाटतो; तरीही मी ते लावेन. त्यामुळे माझं डोकं दुखेल. डिनरला जाण्याआधी मी एखादी डिस्पिरिन गोळी घेईन. तरीही तो मला नाकारू शकतो. नेमकं किती बोलायला हवं याचा अंदाज करणंही अवघड आहे. जर मी खूप बडबड केली, तर ते त्याला आवडणार नाही. बऱ्याच पुरुषांना आवडत नाही. विशेषत: वयाने मोठ्या पुरुषांना तर नाहीच. पण मी जर योग्य प्रकारे बोलू शकले, तर कदाचित तो होकार देईलही."

ती थांबली आणि तिने पुन्हा माझ्याकडे पाहिलं– जणू काही माझ्या मदतीची वाट पाहते आहे.

"मी तुला लग्न न करण्याबद्दल विचारत नाहीये," मी म्हणालो, "मी फक्त तुझ्याबरोबर व्हॅली ऑफ फ्लॉवर्सच्या ट्रेकला येण्याचा प्रस्ताव ठेवला आहे– तेही बाथरूम स्लिपर्सवर."

"पण तुला माहितीये, हे सगळं कसं असेल."

"आपण परत येऊ तोपर्यंत अंधारलेलं असेल आणि खूप थंडीही असेल."

ती माझ्याकडे पाहत राहिली. मी खांदे उडवले.

"बहुतेक मी गबाळा दिसतो आहे, पण मी धोकादायक नाही."

"आपण एकटे असू," ती म्हणाली, "सभोवताली सगळीकडे फुलं असतील आणि आकाश सौम्य उबदार असेल. आपण थकलेले असू. आपण थकलेलेच आहोत."

"मला काही फुलांबद्दल विशेष ममत्व नाही. मी त्यांच्या सुवासाने धुंदावून हवा हुंगावी आणि त्यांच्या रंगोत्सवाने बेभान व्हावं, अशी तुझी अपेक्षा असणार; पण मी तुझी निराशा करेन."

आता मी माझी बॅग खांद्याला अडकवली आणि चालू लागलो. ती माझ्या मागोमाग पाऊलभर अंतरावर चालत होती.

"जोशीमठात काय आहे?" तिने विचारलं.

"माझ्या आजोबांनी एकदा संन्यास घेतला होता. जोशीमठाजवळच. ते तेवीस वर्षांचे होते, तेव्हा त्यांची पहिली बायको वारली. ती काही तरी तेरा-चौदा वर्षांची होती. ते इथे काही वर्षं एखाद्या साधूसारखे राहिले. भिक्षा मागायचे. झाडांची फळं खाऊन, नदीचं पाणी पिऊन गुजराण करायचे."

"त्यानंतर ते सोनीपतला आले आणि दुसऱ्या एका स्त्रीच्या प्रेमात पडले?"

"होय."

"अहा!" ती चीत्कारली. "म्हणजे तू इथे हा विचार करून आलास, की जोशीमठाला येऊन गेल्यानंतर तू पुन्हा प्रेमात पडू शकशील?"

"मला नाही माहीत. मी असाच आलो."

"तुला वाटतं, आपण सूर्यास्तापर्यंत परत येऊ?"

"मला माहीत नाही."

"तुला वाटतं, तिकडे जंगली प्राणी असतील?"

"शक्यता आहे."

"तुला वाटतं, आपण सुरक्षित असू?"

मी काहीच बोललो नाही. चढावर वारा हळूहळू बोचरा होत गेला. त्याचे सपकारे आमच्या चेहऱ्यावर बसू लागले. मी वळलो आणि तिला माझ्या बाजूने चालण्याचा इशारा केला.

◆